கூளமாதாரி

பெருமாள்முருகனின் பிற நூல்கள்
(காலச்சுவடு வெளியீடு)

நாவல்
- ஏறுவெயில்
- நிழல் முற்றம்
- கங்கணம்
- மாதொருபாகன்
- ஆளண்டாப் பட்சி
- பூக்குழி
- ஆலவாயன்
- அர்த்தநாரி
- பூனாச்சி அல்லது ஒரு வெள்ளாட்டின் கதை
- கழிமுகம்
- நெடுநேரம்

சிறுகதை
- பெருமாள்முருகன் சிறுகதைகள் (1988 – 2015)
- சேத்துமான் கதைகள்
- மாயம்
- வேல்!
- போண்டு

கவிதைகள்
- மயானத்தில் நிற்கும் மரம்
- கோழையின் பாடல்கள்

கட்டுரைகள்
- துயரமும் துயர நிமித்தமும்
- கரித்தாள் தெரியவில்லையா தம்பீ...
- பதிப்புகள் மறுபதிப்புகள்
- வான்குருவியின் கூடு (தனிப்பாடல் அனுபவங்கள்)
- கெட்ட வார்த்தை பேசுவோம்
- ஆர். ஷண்முகசுந்தரத்தின் படைப்பாளுமை
- நிழல்முற்றத்து நினைவுகள்
- நிலமும் நிழலும்
- தோன்றாத் துணை
- மனதில் நிற்கும் மாணவர்கள்
- மயிர்தான் பிரச்சினையா?
- அப்படியெல்லாம் மனசு புண்படக்கூடாது
- காதல் சரி என்றால் சாதி தப்பு
- பாதி மலையேறுன பாதகரு

பதிப்புகள்
- சாதியும் நானும் (அனுபவக் கட்டுரைகள்)
- கு.ப.ரா. சிறுகதைகள் (முழுத் தொகுப்பு)
- கருவளையும் கையும்: கு.ப.ரா. கவிதைகள்

தொகுத்தவை
- உடைந்த மனோதரங்கள்
- பிரம்மாண்டமும் ஒச்சமும்
- பறவைகளும் வேடந்தாங்கலும் – மா. கிருஷ்ணன்
- உ.வே.சா. பன்முக ஆளுமையின் பேருருவம் (கட்டுரைகள்)
- தீட்டுத்துணி – சி.என். அண்ணாத்துரை (தேர்ந்தெடுத்த சிறுகதைகள்)
- கூடுசாலை – சி.சு. செல்லப்பா (கிளாசிக் சிறுகதைகள்)

கூளமாதாரி

பெருமாள்முருகன்   (பி. 1966)

படைப்புத் துறைகளில் இயங்கிவருபவர். அகராதியியல், பதிப்பியல், மூலபாடவியல் ஆகிய கல்விப்புலத் துறைகளிலும் ஈடுபாடுள்ளவர்.

2023ஆம் ஆண்டுக்கான 'பன்னாட்டுப் புக்கர் விருது' நெடும் பட்டியலில் 'பூக்குழி' நாவலின் ஆங்கில மொழிபெயர்ப்பு 'Pyre' இடம்பெற்றது. இவரது 'ஆளண்டாப் பட்சி' நாவலின் ஆங்கில மொழிபெயர்ப்பான 'Fire Bird' நூலுக்கு 2023ஆம் ஆண்டு ஜேசிபி இலக்கியப் பரிசு வழங்கப்பட்டது.

அன்பார்ந்த வாசகருக்கு,

வணக்கம்.

காலச்சுவடு நூலை வாங்கியமைக்கு நன்றி.

நூலின் உள்ளடக்கம், உருவாக்கம், அட்டைப்படம் இன்ன பிற அம்சங்கள் பற்றிய உங்கள் கருத்துகளையும் ஆலோசனைகளையும் காலச்சுவடு வரவேற்கிறது. தகவல், எழுத்து, வாக்கியப் பிழைகள் தென்பட்டால் அவசியம் தெரிவித்து உதவுங்கள். நூல் தயாரிப்பில் கடும் குறைபாடு இருப்பின் மாற்றுப் பிரதி உங்களுக்குக் கிடைக்கக் காலச்சுவடு ஏற்பாடு செய்யும்.

மின்னஞ்சல்: **publisher@kalachuvadu.com**

காலச்சுவடு நாகர்கோவில் அலுவலகத்திற்குக் கடிதம் அனுப்பலாம்.

தங்கள்
எஸ்.ஆர். சுந்தரம் (கண்ணன்)
பதிப்பாளர் — நிர்வாக இயக்குநர்

Unauthorised use of the contents of this published book, whether in e-book or hardcopy format, for any type of Artificial Intelligence (AI) training — including but not limited to Machine Learning, Deep Learning, Natural Language Processing, Computer Vision, Chatbot Training, Image Recognition Systems, Recommendation Engines, and Language Models — is strictly prohibited without prior licensing from the publisher. Any such unauthorised use may result in legal action.

பெருமாள்முருகன்

கூளமாதாரி

காலச்சுவடு பதிப்பகம்

கூளமாதாரி ♦ நாவல் ♦ ஆசிரியர்: பெருமாள்முருகன் ♦ © பெருமாள்முருகன் ♦ முதல் பதிப்பு: டிசம்பர் 2000, காலச்சுவடு முதல் பதிப்பு: டிசம்பர் 2007, மேம்படுத்திய பத்தொன்பதாம் பதிப்பு: நவம்பர் 2024, இருபதாம் பதிப்பு: ஜூலை 2025 ♦ வெளியீடு: காலச்சுவடு பப்ளிகேஷன்ஸ் (பி) லிட்., 669 கே.பி. சாலை, நாகர்கோவில்

kuuLamaataari ♦ Novel ♦ Author: PerumalMurugan ♦ © Perumal Murugan ♦ Language: Tamil ♦ First Edition: December 2000, Kalachuvadu First Edition: December 2007, Enhanced Nineteenth Edition: November 2024, 20th Edition: July 2025 ♦ Size: Demy 1x8 ♦ Paper: 18.6 kg maplitho ♦ Pages: 304

Published by Kalachuvadu Publications Pvt. Ltd., 669 K.P. Road, Nagercoil 629001, India ♦ Phone: 91-4652-278525 ♦ e-mail: publications@kalachuvadu.com ♦ Printed at Mani Offset, Chennai 600077

ISBN: 978-81-89945-26-8

07/2025/S.No. 240, kcp 5883, 18.6 (20) 9ss

நெஞ்சில் கல்விழுந்து
செத்துப்போன
மொண்டி என்கிற கந்தனுக்கு

முன்னுரை

உள்ளிருந்தே மீண்டெழாத உதிரிகள்

ஏதிலிகளின் துயரங்களைக் கலைப் படைப்பிற்குள் கொண்டுவருவதற்கு எதிரான குரல்கள் தொடர்ந்து முழங்கிக்கொண்டுதான் இருக்கின்றன. அப்படியான படைப்புகளை வெறும் உணர்வுச் சுரண்டல் என்று தேக்கிவிடும் விமர்சனப் பார்வையைத் தாண்டி, வேறொன்றை அக்குரல்கள் முன்வைக்கின்றன. கலை வடிவம் சமூகத்தில் அரசியற்படுத்த வேண்டும் என்ற அளவிலான நியாயங்களும் தருக்கங்களும் அவற்றில் உண்டு; கறாரான நிறுவைகளும் கூட. அவை ஒரு பக்கம். புனைவுக்கான 'வலிந்த யத்தனங் களை' மறுத்து, சரிநிலைகளுக்குச் சிரத்தையெடுக்காமல், அசல்தன்மையைப் பற்றிக்கொண்டு இயங்கும் படைப்புகள் மறுபக்கம். ('நடப்பது இதுதான்' என்ற அடைப்பிற்குள் வைத்துத் தம் உள்நோக்கங்களை மீண்டும் மீண்டும் பதிவுசெய்து சமூக முரண்பாடுகளை மலினப்படுத்தும் படைப்புகளைச் சொல்லவில்லை; அவற்றை இலக்கியமாகக் கூட ஏற்க வேண்டியதில்லை.) இயல்புவாதத்தின் சத்தியத்தை மதிக்கும் படைப்புகளுக்கு அவற்றிலிருக்கும் உயிர்ப்புதான் முதலீடு. அக்கதைகளிலிருக்கும் உண்மையை 'நீதி'யை நோக்கிச் சிரமப்பட்டு இழுக்க வேண்டியதில்லை; அது மிக நுண்மையாக அத்திசையைத்தான் கைகாட்டிக்கொண் டிருக்கும். இவ்விடத்தில், 'கூளமாதாரி' போதனைக்கான சாயைகூட இல்லாமல் மெய்மையின் வார்ப்பாக நிற்கிறது. அடிமைப்படுத்தப்பட்ட ஒருவனுக்குக் கைவிலங்குகளை உடைத்துக்கொண்டு வெளியேறும் சந்தர்ப்பங்கள் சாத்தியமா என்ற கேள்வியைவிட, மரபுவழி மழுங்கடிப்பில் நொதித்துப் போயிருக்கும் மனத்திற்கு வெளியேறும் சிந்தனை முதலில் சாத்தியமா என்ற கேள்வியையே இப்படைப்பு முன்வைப்பதாக எடுத்துக்கொள்ளலாம். இந்தக் கேள்வியையே

கூட அரசியல்படுத்தலுக்கு எதிராக அர்த்தப்படுத்துவதற்கான இடுக்குவெளி உண்டுதான். பாசாங்கான தீர்வுக்கோ உடனடி எதிரீடுக்கோ மாறாக யதார்த்தக் கூறுமுறை அதன் வெளிப்பாட்டுத் தளத்தில் சாவதானமான குரலாகவே ஒலித்தாலும், அதை வலிமையற்றதென வரையறுக்க முடியாது.

ஆடு மேய்க்கும் சக்கிலியர் சாதி பதின்மச் சிறுவர்களைப் பற்றிய ஆவணப் புனைவில் அவர்கள் புழங்கும் மேய்ச்சல் நிலமான மேட்டுக்காடு அச்சிறுவர்கள்மீது உண்டாக்கும் தாக்கத்தை நாவலின் முதற்பகுதி பேசுகிறது. தூக்குப்போசியில் நீராகாரத்தை எடுத்துக்கொண்டு ஆடுகளை ஓட்டிக்கொண்டு நடக்கும் கூளையனுக்கு ஒவ்வொரு நாளும் சிறையிலிருந்து விடுபட்டு வந்திருக்கும் உணர்வையே அந்தத் திறந்தவெளி கொடுக்கிறது. பண்ணைய வேலையிலிருக்கும் வீட்டில் தான் கையாளப்படும் விதம்குறித்த முழுச் சுதாரிப்பும் அவனுக்கு உண்டு. அவற்றை அசைபோட்டு ஏற்றுக்கொண்டு தனக்குள் செரித்துக்கொள்வதை அப்பெருவெளிதான் அவனுக்குச் சாத்தியப் படுத்துகிறது.

ஆடுகளை வெறும் அஃறிணைகளாகச் கொள்ளாமல் அவற்றோடு உரையாடுவதும் அவை தான் பேசுவதைத் திருத்த மாகப் புரிந்துகொள்ளுமென அவன் நம்பத் தலைப்படுவதும்கூட ஒரு விதத்தில், தன் கட்டுப்பாட்டிலிருப்பவற்றின் மதிப்பைப் பெருக்கி யுணர்ந்து அதன் வழியே மனத்தளவில் தான் அடையக்கூடிய அதிகாரப் பெருமிதத்தை ருசிக்கத்தானெனக் கொள்ள முடிகிறது. தன் பண்ணையக்காரியின் ஆணவக் குரல் ஓரிரு இடங்களில் தன்னிடமே வெளிப்படுவதையும் உணருகிறான். அது அவனுக்குக் கணப்பொழுதிலான மனவேற்றத்தைக் கொடுக்கிறது. காயமும் களிம்புமாகப் பின்னிக்கிடக்கும் வாழ்வு. தன் அண்ணன் சொரக்காயனைவிட ஒப்பீட்டளவில் சுலபமான வேலையில் இருப்பதான நிறைவை வவுறிக்கு அந்தப் பெருவெளிதான்கொடுக் கிறது; குத்தும் வசைகளால் நோகடிக்கப் பட்டாலும் மேய்ச்சல் நிலம் அளிக்கும் விடுதலை அவற்றை நீர்த்துப்போகச்செய்கிறது; தணிவை அன்றாடச் சங்கதியாக்கி விடுகிறது. கூளையனுக்கும் வவுறிக்குமிடையிலான அணுக்கத்தையும் கூட ஒரு மௌனக் காரணியாக நின்று அந்த வெட்டை வெளிதான் கனியவைக்கிறது. சிறு துவார ஒளி இருட்டறையின் சித்திரவதையை மறக்கடித்து, எதிர்ப்பதற்கோ தப்பித்து வெளியேறுவதற்கோ முகாந்திரமே இல்லாமல்போகச் செய்கிறது.

நெருக்கடி மனநிலைக்கான எளிய மீறலாக உடல் வேட்கைதான் இருக்க முடியும் என்ற விதத்தில் அச்சிறுவர்களுக்குள் அரும்புநிலை விரசம் ஒட்டியே இருக்கிறது. கூளையனுக்கு வவுறி

மேலிருக்கும் பிரியம் அவனால் அடையக்கூடிய எல்லையின் ஆசுவாசத்துடனும் நிதானத்துடனும் இருக்கிறது. ஆனால் நெடும்பனுக்கு செவிடி மேலிருப்பது, எப்போதும் வெடிக்கத் தயாராக இருக்கும் தகிப்புடனே இருக்கிறது.

பண்ணைக்காரக் கிழவனுக்கு மலம் அள்ளித் துப்புரவு செய்யும் தினசரியில் நெடும்பனின் மனவாய்ப்பு பாழாக்கப்பட்டிருக் கிறது. அப்பனும் ஆத்தாளும் ஆளுக்கொரு பக்கமாக அறுத்துக் கொண்டு போக அனாதியானவனை ஆளாக்கியிருக்கும் பாட்டி பண்ணைக் காரருக்குப் பீயள்ளுவது பாக்கியம் என நெடும்பனின் கண்ணைக் கட்டுகிறாள். அடிமைத்தனத்தை மனமுவந்து ஏற்பவளுக்கும் மல அண்டாவிற்கும் நடுவே தெளிவான நிலைப்பாடென எதுவும் அவனுக்குக் கிடைக்க மறுக்கிறது. கூடவே மேய்ச்சல் காட்டில் மொண்டியின் ஆளுகைக்குள் மற்ற சிறுவர்கள் கட்டுப்பட்டிருக்க வேண்டும் என்ற நிலை இருக்கிறது. செவிடியை மொண்டி சொந்தங்கொண்டாடும் அழுத்தம் நெடும்பனை மறுபக்கம் நசுக்குகிறது. அவர்களிருவரும் மற்றவர்களை ஒதுக்கியனுப்பிவிட்டுச் சம்போகிக்கிறார்களென ரகசிய வெறி கொள்கிறான். எதிர்ப்போ சவாலோ இருந்துகொண்டே யிருக்க, செவிடியுடன் கிடைக்கப்பெறும் அரிய தருணத்தை அவசரமாகத் தனதாக்கிக்கொள்ள வேண்டும் என்ற தத்தளிப்புடனே அவளை அணுகுகிறான். அவ்விதத்தில், அவனொருவனுக்குத்தான் மேய்ச்சல் நிலத்திலும் நிலைகொள்ள முடியாத அல்லாட்டம் நீடிக்கிறது. அந்த நிறைவின்மையை அனுபவிக்கும் ஒரே சிறுவனாகக் கதையில் அவன் மட்டுமே வருகிறான். அவன் ஒருவனே எல்லோருக்குமே வரக்கூடிய இக்கட்டான சூழ்நிலை யில் ஊரைவிட்டு ஓடிப்போகத் துணிகிறான். பட்டியிலிருக்கும் ஆடு களவாடப்பட்டபோதும் தேங்காய்த் திருட்டு விஷயத்தில் கையும் களவுமாகச் சிக்கிக்கொண்ட பின்னரும் கூளையனால் ஊரை விட்டு ஓடிப்போவதைச் சிந்திக்க முடியாமல் போவதற்கு எத்தனை இன்னலையும் மழுங்கடிக்கும் இடமாக அவனுக்கு மேய்ச்சல் காடு இருக்கிறது; வவுறியின் அண்மை இருக்கிறது.

பண்ணையார்கள் வீட்டுப் பிள்ளைகளுக்கு இந்த மேய்ச்சல்காரச் சிறுவர்கள் தங்கள் கட்டுப்பாட்டிலிருக்கும் அஃறிணைகள் அல்லது அந்நிலையிலினும் சற்றே மேலானவர்கள். பள்ளி முடித்த கையோடு செல்வனும் மணியும் காட்டுக்கு வந்து ஆடு மேய்த்துக் கொண்டிருக்கும் இவர்களுடன் விளையாடுகிறார்கள் - நட்பின் அணுகல் அதில் கொஞ்சமாகத் தொனிக்கிறது; தோற்கும் நிலை வந்தால் அதட்டி அடிபணியச்செய்கிறார்கள்; அவ்வப்போது அடித்து நிறைவுகொள்கிறார்கள்; கூசுமளவிற்குக் காமக்கேலி செய்கிறார்கள் - பதில்கேலி வந்தால் உடனே வசையளவிலேனும்

அதைத் தீர்த்துக்கொள்கிறார்கள்; சிறுமிகளை வக்கிரத்துடன் தீண்டுகிறார்கள்; அதையே இச்சிறுவர்களை மனத்தளவில் சிறுத்துப்போகச் செய்யும் கருவியாக்குகிறார்கள். அவர்களுக்குக் கிடைத்திருப்பது ரத்தமும் சதையுமுள்ள விளையாட்டு பொம்மைகள். இச்சிறுவர்களுக்குப் பெயர்களும்கூட ஏதோவொரு உடற்பிழற்வையொட்டித்தான் - கூளையன், வவுறி, நெடும்பன், மொண்டி, செவிடி - இவையெல்லாம் எவர் அளித்த பெயர்கள்? வவுறிக்கு ராமாயி என்ற பெயர் - அப்படி அழைக்கப்படுவது ஒருகட்டத்தில் அவளுக்கே விநோதமாக இருக்கிறது. இயற்பெயர்கள் அழிக்கப்பட்டதோடு உரியவர்களே அதை மறந்தும்போயிருக் கிறார்கள். பெயர் கொடுக்கும் சிறு செருக்கும் அனுமதிக்கப்பட வில்லை என்பதைக்கூட உணராத வாழ்க்கைதான் அவர்களுக்கு நிந்திக்கப்பட்டிருக்கிறது. கொத்தடிமைகள் இப்படித்தான் மழுக்கையாக்கப்படுகிறார்கள்.

நாவலின் இரண்டாம் பகுதியான கொழிமண்ணில், புனைவின் சௌகரியத்தோடு கூளையனும் செல்வனும் தனித்திருக்கும் சந்தர்ப்பங்கள் நிகழ்கின்றன. காட்டில் பட்டிபோட்டு இரவுக் காவலுக்கு இருவரும் படுத்திருக்கும்போது செல்வனுக்குப் புறவுலகப் பாவனை களுக்கான அழுத்தம் இல்லாததன் நெகிழ்வும் கூளையனுக்குச் செல்வன் தன்னை மட்டுமே சார்ந்திருப்பதைப் போன்ற உள்வயமான சிறு மமதையும் எட்டிப்பார்க்கின்றன. அதனூடாகவே இருவருக்கு மிடையிலான உறவுச் சாத்தியப்பாடுகளின் மேலடுக்குகளைக் களைந்து நம்மால் உள்ளே செல்ல முடிகிறது. பட்டியின் உள் கொட்டகைத் தரையில் ஆட்டுப் புழுக்கையில் படுக்க மனமின்றி வாசலில் படுத்திருப்பவனைப் பயந்துபோயிருக்கும் செல்வன் உள்ளே அழைத்துக் கட்டிலில் படுக்கவைத்துக்கொள்ளும் இடமும் கள் இறக்கி வரும்போது நிர்வாணத்தை செல்வன் பரிகசிக்க அவனுடைய காற்சட்டையை அவிழ்த்துவிட்டுத் துரத்திப் பிடித்து விளையாடும் இடமும் பெருமழையும் ஆடிக்காற்றும் பட்டியைப் பிய்த்தெறியும் இரவில் அரண்டு அழுதுகொண்டிருக்கும் செல்வனைக் கட்டி அரவணைக்கும் தருணமும் அவ்வுறவின் இலைமறைவையும் அதன் தணலையும் ஒருங்கே தொழிற் படுத்துபவை. எல்லாவற்றையும் சொல்லிச் செல்வதைப் போல தோற்றமளிக்கும் படைப்பில், சொல்லாமல் விடுபடும் தருணங்கள் ரகசியச் கிசுகிசுப்புகளாக உடன்வருகின்றன.

வீரனை வெட்டுக்கு ஆயத்தப்படுத்தும்போது கூளையன் தவித்துப்போகிறான். அதே புழுக்கமும் தவிப்பும் மாற்றேதும் குறையாமல் வீரனின் கறி தனக்குப் பொருட்படுத்தப்படவில்லை எனும்போதும் வெளிப்படுகின்றன. தன்னுடைய நிலையை ஊன்றி யோசிக்க அவனுக்கு அவ்விடத்தில் ஒரு வாய்ப்பு கிடைக்கிறது. போலவே, பட்டியிலிருக்கும் பூங்குட்டி களவாடப்படுவதற்கு

செல்வனின் தடையீடுதான் காரணம் எனினும், எப்படியும் தன்னைத்தான் பண்ணைக்காரர் - பனங்காய் பொறுக்கிக் கிடைத்த ஐம்பது ரூபாயை அப்படியே அவனிடம் திருப்பிக் கொடுக்கும் கவுண்ட முதலாளிதான் எனினும் - பழிதீர்ப்பார் என்பதில் அவனுக்குத் துளியும் ஐயம் இருக்கவில்லை. களவுபோன இரவில் செல்வன் கொடுத்த சத்திய வார்த்தைகளுக்கு அப்பனுக்கு எதிரில் யாதொரு மதிப்பும் இராது என்பதும் கூளையனுக்குத் தெரியும். எல்லாம் மீண்டும் மீண்டும் யோசித்துப்பார்த்தும் அனுபவித்தும் புரிந்துகொண்ட உண்மைகள். ஆனால் இந்தப் புரிதல்கள் கொடுக்கும் திறப்பு வெளியே தள்ள உந்தாமல் ஏற்பை இயல்பாக்கவே முயலுகிறது.

தேங்காய்த் திருட்டுக்குக் கொடுக்கப்பட்ட தண்டனையை எதிர்த்து நியாயம் விசாரிக்க வரும் அம்மையப்பனை நாலு வார்த்தையில் இணங்கவைப்பது பண்ணைக்கார மரபுக்கு மிகச் சுலபமாக இருக்கிறது. கண்மூடித்தனமான அதிகாரம் மட்டுமல்ல; சமயத்திற்குத் தகுந்த தந்திர வார்த்தைகளும்கூடச் சாதி மரபுக்கு அடக்கியாளும் கருவிகள்தான். சாராயச் சுரணையில் இருந்தாலும் அப்பங்காரனின் கோபம், எதிர்த்து அடுத்த படி மேலே வைக்காமல் சுலபத்தில் தணிந்துபோகிறது. கூளையன் இந்தக் காட்சியை ஒரு பெருந்தோல்வியின் சாட்சியாகப் பார்த்துக் கொண்டிருக்கிறான். ஏதோ ஒரு சிறிய கீறல் அங்குதான் விழுகிறது. நெடும்பன் ஓடிப்போய்ப் பிடிப்பட்டு வருவதும் திருட்டுப் பழிக்குத் தனக்குக் கிடைத்திருக்கும் தண்டனையும் ஏதோ ஒரு புள்ளியில் அவனுக்குள் தெளிவில்லாமல் இணைகின்றன. மாட்டுக்கறிச் சோறுக்காக நிபந்தனையுடன் அனுப்பிவைக்கப்படும் நாளில் மேய்ச்சல் காட்டில் இல்லாமல் தன்னுடைய கூட்டில் தன்னை நிறுத்தி யோசிக்கும்போது கொஞ்சமாகத் துலக்கம் கிடைக்கிறது; அதுவே மீண்டும் அவனைப் பண்ணை வீட்டிற்குப் போகவிடாமல் ஓரிரு நாட்களேனும் நிறுத்திவைக்கிறது. அடிபணியச் சொல்லும் அப்பனின் வார்த்தைகளை மனத்தளவிலேனும் எதிர்க்க முற்படு கிறான். எவ்வளவு எழுந்தாலும் நிர்ப்பந்தங்களின் சுழலுக்குள்தான் மீண்டும் விழ வேண்டியிருக்கிறது. சொல்லப்போனால், எழவே யில்லை; அதற்கான சிறு பொறி உருவாவதற்குள்ளாகவே அணைந்து போகிறது. சாதி இந்துகளுக்கு எதிரான பட்டியலினத்தின் பாடு, நிறுத்தி நிதானிப்பதற்கோ சிந்திப்பதற்கோ மார்க்கமின்றி நிர்ணயங்களின் சுழலுக்குள் அவர்கள் சிக்கிக்கொண்டிருப்பதன் விளைவென்பதையே கூளையனின் உலகம் காட்சிப்படுத்துகிறது.

காயங்களுக்கான நிவாரணம் கிடைக்கும் விதத்திலேயே அதற்கான வடுக்கள் மிஞ்சுகின்றன. நசுக்கப்பட்ட உணர்வோடு தேங்கியிருக்கும் கூளையனுக்குப் பாட்டி வீட்டில் அனுபவித்த

ஒரு நாள் தூக்கமும் சோளக்காடு வாங்கிய வேலைக் கூலியும் அதுவரையில் அவன் அனுபவித்திராத தேற்றத்தை அளிக்கின்றன. அவற்றோடுதான் பட்டிப்பொங்கல் நாளில் செல்வனை அவன் எதிர்கொள்ள நேர்கிறது. அந்தக் குறைந்தபட்சத் தேற்றமே பட்டியில் பதறியடித்து எழாமல் அவனைச் சற்றுக் கூடுதலாக உறங்கச்செய்கிறது; செல்வனிடம் வஞ்சிக்கப்பட்ட கிடாக் காசைச் சொல்லிக்காட்ட உந்துகிறது. செல்வனின் சாதிக் கொம்புகளைச் சீவிவிட அந்தச் சிறு உரசலேகூடப் போதுமாக இருக்கிறது. குளிப்பாட்டுவற்காகக் கிணற்றில் தூக்கிப்போடப்படும் ஆடுகளிடம் செல்வனின் அதிகார மயக்கம் வெளிப்பட ஆரம்பிக்கிறது; அது போதையளிக்கிறது - பித்தேறிப்போய் கூளையனிடம் பாய்கிறான். தேற்றத்தின் தெளிவுடன் இருப்பவனும் சீண்டப்பட்ட தற்பெருமித வெறியுடன் இருப்பவனும் - அவர்களுக்கிடையில் சாத்தியப்படக் கூடிய நட்பையும் நெருக்கத்தையும் அதன் நினைவுகளையும் தாண்டியுமே - சாதித் துருவத்தின் மாதிரிகளாக எதிரெதிரே நிற்கும் புள்ளிக்கு இறுதியில் வந்தடைகிறோம். கூளையனின் எதிர்ப்பு முதலில் வார்த்தைகளாகவும் பின்னர் உடல்ரீதியிலான தாக்குதலாகவும் வெளிப்படுகிறது. இரண்டுமே சொல்லப்போனால், அவனையே மீறிய பெருவெடிப்புகளாகத்தான் நிகழ்கின்றன. குறைந்தபட்சம், வினை மட்டுமேனும் பிரக்ஞையின்றி மனத்தின் மறையிடுக்குகளிலிருந்து நடந்துவிடுகிறது. நினைத்ததை மீறிய வசைச் சொல்லும், நினைத்ததை மீறிய மூர்க்கமும் கணப் பொழுதுக்குள் நடந்து முடிந்தவை. கொத்தடிமை வாழ்க்கை அவனுக்குள் தேக்கிவைத்திருந்து எதுவென அறியுமிடத்தில் கூளையனுமே பேதலித்துப்போகிறான். தன்னிடமே கண்ட உண்மை உண்டாக்கிய அதிர்ச்சியும் நடுக்கமுமே முடிவற்ற அடரிருளின் ஆழத்திற்குள் அவனை அமிழ்த்துகிறது.

கூளமாதாரி எனும் இப்புதினத்தில், பதின்மச் சிறுவர்களின் புரிதலின் அளவீடுகளிலேயே படிநிலைகள் கட்டமைக்கப்பட்டிருக் கின்றன. என்றாலும், அந்த வயதிற்கேயான கட்டுப்பாடற்ற எதிர்வினைகள் முளையிலேயே நசுக்கப்படும் உண்மைத்தன்மை யின் புழுக்கத்தையும் நெருக்கடியையும், அவை உண்டாக்கும் ஆற்றாமையையும் பதியச் செய்வதே படைப்பின் நோக்கமாக இருக்க முடியும். கவுண்டர் / சக்கிலியர் எனும் பதச்சோற்றை எடுத்துக்கொண்டு இடைச்சாதிகள் / பட்டியலினத்தவர் என்ற இருமையைப் பட்டவர்த்தனமாகப் பேசி, இப்பிரதேசத்தின் பிரதான அரசியல் சித்தாந்தத்தின் முழுமையின்மையையும் அது வழுவுமிடங்களையும் நுண்மையாகவும் பிடிவாதமற்ற ஒழுங்குடனும் ஆவணப்படுத்தியுள்ளார் பெருமாள்முருகன். கலைத்துறையில் பட்டியல் சமூகத்தின் 'எதிர்க்குரல்கள்' பெருகிவரும் இந்தத் தசாப்தத்தில், சாதியடுக்கின் நீட்சியான

கொத்தடிமை முறையையும் அது பதின்மத்திலிருப்போரை எப்படி அவருவருக்கென நிச்சயிக்கப்பட்ட திசையிலிருந்து விலகிவிடாமல் கண்ணைக் கட்டி முன்னே நகர்த்தியது என்பதையும் நிறுத்திப் பேசும் கருவிகளில் ஒன்றாக இப்புதினம் நிலைத்திருக் கிறது. வெளியாகிக் கிட்டதட்ட இருபத்தைந்து ஆண்டுகள் கடந்து, காலச்சுவடு பதிப்பகத்தின் செவ்வியல் வரிசை நூலாக இப்போது வருகிறது. சமூக மாற்றம் நிகழும் எதிர்காலத்தில் இந்நூலின் நித்தியத்தன்மை இன்னுமே ஆழமான அர்த்தங்களைத் தாங்கி நிற்கும்.

சூரப்பள்ளம் - பட்டுக்கோட்டை **மயிலன் ஜி சின்னப்பன்**

30.07.2024

பகுதி ஒன்று

புழுதி

1

கூளையனும் செம்மறி ஆடுகளும் பெரியகாட்டுக்குள் நுழைந்தபோது, பொழுது கரடேறி வந்திருக்கவில்லை. மெலிந்த நிழல் வெளிச்சம் காடெங்கும் படர்ந்திருந்தது. சரசரவென்று அணப்புகளுக்குள் இறங்கும் ஆடுகளின் காலடி ஓசை கேட்டுக் காட்டின் மௌனத்துயில் கலைந்தது. மேட்டுக்காட்டின் வெள்ளாமை அறுவடை முடிந்து சில நாட்களே கழிந்திருந்த சுவடுகள் நிறைந் திருந்தன. கம்பு, சோளத்தட்டைகளின் அடிக்கட்டைகள் வெறுங்காலைப் பதம் பார்க்கும் கோபத்தோடு கூரிய வாய்ப்பகுதியை நீட்டிக்கொண்டிருந்தன. வெறும் கூடுகளாய் அவரைக் கொடிகளின் காய்ந்த கோல்கள். பயிர்த்தோகைகளும் இலைச் சருகுகளும் உழவுப் படைக்கால்களை மூடி மண்ணைப் போர்த்தியிருந்தன. சில அணப்புகளில் காய்ந்த கொட்டக்கோல்கள் ஒடிந்தும் நிமிர்ந்தும் கிடந்தன. அவற்றில் படைக்கால்கள் மண் முகத்தில் விழுந்த சுருக்கங்களென வரிவரியாய் ஓடியிருந்தன. இனிமேல் ஆடுகளின், மனிதர்களின் காலடி பட்டுத்தான் அவை சிதையும். தலை உயர்த்தி நின்ற பயிர் பச்சைகளின் ஆயுள் கழிந்து, எல்லாம் தாறுமாறாய்க் கிடக்கும் இறப்பு வீடுபோல அணப்புகள் அழிகாடாய் மாறியிருந்தன. காற்று தாராளமாய் மண்ணில் மோதும். வெயிலைப் பொழுது நேரடியாய் அனுப்பும். இனிமேல் ஆடுகள் மேயவும் எந்தத் தடையுமில்லை. மண் தன்மேனியை ஆடுகளுக்காய் விரித்துக் கொடுக்கத் தயாராகிவிட்டது.

கூளையன் தன் கையிலிருந்த பச்சைக்கோலை வில்லாய் வளைத்து வானில் எறிந்தான். காற்றில் விர்ரென்று உயர ஏறி ஓர் அணப்பைத் தாண்டி அதே வேகத்தில் வந்து விழுந்தது. சத்தத்தில் பயந்த ஆடுகள்

ஒதுங்கி ஓடிக் காதுகளை உன்னிப்பாய்க் காட்டிக் கேட்டன. பின் பழையபடி தலையைக் குனிந்துகொண்டு நகர்ந்தன. பட்டிப் பொங்கலுக்கு நெற்றியில் கொட்டியிருந்த சிவப்பு பளிச்சென்று தெரிந்தது. உடம்பேகூட வெளுத்துப் புதிதாய்த் தோன்றிற்று. தரையெல்லாம் நடுங்கும் தைமாதப் பனி புற்களையும் சருகுகளையும் நனைத்துவிட்டிருந்ததால் ஆடுகளால் ஒரே இடத்தில் நிலைத்து மேய முடியவில்லை. மூக்கிலேறும் நீர்த்துளிகளைத் தலையை அசைத்து உதறியபடி மெல்ல நடந்துகொண்டேயிருந்தன. மேய்ச்சலுக்கான இடத்தைத் தேடுவதே நோக்கமாய்க் குட்டிகள் ஆடுகளின் கால்களுக்குள் ஒட்டிஒட்டி அவற்றைச் சிறிதும் விடாமல் பின்தொடர்ந்தன. ஊளையைச் செருமி வெளியேற்றும் ஆடுகள் பின்தங்கி, உடனே விரைந்தோடிக் கூட்டத்தில் சேர்ந்து கொண்டன. திடுமென ஓராடு விலகிச் சற்றுத் தொலைவில் இருந்த பனைமரத்தை நோக்கி ஓடிற்று. அதன் விலகலைக் கண்டு கூளையன், கரைமேல் நின்றபடியே அதட்டினான். "ஏய்... நெடும்பீ... ஒழுங்காப் போய்யேனிதிக்கு ஆவரேதா."

நெடும்பி சத்தத்துக்குக் கட்டுப்பட்டு நின்றது. தலையை அவன் பக்கமாய்த் திருப்பிப் பார்த்தது. அது கோபப் பார்வையா, மன்னிப்புக் கேட்கும் பார்வையா என்பதை ஊகிக்க முடியவில்லை. ஆனால் மறுபடியும் முன்பைவிட மிகுதியான வேகத்தோடு பனைமரத்தை நோக்கி ஓடியது. அவன் 'நெடும்பீ... நெடும்பீ...' என்று கத்தும் கத்தலை அது பொருட்படுத்தவில்லை. அவன் குரல் மதிப்பற்றுக் கரைவதைப் பொறுத்துக் கொள்ள முடியாமல் பல்லைக் கடித்துக்கொண்டு கரையை விட்டிறங்கினான். நெடும்பி பனைமரத்தடிக்குச் சென்று, மரமேறி கந்தன் விடிகாலையில் சீவி எறிந்திருந்த பாளைச் சீவல்களை ஓடிஓடிப் பொறுக்கிற்று. சளிபோலப் படிந்த பாளைத் துகள்களில் ஒட்டியிருந்த மண்ணை உதறிஉதறி நெடும்பி தின்பதைக் கண்ட மற்ற ஆடுகளும் பனைமரத்தடிக்கு ஓடின. கூளையன் மேலே பார்த்தான். அந்தப் பனையில் நான்கு முட்டிகள் கட்டியிருந்தன. ஆமரம். குருத்தோலையும் அதைச் சுற்றியிருந்த இரண்டு மூன்று ஓலைகளையும் தவிர மரத்தில் ஒன்றுமே யில்லை. ஆமரம் பொங்கு முளைக்காத காக்கைக் குஞ்சைப் போலத் தோன்றிற்று. ஆமரத்தின்மேல் கந்தனுக்கு அனுதாபமே யில்லை. சரக்கரக்கென்று ஓலைகளை வெட்டித் தள்ளி மரத்தை மொட்டையாக்கி விடுவான். பொம்மரம் என்றால் அவன் கத்தி பெட்டியை விட்டு வெளியே வராது. பிள்ளைத்தாய்ச்சியைத் தாங்குகிற மாதிரி அவ்வளவு மென்மையாகக் கையாள்வான். கூடாரம் போல ஓலைகளை

விட்டுவிடுவான். ஆமரங்கள் பாவம். மரத்தைச் சுற்றிச் சுற்றிப் பொறுக்கிய ஆடுகள், மண்ணை மோப்பம் பிடித்தன. பாளைச் சீவல்கள் அவற்றிற்கு விருப்பமான தீனி. இனி அடுத்த மரத்தைத் தேடி ஓடும்.

கூளையன் கரைமேல் ஏறி நின்றுகொண்டான். அவன் பார்வை ஆடுகளைத் தாண்டி விரிந்தது. எல்லாப்புறமும் மேட்டுக்காடு வெறும் மண்ணாய் எல்லையற்ற தூரம்வரை தெரிந்தது. தென்புறம் மட்டும் தூரத்து ஏரிக்குச் சென்று சேரும் அகண்ட வாய்க்கால் பள்ளம். அதுவும் மரங்களும் புதர்ச்செடிகளுமாய் அடர்ந்து தன்னை மறைத்துக்கொண் டிருந்தது. பார்வை மெலிதாய்த் தொட்ட தூரம்வரை அவன் தேடினான். மனித உருவம் ஒன்றையும் காணோம். பத்து நாட்களுக்கு முன்வரை விடியும் முன்பே வந்து குவிந்த மனிதத்தலைகள், எருமை, மாடுகள் எல்லாம் மாயம் போலாகி விட்டன. அறுத்துக் கட்டிக் கொண்டுசேர்த்தவுடன் வெறும் மண் மட்டுமே எஞ்சியிருக்கிறது. மறுபேச்சுக்குக்கூட ஆளில்லாத மொட்டைக்காடு. எங்கிருந்தோ காகம் ஒன்று கரைந்தது. குட்டியை அழைக்கும் தாய் ஆட்டின் குரல். குருவிகளின் கீச்சொலி. ஏரிப்பள்ளத்தின் உள்ளிருந்து வரும் இனம் புரியாத சத்தம். ஒலிகளாய் நிரம்பிக் கிடக்கும் வான்வெளியைக் கொண்ட காடா வெறும் மண்? அவன் தனக்குத் துணையாய்க் கண்ணில் படும் எல்லாவற்றையும் வரித்துக்கொண்டான். வால் அணைப் புக்குள் தனியாய் நின்றிருக்கும் வேம்பு, கரைமேல் இணை பிரியாத ரட்டக்காலிப்பனை, பாழிக்குழிகள் நிறைந்த பாறை, கைகள் பலவற்றையும் ஒருசேர உயர்த்திக்கொண்டிருக்கும் எருக்கலை, தலை கவிழப் படுத்துக் கிடக்கும் வரப்புகள், காற்றுக்குப் புழுதி கொடுத்துத் தன்னைக் காத்துக்கொள்ளும் மண் . . .

இனி வெகுநேரம் வரைக்கும் அவன் இப்படித்தான் இருந்தாக வேண்டும். அண்ணாந்து பார்க்கும் உயரத்திற்குப் பொழுது ஏறும்வரை வேறு யாரும் வரமாட்டார்கள். அதற்குப் பின்தான் ஒவ்வொருவரும் ஆடுகளோடு மெதுவாய் நுழை வார்கள். முதலில் வவுறி வருவாள். அவள் வந்துவிட்டாலே போதும். காடு கெக்கலியால் நிறைந்துவிடும். மொண்டி, செவிடி, நெடும்பன் . . . ஒவ்வொருவராய் வந்து சேர்ந்து காடு களை கட்டுவது நடுப்பகலுக்கு மேல்தான். ஏரிப் பள்ளத்துக்கு மேலே மொண்டி பண்ணையத்திலிருக்கும் செங்காட்டுப் பண்ணயக்காரர் வீட்டுப் பட்டியில் இருந்து ஆடுகள் கத்துகின்றன. என்ன கத்தினாலும் அவற்றிற்கு இப்போது வெளிவர வழியில்லை. மொண்டிக்கு எத்தனையோ வேலைகள் இருக்கும். இப்போதே ஆட்டுக்கு வர முடியுமா?

கூளையன் ஆடுகளைப் பார்த்தான். அவை சூனி அணப்பில் நின்றிருந்தன. அங்கேதான் அருகம்புற்கள் நிறைந் திருக்கும். அவற்றில் கொஞ்சநேரம் மேய்ந்து வயிற்றை ஈரப் படுத்திக்கொண்டால் ஆடுகளை ஒருபக்கமாக நிறுத்த முடியும். அவனிருக்கும் இடத்திலிருந்து ஆடுகளை எண்ண முடிந்தது. வீரன். முனியப்பன் சாமிக்கு நேர்ந்து விட்டிருக்கும் கிடா. கழுத்து மணி அசையும் ஒலிகூடக் கேட்காதபடிக்குப் பதவிசாய் மேய்ந்துகொண்டிருக்கிறான். நெடும்பி. நான்கைந்து ஈத்து குட்டி போட்டுவிட்ட தாய். இப்போது பத்து நாட்கள் ஆன பூங்குட்டியோடு பிரியாமல் மேய்கிறது. எத்தனை மேய்ந்தாலும் வயிறு நிறையாமல் பரிதாபமாகவே தோன்றும். வீரனும், நெடும்பியும் இருந்தாலே மற்றவை எல்லாம் இருக் கின்றன என்று அர்த்தம். எந்தப்பக்கம் போவதற்கும் இவை இரண்டும்தான் தலைமை. நெடும்பி, வீரன், மோளச்சி, வத்தலு, மூளி, வெள்ளச்சி, சுழியன், கோணக்காலி, மொண்டுவாலி, அரைக்காதன், குட்டிகள் . . . மொத்தம் பதினாலு உருப்படி.

பொழுது இப்போதுதான் முகம் காட்டி வெயிலைப் பரத்தியிருக்கிறது. இளவெயிலில் அசையாமல் மேயும் ஆடு களைப் பற்றிக் கவலையில்லை. பக்கத்தில் எந்த வெள்ளாமைக் காடிருக்கிறது, ஓடோடிப் புகுந்து பயிர்பச்சைகளைக் கடித்து விடும் என்று பயப்பட? அவனுடைய இருப்பை உணர்த்தும் ‘ஹோஹோ’ என்னும் சத்தமே போதும். அவ்வப்போது அதட்டல் ஒன்று. இட்டேரிக் கரைமேல் வைத்திருந்த ஈயத் தூக்குப் போசியைப் பார்த்தான். அந்த இடத்தில் வைத்துக் கொஞ்ச நேரம்கூட ஆகவில்லை. கரெறும்புகள் மொயமொயவென்று ஏறிவிட்டன. மூடியை அழுந்தப் போட்டு வைத்திருந்தாலும் எப்படியோ வாசனை பிடித்துவிடுகின்றன. வேறிடத்தில் தூக்கி வைத்தான். எறும்புக் கூட்டம் கலைந்து திசைமாறி ஓடிற்று. வெள்ளாமை இருந்தவரைக்கும் எறும்புகளின் தீனிக்குப் பஞ்சமில்லை. அப்போது இந்தச் சோற்றையெல்லாம் மோந்து பார்க்கக்கூட மனம் வந்திருக்காது. இனி அடுத்த வெள்ளாமைவரை எறும்புகளுக்குக் கஷ்டம்தான். அதற்காக இடத்தை மாற்றிக்கொண்டா அவை போய்விடப் போகின்றன? ஓரளவுக்குக் குறைந்ததும் போசியைக் கையிலெடுத்து எறும்பு களை ஊதினான். திறந்து பார்த்தான். போசியின் மேல்வரை நீத்தண்ணி தளும்பிக்கொண்டிருந்தது. இரண்டு மிளகாய்கள், மல்லாக்கநீச்சம் போட்டு மிதந்தன. உள்ளே கம்மஞ்சோற்று உருண்டைகள் மறைந்து கிடக்கும். மணம் கொஞ்சம் தூக்கல். கோழி கூப்பிடும்போதுதான் பண்ணயக்காரி கம்பிடித்துச் சோறாக்கி இருக்கிறாள். நெஞ்சு நிறைய மணத்தை இழுத்தான். புதுச்சோற்று மணம் மூக்கேறி நெஞ்சுக்குள் இறங்கிற்று.

உடல் முழுக்கப் பரவுவதாகவும் தோன்றியது. வெறுஞ்சோற்றிற்கு இந்த மணம் வருவதில்லை. நீத்தண்ணிக்குள் அமுழ்ந்த மூழ்கி ஊறியபின் மணமும் ஏறிக்கொள்கிறது. மூச்சோடு மணம் கலக்கக் கலக்க இப்போதே குடிக்கலாம் போல நாக்கு சுரந்தது. நைந்த கம்புருண்டையைப் போட்டுக் கொடுக்கும் நாட்களில் இந்த எண்ணம் தோன்றாது. மனதை அடக்கிக்கொண்டு மூடியைப் போட்டான்.

பொழுது இன்னும் நெத்திக்கட்டுக்கு நேராகக்கூட வரவில்லை. இப்போதே சோற்றைக் குடித்துவிட்டால் உச்சிப் பொழுதில் சீக்கிரம் பசிக்கும். பண்ணயக்காரி எப்போது 'வட்டல எடுத்தாடா' எனச் சொல்வாள் என்று அவள் குரலை எதிர்பார்த்துச் செவி விறைத்த நாயாய்க் காத்திருக்க வேண்டும். வவுறியெல்லாம் வந்து சேரட்டும் என்று தோன்றியது. தூக்குப் போசியோடு வேம்பை நோக்கிச் சென்றான். பெரிய அணப் பொன்றின் மையத்தில் அகண்ட இடத்தை வேம்பு ஆக்கிர மித்துக் கொண்டிருந்தது. மரத்தருகே போனதும் அவனுள் உற்சாகம் குமிழியிட்டது. தூக்குப்போசியைத் தூரமாக வைத்து விட்டு மரத்தில் தாவினான். தாவி ஏறிப் பெருங்கிளை யொன்றைப் பற்றித் தொங்கினான். எம்பி எம்பி மரக்கிளையை ஒவைத்தான். கிளை கீழும் மேலும் வளைந்து பேயாட்டம் ஆடியது. அவனுக்குத் தூரி ஆடுவது போலிருந்தது. அவன் சிரிப்பொலியும் மரத்தின் பெரும் அசைவும் ஆடுகளின் கவனத்தைத் திருப்பின. தழை ஒடித்துப் போடுகிறான் என்னும் எண்ணத்தில் வத்தலாடு மரத்தை நோக்கிக் கத்திக்கொண்டே ஓடி வந்தது. அதனைத் தொடர்ந்து மற்ற ஆடுகளும்.

மேய்கிற ஆடுகளைக் கெடுத்தது போலாகிவிட்டதே என்று உடனே கிளையை விட்டுக் கீழே குதித்தான். மரத்திற்கு வெளியே வந்து நின்று சத்தமிட்டான். 'ஏய் . . . வத்தலு . . .' அவனிருக்கும் திசையைப் பார்த்துக்கொண்டு அப்படியே நின்றது. அதன் கண்கள் ஆர்வம் கொண்டு மினுங்கி ஒளிர்ந்தன. அவனை நோக்கிப் பரிதாபமாகக் கெஞ்சுவதாகவும் சட்டென மாறின. அதற்குப் பின்னால் வந்த மற்ற ஆடுகளும் அப்படியே நின்றன. குட்டிகள் மட்டும் என்ன நடந்தது என்று தெரியாமல் பொறுமையற்று அலறின. அவன் குரலில் வேகம் கூடிற்று.

'நாலிக்க தழ ருசிகா அடிவினா.'

'வத்தலுக்குக் காலங்காத்தால தழ ஒடிச்சுப்போடறாங்க ளாமா . . .'

'ஒழுங்காக் குமிஞ்சு மேய முடிலீயா . . .'

'கால ஒடிச்சிப்புடுவம் பாத்துக்க . . .'

தலைகுனிந்து வத்தலாடு திரும்பியது.

எல்லாமும் பழையபடி மேயத் தொடங்கின. வத்தலாடு வெள்ளாடாகப் பிறந்திருக்க வேண்டியது. தரையோடு ஒட்டிய புற்களில் அதற்கு அத்தனை விருப்பமில்லை. வெள்ளாட்டைப் போல எங்காவது தழை ஒடித்துப் போடுவார்களா, தொத்துக்கால் போட்டு வேலியில் கடிக்கலாமா என்றுதான் பார்க்கும். வெள்ளாமைக் காலங்களில் வத்தலாடுதான் திருட்டுக்கு வழிகாட்டும். ஒருமுறை கல்லால் இட்டு அதற்குக் காலொடிந்த போதும் இன்னும் திருந்தியபாடில்லை. ஆடுகள் அவைபாட்டுக்கு மேய்ந்துகொண்டிருந்தாலும் அவனுடைய அசைவுகளைக் கவனித்துக் கொண்டுதானிருக்கின்றன. அவனுடைய வாய்ச் சொற்களுக்கு ஏவல் புரிகின்றன. இன்னும் ஒருமுறை அவற்றை அதட்டிப் பார்க்க ஆவல் கொண்டான். நோட்டம் விட்டான். பரவலாக மேய்ந்து கொண்டிருந்தன. வீரனின் முதுகில் கரிக்குருவி உட்கார்ந்துகொண்டு மெல்லப் பயணம் போய்க் கொண்டிருந்தது. வீரனையே அவன் தேர்வு செய்தான். வார்த்தை வரும் முன்னால் கொஞ்சம் பயம். அவன் பேச்சைத் தலை யாட்டி வீரன் மறுத்துவிட்டால்? இது போல எப்போதும் சோதித்துப் பார்த்ததில்லை. தயக்கமாக இருந்தது. பேச்சைக் கேட்காவிட்டால் என்னவாகிவிடும்? இந்த ஊளையாடுகள்கூட நம்முடைய பேச்சை மதிக்கவில்லையே என்று நொறுங்கிப் போய்விடுவோமா? அப்போது அவனுக்கு பண்ணயக்காரியின் தோரணை வந்து சேர்ந்தது. கழுத்தை விடைத்துக்கொண்டான். முகத்தை இறுக்கமாக்கினான். குரலைச் சற்றே முதிர்ச்சியாக்கிக் கட்டையாக்கத் தொண்டையைக் கனைத்துக்கொண்டான். மனதுக்குள் ஒருமுறை சொல்லிப்பார்த்தான். ‘டேய் . . . வீரா . . .’ அவன் காதுகளில் எதிரொலி வந்து மோதிற்று. ‘டேய் . . . கூளையா . . .’ திருப்தியாக இருந்தது. வெயிலைப் போலக் காட்டமாகக் குரலெடுத்தான். ‘டேய் . . . வீரா . . .’

குரல் தாக்கியதும் சட்டென வீரன் தலையுயர்த்தினான். சந்தோசம் பெருகி மனதின் இருள்மூலைகளை எல்லாம் நனைத்துக் கொண்டோடிற்று. மேற்கொண்டு அவனுக்கு என்ன கட்டளையிடுவது என்று தோன்றவில்லை. இருந்தாலும் சொன்னான்.

“ஆட்டோட சேந்து மேய முடியலீயா, வா இந்தப்பக்கம்.” வீரன் செய்வதறியாது அப்படியே நின்றான். தப்பு எதுவும் செய்யவில்லையே, எதற்கு இந்தக் கத்துக் கத்துகிறான் என்று நினைத்தானோ, இல்லை, அதட்டலில் உண்மையான கோபம் இல்லையே என்று யோசித்தானோ தெரியவில்லை. மெல்ல நழுவி ஆட்டுக் கூட்டத்துக்குள் புகுந்துகொண்டான். கழுத்து

மணி அவன் நடையசைவில் இடைவிடாமல் ஒலித்தது. புற்களும் சருகுகளும் வெயில்பட்டுக் காய்ந்துகொண்டிருந்தன. அவற்றைத் தேடிப் பொறுக்குவதில் மும்முரமானான்.

கூளையன் சந்தோசத்தில் கொஞ்சம் கொஞ்சமாக மூழ்கிப் போனான். அவன் குரலுக்கு எந்தத் தலையசைப்பும் இல்லாமல் வீரன் பணிந்துபோய்விட்டான். விடிகாலையில் அவனை நோக்கி வரும் பண்ணயக்காரியின் குரல் தொனி அப்படியே வந்துவிட்டதில் வியப்புக் கொண்டான். தொண்டுப்பட்டி மூலையில் சாக்கை விரித்துப் போட்டுப் படுத்துக் கிடக்கும் அவனை எழுப்ப இரண்டு அதட்டல் போடுவாள். பண்ணயக்காரருக்குக்கூட அந்தக் கொடூரம் குரலில் வராது. புளியவிளாறாய் அவனை வந்து தாக்கும் குரலுக்குப் பணிந்து உடனே எழுந்துவிட வேண்டும். பண்ணயத்திற்கு வந்த ஆரம்ப நாட்களில் என்ன கத்துக் கத்தினாலும் அசைய மாட்டான். விளாறால் காலில் விளாசல் விழும். சுளீர் என்று விழுவது சூலான் கடிதான் என்று தோன்றும். கட்டுத்தரையில் மாளாத சூலான் இருக்கும். மழைக்காலத்தில் என்றால் கேட்கவே வேண்டாம். அடியில் ஒரு சாக்கு. மேலுக்கு ஒரு சாக்கு. அப்படியும் தூக்கத்தில் கொஞ்சம் நழுவிவிட்டால் தேனீக்கள் போலச் சூலான்கள் வந்து மொய்க்கும். காடு முழுக்கத் தேடித் தேடி நாய்த்துளசியைப் பிடுங்கி வந்து சுற்றிலும் வைத்துக்கொண்டாலும் அந்த வாசம் இருக்கும்வரைதான் சூலான் அண்டாது. படுத்துப் புரள்கையில் கசங்கி அவை வாடி விட்டால் சூலான்களுக்கு உற்சாகம் குமிழியிட வந்து சூழ்ந்து கொள்ளும். சாணமும் மூத்திரமும் கலந்து சேறு குழம்பிக் கிடக்கும் கட்டுத்தரை சூலான்களுக்கு விருப்பமான இடம். சூலான் கடிக்கும் விளாறுக்கும் வித்தியாசம் தெரியாமல் புரண்டும் சுருண்டும் படுப்பான். கொஞ்சம் கொஞ்சமாக உடலில் விளாறு படும்போதே குரலும் வந்து படும். திடுமென்று எழுவான். ஒரே இருளாக இருக்கும். இருளுக்குள் பண்ணயக்காரியின் குரல் பேசிக்கொண்டே கரைந்து போவது தெரியும். ‘இவன எழுப்பறதுக்குள்ள தொண்ட தீஞ்சு போயிருது.’ ‘அறியாப் பையன் ஒருசத்தத்துல எந்திருக்க வேண்டாம்.’ ‘சோத்தக் கொஞ்சம் கொறச்சாத் தானா எந்திரிச்சுருவான்’ என்று எதையாவது பேசிக்கொண்டே போவாள். பின்னால் பழக்கமாகி அவளுடைய குரல் வந்தாலே போதும் எழுப்ப, என்றாகி விட்டது.

வேம்பின் அடியில் உட்கார்ந்தவனுக்குக் கொட்டாவி நீளமாய் வந்தது. மரத்தடியில் உடலை நீட்டினான். வெற் றுடம்பை மண் குளுமையாய்த் தழுவியது. வேம்பின் இலை

களும் கோல்களும் நிறைந்து கிடந்தாலும் அவற்றை மீறி மண்ணின் தழுவலை உணர முடிந்தது. அனாதியாய் நின்று கொண்டு அடர்நிழலைத் தரும் வேம்பின்மேல் நோக்கினான். பொச்சாட்டிக் குருவிகள் இரண்டு, ஒன்றையொன்று துரத்திக் கொண்டு கிளைக்குக் கிளை தாவி விளையாடிக்கொண்டிருந்தன. அவற்றைத் துரத்திய பார்வைக்குக் கருநிற வால் ஒன்று பட்டு மறைந்தது. அது குயிலாகத்தான் இருக்கவேண்டும். எந்தப் பக்கம் மறைந்தாலும் தேடித் தேடி அதன் மினுங்கும் கண்களையும் வெண்ணிற அலகையும் கண்டுபிடித்துப் பார்க்க முயல்வான். அவன் பார்வையின் விரட்டலை உணர்ந்த குயில் கிளைகிளையாகத் தாவி மேனி முழுவதையும் மறைத்துக் கொள்ளும். ஏதாவது இலைச்சந்தில் அதன் முகம் தெளிவாய்த் தெரியும்வரை விடமாட்டான். மரம் முழுவதையும் சுற்றிச்சுற்றி வருவான். அவனுக்கு ஈடுகொடுக்க முடியாமல் குயில் மரத்தி லிருந்து பறந்துவிட்டதென்றால் 'போடி தோத்தாங்கொல்லி' என்று திட்டுவான். பார்த்துவிட்டால் 'பாத்துட்டனே பாத் துட்டனே' என்று கத்துவான். அது அவனுக்குப் பிடித்தமான விளையாட்டு. இப்போது சோர்வாக இருந்தது. கண்களை மூடி இதமாகத் தூங்க மனம் விரும்பியது. கோழி கூப்பிடும் நேரத்தில் எழுந்து வேலை செய்த அசதி.

பண்ணயக்காரர் வீட்டுக் கட்டுத்தரை எப்போதுமே நிரம்பியிருக்கும். ஏருக்கும் ஏற்றத்திற்கும் வண்டிக்குமென இடையறாது பாடுபடும் இரண்டு ஆலாம்புடி எருதுகள், பசுமாடு ஒன்று. கன்றும் சினையுமாய் இரண்டு எருமைகள். தலையீத்துக் கிடாரி ஒன்று. சாணமே நாளொன்றுக்குக் குத்தாரி சேரும். கன்றுக்குட்டிகளும் எருதுகளும் மொத்தை மொத்தையாய்ச் சாணி போடும். அள்ளி எடுக்கக் கஷ்டமில்லை. கிழட்டு எருமைகள் இரண்டும் எப்போதும் பொதபொதவென்று எருவித் தள்ளி வைத்திருக்கும். பச்சையை மேய்ந்தாலும் காய்ந்த தட்டுக்களைத் தின்றாலும் சாணி போடுவது மட்டும் ஒரே மாதிரிதான். எருமைக் கிடாரி மோசமில்லை. கெட்டியாகப் போடும். எருவலை இரண்டு பனம்பட்டைகள் வைத்துச் சேர்த்து அள்ளினாலும் நழுவி நழுவி விழும். துளி இல்லாமல் அள்ளியிருக்க வேண்டும். இல்லாவிட்டால், பண்ணயக்கார ருக்குக் கோபம் வந்துவிடும். காலையில் பார்க்கும்போது களம் போலக் கட்டுத்தரை நறுவிசாக இருக்கவேண்டும். சாணி கிடப்பதும் மாடுகள் தீனியை அதில் போட்டு மிதித்துக் கொண்டிருப்பதும் கண்டால் அவருக்குப் பொறுக்காது. வேட்டியை உருவி மரத்தில் செருகிவிட்டுக் கோவணத்தோடு அவரே அள்ள ஆரம்பித்து விடுவார். அவர் கோபத்தைக் காட்டும் விதம் அது. அதற்கு இடம் கொடுக்காத வகையில்

வேலை இருக்கவேண்டும். கட்டுத்தரை என்றில்லை. சாணியை எங்கே கண்டாலும் அவர் கை சும்மாயிருக்காது. சட்டென்று குனிந்து இரண்டு கைகளிலும் சேர வாரிக்கொள்வார். அவருடைய காடு பக்கத்தில் என்றால் உள்ளே வீசிவிடுவார். இல்லாவிட்டால் தொண்டுப்பட்டி குப்பைக் குழிக்கே கொண்டுவந்து சேர்த்துவிடுவார்.

சாணத்தை அள்ளி முடித்ததும் பண்டம்பாடிகள் எல்லா வற்றுக்கும் தட்டுப்போரிலிருந்து உருவிக்கொண்டு வந்து போட வேண்டும். ஒரே நேரத்தில் சோளத்தட்டைக் கடிக்கும் ஓசை கட்டுத்தரையிலிருந்து வரும். சித்தநேரம் உட்காரலாம் என்று யோசிக்க முடியாது. எப்போது வேலை முடியும் என்பதை எப்படித்தான் அறிவாளோ, 'டே கூளையா . . .' என்று வீட்டி லிருந்து கூப்பிடுவாள் பண்ணயக்காரி. வேலியைத் தாண்டி வந்து அவனைப் பிடித்து உலுக்கும். நாலைந்து காட்டுக்குக் கேட்கிற மாதிரி கனத்த குரல் அவளுக்கு. 'வர்றனுங்க' பதிலும் அவனும் ஒரே சமயத்தில் வாசலில் இருக்கவேண்டும். பால் பீச்சி சரியான அளவில் தண்ணீர் கலந்து பால்போசியைத் தயார் செய்து வைத்திருப்பாள். பால்போசியின் பிடியில் முரட்டுத்துணி ஒன்று சுற்றிக் கட்டியிருக்கும். கைபடாமல் துணியைப் பற்றிப் போசியைக் கொண்டுபோய் மரமேறி வளவில் கொடுக்க வேண்டும். அங்கே ஐந்தாறு வீட்டுக்காரர்கள் பால் வாங்குவார்கள். போசியைத் திண்ணைமேல் வைத்து விட்டு அவன் நிற்பான். போசியைத் திறந்து அவர்களே அளந்து ஊற்றிக்கொள்வார்கள். எல்லோரும் பாலை ஊற்றிக் கொண்டதும் பழையபடியே போசியைக் கொண்டுவந்துவிடலாம். போசியைத் திண்ணையில் அவன் வைக்கும்போது அடுத்த வேலை தயாராக இருக்கும். 'வாசலக் கூட்டி உடு.' சொல்லாமலே செய்யும் பழக்கம் வந்திருந்தாலும் அவள் தினப் பாடமாய்ச் சொல்லி மாய்வாள். அகண்ட வாசலைக் கூட்டித் தள்ளவும் பச்பச்சென்று விடியவும் சரியாக இருக்கும். அவள் சொல்வாள். 'தேங்காத் தொட்டிய எடுத்தா.' ஒவ்வொரு நாளைக்கு அந்தக் குரல் கேட்கத் தாமதமானால், வாசலைக் கூட்டுவது போல வெகுநேரம் பாவனை செய்துகொண்டு அவன் நிற்பான். குறுஞ்சிரிப்போடு சொல்வாள். 'மண்ணத் தோண்டீராத. வா. வந்து காப்பி குடி.' சூடாகப் பால் காப்பி தருவாள். வாசலோரத்தில் உட்கார்ந்து அதை உறிஞ்சிக் குடிப்பான். அது தீரவே கூடாது என்பது போல மிடறு மிடறாய் உறிஞ்சுவான். காலைநேரத்தில் அதுதான் அவனுக்குப் பிடித்த மான கணம். பண்ணயக்காரரின் செருப்பொலியும் குரலும் கேட்கும்வரை குடிக்கலாம். அவர் கேள்வியோடுதான் வருவார். 'கூளையன் இன்னம் பட்டி நீக்கப் போவுலியா.' தலையைக்

குனிந்தபடி 'போறனுங்க' என்று சொல்லிக்கொண்டே நகர்வான். அவன் முதுகில் அவர் பார்வை துளைப்பது போலப் பட்டியை அடையும்வரை தோன்றிக்கொண்டேயிருக்கும். வவுறியோடு சண்டை வரும்போது அவள் கேட்பாள், 'தெனமும் பால் காப்பி குடிக்கற திமுரா?'

அவன் சொல்வான். 'ஆமா, வரக்காப்பி குடிக்கறதுக்கு உங்க பண்ணயக்காரரூடாட்டம் எங்க பண்ணயக்காரரூடு கஞ்சருங்க கெடையாது.'

வவுறியின் வன்மம் வார்த்தைகளில் இறங்கும்.

'உங்க பண்ணயக்காரி கையில நெய்யொழுவுது. போய் நக்கு.'

சொல்லி விட்டு அவன் கைக்குச் சிக்காமல் வவுறி காடெங்கும் ஓடுவாள்.

●

2

பழுத்த இலையொன்று காற்றில் உதிர்ந்து அவன் முகத்திற்கு நேராக வந்து விழுந்தது. மூடியிருந்த கண்ணில் படுக்கைவசமாய் இலை கிடந்ததும் அவன் உணர்வு பெற்றான். கண்களை இறுக மூடி முகத்தைச் சுளித்துப் பார்த்தான். அகலுவதாயில்லை. விலக்கவே இயலாத கரமொன்று கண்களைத் தோண்ட அழுத்துவதாய்த் தோன்றியது. தலை அசைய அசையக் கரத்தின் பிடி இறுகிற்று. அதன் விரல்களில் அழுக்குப் படிந்த கருநிற நீள்நகங்கள். இமை துளைத்து நகமொன்று கண்ணுக்குள் இறங்கிற்று. சட்டென விழித்தான். கண்கள் எரிந்தன. துடைக்கத் துடைக்க வடிந்துகொண்டேயிருந்தது. காட்சி எதுவும் தெரியவில்லை. மூக்கின் மேல் என்னவோ பாரமாய் அழுத்தியது. தலையை உதறினான். சரிந்து விழுந்தது. தூமஞ்சளாய்ச் சிறிய வேப்பிலை. இதுவா இத்தனை கனமாய் உட்கார்ந்திருந்தது? தன்னுடைய அச்சம் கண்டு வெட்கப்பட்டான். ஆனால் மனதிற்கு நிம்மதியாயிருந்தது.

எவ்வளவு நேரம் தூங்கினோமோ. பயத்துடன் வேகமாய் எழுந்து வேப்பமரத்திற்கு வெளியே வந்து நின்று பார்த்தான். ஆடுகள் அமைதியாய் மேய்ந்து கொண்டிருந்தன. பூங்குட்டிகள் உழவுப் படைக்கால் களில் படுத்துத் தூங்கிக் கிடந்தன. மனதுக்குள்ளேயே எண்ணினான். பதினாலு. சரியாகத்தானிருக்கிறது. வெகு நேரம் தூங்கிவிடவில்லை. பாக்குக் கடிக்கிற நேரம் கண்ணசந்திருப்பான். அவ்வளவுதான். ஆடுகள் வேறெங்கும் போய்விடாது என்றாலும் விட்டுவிட்டுத் தூங்கமுடியுமா? ஏரிப் பள்ளத்துக்குள் இறங்கிவிட்டால் எந்தப் போக்கில் போகின்றன எனச் சொல்லமுடியாது. பூங்குட்டிகள் ஏதாவது முள் இடுக்கில் புதர்ச்செடி களுக்குள் மாட்டிக்கொண்டால்? இன்னும் அங்கே

பொந்துவால் நரிகளும் குள்ள நரிகளும் உலவுவதாகச் சொல்கிறார்கள். ஆடு 'மே' என்று சிறுகுரல்கூட எழுப்ப முடியாதபடி குரல்வளையைத்தான் அவை நேராகக் குறி வைக்குமாம். பள்ளம் தாண்டி மேடேறிச் செங்காட்டுக்குள் பச்சையாகத் தெரியும் கொட்டச்செடிகளை இலக்காக்கியும் சென்றுவிடலாம். கொழுந்தையோ புழுத்தழைகளையோ தின்றால் சொக்கிக்கொள்ளும். அப்புறம் சொக்குப்பாடம் போட ஆள் தேடி ஓட வேண்டும். அதுகூடப் பரவாயில்லை. செங்காட்டுப் பண்ணயக்காரர் கண்டால் சாட்டையடிதான் விழும். வண்டியோட்டும் சாட்டை எத்தனை வைத்திருப்பாரோ. எப்போதும் சாட்டையோ சாட்டைக்குச்சியோ கையில் இருக்கும்.

தலையைத் தாண்டிப் பொழுது மேலேறிவிட்டது. ஒருவரையும் இன்னும் காணோம். கோவணத்தை இறுக்கிக் கட்டிக்கொண்டு முதுகில் படிந்திருந்த மண் தூசிகளைத் தட்டினான். அப்பவும் உறுத்தலாயிருக்கவே தலையில் கட்டி யிருந்த சேவேறிய சிறுதுண்டை அவிழ்த்து முறுக்குப் போட்டு முதுகில் இழுத்துத் துடைத்தான். துண்டில் அழுக்குத் துகள்கள் பிசின் போல ஒட்டிக்கொண்டு வந்தன. உடம்புக்குத் தண்ணீர் ஊற்றி எத்தனை நாளிருக்கும் என்று யோசித்தான். தெளி வாகவில்லை. எல்லோரும் வரட்டும். மதகிடிந்து பாழுங்கிண றாய்க் கிடக்கும் குட்டிச்செவுத்துக் காட்டுப் பீத்தக் கிணற்றில் வெயில் பொழுதில் குதிக்கலாம் என்று நினைத்துக்கொண் டான். போனவருசம் குதித்ததுதான். இந்த வருசக் கோடை தொடங்கியபின் இன்னும் கிணற்றுப் பக்கமே போகவில்லை. இறைக்காத கிணறு. சுவர்கள் இடிந்து கிடக்கும். தண்ணீர் இலோசாக உப்புக் கரிக்கும். ஏத்தமேட்டிலிருந்தே குதிக்கலாம்.

வெறும் யோசனைகள் சலிப்பைத் தந்தன. படைக்கால் களைக் கடந்து பாறைப்பக்கம் போகலாம் என்று தோன்றியது. அவன் காலடியோசை கேட்டதும் படைக்கால் சருகுக்குள் இருந்து காடையொன்று புருச்செனப் பறந்தோடிற்று. அது எழுந்த இடத்தைத் துழாவிப் பார்த்தான். சருகுகளுக்குள் கையகலக் கூடு. அதில் அதிபத்திரமாய் நான்கு முட்டைகள். வெள்ளைவெளேர் என்று மினுங்கிய அவற்றைக் கையி லெடுத்துப் பார்த்தான். பாவம். விவரமில்லாத காடை. காடு அழிந்த பின்னாலா இங்கே வந்து முட்டையிட வேண்டும்? இருபுறமும் தட்டைச் செடிகளின் காய்ந்த கோல்கள் வளைந்து நின்றன. அவற்றின் ஆதரவில்தான் இங்கே கூடு கட்டத் தோன்றியிருக்கும். முட்டைகளை எடுத்துத் துண்டில் முடிந்து கொண்டான். காலை ஆகாரத்திற்கு இதை வறுத்துக்

கொள்ளலாம். மொண்டிக்குத் தெரிந்தால் குதிப்பான். அவ னுக்குத் தெரியாமல் இங்கே எதுவும் நடக்கக் கூடாது என்னும் திமிர். துண்டைப் பாதுகாப்பாக முதுகில் தொங்கவிட்டுக் கொண்டான்.

ரட்டக்காலிப் பனைக்கு அருகில் போனதும் வவுறி வருகிறாளா என்று பார்க்க ஆசை வந்தது. பண்ணயக்காரி ஊற்றுவதைக் குடித்துவிட்டு வயிற்றைப் புளுத்திக்கொண்டு வந்து சேர வேண்டியதுதானே. இவ்வளவு நேரமாய் என்ன வேலை? பண்ணயக்காரிக்குப் பொச்சுக் கழுவுகிறாளா? கட்டுத்தரை வேலைகளை எல்லாம் கடகடவென்று முடித்துப் போட்டுவிட்டு ஆடுகளை ஓட்டிக்கொண்டு இந்நேரம் வந்திருக்கலாம். மெத்தனமாகச் செய்திருப்பாள். பண்ணயக்காரி இனிக்க இனிக்கப் பேசுகிற பேச்சுக்களைக் காதில் வாங்கிக் கொண்டு ஆனந்தமாக வருவாள். வவுறியின்மேல் கோபம் மீறி ஆத்திரம் பொங்கியது. அவளைப் பார்க்காவிட்டாலும் பனையின் மீதேற ஆவல் கொண்டான். துண்டைக் கீழே பத்திரமாய் வைத்தான். ஒரே வேரில் கிளைத்துக் குவிந்த கைகளாய் வளைந்து வளர்ந்திருக்கும் அவற்றில் ஏறுவது உற்சாகமான ஒரு விளையாட்டு. ஒருபனையில் முதுகைச் சாய்த்துக்கொள்ளலாம். எதிர்ப் பனையில் கால்களை ஊன்றிக் கொள்ளலாம். அப்படியே கால்பனை உயரம் ஏறிவிடலாம். யார் முதலில் ஏறுவது என்னும் போட்டியோடு அதிக உயரம் யாரால் ஏற முடியும் என்பதுதான் முக்கியம். வவுறி வேகமாக ஏறுவாள். ஆனால் கொஞ்ச தூரத்திற்குமேல் அவளுக்குக் கால் எட்டாது. கோழி போலக் குட்டைக் கால்கள். கூளையனுக்கு இன்னும் கொஞ்சம் உயரம்வரை எட்டும். அதனால் எப்போதும் அவனே ஜெயிப்பான். வவுறி ஒத்துக்கொள்ள மாட்டாள். யார் வேகமாக முதலில் ஏறுகிறார்கள் என்பது தான் கணக்கு என்று சொல்வாள். வழக்கமாக ஏறும் உயரம்வரை ஏறினான். மரத்தின் அசைவில் மேலிருந்து பறவையொன்று பறந்தோடியது. கழுகு போலத் தோன்றியது. இறக்கையின் நிழல் விரிந்து மண்ணில் பறந்து சென்றது. வடபுறமாகத் திரும்பி நெற்றிக்கட்டில் கைகுவித்துப் பார்த்தான். எதிரே கண்ணுக்கெட்டிய தூரம்வரை எதுவுமேயில்லை. ஆள் அம்பு, ஒரு சுடுகுஞ்சுகூடக் கிடையாது. புள்ளியாய்ப் பண்ணயக்காரர் வீடொன்று தெரிந்தது. செந்நிற ஓடுகள் மங்கலாய் ஒளிர்ந்தன. வவுறி வரவில்லை. கால் வலி எடுக்கும் வரையில் அப்படியே உட்கார்ந்திருந்தான்.

ரட்டக்காலிப் பனையை மெதுவாக அணைத்துக்கொண்டு இறங்கினான். கறுத்த அதன் உடல் சொரசொரவென்று

உடம்பில் பட்டு ஆறுதலைக் கொடுத்தது. மரத்தைப் பற்றிய பிடியை விடவே மனதில்லை. மரப்பல்லியைப் போல அதனோடு ஒட்டிக்கொள்ள விரும்பினான். பாதங்கள் நடுங்கின. மெல்ல இறங்கி வந்தான். அதன் வேரில் சாய்ந்து உட்கார்ந்தான். எதிரே கொஞ்சதூரத்தில் அணப்புக்குள் பாண்டியாடிய குழிகள் தெரிந்தன. நேற்று விளையாடிய இடம். குழிகள் கற்கள் நிறைந்தும் வெறுமனாகவும் கிடந்தன. எழுந்துபோய் அதனருகில் உட்கார்ந்தான். நேற்று விளையாடியதன் தடங்கள். அப்போது வவுறி வென்றாள். அவள் எண்ணுவதிலும் கணக்குப் போடுவதிலும் கைகாரி. எந்தக் குழிக்கல்லை வாரி விட்டால் எங்கே முடியும், நக்கி எடுக்க அதிகக் கற்கள் கிடைக்கும் என எல்லாம் தெரிந்து வைத்திருப்பாள். இவனோ ஏதோ ஒரு குழிக்கல்லைக் கைக்கு வந்ததை வாரி விடுவான். நக்கி எடுக்கும்போது வெறுங்குழியோ ஒன்றிரண்டு கற்களோதான் கைக்கு வரும். நேற்று ஆடியபோது அவன்மீது ஐம்பது கடன் சுமத்தியிருந்தாள். நல்லவேளை. கூழ் ஊற்றும்வரை ஆடவில்லை. அந்த ஆட்டத்தைத் தொடரலாம் என்று உட்கார்ந்தான். இரண்டு பக்கக் குழிகளிலும் கற்களை எண்ணிப் போட்டான். இரண்டு பக்கத்திற்கும் மாறி மாறி அவனே ஆடினான்.

அவளுடைய மனக்கணக்கும் சூட்டிகையும் எப்போது கைவருவது? அவனைவிடவும் ஒன்றிரண்டு வயது குறைவாகத் தான் இருப்பாள். தோற்றமும் வெகுகட்டை. அவனே கூளையன். அவனைவிடவும் கூளை. திருஷ்டிப் பொம்மையைப் போல வைக்கோல் திணித்த வயிறாய் அவள் வயிறு புடைத்திருக்கும். அவள் வீட்டுப் பண்ணயக்காரி சோறு ஊற்றும் போதெல்லாம் சொல்வாளாம் – 'இந்தப் பீத்த வவுத்துக்கு எத்தன போட்டாலும் பத்தாது. குடிச்சிப்புட்டு இன்னஞ் சட்டிய நீட்டுவா.'

வருசக் கூலியைக்கூட எப்படியோ நினைவு வைத்திருப் பாள். பேசியது இவ்வளவு. அப்பன் வாங்கிய முன்பணம் இவ்வளவு. பண்ணயக்காரரிடம் இருப்பது இவ்வளவு. வரும் நோம்பிக்கு அப்பன் வாங்கப்போவது இவ்வளவு. எல்லாம் தெளிவாய் இருக்கும். கூளையனுக்கு ஒன்றும் ஞாபகத்தில் இராது. எல்லாக் கணக்கும் அப்பனுக்கும் அம்மாளுக்கும்தான் தெரியும். வவுறி கேலி செய்யும்போது சொல்வான்.

'நெனப்பு வச்சிருந்து என்ன செய்யறது? நீயா பேசற, நீயா வாங்கற.'

'நா வாங்காட்டி?'

'ஆரோ பேசறாங்க. ஆரோ வாங்கறாங்க. நம்புளுக்கு என்ன. ஆடு மேச்சித்தானே ஆவோணும்.'

'அப்பனையும் அம்மாளையும் ஆரோங்கிறியா.'

அப்புறம் பேச்சு வீண் சண்டைக்குத்தான் போகும். சண்டை போட்டாலும் போடாவிட்டாலும் அவளை எதிர் பார்க்கிறது மனசு. அவள் இருந்தாக வேண்டும். மொண்டி, செவிடி . . . யார் இல்லாவிட்டாலும் வவுறி வேண்டும். வவுறி இருந்தால் மொட்டைக்காடு முழுக்கவும் சிரிப்பால் நிறைந்து விடும். எங்கிருந்துதான் கொண்டு வருவாளோ. அவள் அள்ளித் தூற்றும் செம்மண் புழுதிகூடச் சிரிப்பதாய்த் தோன்றும். மறுபடியும் மரமேறிப் பார்த்து ஏமாந்து போக விருப்பமில்லை.

சோறு குடிக்கத் தொடங்கினால் முடிவதற்குள் வந்து விடுவாளாய் இருக்கும். துண்டில் தூங்கிக்கொண்டிருக்கும் காடை முட்டைகள். அந்தக் காடை திரும்பவும் கூட்டுக்கு வந்திருக்குமா. முட்டைகளைத் தேடிப் பார்த்துவிட்டு என்ன செய்திருக்கும். கிறுக்குக்கோழியைப் போலக் கற்களைக் கூட்டி வைத்து அடைபடுத்துக்கொள்ளுமா? அதன் கத்தல் எதுவும் காதில் விழவில்லை. வேறிடம் தேடிப் போய்யிருக்கும். இட்டேரிக் கரைமேல் கைகளை விரித்துக்கொண்டு உட்கார்ந் திருக்கும் பனங்கருக்கினடியில் பனைஓலைக் கோட்டை கவிழ்த்து வைக்கப்பட்டிருந்தது. கருக்கு கிழித்துவிடாமல் கைவிட்டு ஓலையை எடுத்தான். அதற்குள் நெருப்பெட்டியும் சில காகிதச் சுருள்களும் கிடைத்தன. பிரித்துப் பார்த்ததில் சிறுசீசாவில் துளியூண்டு எண்ணெய் படிந்து கிடந்தது. பாறைக்குப் போனான். பாறையோரக் கல்லுக்கடியில் வறுஓடு கவிழ்த்திருந்தது. அடுப்புப் பற்ற வைத்து ஓட்டில் எண்ணெய் விட்டுக் காய வைக்கையில், உப்பு இருக்கிறது, மிளகாய் இல்லையே என்பதை உணர்ந்தான். வேம்பில் மாட்டியிருந்த சோற்றுப்போசி ஞாபகம் வந்தது. நீத்தண்ணியில் மிதந்துகொண் டிருந்த வரமிளகாய் இரண்டையும் எடுத்துக்கொண்டான். இது போதும். எண்ணெய்க்குள் மிளகாயைக் கிள்ளிப் போட்டதும் சடசடவெனப் பொரிந்தது. சிறுமுட்டைகளை உடைத்து ஊற்றி மெல்லக் கிளறினான். அடுப்புத்தீயைத் தணித்துவிட்டான். முட்டைப் பொரியல் தயாராகிவிட்டது.

ஆடுகள் திக்காலுக்கு ஒன்றாய்ப் பரவி வால்அணப்பு முழுவதும் மேய்ந்துகொண்டிருந்தன. அருகம்புல்லைக் கடிக்கப் பல்லில் வலு வேண்டும். ரொம்பநேரம் அதையே மேய்ந்து கொண்டிருக்க முடியாது. ஆனாலும் ருசி அவற்றை விடுவ தில்லை. ஆடுகளுக்கிடையே மைனாக் கூட்டத்தின் கரைச்சல் கேட்டது.

பத்துக்கும் மேற்பட்ட மைனாக்கள். ஒன்றோடொன்று கட்டிப் புரண்டு சண்டையிட்டுக்கொள்கின்றன. ஆடுகளின்

கால்களுக்கிடையே விழுந்து புரண்டு ஓடினாலும் ஆடுகள் கொஞ்சம்கூட அசையாமல் மேய்கின்றன. மைனாக்களின் இந்தச் சண்டை தினந்தோறும் பழக்கப்பட்டதுதான். தெளுவுக் காலம் வந்துவிட்டாலே மைனாக்களுக்கும் கொண்டாட்டம். சுண்ணாம்புத் தெளுவை விட்டுவிட்டுக் கள்ளுத்தெளுவாய்ப் பார்த்துத்தான் அவை குடிக்கும். வெயிலேற ஏற அவற்றின் ஆட்டத்தைப் பார்க்க வேண்டும். பிளந்த வாயை மூடாமல் கத்திக்கொண்டு ஒன்று இன்னொன்றின்மேல் பாயும். எது எதன்மேல் பாய்கிறது என்றே தெரியாது. ஆனால் கூட்டம் முழுக்கச் சண்டையில் பங்கு கொள்ளும். அணப்பின் மூலையொன்றில் தொடங்கினால் அடுத்த அணப்பையும் தாண்டிக் கூட்டம் போனாலும் சண்டை ஓயாது. அவற்றைப் பார்க்கக் கூளையனுக்குச் சந்தோசமாக இருக்கும். அருகில் போனால் கலைந்துவிட நேரும். தூரத்தில் நின்றுகொண்டே குறுஞ்சிரிப்போடு பார்வையில் தொடர்வான். கூட்டம் கலையாமல் அவை கத்திச் சண்டையிடுவதைக் காணக் காண ஆள்காரவளவின் நினைவு மனதில் தோன்றி ஆனந்தம் கூடும். மைனாக்களில் ஒன்றாக அவனும் ஆகிவிடுவான். ஒன்றை மனதில் குறித்துத் 'தான்தான் அது' என்று முடிவு செய்வான். அது கூட்டத்தில் கலந்தபின் அடையாளம் காண்பது சிரமமாகிவிடும். கண்ணை ஓட்டி அது இது என்று தீர்மானிக்க முயல்வான். எல்லாம் ஒன்று போலவே தோன்றும். சரி, அதற்குள் ஏதோவொன்று என்று திருப்தி கொள்வான். மயக்கம் மீறுகையில் இனி இந்த மண் பாதுகாப்பானதில்லை என நினைத்துக் கூட்டமாக வானில் எழும்பும். பறக்கும்போது தடுமாற்றத்தோடு வளைந்து வளைந்து போகும். வெகுதூரம் பறக்கமுடியாமல் மறுபடி எங்காவது இறங்கிவிடும். மொண்டி இருந்தால் கஷ்டம். சந்தர்ப்பம் பார்த்துக் கண்டிப்பாக ஒரு மைனாவையாவது அடித்திருப்பான். ஆனந்தம் கலைந்து அச்சத்தோடு அவை வானில் பறந்து தப்பியோடுவது பரிதாப மாக இருக்கும். அவன் கையில் எப்போதும் வில் இருக்கும். அவற்றின் 'கரேபுரே' சத்தம் ஆடுகளைக் கலைத்துவிடுமா என்று கொஞ்சநேரம் உற்றுப் பார்த்தான். ம்கூம். ஆடுகளைக் கண்டு மைனாக்களுக்கோ மைனாக்களைக் கண்டு ஆடு களுக்கோ எந்தப் பயமுமில்லை.

வெயில் நன்றாக ஏறிவிட்டது. நெருஞ்சிமுள்ளாய்த் தோலில் தைக்கிறது. அதற்குள் தோசை சுடுமளவுக்குப் பாறை சூடேறிவிட்டது. பொழுதுக்கு அப்படி என்ன ஆங்காரம்? பாறையில் உட்கார்ந்து சோறு கரைக்க முடியாது. ரட்டைக் காலிப் பனைக்கு அடியில் போய் உட்கார்ந்தான். அங்கிருந்து பார்த்தால் ஆடுகள் தெரியும். தூக்குப்போசி மூடியில் ஒரு

உருண்டையை எடுத்து வைத்துவிட்டு இன்னொரு உருண்டையைக் கரைத்தான். எடுத்து வைத்த உருண்டை வெண்ணிறமாக வெண்ணெய் போலத் தெரிந்தது. பண்ணயக்காரி சரியாக இரண்டே இரண்டு உருண்டைதான் போடுவாள். அது போதுமா, இரண்டு வேளைக்கும் சரியாக இருக்குமா என்பதை எல்லாம் ஒரு போதும் கேட்கமாட்டாள். வேளைக்கு ஒருஉருண்டை என்பதுதான் அவள் கணக்கு. இந்த வருசம் சம்பளம் பேச வரும்போது அப்பனிடம் சொல்லிவிட வேண்டும். வேளைக்கு இரண்டு ஆப்பை என்று இரண்டு வேளைக்கும் நான்கு போட வேண்டும். மூன்று இருந்தால் சரியாக இருக்கும். நான்கு கேட்டு வைத்தால் போகிறது. மிச்சத்தைக் காக்காய் குருவிக்கு அள்ளி வீசினால் வயிறாரத் தின்னும். இல்லாவிட்டால் நாய் வரும். சுற்றிலும் ஒருமுறை நோட்டம் பார்த்தான். நாயை எங்குமே காணவில்லை. எங்கே சுற்றினாலும் சோறு கரைக்கும்போது எப்படித்தான் மூக்கு வேர்க்குமோ, சரியாக வந்து எதிரில் கால் நீட்டிப் படுத்துக்கொள்ளும். நாக்கை நீட்டிக்கொண்டு சலவாய் ஒழுக்குவதைப் பார்த்தும் கொஞ்சம் வைக்காமல் எப்படித் தின்ன முடியும். அது எதிரில் இல்லாதது எப்படியோ இருந்தது. எழுந்து நின்று 'பூச்சி . . . பூச்சி . . .' என்று சத்தமாகக் கூப்பிட்டான். எங்காவது நிழலில் குழி பறித்துப் படுத்திருந்தால் ஒருசத்தத்திற்கே ஓடி வந்துவிடும். 'பூச்சி . . . பூச்சி . . .' ஆடுகள் தான் தலைதூக்கிப் பார்த்தன. நாயைக் காணோம். எப்படியும் மத்தியானச் சோத்துக்கு வந்துவிடும் என்று சமாதானப்பட்டுக் கொண்டான்.

முட்டைப் பொரியல் நல்ல காரமாக இருந்தது. கம்மஞ் சோற்றுக்கு வெங்காயத்தைக் கடித்துக்கொண்டால் நன்றாக இருக்கும். ஆனால் பண்ணயக்காரி எப்போதாவதுதான் வெங்காயம் போடுவாள். அது சந்தையில் சல்லிசாக விற்கிற காலமாக இருக்கும். வரமிளகாயைக் கடித்துக்கொள்வதற்கு முட்டைப் பொரியல் எவ்வளவோ தேவலை. காடைமுட்டை கோழி முட்டையைவிட நன்றாகவே இருக்கிறது. கோழிமுட்டை ஓரிரு முறைகள்தான் சாப்பிடக் கிடைத்திருக்கிறது. கோழி அடையில் பொரிக்காத முட்டைகளை எடுத்துப் பெரிய பண்ணயக்காரர் கிணற்றுமேட்டில் வைத்து வறுப்பார். அது எக்கச்சக்கமாகக் கவுச்சி அடிக்கும். வெங்காயம் ஒருகுத்து அள்ளிப் போட்டால் ஓரளவு அடங்கும். அவருக்குப் பக்கத்தில் நின்றுகொண்டு விறகு எடுத்துத் தருவது, முட்டை ஓடுகளை அள்ளி எறிவது என்று ஏதாவது செய்தால் கடைசியாக ஒருகை அள்ளித் தருவார். ஊளைமுட்டை என்றாலும் நன்றாகத்தான் இருக்கும். அவரே தின்னும்போது நமக்கு என்ன? சில சமயம் மொண்டி நான்கைந்து முட்டைகள் கொண்டு வருவான்.

அவனிருக்கும் பண்ணயக்காரர் வீடு கொஞ்சம் பெருத்த .கை. கோழிகள் நிறைய மேயும். முட்டை இடப் பாதுகாப்பான இடம் தேடித் தட்டுப் போருக்கடியிலோ காட்டுப் புதருக் குள்ளோ வந்து இட்டு வைத்துவிடும். அவர்களுக்குத் தெரியாமல் மொண்டி எடுத்து வந்துவிடுவான். அவை நல்ல முட்டை களாகவே இருக்கும். பாறையில் வைத்து வறுத்து ஆளுக்கொரு கை தருவான். மஞ்சள், வெள்ளைத் துகள்களாய்ப் பொரிந்து கிடக்கும் அவற்றின் ருசி அருமைக்கு நாக்கு கெஞ்சும். ஆனால் மொண்டி மறுபடியும் தரமாட்டான். அவனேதான் தின்பான். செவிடிக்கு மட்டும் ஒருகை கூடுதலாகக் கிடைக்கும். ஏதோ பாவம் பார்த்துக் கொஞ்சம் கொடுத்தானே என்று திருப்திப்பட்டுக்கொள்ள வேண்டியதுதான். அதற்கே அவன் செய்யும் அழிம்பு தாங்காது. எத்தனை அதிகாரம் செய்வான். மொண்டி அதிகாரம்.

சோறு கடகடவென்று வயிற்றுக்குள் ஓடியது. காந்திய வயிற்றுக்குள் குளுமையாய் இறங்கியது. இன்னும் கொஞ்சம் குடிக்க வயிற்றில் இடம் இருக்கிறது. ஆனால், மூடியில் வைத் திருக்கும் உருண்டை மதியத்திற்கு வேண்டும். அரைமனதோடு அதை எடுத்துப் போசியில் போட்டு மூடி வைத்தான். வேப்ப மரத்தில் மாட்டிவிட்டு வரும்போது உடம்பு மதமதப்பாக இருப்பதாய்த் தோன்றியது. பின்பக்கம் நீள்வாலாய்த் தொங்கிய பகுதியை முன்னிழுத்து முன்பக்கம் அகலமாக்கி நீட்டிவிட்டுக் கோவணத்தை இறுக்கிக்கொண்டான். வாய் துடைத்த துண்டை மீண்டும் தலையில் கட்டிக்கொண்டு மூளி முறித்தான். ஆடுகளெல்லாம் பள்ளத்தணப்பைத் தாண்டி ஏரிப்பள்ளத்தில் இறங்காமல் கரையில் மேய்ந்துகொண்டிருந்தன. கீழே இறங்கி விட்டால் அவ்வளவு சீக்கிரத்தில் மேலேற்ற முடியாது. பள்ளத் தில் மேய்க்க ஓராள் போதாது. வேகமாக இறங்கி ஓடினான்.

‘ஏய் . . . நெடும்பி எங்கடி எறங்கறீங்க . . .’

‘மோளச்சி . . . இதா வர்றன் இரு.’

‘நாலு வாய் தின்னதும் கொழுப்பேறிக்கிச்சா.’

‘உங்களயெல்லாம் காலங்காத்தால் அவுத்துடறனில்லோ . . . அதான் . . .’

அவனுடைய இடைவிடாத சத்தத்தைக் கேட்டு அவை பரிதாபமாய் நின்றன. கீழே இறங்கினால் அவன் கை விளாறு கொடுக்கும் வரித்தழும்பு நினைவுக்கு வந்திருக்கும். மெல்லத் திரும்பின. அவற்றின் மெதுநடை விருப்பமில்லாமல் திரும்பு வதை உணர்த்திற்று. அவன் எண்ணிப் பார்த்தான் . . . பத்து,

பதினொன்று, பனன்டு, பதிமூனு ... திரும்பவும் ... பனன்டு, பதிமூனு ... பதிமூனுதான் வருகிறது. எது? வீரன். வீரனைக் காணோம். ஒரே ஓட்டத்தில் பள்ளத்திற்கு வந்துவிட்டான். எதிர்ப்பக்கத்திலிருந்து செங்காட்டுப் பட்டி ஆடுகள் இடை விடாமல் மாறி மாறிக் கத்தும் குரல்கள் வந்துகொண்டே இருந்தன. வீரன் மட்டும் இறங்கியிருக்கிறான் என்றால் அது மேய்ச்சலுக்காக அல்ல. செங்காட்டுப் பட்டி ஆடுகளின் பசிக்குரல் அவனை ஈர்த்திருக்கும். அங்கிருக்கும் ஏதாவது ஒரு ஆட்டின் நசிய வாசனை மூக்கைத் துளைத்திருக்கும். ஆவாரஞ்செடிகளுக்கு இடையே காலடித் தடமாய்த் தோன் றியதில் ஓடினான். செடிகளுக்கிடையில் இருந்து முயல் ஒன்று பாய்ந்தோடிற்று. விறைத்த செவியோடு குதித்தோடும் அதைக் கவனிக்க மனமில்லாமல் எதிர்ப்பக்கக் கரை மேலேறினான். மணி ஓசை. வீரன் பக்கத்தில்தான் இருக்கிறான். ‘வீரா ...டேய் ...’ என்று சத்தமிட்டான். ஓசை நின்று நிதானித்து மறுபடி ஒலித்தது. கடலைக்காட்டுக்குள் புகுந்து போய்க்கொண்டிருக்கிறான். ‘டே வீரா ...’ பற்களைக் கடித்துக்கொண்டு கத்தினான். காய்ந்த கொட்டக்கோல்களினூடே வீரன் நிற்பது தெரிந்தது. கொடி நீட்டிச் சொலுக்கு மல் மண்டு மோந்து மோந்து பார்க்கிறான். இப்போது அவனுக்கு எந்த அதட்டுப் போட்டா லும் கேட்காது. அங்கே போய்த்தான் என்ன செய்யமுடியும்? கட்டியிருக்கும் படல்களைச் சுற்றி வரவேண்டியதுதான். படல் சந்தில் கொடி நுழைத்துக்கொள்வானாயிருக்கும்.

இரண்டு நாளுக்கு முன்தான் ஆடொன்று பயிராகிறதென்று மேய்ச்சலை மறந்து அதன் பின்னாலேயே சுற்றிக்கொண்டு திரிந்தான். அதற்குள் நெனப்பெடுத்துக்கொண்டதா? சுற்றி ஓடி அவனுக்கு முன்னால் போய் நின்றான். வீரன் அதை எதிர்பார்த்திருக்கவில்லை. கோப முகமும் கையில் தடியும் கண்டதும் நீட்டிய கொடி உள்ளோடிச் சுருண்டுகொண்டது. திரும்பிக் கத்திக்கொண்டே பள்ளம் நோக்கி ஓடினான். அவனுடைய ஓட்டம் கண்டு கூளையனுக்குச் சிரிப்பு வந்தது. முனியப்பன் கிடா. இல்லாவிட்டால் பிடித்து வர்வரென்று கத்தும்வரை சாத்தியிருக்கலாம். வந்த சுவடே தெரியாமல் ஆட்டோடு போய்ச் சேர்ந்திருப்பான். ஒடை தட்டிவிட்டிருக்க லாம். பண்ணயக்காரர்தான் ‘நம்பாடு பயராச்சுனா கெடா இருந்தா உடுன்னு எவம் பட்டிக்குப் போயி நிக்கறது’ என்று சொல்லி மறுத்துவிட்டார். ஆனால் தொந்தரவு பொறுக்க முடியவில்லை. சிறுகுட்டிகளைக்கூடப் பக்கத்தில் போய் உழும்பிக்கொண்டே கடித்துப் பார்ப்பான். தாய் ஆடுகளிடம் அவன் வவுசி ஒன்றும் பலிக்காது. நசியம் இல்லாத சமயத்தில் நெருங்கினால் திரும்பி மொட்டைத் தலையால் ஒருமுட்டு

முட்டினால் போதும். வளைகொம்புகளைப் பின்னிழுத்துக் கொண்டு ஓடிவந்து விடுவான் வீரன். எந்தப்பட்டி ஆட்டுக்கு நசியமிருக்கிறதோ அதனுடனே சாயங்காலத்தில் போய்விட விரும்புவான். பிரித்து ஓட்டிக்கொண்டு வருவதற்குள் அப்பாடாவென்று ஆகிவிடும். அந்த ஆட்டுக்கும் வீரனைப் பிரிய முடியாது. உயிரே போய் விடுகிற மாதிரி கத்திக் கத்தி அழைக்கும். வீரன் தவிப்பான். எதிரே நிற்கும் கூளையனை ஒரே தாவில் தாண்டிக்கொண்டு அந்த ஆட்டோடு போய்விட முயல்வான். தடியைக் காட்டித்தான் மிரட்ட வேண்டியிருக்கும்.

பள்ளத்துக்குள் தனியாய் இறங்கிவரப் பயமாக இருந்தது. புதரடர்ந்து அதற்குள் என்னென்ன இருக்குமோ. கவனம் இல்லாமல் ஓடும்போது பயமில்லை. பெரும்புதரைக்கூட அனாயாசமாகத் தாண்டிவிட முடியும். முள்ளும் கல்லும் காலுக்குப் பொருட்டில்லை. எதையும் நிதானித்துக் கவனிக்கும் போதுதான் அச்சம் கூடுகிறது. இதற்குள் அது இருக்குமோ அதற்குள் இது இருக்குமோ என்று மனம் கற்பனைகளை வரித்துக்கொள்கிறது. வேகத்தில் இதையெல்லாமா கடந்து போனோம் என்று மலைப்பு உண்டாகிறது. கடக்கும்போது இல்லாத அச்சம் பொறுத்துக் காணும்போது வந்து சேர்ந்து கொள்கிறது. நெஞ்சு துடிதுடிக்கப் பதைப்போடு பள்ளத்தைக் கடந்து வந்தான். கரையோரமாய் முகச்சோர்வோடு நின் றிருக்கும் வீரனைப் பார்க்கப் பாவமாயிருந்தது. என்ன செய்வது? அவனை உற்சாகப்படுத்த முனைந்தான். அவன் மேயும் மரத் திற்கு அருகில் வந்ததும் கூளையன் தலையில் கைக்கொம்புகள் முளைத்தன. கொம்புகளை முன்னிறுத்தித் தலைசாய்த்து வீரனின் மேல் பாய்ந்தான். வீரனின் கொம்புகளில் மோதித் தள்ளிப் பின்வாங்கிக் கூளையனும் கிடாயானான். கொம்பில் பட்டதும் உடல் சிலிர்த்த வீரன், எதிரே கொம்பசைத்துப் பல்லிளிக்கும் கிடாயைத் தகர்த்துவிடும் மூர்க்கம் கொண்டு பாய்ந்தான். எதிர்க்கிடா சட்டென விலகிக்கொள்ள வீரன் தரையில் மோதி விழும்படி ஓடிச் சுதாரித்து நின்றான். பக்கவாட்டில் பல் இளித்துக்கொண்டு ‘ஏமாந்தாயா’ என்று கோட்டி பண்ணும் கூளையன் முகம். வீரனுக்குப் பெருத்த அவமானம். வெட்கத் தோடு முகத்தைத் தொங்கப் போட்டுக்கொண்டு மந்தையை நோக்கி ஓடினான். பின்னால் மேய்ந்துகொண்டிருந்த மூளி ஆட்டின் வயிற்றில் நாக்கால் உழும்பி ‘ம்க்கும் ம்க்கும்’ என்று சப்தமிட்டுப் பின்னங்கால் தூக்கி நீட்டிய கொடியில் சொலக் சொலக்கென்று மல்லடித்து மோந்தான். மூளி ஆடு தாய். குட்டி போட்டு ஒருமாதம்தான் இருக்கும். வீரனின் சேட்டைக்கு இடம் கொடாமல் இடிக்க வருவது போலப் பாவனை காட்டியது. அதற்கப்புறம் வீரன் அதன் பக்கமே போகவில்லை. சின்னஞ்

சிறு குட்டி ஒன்றின்மேல் முன்னங்காலைத் தூக்கித் தட்டித் தன் வெறியைத் தணித்துக்கொண்டான். இனிமேல் எங்கும் ஓடமாட்டான்.

வீரனைத் தேடி ஓடியதில் உடல் மதமதப்புப் போய் விட்டிருந்தது. வயிறுகூடக் குறைந்து இளக்கமாயிருந்தது. பொழுதை அண்ணாந்து பார்த்தான். தனியாய் இருந்தாலே இதுதான். எப்போது பொழுது போகும் போகும் என்று பார்த்துக்கொண்டே இருக்க வேண்டும். உச்சிக்கட்டுக்கு வர இன்னும் கொஞ்சம்தான். வவுறி என்னவானாள்? ரட்டக்காலிப் பனையில் ஏறிக் கைகுவித்துப் பார்த்தான். வெயில் கானலில் ஆடோட்டி வரும் குள்ள உருவம் மங்கலாய்த் தெரிந்தது.

●

3

வவுறியின் ஆடுகள் இட்டேரியிலிருந்து காட்டுக்குள் இறங்கின. அவற்றில் ஒரே ஒரு வெள்ளாட்டுக் கிடா தனித்துத் தெரிந்தது. ஆடுகளைவிட உயரமாகவும் இருந்தது. அதற்கு மட்டும் வவுறி அண்ணாங்கால் போட்டிருந்தாள். இல்லாவிட்டால் செம்மறிகளோடு சேர்த்து அதை மேய்க்க முடியாது. ஆடுகளுக்குப்பின் கடைசியாய் வந்த அவள், கையிலிருந்த குச்சியை உயர வீசிவிட்டு 'ரே . . .' என்று குதித்தபடி ஓடி வந்தாள். கூளையனும் குதித்துக்கொண்டே கூவினான். ஆடுகளும் ஆடுகளும் கலந்து அணைப்பு நிறைந்திருந்தது. புதுஆடுகளைக் கண்டதும் வீரன் அவற்றின் பக்கமாக வந்து மோப்பம் பிடித்துக்கொண்டிருந்தான். வவுறியின் சிரிப்பால் காடு மலர்ந்திருந்தது. கூளையன் முகத்தில் ததும்பிய களை இதுவரை இல்லாதது. வவுறிக்குச் சிரித்துச் சிரித்து உப்பிய வயிற்றில் கண்டாங்கித் துண்டம் அவிழ்ந்து கொண்டது. அதை இறுக்கிக் கட்டியவாறு கரைமேல் விழுந்தாள். மேலெல்லாம் வேர்வைச் சாறு வடிந்து உப்புப் படர்ந்த சுவடுகள். கழுத்துவரை அடர்ந்து விழுந்த சீவப்படாத மயிர்களை அசைத்து அசைத்து அவள் சிரித்தாள். இதுவரை சந்தோசம் என்பதையே கண் டிராதவள் போல. வெயிலின் உக்கிரம் தாளாமல் காக்கை கள்கூட மர மறைப்புகளை நோக்கிப் பறந்துகொண் டிருந்தன. வவுறிக்கு நிலா வெளிச்சமாய் வெயில் தோன்றியிருக்கும்.

கூளையன் வேப்பமரத்தடிக்குப் போனான். கால் தடங்கள் புழுதி கிளப்பியிருந்த அதனடியில் இருவரும் உட்கார்ந்தனர். மேலில் போட்டிருந்த துண்டச் சேலை யின் நுனியில் பெருத்த முடிச்சிருந்தது. அவிழ்த்து உள்ளேயிருந்த குச்சிக்கிழங்கை எடுத்தாள். பிளந்து வெடித்திருந்த வெள்ளைக்கிழங்கு, துணியின் செந்நிறம்

பட்டு அங்கங்கே திட்டுத்திட்டாய்த் தெரிந்தது. அவனுக்குப் பாதியைப் பிட்டுக் கொடுத்தாள். வாங்கிக்கொண்டே கேட்டான்.

"ஏது பிடா... ஒகுரு தீசிச்சி இதி."

"ம்...மா எசமானி இச்சேசு."

"அடேங்கப்பா. உங்க பண்ணயக்காரிக்கு மனசு வந்து முழுக்கெழங்க எப்படிக் கொடுத்தா."

"ராத்திரியே வேவிச்சிருப்பாங்க. கொஞ்சம் ஊசிப் போனாப்பல வாசம் அடிக்குது பாரு. அதான் குடுத்திட்டா..."

அவள் சொன்னபிறகுதான் கவனித்துப் பார்த்தான். கிழங்கு கையில் லேசாகப் பிசுபிசுத்தது. ஒரு மாதிரி சலிப்பு வாடையும் அடித்தது. அதைப் பெரிதுபடுத்திக்கொள்ளவில்லை. தின்று முடித்துத் தலைத்துண்டில் கையைத் துடைத்துக்கொண்டு பரிதாபம் முகத்தில் தேங்க அவளிடம் சொன்னான்.

"காத்தால இருந்து நா மட்டுந்தான் கெடக்கறன். ஒருத்தரு மில்ல..."

"உன்னய என்ன நரியா புடிச்சிக்கிட்டுப் போயிருது..."

"நீ சொல்லுவ. தனியா இருந்து பாரு. அப்பத் தெரியும்."

"நீ இந்த வெருசந்தான் காத்தால ஓட்டிக்கிட்டு வர்ற. போனவருசம் பூரா நாந்தான் மொதல்ல வருவன். எங்க பண்ணயக்காரர் பிள்ளக்கி கலியாணம் ஆனதுக்கப்பறந்தான் இவ்வளவு நேரம். இல்லைனா அது பாதி வேல செஞ்சிரும். அப்பல்லாம் எனக்கு எந்தப் பயமும் கெடையாது. நீதான் பயந்தாங்கொல்லி..."

பெரிய மனுசியின் தோரணையில் பேசும் வவுறியின் பாவனைகள் கூளையனுக்குப் பிடித்திருந்தன. தலையீத்து மூடான கோணக்காலி ஆடு இப்படித்தான் தலையைத் தலையை அசைக்கும். அவளை மேற்கொண்டு பேச வைத்துக் கேட்கப் பிரியமாயிருந்தது. வாயைக் கிண்டினான். பொழுது கிளம்பியதி லிருந்து ஆடுகளின் கத்தலும் பறவைகளின் குரலும் மட்டுமே காதில் விழுந்திருந்தன. மனிதக் குரலின் வாசனையே இல்லை. சொற்களைக் கேட்பதற்கு ஆவலாயிருந்தது. வவுறி இடை விடாமல் பேசிக்கொண்டேயிருக்க வேண்டும் என்று நினைத் தான். மென்மையான குரலில் சொற்கள் வந்து விழும்போது வேறெதுவுமே தேவையில்லை போலிருந்தது. எல்லாச் சத்தங் களும் அடைபட்டு வவுறியின் குரல் மட்டும் தனித்து ஒலித்தது. அவள் வேகம் கொண்டு பேசுவதற்கு ஏதுவாய் அவ்வப்போது தூண்டும் கேள்விகளைப் போட்டு வைத்தால் போதும்.

“கட்டுத்தர வேல முடியறதுக்கா இவ்வளவு நேரமாச்சு?”

“உன்னாட்டமா. எனக்கு எத்தன வேல இருக்குது. உங்க பண்ணயக்காரரும் உனக்கு வேல செய்வாரு. எங்க பண்ணயத்துல ஆரும் ஒன்னும் கையில தொடமாட்டாங்க. பொழுது கௌம்பித் தல நேருக்க வந்தாலும் செரி. நா வந்துதான் கட்டுத்தரச் சாணி எடுக்கோணும். ரண்டு நாள்னாலும் அப்பிடியேதான் கெடக்குது. சாணி அள்ளுனா கையப் புடுச்சுக்குமோ என்னமோ . . .”

“எங்க பண்ணயக்காரரெல்லாம் என்னயப் பாக்கமாட்டாரு. அவரே அள்ளிருவாரு.”

“நாம்ப . . . ஆளுக்காரப் பிள்ளைவ இருக்கறப்ப சாணி அள்ளோணும்னு பண்ணயக்காரருக்குத் தலையெழுத்தா.”

கூளையனுடைய பண்ணயக்காரரைக் குறைத்துச் சொல்ல வேண்டும் என்பதற்காகத்தான் வவுறி இப்படிச் சொல்கிறாள் என்பது புரிந்தது. கூளையன் எதுவும் சொல்லவில்லை. பேச்சை மாற்ற விரும்பினான்.

“நீ காத்தால நேரமே வந்திருக்க வேண்டீதுதான . . .”

“ஆமாமா. இன்னம் நேரத்துலயே வந்து பண்ணயக்காரிக்குக் கால் உருவி உடுவாங்க . . .”

வவுறி, கூளையனைப் போல அல்ல. கூளையனுக்கு வருசச் சம்பளம் பேசிப் பண்ணயக்காரர் வீட்டிலேயே இருப்பு. நல்லது பொல்லாதது, பண்டிகை கிண்டிகை என்றால்தான் வீட்டுக்குப் போவான். மூன்று வேளைச் சோறும் அவர்கள் வீட்டிலேயே பேசியிருக்கிறது. வவுறிக்கு அப்படி இல்லை. காலை, மதியம் இரண்டு வேளைச் சோறு. மாலை மசங்க வீட்டுக்குப் புறப்பட்டுப் போய்விடுவாள். அதே போலக் கருக்கலில் புறப்பட்டு வந்துசேர்வாள். பொழுது கிளம்பும் போதுதான் பண்ணயத்துக்கு வரமுடியும். தினந்தோறும் ஏதாவது ஒரு வார்த்தை சொல்லாமல் பண்ணயக்காரி வரவேற்க மாட்டாள். அதை வவுறி அப்படியே சொல்லிக் காட்டுவாள். சேலையைத் தொடை தெரிய இழுத்துச் செருகிக்கொண்டு அவள் நிற்கும் தோரணை. கையில் ஏதாவது பாத்திரம், பண்டம். ஒடக்கானாய் ஆட்டும் தலை. அவளைப் போலவே வார்த்தைகளை உச்சரிப்பாள். வவுறி கொஞ்சம் நேரத்திலேயே வந்துவிடுகிற நாளின்போது,

“ஏது . . . பண்ணயக்காரம்மாளுக்கு நேரத்திலேயே விடிஞ்சு போச்சு . . .” என்று எகத்தாளமாகக் கேட்டாலும் அவள்

முகத்தில் பூரிப்பு. வவுறி எதுவும் பேசாமல் சாணி அள்ள ஒட்டுக்கூடையை எடுப்பாள். மேற்கொண்டு அவள், "சனிமூலயில இடிஇடிக்குது ... கல்லக்கா காயப் போடோணும். கெடுத்திருவியாட்டம் இருக்குது ..." என்பாள்.

வவுறிக்குப் பதில் பேச ஒன்றும் இருக்காது. இது பதில் எதிர்பார்க்கும் கேள்வியும் அல்ல. அவள் முடிப்பாள்— "ஊமக்கோட்டான் வாயத் தொறக்குதான்னு பாரு ... திங்கறதுக்குன்னா வாயப் பொளப்பா ..."

இதேபோல வவுறி நேரமாகி வருகிற நாளிலும் நடக்கும். பெரும்பாலும் வவுறி வந்துசேரப் பொழுது கிளம்பிக் கரட்டு மேல் ஏறிவிடும். அப்போது அவள் வார்த்தை வெயிலை விடச் சுள்ளென்றிருக்கும்.

"எங்கடி வந்த ... ஆளுக்காரத் தேவிடியாளுக்கு வர்ற நேரத்தப் பாரு."

"செனப்பன்னியாட்டம் மூனு வேளையும் தின்னா ... காத்தால எந்திருக்க முடியுமா ..."

"நாங்க பண்ணயம் பாக்கறதா ... பண்டம் பாடியெல்லாம் வித்துப்புட்டு எரந்து குடிக்கப் போறதா ..."

"வந்து சம்பளம் பேசுனானுல்ல உங்கொப்பன். நாளக்கி அவனக் கூட்டிக்கிட்டு வாடி ... பேசிக்கறன்."

காலைச்சோறு குடித்துவிட்டுக் கட்டுத்தரையை விட்டு வெளியேறும்வரை அவள் ஏச்சு நிற்காது. வவுறி உம்மென்று முகத்தை வைத்துக்கொண்டே இருக்க வேண்டும். எருமையிடமோ மாட்டுக்கன்றிடமோ தலையை முட்டிக்கொண்டு வவுறி ஏதாவது முணுமுணுப்பாள். ஒன்றும் புரியாவிட்டாலும் கண்களில் இரக்கத்தோடு அவை கேட்கும். தலை திருப்பி அவள் பேச்சை ஆமோதித்து மெல்லக் கனைக்கும். முணுமுணுப்பு சற்றுக் கூடி அவள் காதில் விழுந்துவிட்டால் போதும். ஆங்காரம் வந்துவிடும். சாமியாடாத குறையாகக் குதிப்பாள்.

"அங்க என்ன மொனமொனங்கற. என்னயச் செவிடூன்னு நெனச்சயா."

"என்னடி கும்மாளம். வேலக்கி வர்ற நேரத்தப் பாரு. கும்மாளத்தப் பாரு."

அதற்காகவே சாணியை வாரிக்கொண்டே முணுமுணுப்புக் கூட அவளுக்குக் கேட்காத குரலில் எருமையின் காதோரமாய்ப் போய்க் கேட்பாள். "ராத்திரி புரசன் போட்டு வாங்கிட்டானா."

அவளைப் போலவே கொண்டையைத் திருப்பிக் கொண்டு, ராகம் இழுத்துப் பேசி வவுறி காட்டும்போது காடே சிரித்து மாயும். 'ஊமக்கோட்டான்', 'நெஞ்சழுத்தக்காரி' என் றெல்லாம் சொல்லப்படுகிற வவுறியா இப்படிப் பேசி மாய்கிறாள் என்று ஆச்சரியமாக இருக்கும்.

கிழங்கைத் தின்றுவிட்டு இடுப்புத்துணியில் துடைத்துக் கொண்டே எழுந்தோடினாள். அவள் எதற்காக ஓடுகிறாள் என்று அவனுக்குப் புரியவில்லை. ஆடுகள் கீழிறங்கிவிட்டனவா என்று பார்த்தான். இல்லை. மண் முழுவதையும் மூக்கில் உறிஞ்சித் தின்றுவிடுவதைப் போல, நின்ற இடத்திலேயே ஆழ்ந்து மேய்ந்துகொண்டிருந்தன. அவளைப் பார்த்தான். ரட்டக்காலிப் பனையின் அடியில் நின்றிருந்தாள். வெயிலுக்கு மறைப்பாக அதன் உருளை நிழலில் உடலை மறைத்துக் கொண்டிருந்தாள். அவன்புறம் திரும்பாமல் வேறெங்கோ பார்ப்பவளைப் போலிருந்தது அவள் தோரணை. அருகில் போய்ப் பனையொன்றைக் கையால் வளைத்தபடி 'ஏமி பிடா' என்றான். அவள் திடுக்கிட்டுத் திரும்புபவளாய் லேசான மிரட்சியுடன் அவனைப் பார்த்தாள். சாறு வடிந்து கறுத்த நெஞ்சில் மார் இரண்டும் மெலிதாக வீங்கியிருப்பதைப் போலத் தடித்திருந்தன. 'செவிடியைப்போல இவளும் இன்னும் சில நாட்களில் ரவிக்கை போட்டுக் கொள்வாள்' என்று மனதில் ஓடியது. அவள் கையைப் பற்றிக்கொண்டு 'எதுக்கு ஓடியாந்த' என்றான். அவள் எதுவும் பேசவில்லை. மீண்டும் கலகலத்துச் சிரித்தாள். ஒரே ஓட்டமாய்ப் பாறைக்குப் போய் நின்றாள். தீக்குள் நிற்பதைப் போல வன்மையாகத் தாக்கும் வெயிலில் அவள் சிரித்துக்கொண்டே நிற்கிறாள். கீழே அனலில் காய்ந்து பாறை நெருப்புத்துண்டமாய்க் கிடக்கிறது. செருப்பற்ற வெறும் காலில் அவள் அப்படியே நிற்பது பிடிக்கவில்லை.

'நெவுலுக்கு ராப்பிடா' என்று கூப்பிட்டுக் கை காட்டினான். அவள் அவனைப் பார்த்து மறுபடியும் சிரித்தாள். அவளிருக்கும் இடத்திற்கே அவன் போனான். கண்டதும் நகர்ந்தோடி அருகில் இருந்த பனங்கருக்கின் நிழலில் போய் உட்கார்ந்தாள். ஏராளமான கைகளை விரித்துக்கொண்டு பனங்கருக்கு அடர்ந்த நிழலைக் கொடுத்திருந்தது.

அவனும் அவளருகே போய் உட்கார்ந்தான். இப்போதும் அவள் சிரித்துக்கொண்டே இருந்தாள். பனங்காறை படிந்த பற்கள் சிவந்து தெரிந்தன. அவள் தோளைப் பற்றியிழுத்து 'அச்சாங்கல்லு வெளையாடலாமா?' என்றான். சற்றே யோசிப் பவள் போலிருந்த அவள், முகத்தைத் தீவிரமாக்கிக்கொண்டு 'வெறவு பொறுக்கோணும்' என்றாள். இரண்டு மூன்று

நாட்களுக்கு ஒருமுறை விறகு பொறுக்கி ஒருகத்தை சேர்ப்பாள். கத்தையைக் கிணற்றுமேட்டில் அடர்ந்து கிடக்கும் வேம்புக்கு அடியில் வைத்துவிட்டு ஆட்டை ஓட்டிக்கொண்டு போய்விடுவாள். சாயங்காலம் வேலையெல்லாம் முடித்துவிட்டு வீட்டுக்குக் கிளம்புகிற நேரத்தில் வழக்கமான தடத்தில் போவது போலப் போக்குக் காட்டிவிட்டுத் தோட்டங்களைக் கடந்து, வரப்புகளில் ஏறிப் பெரியகாட்டுக்கு வருவாள். முகம் தெரியாத அளவுக்கு இருள் படர்ந்திருக்கும். ஓட்டம் ஓட்டமாக ஓடிவந்து கத்தையை எடுத்துக்கொண்டு குறுக்குத் தடத்தில் வீட்டுக்குக் கிளம்புவாள். அவள் வரும்வரைக்கும் செவிடி, மண்பாதையில் இருக்கும் சுமைதாங்கிக் கல்லுக்கு அருகே நின்றிருப்பாள். சில நாட்களுக்குச் செவிடியும் விறகுக் கத்தைகொண்டு போவாள். விறகு பொறுக்கிக் கத்தை கட்டுவதோ, பொழுதிறங்கி நேரத்தில் வந்து எடுத்துக்கொண்டு போவதோ பண்ணயக்காரிக்குத் தெரியாது. தெரிந்தால் காலை முறித்து விடுவாள்.

"ஆடு மேய்க்கறதுக்குப் போவச் சொன்னா ஆர வெச்சு எரிக்கறதுக்கு வெறவு பொறுக்கற . . ."

"கொஞ்சம் ஏமாந்தா எங்களுக்கும் நெஞ்சுக்கட்டை வெச்சிருவ . . ."

"வெறவு பொறுக்கிட்டுத் திரிஞ்சா ஆட்ட எப்பிடிப் பாப்ப . . ."

வாய்க்கு வந்ததை வாரிவிடுவாள். ஆனால் விறகுக் கத்தையைப் பண்ணயக்காரிக்குக் கொண்டுபோய்ப் போட்டால் குளிர்ந்துவிடுவாள். நவுத்துப்போன பொரிகடலையையோ அரிசியையோ ஒருகை அள்ளிக் கொண்டுவந்து 'தின்னுக் கிட்டுப்போ' என்று அனுப்புவாள். வெளிச்சம் இருக்கவே 'அறியாப் பிள்ள . . . நேரமே ஊடு போய்ச் சேரு' என்று சொல்லி அனுமதி கொடுத்துவிடுவாள். அவளுக்கு விறகு கொண்டுபோய்ப் போட மனம் வராது. எப்போதாவது அவள் சொல்லிவிட்டால், ஐந்தாறு பனம்பட்டைகளை வைத்துக் கட்டிக் கொண்டுபோவாள். நெஞ்செலும்பு ஓடியப் பகலெல்லாம் வேலை செய்துவிட்டு வீட்டுக்கு வரும் அம்மா வுக்கு ஒத்தாசையாக இருக்கும் என்று விறகு பொறுக்குவாள். விறகு வேண்டும் நாள் விடிகாலையில் தூக்கம் வழியும் முகத்தோடு அவள் கிளம்பும்போது மெதுவாக அம்மா சொல்வாள். 'ராமு . . . இன்னக்கி வெறவு கொஞ்சம் பொறுக்கி யாடி . . . எரிக்கறதுக்கு ஒரு சுப்பகூட இல்லை.' அம்மா ஒருத்திதான் அவளை 'ராமு' என்று கூப்பிடுவது. ராமாயி

என்னும் முழுப்பெயரைச் சுருக்கி 'ராமு' என்பாள். வேறு யாருக்கும் அவளுடைய பெயரே தெரியாது.

கூளையனும் அவளோடு சேர்ந்து பொறுக்கினான். பனையடிகளில் இறைந்து கிடந்த ஒன்றிரண்டு பட்டைகள், வெட்டியெறிந்த பாளை, பன்னாடைகள். கரைகளில் காய்ந்து நின்ற ஆவாரங்கோல்கள். ஆவாரங்கோல்களை ஒடித்துத் தருவதில் கூளையன் மும்முரமாக இருந்தான். காய்ந்து கிடந்தாலும் ஆவாரை கடினமாக இருக்கும். ஒடிக்கும்போதும் விறைப்பாக ஒடியும். ஒடிந்த பகுதி சூரிக்கத்தியைப் போலக் கூர்மை கொண்டிருக்கும். கோரைக்கிழங்கு பறிக்க இந்தக் குச்சிதான் நல்லது. அடுப்புக்கும் படபடவென்று பற்றிக் கொள்ளும். நின்று எரியும். ஏரிப் பள்ளத்துக்குப் போனால் ஊஞ்சமாரோ வேப்ப விறகோகூடப் பொறுக்கலாம். பெரிய பெரிய கிளைகளை ஒடித்துவிட்டால் அந்த இடம் வெறிச் சோடித் தழும்போடு தெரியும். யார் பார்த்தாலும் உடனே தன்னைக் காட்டிக்கொள்ளும். 'இத ஒடிச்சது யாரு' என்கிற கேள்வி வரும். மேட்டுக்காட்டில் இறைந்து கிடக்கும் இந்தச் சுள்ளி சுப்பைகளே போதும் அவளுக்கு. நிலக்கரையானுக்குத் தான் அவள் போட்டி. கொஞ்சநேரத்தில் ஒரே ஆள் தூக்கித் தலையில் வைக்கிற அளவுக்குச் சேர்ந்துவிட்டது. பள்ளத் துக்குப் போய் கரையோரமாகவே ஒரு வேம்பின் தலைமுழுக்க ஏறிப் படர்ந்து கிடந்த கட்டக்கொடியைக் கத்தைக்கு இரண்டு சுற்று வருமளவுக்கு ஒடித்துக் கொண்டுவந்தான் கூளையன். பனையடியில் கட்டக்கொடியை நீட்டிப் போட்டு அடியில் ஆவாரங்கோல்களை வைத்து அதன் மேலே பனம்பட்டைகளை எடுத்து அடுக்கினான். தலையில் வைத்துக்கொண்டு போக வசதியாக அடிப்பகுதியில் பன்னாடைகளையும் விரித்திருந் தான். ஆளுக்கொரு பக்கமாகக் கொடியை இழுத்துக் கட்டிக் கொண்டிருக்கையில் வீரனும் அவனுக்குப் பின்னால் இரண்டு மூன்று ஆடுகளும் அவர்களை நோக்கி வந்தன.

கொடியை ஒடித்து வந்ததையும் அதன் இலைகளை உருவி எறிந்ததையும் கவனித்திருப்பான் போல. தனக்குத்தான் ருசியான தீனி வந்திருப்பதாக நினைப்பு. அவன் வருவதைப் பார்த்ததும் 'பொச்ச மூடிக்கிட்டு மேய முடியலீயா. உனக்குப் பச்சத்தழ கேக்குதா' என்று கூளையன் சத்தம் போட்டான். சத்தத்தைக் கேட்டு ஒருநொடி தாமதித்த வீரன், மறுபடியும் அவர்களை நோக்கி வந்தான். அது என்னவென்று பார்த்து விடும் ஆவல். கட்டி முடிந்த கத்தையை வந்து மோந்து பார்த்தான். கூளையனின் கால்களை மோந்து 'ம்மே...ம்மே...' என்று சிணுங்கினான். தலையைத் தடவிக்கொடுத்து 'ஏன்டா...' என்று அவன் முகத்தைக் கன்னத்தோடு சேர்த்துக்கொண்டான்.

கூட வந்த மற்ற ஆடுகள் தழை ஒன்றுமில்லை என்று ஏமாற்றத் தோடு திரும்பிவிட்டன. வீரனைக் கூளையன் கொஞ்சிக் கொண்டிருந்தான். விடுவித்துக்கொள்ள வீரன் முயன்றும் கூளையன் விடுவதாயில்லை. கழுத்தை வருடிக்கொண்டே யிருந்தன விரல்கள்.

"வீரனுக்கு என்ன வேணும்", "வெய்யக் காச்சுதாடா கண்ணு", "நெவுல்ல படுத்துக்கறயா", "ராத்திரிக்கிச் சோளம் திங்கலாம்புடி" என்றெல்லாம் கொஞ்சிப் பேசினான். வவுறி அவனைப் 'பெரிய வீரன்' என்ற ஏளனப் பார்வையில் நோக்கிப் 'போதும் போதும்' என்றாள். அவன் மெல்ல விடுவித்ததும் வீரன் வவுறியை லேசாக உரசினான். உடனே அவள் கீழே கிடந்த ஆவாரங்குச்சி ஒன்றை எடுத்து 'இந்த வேல எங்கிட்ட வேண்டாம்' என்று அவன் பின்னங்காலில் ஓர் அடி வைத்தாள். கோல் நல்ல வாட்டமாகக் கணுக்களோடு இருந்ததால் அவன் உடம்பில் சுளீரென்று பட்டு இழுத்தது. காலைச் சட்டென்று உதறிக்கொண்டு வலி தாங்காமல் 'ம்மேய்...' என்று கதறிக் கொண்டே காட்டுக்குள் ஓடினான் வீரன்.

வீரனை அவள் அடித்ததும் கூளையன் முகம் சுருங்கிப் போனான். கோபம் மீதூரச் சதைகள் இறுகின. கூளையன் வீரனை வார்த்தைகளால் விரட்டுவானே தவிரத் தடியாலோ கையாலோ அடிப்பது கிடையாது. எப்போதாவது தெரியாமல் கால் பட்டுவிட்டால்கூடத் 'தப்பு சாமி' என்று தொட்டுக் கும்பிடுவான். வீரனைப் பற்றித் தெரியாமலா இருக்கும் வவுறிக்கு? தெரிந்தே அவனை விளாறால் இப்படி அடித்து விட்டாளே. 'ஏம் பிள்ள வீரன அடிச்ச?' அவன் கேள்வி அவளுக்குச் சிரிப்பை மூட்டியது. சிரித்துக்கொண்டே 'அவன அடிச்சா உனக்கு வலிக்குதா' என்றாள். 'ஆமா' என்றவன் அவள் மயிரைப் பற்றி இழுத்துத் தலையில் ஓங்கிக் கொட்டினான். 'உனக்கு இப்ப வலிக்குதா இல்லையா' என்றான். அவள் முகம் இறுகி உதடு சுழித்தது. மயிரை விட்டதும் அவளுக்கு ஆங்காரம் வந்துவிட்டது. 'என்னய அடிச்சிட்டயா' என்றவள், கீழே கிடந்த சிறுகல் ஒன்றை எடுத்து அவன் காலைப் பார்த்து எறிந்தாள். வெங்கச்சங்கல். சரியாக அவன் கால் குதிரைமுகத்தில் வந்து பதிந்தது. பல்லைக் கடித்துக்கொண்டு வலியைப் பொறுத்துக்கொண்டவன் கல்லொன்றை எடுத்து அவளை நோக்கி வீசினான். காட்டுக்குள் அவள் கொஞ்ச தூரம் ஓடியிருந்தாள். அவளைத் தாண்டிக்கொண்டு தூரமாகப் போய் விழுந்தது கல். அவள் கைக்கு மண்ணாங்கட்டி ஒன்று சிக்கியது. அவன் மேல் வீசினாள். அவன் ஒதுங்கிக்கொண்டதும் கீழே விழுந்து உடைந்து சிதறியது.

பெருமாள்முருகன்

“போடா எச்சக்கல நாயி . . . பயந்தாங்கொள்ளி” என்றாள்.

“முட்டி வவுறி. பொறுக்கித் தேவுடியா.”

அவன் திட்டுகளுக்குப் பதிலாய் அவளும். அவன் ‘பொட்டப் பிள்ளக்கி வாயப்பாரு. பேசறதும் சிரிக்கறதும் . . .ச்சீ’ என்று முடிவாய்ச் சொல்லிவிட்டு வேப்பமரத்துப் பக்கமாய் நகர்ந்தான். அவளும் வீராப்பாய் நடந்தவள், காட்டுக்குள் சேர்ந்து மேய்ந்துகொண்டிருந்த ஆடுகளில் அவளுடையதை மட்டும் பிரித்தாள். வீரன் ஒருவன்தான் அந்தப் பிரிவுக்கு எதிர்ப்புத் தெரிவித்துக் கத்தினான். ‘போடா. நிய்யும் அவனாட்டந்தான் இருப்ப. தலக்கட்டயும் கோமணத்தையும் பாரு’ என்று முணுமுணுத்துக்கொண்டே ஆடுகளைக் கிணற்றுப் பக்கமாய் ஓட்டினாள். குனிந்து ஒவ்வொரு புல்லைப் பொறுக்கிக் கொண்டே ஆடுகள் அவளுடைய விரட்டலுக்கு மசிந்தன. கிணற்றுக்குப் பக்கத்து அணப்பில் விட்டுவிட்டு மேட்டில் ஏறி உட்கார்ந்துகொண்டாள். எப்போதோ இந்தக் கிணற்றில் இருந்து நீர் இறைத்ததற்குச் சாட்சியாய் ஒற்றைத் தென்னை நின்றுகொண்டிருந்தது. ஒல்லியாகத் தவங்கித் தவங்கி வளர்ந் திருந்த மரம் தலையில் சில மட்டைகளுடனும் மெலிந்த குருத்துடனும் சோர்வாய்த் தெரிந்தது. தண்ணீர் இல்லாத வாடல். வெயில் அதன் பசுமையை உறிஞ்சி வெளிறச் செய்திருந்தது. அவள் உட்கார்ந்த இடத்திலிருந்து பார்க்கத் தென்னை பாவமாய்த் தோன்றியது. அதையே பார்த்துக் கொண்டிருந்தாள்.

பண்ணயக்காரி எவ்வளவு திட்டினாலும் வவுறி வாய்க்குள் முனங்கிக்கொள்வாளே தவிர எதுவும் பேசமாட்டாள். என்னவாவது சொல்லி அவள் காதில் அரைகுறையாக விழுந்து தொலைந்தாலும் போச்சு. அப்பனை வரச்சொல்லி ‘இந்த வவுறி முண்டயக் கூட்டிக்கிட்டு ஓடு’ என்று சொல்லித் துரத்திவிட்டால் என்ன செய்வது? அவளுக்கு எத்தனையோ ஆள்காரப் பையன்களும் பிள்ளைகளும் கிடைப்பார்கள். ஆனால் வவுறிக்கு? வெட்டுக்காட்டார் பண்ணயத்தில் கொண்டு போய்ப் போட்டுவிட அவளுடைய அப்பன் தயாராக இருக் கிறார். அந்தப் பண்ணயத்துக்குப் போய்விட்டால் அவ்வளவு தான். நெஞ்செலும்பு முறிந்துவிடுகிற அளவுக்கு வேலை செய்தாக வேண்டும். மல்ல, பேழ என்று அந்தப்பக்கம், இந்தப்பக்கம் கொஞ்சநேரம் போகக்கூட விடமாட்டார்கள். வவுறியுடைய அண்ணன் சொரக்காயன் அங்கேதான் ஆளுக்காரப்பையனாய் இருக்கிறான். அவன் பெரியவன். வெகுசீக்கிரம் அவனுக்குக் கலியாணத்தைப் பண்ணிவிட வேண்டும் என்று அப்பனும் அம்மாளும் பேசிக்கொண்டிருக்கிறார்கள். ஆளுக்காரப்

பையனுக்குப் பெண் கொடுக்க யாருமே கொஞ்சம் யோசிப்பார்கள். அந்த வேலைக்கு வவுறியைப் போட்டுவிட்டால் சொரக்காயனை அங்கேயே பண்ணயம் கட்டும் வேலைக்கு விட்டுவிடலாம். அவனுடைய குடும்பத்தை அவன் பார்த்துக் கொள்வான். அந்தப் பண்ணயத்திற்குப் போக வவுறிக்கு விருப்பமேயில்லை. ஒவ்வொரு வருசமும் சம்பளம் பேசும் போது பயந்துகொண்டே இருப்பாள். மாற்றிவிடுவார்களோ என்று. அழுது அடம் பண்ணியாவது அங்கே போகாமல் இருந்துவிட யோசிப்பாள்.

வெட்டுக்காட்டாருடையது பெருத்த பண்ணயம். ஊரிலேயே அவரைத்தான் 'ஒசந்தகை' என்பார்கள். அங்கே பண்ணயம் கட்டுகிற ஆள்காரர்களாக ஐந்தாறு பேர் உண்டு. அதில் வவுறியின் அப்பனும் ஒருவன். எல்லா நாட்களிலும் ஏதாவது வேலை இருக்கும். கொஞ்சம் சடவாக இருந்து அப்பன் போகவில்லை என்றாலும் வளவுக்கு ஆள் வந்து விடும். 'பண்ணயங் கட்டறவனுக்கு ஊட்டுல என்னடா வேல. தவசம் களத்துல இருக்கறப்பவே அளந்து வாங்கிக்கும் போது மூஞ்சியில வார சந்தோஷம் வேலை செய்யறப்பவும் இருக்கோணும்டா' என்று அவர் சத்தமாகச் சொல்வார். வவுறியின் அப்பனுக்குப் பறி தைக்கிற வேலையும் செருப்புத் தைக்கிற வேலையும் பெரும்பாலும் இருக்கும். அவருக்கு மூன்று கிணறுகள் உண்டு. மாறிமாறியும் ஒரே சமயத்திலும் மூன்றிலும் நீர் இறைப்பு நடந்துகொண்டேயிருக்கும். அதனால் கிழிந்த பறிகளை ஒட்டுப்போட்டுத் தைக்கவும் புதுப்பறிகள் உருவாக்கவும் என்று அந்த வேலை தொடர்ந்து இருக்கும். பறியில் எங்காவது கண்மயிர் அளவுக்கு ஓட்டை இருந்து நீர் பீறிட்டுக்கொண்டு வந்தாலும் போதும். 'என்னடா பறி தெச்சிருக்கற' என்று அவர் கத்துவார். அவர் வீட்டில் ஆட்களின் எண்ணிக்கையும் பத்துக்கு மேலிருக்கும். அடி ஆசு பெரிதாக வைத்துத் தைத்த செருப்புகள் அவர்களுக்கு வேண்டும். இதெல்லாம் போக மற்ற நேரங்களில் ஏர் ஓட்டவும் ஏற்றம் இறைக்கவும் தண்ணீர் மடை மாற்றவும் என்று ஏதாவது செய்ய வேண்டும். பயிர் நடவுக் காலங்களிலும் அறுவடைக் காலங்களிலும் இரவுபகல் பாராமல் அங்கேயே கிடக்க வேண்டும். வவுறியின் அம்மாளுக்கும் பண்ணயக்காரி வேலை கொடுத்துக்கொண்டே இருப்பாள். கம்பு குத்துவதும் ஆரியம் நெரிப்பதும் தினப்படி வேலை. காட்டில் வேலை செய்பவர்கள், ஆளுக்காரப் பையன்கள், பண்ணயம் கட்டுவோர் என்று எல்லோருக்கும் சோறு போடுவார்கள். வள்ளம்வள்ளமாக ஆரியம் நெரிக்க வேண்டியிருக்கும். வருசக் கடைசியில் அவர் கூலி தருவார். ஒவ்வொருவருக்கும் இரண்டு மொடா,

மூன்று மொடா அளவுக்கு என்று கிடைக்கும். பொம்பளை களுக்கும் தனியாகத் தருவார். வேலை செய்வதைப் பார்த்தால் வருசம் முழுக்கச் சோற்றுக்கு என்ன செய்வது? அதுவும் அந்த பண்ணயம் கட்டுவதற்கு எப்போதும் போட்டி உண்டு. ஏதாவது பிரச்சினை என்று ஒரு வீட்டுப் பண்ணயத்தை ஆள்விட்டு வந்துவிட்டால்போதும். பதிலாகப் போய்ச்சேர ஏழெட்டு பேர் தயாராக இருப்பார்கள். வவுறியின் அப்பன் உசாராக இருப்பார். என்ன காரணத்தாலாவது பண்ணயம் போய்விட்டால், சின்னஞ்சிறுசுகளாய் இருக்கும் ஐந்து பிள்ளைகளுக்கும் ஒருவேளையாவது சோறு போடுவது எப்படி என்று பயம் கொள்வார். பெரியவன் பாடு இனிப் பிரச்சினையில்லை. இறக்கை முளைத்துவிட்ட குஞ்சு. நாலு தாவுக்குப் பறந்து போய் எப்படியாவது இரை பொறுக்கிக் கொள்வான். வவுறிகூடப் பரவாயில்லை. இன்னும் மூன்றையும் என்ன செய்வது?

வவுறியை ஆளுக்காரப் பிள்ளையாய்ப் பண்ணயத்திற்கு விடச்சொல்லி அவர் கறாராய்ச் சொல்லிவிட்டால் வேறு வழியில்லை. எட்டும் தொலைவு வரை விரிந்து கிடக்கும் இந்தப் பெரியகாட்டை விட்டுவிட்டுப் போக நேர்ந்துவிடும். இங்கே மாதிரி நான்கு பேரோடு சேர்ந்து ஆடு மேய்க்கவோ குதித்து விளையாடவோ அந்த வீட்டில் விட மாட்டார்கள். அவர்கள் காட்டுக்குள்ளேயேதான் மேய்க்க வேண்டியிருக்கும். வேறுபக்கம் ஓட்டிக்கொண்டு போவதற்கும் முடியாது. மற்றவர்களுடைய ஆடுகளைத் தங்கள் காட்டுக்குள் விடவும் மாட்டார்கள். ஒண்டியாய் ஓரியாய் வானத்தை வெறித்துப் பார்த்துக்கொண்டு நிற்கவேண்டும். சித்தநேரம் ஆடுகளைப் பார்த்துக்கொள்ளச் சொல்லிவிட்டு அந்தப்பக்கம் இந்தப் பக்கம் போகவும் முடியாது. ஆடுகளின் கால்களுக்குள் மாட்டிக்கொண்டு திரிய வேண்டியதுதான். ஆடுகளும் எண்ணிக்கையில் மிகுதியாக இருக்கும். நாலாப்புறமும் வெள்ளாமைக் காடுகள். கொஞ்சம் பார்வை தவறிவிட்டால் எதிலாவது ஆடுகள் வாய் வைத்துவிடும். அந்தப் பண்ணயத்தை நினைத்தாலே வவுறிக்குத் திகிலாக இருக்கும். அவளுடைய அண்ணன் சொரக்காயன் வீட்டுக்கு வரும்போதெல்லாம் அழுவான். 'இன்னமே பண்ணயத்துக்குப் போவமாட்டன்' என்பான். அம்மா எதையாவது சொல்லித் தேற்றுவாள். 'பொன்னு ... இன்னொரு ரண்டு வெருசம் பொறுத்துக்கப்பா. ஆட்டும் பொறத்தாண்ட ஓட வேண்டாம். பண்ணயம் கட்டச் சேந்துக்கலாம். எப்படா அந்தப் பண்ணயத்த உடுவாங்கன்னு எல்லா நாய்களும் பாத்துக்கிட்டே இருக்குதுவ. நீ இப்பிடிச் சொல்லலாமா.' சொரக்காயன் தலையை நட்டுக்கொண்டு

பேசாமல் உட்கார்ந்திருப்பான். திடீரென்று கண்களை மட்டும் உயர்த்தி அம்மாவைப் பார்ப்பான். அது அம்மாவை என்னென்னவோ கேட்கும். அம்மா அவனைப் பார்ப்பதைத் தவிர்த்து வேறு ஏதாவது வேலையில் திரும்பிவிடுவாள். அவன் ரொம்பவும் அடம் பண்ணுகிற நாளில் அம்மாவுக்கே ஆங்காரம் வந்துவிடும். "ஓடம்பு திமிரெடுத்துத் திரியறயாடா. எங்காச்சும் போயிக் கும்பி காஞ்சு நாலு நாளைக்கிக் கெடந்தியின்னா எல்லாஞ் செரியாப் போயிரும்" என்று கத்துவாள். அவன் வாயும் சும்மா இருக்காது. "அந்தக் ஆளோடது உனக்குத்தான் இனிச்சுக் கெடக்குது. எனக்கென்ன" என்று கண்டதும் சொல்லிக் கேவலமாகத் திட்டுவான். சீவக்கட்டை யிலேயே அம்மா கண்ணை மூடிக் கொண்டு சாத்துவாள். கைகளை உயர்த்தி அடியை வாங்கிக் கொண்டு அவன் அழுவான்.

அதையெல்லாம் பார்க்கும்போது அந்தப் பண்ணயத்திற்குப் போகவே கூடாது என்று வவுறி நினைத்துக் கொள்வாள். சில சமயம் அம்மா கூப்பிடுவாள். பண்டிகை விசேச நாட்களில் அங்கே போய் என்னவாவது வாங்கி வருவதற்காக இருக்கும். வவுறி பயந்துகொண்டு மறுத்துவிடுவாள். அம்மாவின் புடவை முந்தானையைப் பிடித்துக்கொண்டு அவள் நிற்பதைப் பார்த்ததும் அவர்கள் "உனக்கு இத்தாப் பெரிய பிள்ள இருக்கறாளா. நம்ப பண்ணயத்துக்கு உடு" என்று ஒருவார்த்தை சொல்லி விட்டால் அவ்வளவுதான். யாராலும் மறுக்க முடியாது. "பெரியகாட்டுப் பண்ணயத்துல இருக்கறாங்கோ" என்று சொன்னாலும் விடமாட்டார்கள். "அவுங்களுக்கு எவ்வளவுடா பணம் தரோணும், இப்பவே கொண்டோயிக் குடுத்திட்டுக் கூட்டியா" என்று சொல்லிவிடுவார். வீட்டுக்கே படியளக்கிற வரைப் பகைத்துக்கொள்ள முடியுமா?

அம்மாவோடு சண்டை வருகிறபோது வவுறியைப் பயமுறுத்துவதற்காகச் சொல்வாள். "இருடி முட்டி வவுறி . . . உன்னயக் கொண்டோயி வெட்டுக்காட்டுப் பண்ணயத்துல போடறன். அப்பத்தான் கொழுப்பு அடங்கும்." அதற்கொன்றும் வவுறியால் பதில் பேசமுடியாது. அழுவாள். கொஞ்சநேரம் அழுது ஓயட்டும் என்று விட்டுவிட்டு 'சும்மா சொன்னன்டி. கனைக்காத' என்று அம்மா சொன்ன பிறகு தான் கொஞ்சம் கொஞ்சமாக அழுகை ஓயும். அம்மாவைக் கூடச் சமாளித்து விடலாம். அப்பனிடம் ஒன்றும் சொல்ல முடியாது. மயிரைப் பிடித்து இழுத்துக் கொண்டுபோய் விட்டுவிடுவார் என்று தோன்றும். இதுபற்றிய பேச்சு வரும் நாட்களில் கூளையனிடம் பேசக்கூடப் பிடிக்காது. முகத்தை உம்மென்று வைத்துக்கொண் டிருப்பாள். எதனால் அவள் இப்படி இருக்கிறாள் என்று

தெரியாமல் கூளையன் தவித்துப் போவான். 'பண்ணயக்காரி என்னாச்சும் சொல்லீட்டாளா' என்று திரும்பத் திரும்பக் கேட்பான். அவன் தொந்தரவு தாங்கமுடியாமல் வலுக் கட்டாயமாகச் சிரித்துப் பேச வேண்டியிருக்கும்.

இந்த வீட்டில் அவ்வளவாகப் பிரச்சினையில்லை. காலையில் வந்தோமா, கட்டுத்தரை வேலைகளெல்லாம் முடித்தோமா, ஆடோட்டி வந்தோமா என்றிருக்கும். பண்ணயக்காரியின் சொற்களுக்கு மறுபேச்சில்லாமல் நின்று கொண்டிருந்தால் போதும். அவளுடைய கோபம் முழுக்கவும் தணிந்ததும் சாதாரணமாகப் 'போய் வேலையப் பாரு போ' என்று அனுப்பிவிடுவாள். அவர்கள் பிள்ளை சரோஜா கல்யாணம் ஆகிப் போய்விட்டாள். அவள் இருந்தவரைக்கும் இன்னும் கொண்டாட்டம்தான். உச்சிப் பொழுதுகளில் வீட்டுத் திண்ணையில் அவளோடு உட்கார்ந்து தாயமோ பாண்டியோ ஆடலாம். தின்ன ஏதாவது தருவாள். தலைக்கு எண்ணெய்யும் கொடுப்பாள். நிறம் மங்கிப்போன ரிப்பன்களைக் கொடுத்துக் கட்டிக்கச் சொல்வாள். புருசன் வீட்டுக்குப் போன பின்னால் கூட வவுறி என்றால் ஒரு வாஞ்சை உண்டு. இங்கே வரும் போது 'வவுறி வவுறி' என்று வாய் நிறையக் கூப்பிட்டுக் கொண்டு ஆசையாக ஏதாவது சொல்வாள். அவர்கள் பையன் மணி மட்டும் எப்பவாவது உர்ரென்று அடிக்க வருவான். மனசுக்குள்ளேயே 'போடா' என்று சொல்லிக்கொண்டு வவுறி தூர வந்துவிடுவாள்.

வவுறியைப் பண்ணயத்தில் விட அப்பன் முயன்றபோது வெட்டுக்காட்டார் வீட்டுக்கு ஆள் தேவைப்படவில்லை. கொஞ்சம் தூரமாக இருந்தாலும் பரவாயில்லை என்று பெரியகாட்டில் விட்டார்கள். விடிகாலையில் நேரமாக எழுந்தோடி வரவேண்டும். காலையிலும் மாலையிலும் ரொம்பதூரம் நடக்க வேண்டியிருந்ததும் அவளுக்குப் பிடித் திருந்தது. இருநேரமும் புளியமரங்களில் கத்திக்கொண்டிருக்கும் காக்கைகளின் குரல்களைக் கேட்டுக்கொண்டே நடக்க ரொம்பவும் பிரியமாயிருக்கும். தார்ச்சாலையை மிதித்துக் கொண்டு ஓடுவதும் எப்போதோ ஒரு தடவை அதில் வரும் வாகனங்களைக் கண்டு கையுயர்த்திக் கத்திச் சிரிப்பதும் சந்தோசத்தைத் தரும். இந்த வருசமும் அப்பன் இங்கேயே வந்து சம்பளம் பேச வேண்டுமே என்பதுதான் அவளுடைய வேண்டுதல். கூளையனிடம் இதைச் சொன்னால் 'பயப்படாத. இவுங்க உன்னய உடமாட்டாங்க' என்று தைரியம் சொல்வான். கோபமாக இருந்தால், "அடுத்த வெருசம் இந்தக் காட்டுக்கா நீ வரப்போற. வெட்டுக்காட்டுல வாயத் தொறந்துக்கிட்டு நிப்ப" என்று சொல்லி மகிழ்ச்சியாகச்

சிரிப்பான். அதைக் கேட்டாலே வவுறிக்கும் முகம் சோர்ந்து போய்விடும். தனக்கு யாருமில்லை. எல்லோரும் தனக்கு எதிராகச் சதி செய்கிறார்கள் என்று தோன்ற அழுவாள். எல்லாவற்றையும் தைரியமாகப் பேசும் வவுறிக்கு இந்த ஒன்றில் மட்டும் அவ்வளவு பயம்.

கூளையனுக்கு மனசு ஆறவே இல்லை. பொட்டப் பிள்ளைக்குக் கொஞ்சமாச்சும் அறிவு வேண்டாமா? எவ்வளவு திமிர் இருந்தால் வீரனை அடிப்பாள்? வீரன் என்ன அவளை முட்ட வந்தானா? நிமிர்த்திக்கொண்டிருக்கும் வயிற்றை இடித்துத் தள்ளிவிட்டானா? எத்தனை அன்பாக அவள்மேல் உராய்ந்தான். அதை உணரத் தெரியாத மடச்சி அவள். தினந்தோறும் வீட்டுக்குப் போய் நாயும் நக்கலும் தின்கிற கொழுப்பு. அவளுடைய அப்பனும் அம்மாளும் பொட்டலம் பொட்டலமாக வாங்கி வந்து தள்ளுவார்கள். அதான் உடம்பில் கொஞ்சம் பசை பிடித்துவிட்டது. அதை வீரனிடம்தானா காட்டவேண்டும். அவளுடைய ஆடுகளிடம் காட்டுவது. ஆடுகளை வாங்கிவிட்டிருக்கிறவரிடம் காட்டுவது. நொட்டுச் சொல் சொல்லி எப்போதும் சீண்டிக் கொண்டேயிருக்கும் பண்ணயக்காரியிடம் காட்டுவது. சொன்னதைச் செய்யவில்லை என்றால் கன்னத்தைப் பிடித்துக் கிள்ளி நிமிண்டுவானே, அவர்கள் பையன், அவனிடம் காட்டுவது. அதற்கெல்லாம் முடியாது. பல்லைப் பல்லை இளிப்பது இங்குதான் முடியும். பொட்டாட்டம், பொடுவாட்டம் இருக்கும் வீரன்தானா கிடைத்தான்? விறகுக் கத்தை கொண்டு போவதைச் சொல்லிவிட்டால் என்ன செய்வாள்? தினமும் ஒவ்வொரு பெரிய கத்தை கொண்டுபோகிறாள் என்று சொல்ல வேண்டும். ஆட்டையே பார்ப்பதில்லை. விறகு பொறுக்குவதுதான் வேலை என்று சொல்ல வேண்டும். முதுகுத்தோல் உரிகிறவரை அடி விழும். அப்புறம் கொஞ்சம் கொழுப்பு அடங்கிப்போகும்.

பொருமிக்கொண்டே இருந்தான். அவள் இருக்கும் கிணற்றுப் பக்கம் பார்ப்பதும் வாய்க்குள் முணுமுணுப்பது மாகத் தவித்துக் கிடந்தான். ஆட்டைப் பிரித்து ஓட்டிக்கொண்டு போனால் போகட்டும். அந்த வத்தலாடுகளுடன் மேய்ந்தால் இந்த ஆடுகளும் மேயாமல் திருட்டுக்குப் போகப் பழகிக் கொள்ளும். வெகுதூரத்திற்குப் போய்விட்டால் போய் முடுக்கிக் கொண்டுவர யாரை ஏவுவாள். அவளே போகட்டும். புலம்பிக் கொண்டேயிருந்தான். நெட்டி முறித்துக்கொண்டே ஆடுகள் மேயும் இடத்திற்கு அருகே வந்து நின்றான். வெயில் தலையைத் தீய்த்துவிடும் போலிருந்தது. அவனுடைய ஆடுகளும் மேய்ந்துகொண்டே மெதுவாகக் கிணற்றுப்பக்கம்

நகர்ந்துகொண்டிருந்தன. வரப்புகளின் மேலேறி ஏறி அவனும் கிணற்றுமேட்டுக்கு வந்தான். அவளைத் திரும்பியும் பார்க்காமல் எதிர்ப்பக்கமாகப் போய் உட்கார்ந்தான். அவள் அவனைப் பார்த்து உதட்டைச் சுழித்துப் பழிப்புக் காட்டினாள். அவன் வெகுநேரம் பேசாமலே ஆட்டையும் வானத்தையும் பார்த்துக்கொண்டிருந்தான். வெளிரோடிய வானத்தில் வெண்ணிற மேகங்கள்கூட இல்லை. அரைநிலா எந்தத் தெளிவுமற்று நகர்ந்துகொண்டு இருந்தது. உற்றுப் பார்த்தால் நிலா தெரிந்தது. பழசாகிப் பொலிவிழந்து ஒடுங்கிப் போன ஈய வட்டல் போல. வெயில் கானலில் தூரமெங்கும் அலையடித்தது. செங்காட்டுப் பட்டி ஆடுகள் இன்னும் கத்திக் கொண்டிருந்தன.

அவள் பக்கமாகப் பார்த்தான். அதே சமயம் அவளும் பார்த்தாள். ஆனால் தலையைச் சிலுப்பிக்கொண்டு முகத்தைக் கோணிப் பழிப்புக் காட்டினாள். அதைப் பார்க்கவும் அவனுக்குச் சிரிப்பு வந்தது. ஆனாலும் மறைத்துக்கொண்டு கேட்டான். 'பிடா . . . அச்சாங்கல்லு ஆட்டமாடதாமா.' அவள் வார்த்தையெதுவும் பேசவில்லை. அதுவே இளகி வந்துவிடுவதற்கான அறிகுறியாகத் தோன்றியது. அருகில் போய்த் தோளில் கை வைத்தான். அவள் முரண்டிக்கொண்டு தோளை விடுவிக்க முயன்றாள். அவனுக்கு இப்போது வார்த்தைகளும் தேவைப்பட்டன.

"இன்னமே திட்டுல. கோவிச்சுக்காத வா."

"வீரன அடிக்காதயின்னுதான சொன்னன்."

அவள் கோபமும் அழுகையுமாகச் சொன்னாள். "நீ எங்க சொன்ன. தலையில கொட்டுன."

"தெரியாம கொட்டீட்டன் வா."

"அது எப்பிடி வலிச்சுது தெரீமா."

"நீ கல்லுல இட்டதுந்தான் வலிச்சுது. செரிக்குச் செரி. வா."

அவள் பேசாமல் இருந்தாள். மொட்டுக் கற்களாகப் பார்த்து ஐந்து கற்கள் பொறுக்கி வரப்போனான் கூளையன்.

●

4

செவிடியும் நெடும்பனும் ஆடோட்டி வரும்போது உச்சிப்பொழுதாகிவிட்டது. வெயில் உறைப்பைக்கூடச் சட்டை செய்யாமல் அந்த ஆடுகள் ஓடி ஓடிப் புற்களைப் பொறுக்கின. கூளையன், வவுறியின் ஆடுகள் வெயிலுக்குக் களைத்து நிழல் கண்ட இடத்தில் ஒவ்வொன்றாய் ஒதுங்க ஆரம்பித்திருந்தன. தென்னையின் அடியில் இருந்த பண்ணையில் கூளையன் நீர் நிறைத்து வைத்திருந்தான். நீர்வேட்கை கொண்ட ஆடுகள் அவ்வப்போது வந்து வாய் வைத்து நீர் உறிஞ்சிவிட்டுச் சென்றன. குட்டிகள் தாயோடு ஒட்டிக்கொண்டு வந்து இரண்டுவாய் உறிஞ்சின. லேசாக உப்புக் கரித்தாற் போல இருக்கும் நீரின் சுவை அவற்றிற்குப் பழகிவிட்ட ஒன்றுதான். இனிமேல் கூளையனுக்கும் வவுறிக்கும் கவலையில்லை. ஆடுகளை அடிக்கொருதரம் எட்டி எட்டிப் பார்க்க வேண்டியதில்லை. வெயில் தாழும் வரை அரைக்கண் மூடி அசை போட்டுக்கொண்டே ஆடுகள் படுத்துக்கிடக்கும். எழுப்பி விடும்வரைக்கும் அவை நகராது. வெள்ளாட்டுக்கிடா ஒன்றுதான் பிரச்சினை. ஒருபக்கமாகப் படுக்கவும் அதனால் முடியாது. மேயும் ஆடுகளோடு சேரவும் பிடிக்காது. எவ்வளவு குறுகலாக அண்ணாங்கால் போட்டாலும் வேலியிலோ மரத்திலோ தொத்துக்கால் போட்டு இரண்டு வாய் தழை கடிக்க அலையும். எந்த நேரத்தில் எந்தப் பக்கம் போகும் என்று சொல்லமுடியாது. பார்த்துக் கொண்டேயிருக்க வேண்டும். இந்தக் கருமாந்தரத்தை எதற்கு வாங்கி விட்டார்களோ.

செவிடியின் இடுப்பில் கொழுக்மொழுக்கென்று கருங்குழந்தை ஒன்று உட்கார்ந்திருந்தது. இடுப்பை விட்டு எப்போதும் இறங்கமாட்டேன் என்பது போல அதன் பிடி இருந்தது. செவிடி 'கீழ உக்காரு' என்று சலிப்போடு

பிய்த்தெடுத்துக் கீழே விட்டாள். அது அழுதுகொண்டே அவளுடைய கால்களைப் பிடித்து எழுந்து நின்றது. பற்றிக் கொண்டு அவளைத் தூக்கச் சொல்லிக் கைச்சாடை காட்டிக் கொண்டே கதறியது. அவள் 'சனியனே' என்று கீழே உட்கார்ந் தாள். அவள் மடியில் வந்து ஏறிக்கொண்டது. கூளையன் ஓடி வந்து தூக்கினான். பெருத்த களி உருண்டை போலக் கைக்கு வந்தது குழந்தை. அது அழ அழ உயரத் தூக்கித் தலைக்குமேல் போட்டுப் பிடித்தான். வீரிட்டது. மீண்டும் மீண்டும் ஒருபந்தை விசிறுவது போல அவன் விளையாடினான். அவன் கையிலிருந்து பிடுங்கி வவுறி தூக்கிப் போட்டாள். அம்மணத்தோடு கைகளை விரித்துக்கொண்டு மேலே போவதும் அகண்ட வாயோடு கீழே வந்து கைகளில் விழுவது மாய் இருந்தது. காலில் கிடந்த தளர்கொலுசு மெல்லச் சிணுங்கி அழுதது. கொடி அரைஞாண் வயிற்றை இறுக்கிக் கொண்டு கிடந்தது. நெடும்பனுக்கும்கூட உற்சாகம் வந்து தூக்கிப்போட்டுப் பிடித்தான். செவிடி கொஞ்சநேரம் தொல்லை விட்டால் போதுமென்று பேசாமல் பார்த்துக்கொண்டு உட்கார்ந்திருந்தாள். விளையாட்டு மென்மேலும் வெறியேறு வதையும் குழந்தையின் ஓலம் வெகுதூரம் எட்டுவதைப் போல ஒலிப்பதையும் கண்டு செவிடிக்குக் கொஞ்சம் பயம் பிடித்துக்கொண்டது. 'போதும் குடுங்க' என்று நெடும்பனின் கையில் இருந்த குழந்தையைப் பிடுங்கிக்கொண்டாள்.

"கொழந்த மேல பாசம் பொங்குது போ."

"பாசமிருக்காதா பின்ன . . ."

நெடும்பன் ரொம்ப மெதுவாகக் கூளையனுக்கு மட்டும் கேட்கும்படி 'ஆரு கண்டா. செவிடி பால்கூட குடுப்பா' என்றான். கூளையன் சட்டென்று சிரித்துவிட்டான். அவர்கள் ஏதாவது பேசியிருப்பார்கள் என்று தெரிந்தாலும் செவிடி எதுவும் பேசவில்லை. ஒரு பார்வையோடு நிறுத்திக்கொண்டாள்.

குழந்தை அவளைச் சொப்பிப் பற்றிக்கொண்டது. கண்ணீரும் ஊளையும் முகம் முழுக்க வடிந்தன. ஊளை வாயெங்கும் வழிந்து அடைத்துக்கொண்டது. சிந்தி எறிந்து விட்டுக் கண்ணீரைத் துடைத்தாள். பைக்குள் இருந்து மூக்குச் சொம்பை எடுத்து அதன் கையில் கொடுத்தாள். ஆவலோடு வாங்கி விசும்பிக்கொண்டே பாலைக் குடித்தது. கொஞ்சம் தான். திருப்பிக் கொடுத்துவிட்டு ஓவென்று வாயைத் திறந்து கத்தியது. அதன் உடம்பில் இன்னும் லேசான நடுக்கம் இருந்தது. பயத்தில் ராத்திரிக்குக் காய்ச்சலேதும் வந்துவிட்டால் என்ன செய்வது? பேச்சு செவிடிக்குத்தான். அதை உணர்ந்ததும்

அவர்களைப் பார்த்து "இப்பிடியா பயப்பெருத்துவீங்க" என்றாள். அதில் கோபத்தைவிடப் பயமே தெரிந்தது. வவுறி கையைச் சொடித்துக்கொண்டு "ஆமா. உம் பையன கடிச்சுப் புட்டம் நாங்க" என்றாள். குழந்தையைத் தேற்றுவதில் முனைந்தாள் செவிடி. தேம்பித் தேம்பி அழும் குழந்தையை நெஞ்சோடு அணைத்து முதுகில் தட்டிக் கொடுத்தாள்.

செவிடியின் பண்ணயக்காரி உடம்பு இயலாதவள். பொசுங்பொசுங்கென்று இருப்பாள். நாலு எட்டு வைத்தாலே விழுந்து விடுவதைப் போலத் தள்ளாடுவாள். மயக்கம் மயக்கமென்று எப்போதும் படுத்துக் கிடப்பாள். குழந்தையை யும் அவளையும் பார்த்தால் அவளுக்குப் பிறந்த குழந்தைதான் என்பதை நம்புவது கஷ்டம். அவளின் கிடப்பால் செவிடிக்கு நிறைய வேலை இருக்கும். கட்டுத்தரை வேலைகள் போக, வீட்டுவேலைகளும்.

பெரிய நடை வீடு. நடைக்கு இரண்டு பக்கமும் கதவுகள் உண்டு. ஒன்று கட்டுத்தரைப் பக்கம். இன்னொன்று கிணற்றுப்பக்கம். பக்கத்தில் வீடுகள் எதுவுமில்லை. அதனால் பண்ணயக்காரிக்கு ரொம்பவும் வசதி. புருசனுக்குத் தெரியாமல் கூட சில காரியங்கள் செய்துகொள்வாள். செவிடி கட்டுத்தரையில் வேலை செய்துகொண்டிருப்பது போலிருப்பாள். ஒருபக்கக் கதவைத் திறந்து செவிடியை உள்ளே விட்டுத் தாழிட்டு விடுவாள். வீடு கூட்டுவதிலிருந்து பாத்திரம் கழுவுவது வரை எல்லாமும் செய்வாள். வீடு கூட்டுவதைக்கூட வெளியே சொன்னால் பரவாயில்லை. பாத்திரம் கழுவுவதை எங்கும் சொல்லக்கூடாது என்பது அவள் கட்டளை. புருசனுக்குக்கூடத் தெரியாது. செவிடி பாத்திரம் கழுவிக் கொண்டிருக்கும்போது அவரோ வேறு யாரோ வந்து கதவைத் தட்டினால் எதிர்ப்பக்கக் கதவைத் திறந்துகொண்டு செவிடி வெளியே போய்விட வேண்டும். கட்டுத்தரைப் பக்கமிருந்து யாரும் வரமாட்டார்கள். அதனால் செவிடி அந்தப்பக்கம் போய்விடுவது ரொம்பவும் சுலபம்.

அடுப்பு வேலையை இதுவரை செய்யவில்லையே தவிர மற்ற எல்லாமும் செய்வாள். அவர் எங்காவது ரொம்ப தூரம் போகிற நாளில் துணி துவைக்கிற வேலை இருக்கும். அவருக்கும்கூட செவிடிதான் செய்கிறாள் என்பது தெரிந்திருக்குமோ என்னவோ. இதுவரை வெளியில் எதையும் காட்டிக்கொண்டதில்லை. செவிடிக்குச் சோற்றுப் பிரச்சினை இல்லை. அவள் என்னவெல்லாம் செய்கிறாளோ எல்லாவற்றி லும் ஒரு பங்கு செவிடிக்கும் கிடைத்துவிடும். பெரும்பாலும் தினமும் நெல்லஞ்சோறு கிடைக்கும். செவிடியும் ரகசியத்தைக்

காப்பாற்றிக்கொண்டுதான் இருக்கிறாள். ஆனால் குழந்தையைப் பார்த்துக்கொள்வது அவள் என்பது எல்லாருக்கும் தெரிந்தது. ஆடு மேய்க்கும்பொழுது முழுக்கவும் குழந்தை அவளோடு தான் ஒட்டிக்கொண்டு கிடக்கும். செவிடிக்குத் தினமும் நெல்லஞ்சோறு கிடைக்கிறது என்பது இவர்களுக்கும் தெரியும். நல்லதும் பொல்லாததும் தின்பதால்தான் மதமதவென்று வளர்ந்துவிட்டாள் என்று அவளுடைய அம்மாவும் சொல்வாள்.

செவிடி குழந்தையைத் தட்டியதும் மெல்லக் கண் கிறங்கி மடியிலேயே தூங்கிப்போய்விட்டது. துண்டை விரித்துக் கீழே குழந்தையைப் படுக்கப்போட்டாள். எறும்பு வந்து ஏறாத இடமா, வெயில் துளியும் படாத நிழலா எனபதை உணர்ந்து செய்தாள். யாராவது 'கலியாணத்துக்கப்பறம் கொழந்த வளக்கறது உனக்குக் கஷ்டமேயில்ல' என்பார்கள். குழந்தை இனிமேல் எழுந்திருக்க இரண்டு மணி நேரத்துக்கு மேலாகும். அதுவரைக்கும் செவிடிக்குக் கஷ்டமில்லை. மற்றவர்களோடு சேர்ந்து ஏதாவது விளையாட முடியும்; பேச முடியும். வவுறியோடு அச்சாங்கல் விளையாட உட்கார்ந்தாள். அவள் மேலிருந்த கனம் குறைந்து உடம்பும் மடியும் லேசாகிவிட்டன போலிருந்தது. மண்ணில் ஓடியாடி விளையாடினால் சுமக்கும் தொந்தரவில்லை. குழந்தையின் மேல் புழுதி படிந்திருந்தால் திட்டுவாளே என்று இக்கத்தில் இடுக்கியே வைத்திருந்து பழக்கிவிட்டாள். அதனால் எந்நேரமும் தூக்கி வைத்திருக்கச் சொல்கிறது. கீழே இறங்க மறுத்து அடம் பிடிக்கிறது. நாள் முழுக்கச் சுமந்தால் ஒருபக்கம் தோளும் உடம்பும் வலியால் கட்டுவிட்டு அடித்துப் போட்டதுபோல் இருக்கிறது. இப்போது கைகளும் கால்களும் இயல்பாக இயங்குவதாய்ப் பட்டது. கல்லை மேலே தூக்கிப் போட்டுப் பிடிக்கும்போது விரல்கள் லாவகமாய் விரிந்து குவிந்தன. அவள் முகத்தில் மகிழ்ச்சி கூடித் தெளிவோடிற்று.

கூளையனும் நெடும்பனும் நுங்கு வெட்டிவரக் கிளம்பி னார்கள். ஆடோட்டி வரும்போதே இட்டேரியின் மேலிருந்த சின்னப் பனையொன்றில் ஒற்றைக்குலை நுங்கு தொங்குவதை நெடும்பன் பார்த்திருந்தான். பெரிய பனையென்றால் கஷ்டம். நெஞ்சைக் கொடுத்து சிராய்ப்புடன் ஏற வேண்டும். இதில் நாலே தாவில் ஏறிவிடலாம். வாச்சி போலவிருந்த பனங் கருக்கு ஒன்றை இதற்கென்றே தயார் செய்து வைத்திருந்தார்கள். கூளையனைவிட நெடும்பன் சரசரவென்று சுலபமாகப் பனையேறுவான். அவனுக்குத் தலையில்கூடத் துண்டில்லை. பேச்சு சுவாரஸ்யமாக, வெயில்கூட உறைக்காத அளவுக்குப் போய்க்கொண்டிருந்தது.

"மொண்டி எங்க வர்ல."

"அவன் இன்னக்கிச் சாயந்தரந்தான் வருவான். இன்ன மேலா வரப் போறான்."

"அவன் வராத செவிடிக்குக் கஷ்டந்தான்."

"போடா. செவிடிக்கு என்னடா கஷ்டம்."

கூளையனின் அறியாமை நெடும்பனுக்கு எரிச்சலைக் கொடுத்தது. பேச்சுக்கு இயைந்து வரவில்லை. ஓட்டாஞ்சில்லி ஒன்றை எடுத்துக் காட்டுக்குள் இட்டான். மண்ணில் பட்டு எகிறி வெகுதூரம், ஓர் அணப்பைத் தாண்டிப்போய் விழுந்தது. இன்னொரு கல்லைக் கையில் எடுத்துக்கொண்டு நெடும்பன் கேட்டான்.

"செவிடியக் கவனிச்சயா."

"ம் . . ."

"என்னடா . . . ம் . . . மொண்டி வந்தானாப் பாரு. செவிடிக்குப் பக்கத்திலயே உக்காந்துக்கிட்டு ரவிக்கைய முட்டிக்கிட்டு நிக்கிற மொலயப் பாத்துக்கிட்டே பொழுது போறது தெரியாத பேசிக்கிட்டிருப்பான்..."

"ஆமாண்டா."

கூளையன் அதை ஆமோதித்ததும் நெடும்பனுக்குக் கோபம் வந்தது. அவன் எறிந்த கல் வளத்திப் பனையில் மோதித் தெறித்தது. மர அதிர்வில் மேலிருந்த கழுகு அஞ்சி மொட்டை வெயிலில் வானுயரப் பறந்தோடிற்று.

"எல்லாந் தெரிஞ்சுதான்டா வெச்சிருக்கற. ஒன்னுந் தெரியாத ஓலன்டா நீ . . ."

நெடும்பனின் வற்றிக் கறுத்த உடம்பின் உள்ளிருந்து கனத்த குரல் வெளி வந்தது. கூளையன் திரும்பிச் செவிடியைப் பார்த்தான். சம்மணமிட்டு உட்கார்ந்திருக்கும் அவள் பின் பக்கம் மட்டும் தெரிந்தது. நைந்து மங்கிய பாவாடை, ரவிக்கை. கொஞ்சம் இடைவெளி விட்டு ரவிக்கை இருந்தது. இன்னும் சற்றே நீளமாக ரவிக்கை இருந்தால் நன்றாக இருக்குமென்று பட்டது. நெடுநெடுவென்று செவிடி நல்ல உயரம். நின்றால் கூளையனையே தூக்கி இக்கத்தில் வைத்துக்கொள்வாள். அவள் உடல் அசைவதைப் பார்க்க அழகாயிருந்தது.

மரத்தில் நெடும்பன் ஏறியிருந்தான். குருத்துப்பட்டையில் ஏறி நின்றுகொண்டு வடக்கே பார்த்தான். ஒருவரும் கண்ணுக்குப் படவில்லை. வெயில் கானல் அலையில் வீடுகள் மறைந்துவிட்டன.

கிழக்கே கரடு செங்கனல் உருவமாய்த் தோன்றிற்று. உடல் சுருட்டித் தலை உயர்த்திய பாம்பொன்று நிற்பதைப் போல.

நெடும்பனுடைய பெரிய பண்ணயக்காரர் படுத்த படுக்கையாகக் கிடந்தார். மல்வதும் பேழ்வதும் எல்லாமே கட்டிலோடுதான். அவருடைய கட்டிலுக்குக் கீழே ஒரு முட்டி இருக்கும். அதில்தான் எல்லாம். அதை நேராக எடுத்து வைத்துவிட வேண்டும். கிழவர் வாயைக் கட்டாமல் கண்டதையும் தின்றுவிடுவார். போதாதற்கு இரண்டு வேளையும் அவருக்குக் கள் வேண்டும். காலையில் பார்த்தால் முட்டியில் மல் பாதிக்கும்மேல் நிறைந்திருக்கும். மூன்று மகன்கள் அவருக்கு. யாரும் கட்டிலுக்கு அருகில்கூட வரமாட்டார்கள். மருமகள்களும் அப்படித்தான். மல் நாற்றத்தோடு காலையில் பரிதவித்துக் கிடப்பார். எழுந்து போக நெடும்பனுக்குக் கொஞ்சம் நேரமாகிவிட்டால் அவ்வளவுதான். எழ முடியாவிட்டாலும் பற்களைக் கடித்துக்கொண்டு கத்துவார். 'எங்கடா போய்த் தொலஞ்ச.' நெடும்பன் ஒருமாதிரி சிரித்துக்கொண்டு 'கட்டுத்தரயில வேல' என்பான். 'கட்டுத்தர வேலதான் உனக்குப் பெரிசாப் போயிருச்சு' என்று கத்துவார். அதைப் பார்க்க இரக்கமாகவும் இருக்கும்; கோபமாகவும் வரும்.

ஒன்றும் பேசாமல் மல்முட்டியைத் தூக்கிக்கொண்டு வெளியே போவான். நாற்றம் பொறுக்க முடியாமல் மூக்கைப் பொத்திக் கொண்டால் அவருக்குத் தாங்காது. 'பெரிய புடுங்கி நீ . . . நாத்தமடிக்குதா. உங்க வளவுல மணக்க மணக்கத்தான் இருக்குதா' என்பார். அவர் ஏதாவது சொல்வார் என்பதற்காகவே கஷ்டப்பட்டு மூச்சை அடக்கிக்கொண்டு இருப்பான். அது மாட்டுக்காகப் போட்ட கொட்டகை. ஒருபக்கம் மட்டும் சுவர் இருக்கும். ஓலை வேய்ந்து சாப்பாக இறக்கப் பட்டிருக்கும். அவருக்கு முடியாமல் போனதும் அங்கே மாடு கட்டுவதில்லை. யாராவது அவரைப் பார்க்க வந்தால் உட்காரவென்று இரண்டு மூன்று பெரிய கற்கள் கிடக்கும். அதிகமாக யாரும் வருவதில்லை. அவருடைய மகள் மாதம் ஒருமுறையோ இரண்டு மாதத்திற்கு ஒருமுறையோ வருவாள். வந்து கொஞ்சநேரம் அவர் முன் நின்று துக்கத்தைத் தாங்க முடியாதவள் போல முந்தானையை எடுத்து வாயில் பொத்திக் கொண்டு அழுவாள். 'உனக்கு இப்பிடியா வந்து சேரோணும், எப்படி இருந்த ஆளு . . . உன்னய இந்த நெலயில பாக்கோணு மின்னு எந்தலயில எழுதியிருக்குது' என்றெல்லாம் அவ்வப் போது பேசுவாள். இடையிடையே அழுகை கூடும். தின்பதற்கு என்னவாவது கொண்டு வந்திருப்பாள். அவர் வெறுமனே 'எதுக்கு பிள்ள அழுவற' என்பதோடு சரி. வேறு யாரும் எட்டிக்கூடப் பார்க்கமாட்டார்கள்.

நெடும்பன்தான் எல்லாம் செய்ய வேண்டும். மல்லைத் தூரமாகக் கொண்டுபோய் வேலிக்காலில் ஊற்றிவிட்டு வருவதற்குள் அவர் துடித்துக் கிடப்பார். முட்டியைக் கட்டிலடியே வைத்துவிட்டுத் தூரமாகப் போய் நின்று கொள்ளவேண்டும். பேண்டு முடித்தபின் 'நெடும்பா' என்று குரல் கொடுப்பார். குரலில் மட்டும் அதிகாரம் தூள் பறக்கும். தடி ஊன்றி நடந்துகொண்டிருந்த கிழவன் ஓரிடமாக இருக்காமல் அங்கும் இங்கும் அலைந்ததால் வந்த வினை. கண்ணும் சரியாகத் தெரியாது. காட்டுக்குள் எதற்கோ போகும்போது மண் சறுக்கிவிட்டு மல்லாந்து விழுந்தார். கீழே கிடந்த கருங்கல்லில் போய் அடிக்கவும் கால் சப்பை நழுவிவிட்டது. யார் யாரையோ கூட்டிவந்து வைத்தியம் பார்த்தும் சப்பை கூடவில்லை. இன்னும் எண்ணெய் தேய்க்கும் வைத்தியம் நடந்துகொண்டுதானிருக்கிறது. என்றாலும் பலனில்லை. வயது குறைவாக இருந்தால் எந்த வைத்தியமும் கேட்கும். தேய்ந்து தொங்கிப்போன உறுப்புகளுக்குப் புதுப் பலம் கூட்ட எந்த மருந்தால் முடியும்?

அவர் கழித்த மலத்தைக் கொட்டாயின் ஒரு பக்கத்தில் எடுத்து வைத்துவிட்டுத் தண்ணீர் கொண்டுவர வேண்டும். அவருக்கென்றே ஒரு மொடாவும் சொப்பும் போட்டு வைத்திருந்தார்கள். தண்ணீர் மொண்டு வந்து ஊற்றுவான். ஒரு பக்கமாக ஒஞ்சரித்துக்கொண்டு கிடப்பார். தண்ணீர் பட்டதும் ரொம்பவும் பிரயத்தனப்பட்டு அவரே கழுவிக் கொள்வார். கழுவ அவர் படுகிற கஷ்டத்தைப் பார்த்து 'நீயே கழுவுடா' என்று சொல்லிவிடுவாரோ என்னும் பயம் ஒவ்வொரு நாளும் கூடும். மலத்தையும் கொண்டுபோய்க் காட்டுக்குள் கொட்டிவிட்டு வரவேண்டும். அதுதான் பெரிய கஷ்டம். முட்டியைத் தலைக்குமேல் தூக்கிக்கொண்டு போய் மேலிருந்தே சட்டென்று கவிழ்த்துப் போடுவான். வாய்ப்பகுதி மண்ணில் போய் கவிழும். முட்டியைத் திரும்ப எடுத்து வந்து கழுவுவதற்குள் குடல் புரண்டு போய்விடும். 'கெழட்டுக் கூதி செத்துத் தொலஞ்சா என்ன' என்று சாபம் விடுவான். முட்டியை எட்டி உதைப்பான். உடல் முழுவதும் பீயால் நிறைந்து வழிவது போலிருக்கும். முட்டி உடைந்து போய்விட்டால் அவர் உதைப்பாரே என்று பயமாகவும் இருக்கும். முட்டியைத் திரும்பவும் கொண்டுவந்து கட்டிலடியில் வைக்கும்போது அவர் முகமும் கண்களும் நன்றியால் கனிவு காட்டும். அது ஒருசில கணம்தான்.

அதேபோல் தண்ணீர் காயவைத்துத் தருவான். கட்டிலை மெதுவாக இழுத்து வந்து வெளியே போடுவான். வெந்நீர்ப்பானையை அருகில் வைத்து மொண்டு ஊற்றினால்

அவரே தேய்த்துக்கொள்வார். இறங்கிப்போன கால் சப்பையின் மேல் நல்ல சூடாக ஊற்றச் சொல்வார். கோவணத்தை மாற்றும்போது அவனைத் தூரப்போய் நிற்கச் சொல்லி விடுவார். 'கெழவனுக்கு இதுக்கு ஒன்னும் கொறச்சலில்ல. இவனுக்கு மட்டும் தங்கத்திலயா பண்ணி வெச்சிருக்குது' என்று நெடும்பன் முனகிக்கொள்வான். கட்டிலும் உடம்பும் காயும்வரை வெயிலிலேயே கிடப்பார். கண்களை மூடிக் கொண்டு வெயிலில் கிடக்கும் உடம்பைப் பார்க்கக் காய்ந்த வாழையிலை போலிருக்கும். அவரை உள்ளே கொண்டு போய்ப் போட்டுவிட்டுத்தான் நெடும்பன் வேறு வேலைக்குப் போகமுடியும். வெளியே வந்து மாட்டுச் சாணத்தைப் போட்டுப் பலமுறை கைகளைக் கழுவிக்கொள்வான். கைகளை மூக்குக்குப் பக்கத்தில் கொண்டு போனால் நாற்றம் தூக்கியடிக்கும். அவரை மறந்து ஆடுகளோடு போனால்தான் கொஞ்சம் கொஞ்சமாகக் குறையும்.

நெடும்பன் இல்லாத நாட்களில் அவர் படாதபாடு பட்டுவிடுவார். யாரும் வராமலோ, வந்தும் சரியாகக் கவனிக்காமலோ தனியாகக் கிடப்பார். திரும்ப நெடும்பன் வந்து சேர்ந்ததும் 'நெடும்பா' என்று அவன் கைகளைப் பற்றிக்கொண்டு அழுவார். அவரைப் பார்க்கப் பரிதாபமா யிருக்கும். 'நீதான்டா எம்பையனாட்டம்' என்று குழறுவார். 'உனக்கு என்ன செஞ்சு இந்தப் பாவத்தத் தீக்கறதுடா' என்று தேம்புவார். அவரிடமிருந்து சீக்கிரம் விடுவித்துக் கொள்ளத் தோன்றும்; விடமாட்டார்.

நெடும்பனுக்குப் பிடிக்காத வேலை அவரைக் கவனித்துக் கொள்வதுதான். என்றாலும் வேறு வழியில்லை. நெடும்பனின் பாட்டி, 'அவுரு நம்மளுக்குச் சாமியாட்டம். அவருக்குச் செய்யறதுக்குக் கஷ்டப்படாத. எனக்குச் செய்யறாப்பல நெனச்சுக்க' என்பாள். நெடும்பனின் அம்மா, அவன் ஒருவயதுக் குழந்தையாக இருக்கும்போதே விட்டுவிட்டு வேறொருவனைக் கல்யாணம் செய்துகொண்டு போய் விட்டாள். அவளுக்கு இப்போது இரண்டு மூன்று குழந்தைகள் இருக்கின்றன. எப்பவாவது பார்த்தால் 'எஞ்சாமீ . . . நல்லா யிருக்கறையா' என்பாள். அத்தோடு சரி. அவனுடைய அப்பனுக்கு அதுகூட இல்லை. அதே ஊரில்தான் இருக்கிறான். நேரில் பார்த்தால் பரமவைரியைக் காண்பது போல முறைத்துக்கொண்டு போவான். 'அவன் எனக்குப் பொறந்த பையனில்ல. ஆருக்குப் பெத்தாளோ அவங்கம்மாளத்தான் கேக்கோணும்' என்று எல்லோரிடமும் சொல்லித் திரிவான். அவனுக்குப் பாட்டியும் பாட்டனும்தான் எல்லாமே. ஒருவயதுக் குழந்தையைக் கையில் வைத்துக்கொண்டு பட்ட

பாட்டை அவன் பாட்டி விஸ்தாரமாகச் சொல்லும்போது இதையும் சேர்த்துச் சொல்வாள்.

“அந்தப் பெரிய பண்ணயக்காரரு மட்டும் இல்லீனா உன்னய உசுரோட பாக்க முடியுமா. உன்னயப் பொதச்ச எடத்துல பில்லு மொளச்சுப் போயிருக்கும். ஒருவெருசம் அந்த ஊட்டுப் பாலத்தான் குடிச்ச. காசு குடுத்துங் குடுக்காத ... வேலையும் கீலையுஞ் செஞ்சு கழிச்சன். அவுரு மகராசரு ... உனக்கு ஒரு நோவுன்னா அவருகிட்டத்தான் ஓடுவன். ஒருநாளும் இல்லைன்னு சொன்னதில்ல. அவர இப்பிடிக் கெவனிக்கறதுக்கு உனக்குக் கொடுத்து வெச்சிருக் கோணும்.”

அவனுடைய கஷ்டத்தை எல்லாம் எதையாவது சொல்லிப் பாட்டி மாற்றப் பார்ப்பாள். ஆனால் நெடும்ப னால் அவரைத் தொடர்ந்து கவனித்துக்கொள்ள முடியும் என்று தோன்றவில்லை. எப்போதாவது கோபப்பட்டுப் பீமுட்டியை அவர் மேலேயே கொட்டி உடைத்து விடுவோமோ என்றிருக்கும். சிலசமயம் அவர் அதட்டும்போது குரல்வளையை நெரித்துக் கொன்றுவிட வேண்டும் போலக் கை பரபரக்கும். ரொம்பவும் கஷ்டப்பட்டு அடக்கிக் கொள்வான்.

இந்த ஆள் சீக்கிரம் செத்துத் தொலைய வேண்டும் என்று வேண்டிக்கொள்ளும் போதெல்லாம் ‘கல்லு மனசா நம்புளுக்கு’ என்று தோன்றும். அதை ஈவு இரக்கமின்றி ஒதுக்கி வைத்துவிட்டு ‘அந்தக் கெழட்டுத் தாயோலி சீக்கிரம் சாகோணும் ... சீக்கிரம் சாகோணும் ...’ என்று இடை விடாமல் சொல்லிக்கொள்வான். அந்தக் கருமாந்தரம் எல்லா வற்றையும் மறக்கச் செய்வது இந்தக் காடும் ஆடுகளும்தான்.

குருத்துப்பட்டையில் உட்கார்ந்து நுங்குக் குலையை மேலே தூக்கி ஒருகையில் பிடித்துக்கொண்டு இன்னொரு கையில் கருக்கால் அறுத்தான். நுங்கு நல்ல பதம். தோலுக்கு வெளியே கண்ணாரை நன்றாகத் தெரிந்தது. கொடுவாளைப் போலச் சீக்கிரமாக இல்லை என்றாலும் கருக்கு அறுக்கத்தான் செய்தது. குலையைத் தூக்கிக் காட்டுக்குள் வீசினான். இரண்டு மூன்று காய்கள் குலையிலிருந்து சிதறிக் காட்டுக்குள் ஓடின. கூளையன் ஓடிப் பொறுக்கி வந்து நிழலில் போட்டான். நெடும்பன் கீழிறங்கியதும் அவன் கால்கள் லேசாக நடுங்கின. பனைமரச் சிராய்ப்பு நெஞ்சில் தெரிந்தது. இரத்தத்துளிகள் வியர்வைபோல் அரும்பியிருந்தன. கூளையன் காய்களை மெல்லச் சீவினான்.

கை வைத்ததும் உடைந்து தண்ணீர் பீறிட்டடித்தது. நெடும்பன் மேலெல்லாம் பூசிக்கொண்டான். வேர்க்குரு இருக்கும் கிச்சத்துப் பகுதியில் கூளையன் பூசினான். ஆளுக்கு மூன்று மூன்று என்னும் கணக்கில் உறிஞ்சிவிட்டு மிஞ்சிய நான்கையும் எடுத்துக்கொண்டு கிணற்றுப்பக்கம் போனார்கள். ஆடுகள் வெயிலுக்கு இளைப்பு வாங்கிக்கொண்டு கிடைத்த சிறுசிறு நிழல்களில் படுத்துக்கொண்டிருந்தன. நுங்கு சில் லென்று இறங்கியதும் வயிறு இன்னும் இன்னுமென்று தகித்தது. செவிடியிடம் அச்சாங்கல்லில் வவுறி தோற்றுப் போயிருப்பாளோ என்னவோ, மீண்டும் அச்சாங்கல்லில் கை வைத்து விளையாட மனமில்லாமல் இருந்தாள். அவளுடைய பீத்த வயிற்றுக்கு நுங்கு போதவில்லை என்பது தெரிந்தது. முகத்தில் சிரிப்பின் சுவடே இல்லை. வயிறு காலியாக இருந்தால் அவளால் தாங்கமுடியாது. எதையாவது கண்டதையும் கழிசலையும் போட்டு நிரப்பிக்கொள்ள வேண்டும். ஒருகுலை முழுவதையும் தின்றால்கூட ஒரே ஏப்பத்தில் கரைந்து செரித்துவிடும். இரண்டு குரம்பைகள் எந்த மூலைக்கு? கிணற்று மேட்டை விட்டிறங்கிக் கீழே போய்விட வேண்டும். வெயிலைவிட நிழல் தகித்தது. வெயிலின் தகிப்பு சகித்துக்கொள்ளக்கூடியது. நிழலின் தகிப்பு பொறுக்க முடியாதது. தன்னிலிருந்து துரத்திடவே நிழல் துடித்துக் கொண்டிருக்கும். வவுறி கூளையனிடம் தயக்கமாகக் கேட்டாள்.

“கூளையா . . . செங்காட்டுக்குப் போயி கல்லக்கா பறச்சுக்கிட்டு வரலாமா.”

தயக்கத்திலும் தீர்மானம் இருந்தது. அவன் வராவிட்டா லும் அவள் போகப்போகிறாள். கூளையன் அவளோடு போவதை எப்போதும் தட்டியதில்லை. உடனே முகம் பொங்கச் “சரி” என்றான். நெடும்பனுக்குத்தான் முகம் கூம்பிப் போய்விட்டது. அவன் பக்கம் பார்க்காமலே இரண்டு பேரும் கிளம்பினார்கள். நெடும்பன் அவர்களின் முதுகில் கோபத்தை வீசினான்.

“உங்க ஆட்ட நானொன்னும் முடுக்க மாட்டன்.”

“முடுக்காட்டிப் போ. செவிடியக்கா முடுக்கும்டா” என்றாள் வவுறி. ஏதாவது வேலை ஆகவேண்டும் என்றால் மட்டும் செவிடியை ‘அக்கா’ என்று கூப்பிடுவது வழக்கம். ‘அக்கா’ என்று கூப்பிட்டால் அவள் பூரிப்பாள். அது எந்தச் சமயமாக இருந்தாலும் சரி. அந்தச் சொல் மட்டும் அவளுக்கு நன்றாகக் கேட்கும். பண்ணயக்காரர் வீட்டில் இருக்கும் மட்டும்தான் செவிடியின் காதுகள் அடைத்துக்

கொண்டிருக்கும். மேட்டுக்காட்டுப் பக்கம் ஆடோட்டி வந்துவிட்டால் அது டப்பென்று திறந்துகொள்ளும். எருக்கலஞ்செடிக்குள் இருந்து கொண்டு ஊசியைக் காற்றில் வீசியது போலக் கீறலாகக் கத்தும் எருக்கலஞ்சிட்டுகளின் குரல்கூட அவள் காதுக்கு நன்றாகக் கேட்கும். வவுறி அச்சாங்கல் ஆட்டத்தை விட்டு விட்டுப் போவதுகூட அவளுக்கு நினைவில்லை.

"நீ போய்ட்டு வா பிள்ள . . . நாம் பாத்துக்கறன்." செவிடி அனுமதி கொடுத்துவிட்டாள். அதற்கு இன்னொரு காரணமும் இருந்தது. இரண்டு பேரும் பறைத்து வருகிற காயில் ஒரு கை கிடைக்கும். கூளையன் நெடும்பனை எச்சரித்தான். "டேய் ஆட்டப் பாத்துக்கல . . . உனக்கு ஒருகாய்கூடத் தரமாட்டன்."

"தராட்டி போடா. ஆடு ஓடுச்சுனா . . . உனக்குத்தான அடி உளுவும்."

அவனுக்கு உள்ளுக்குள் கொஞ்சம் பயம்தான். நிறையப் பறைத்துக் கொண்டுவந்து அவனுக்கு முன்னால் தொலித்துத் தொலித்துத் தின்பார்கள். வாயில் நுரைக்கும் கடலைப்பாலைப் பார்த்து எச்சில் ஒழுக்க வேண்டும். அதற்காகவே வாயை அசக்கி அசக்கி மெல்வார்கள். ஆட்காட்டி விரலை நொடித்துக்கொண்டு கொக்கரை காட்டுவார்கள். விட்டுக் கொடுக்காமல், கொஞ்சதூரம் போய்விட்டவர்கள் காதில் விழும்படி மறுபடியும் சொன்னான்.

"மேல் அணப்புப் பக்கம் போனா மட்டுந்தான் நா முடுக்குவன் . . ."

"எந்தப்பக்கம் போனாலுந்தாண்டா முடுக்கோணும். அப்பத்தான் பங்கு . . ." கூளையன் கூறிக்கொண்டே நடந்தான்.

"என்னோட வெள்ளாட்டுக் கெடாய உட்ராத. கொஞ்சம் ஏமாந்தா பள்ளந் தாண்டிப் போயிரும்." வவுறி கூவிச் சொன்னாள்.

நெடும்பன் பார்த்துக்கொள்வான். அவன் ஏன் இந்த வீம்பு பிடிக்கிறான் என்பது தெரிந்தது. வவுறி குழிமுயல் போலக் குதித்துக்கொண்டு ஓடினாள். காடெங்கும் கூரிய வாயை நீட்டிக்கொண்டு உட்கார்ந்திருக்கும் தட்டுக் கட்டைகள் எதிலும் காலைக் கொடுத்துவிடாமல் அடிவைத்து ஓட அவளுக்குத் தெரிந்திருந்தது. வவுறி இதுமாதிரியான சமயங்களில் உற்சாகம் பெருக்கெடுக்க என்ன செய்கிறோம் என்பதே தெரியாத அளவுக்குத் தலைகீழாக நிற்பாள். வண்டுகள் நோண்டியிழுத்த பனம்பழ நார்கள் போலத் தலை செம்பட்டை மயிர்களைக் கொண்டிருந்தது. வாரிக்

கட்டப்படாமல் அது எம்பி எம்பிக் குதித்தது. கூளையன் அவளைத் துரத்துவது போல ஓடினான். அவளை எட்டிப் பிடித்துவிடும் நோக்கம் எதுவும் இல்லை. அதனால் குறிப்பிட்ட இடைவெளியிலேயே அவன் போனான்.

நிலத்தின் வால் போல அகண்டு நீண்டிருந்த ஏரிப் பள்ளத்துக்குள் வவுறி முதலில் இறங்கினாள். அதற்குள் தனியாகப் போக எப்போதுமே பயம்தான். உயர்ந்து கிளை பரப்பிய மரங்களும் மரங்களைத் தொடர்ந்தேறிக் கிளைகளெங்கும் பந்தல்போல் படர்ந்து கிடக்கும் கொடிகளும் மட்டுமல்ல. ஆவாரஞ்செடிகளும் கத்தாழைக் கள்ளிகளும் அடர்ந்து கிடக்கும். அவற்றிடையே நீரோடும் மணல்தாரை பாம்பாக மறைந்து படுத்திருக்கும். எல்லாமும் சேர்ந்து நிலத்தின் மர்மம் எதையோ வெளிப்பட்டுவிடாமல் காப்பதற்காக நின்றுகொண்டிருப்பது போலப் படும். புற்களுக்கிடையே கடந்துபோன ஓரிருவரின் காலடித்தடம் தென்படும். வவுறி உள்ளே நுழைந்து மறைந்தாள். பின்னால் ஓடிய கூளையன் அவளுடைய அரவம் எதுவும் கேட்காமல் கலங்கிப்போனான். பள்ளத்தின் வாய் அவளைச் சடக்கென்று விழுங்கிவிட்டதோ. உள்ளே இறங்காமல் பனைமரச் சாரியின் ஓரத்தில் நின்றுகொண்டே "பிடா . . . ஏ . . . பிடா" என்று சத்தமாகக் கூப்பிட்டான். அவனுடைய குரல் புதர்களுக்குள் நுழைய இயலாமல் திரும்ப அவனையே வந்து சேர்ந்தது.

பாம்புகளும் உடும்புகளும் முயல்களும் எந்நேரமும் அசைத்துக் கொண்டே இருக்கும் குறுஞ்செடிகள் எல்லாம் காற்றற்ற வெளியில் அசைவின்றி உறைந்துவிட்டிருந்தன. பயத்தில் அவன் ஓரடிகூடக் கீழே வைக்கத் தயாரில்லை. வேறொரு பனைமரத்தருகே போய் நின்று கூப்பிட்டான். தொடர்ந்து கரும்பூதங்களாய் நின்றிருந்த பனைகளுக்கிடையே எந்தச் சந்தில் நுழைந்தாள் என்பதைச் சரியாகக் கவனிக்கவில்லை என்று பட்டது. அடுத்தடுத்த பனைகளுக்கிடையே ஓடி ஓடிக் கூப்பிட்டுப் பார்த்தான். எங்காவது அசைவு தெரிகிறதா என்று கூர்ந்து பார்த்தான். காய்ந்து தொங்கிய பனை ஓலை ஒன்று மரத்தில் உராயும் ஒலி மட்டும் கேட்டது. போய்ச் செவிடியிடமும் நெடும்பனிடமும் சொல்லலாமா என்று நினைத்துத் திரும்பியபோது, பின்னாலிருந்து "பேபேள . . ." என்று கத்தல் வந்தது. நடுங்கி "அய்யோ" எனக் கத்திப் பொருளற்ற கூச்சல் இட்டான். வவுறியின் சிரிப்புச் சத்தம் அவன் பின்னந்தலையில் அறைந்தது. வெளிறிய முகத்தோடு திரும்பிப் பார்த்தான். பிசாசுக்குட்டியைப் போல வவுறி நின்றிருந்தாள். ஏமாந்து போனதன் வெட்கம் அவன் முகத்தில் நிறைந்தது. அவளோ கர்வம் பொங்கச் சிரித்தாள். கீழே

கிடந்த கோல் ஒன்றை எடுத்து அவளை அடிப்பது போல உயர்த்தினான். அவள் உண்மையாகவே பள்ளத்துப் புதர்ச் செடிகளுக்குள் இறங்கி வெகுவேகமாக ஓடினாள். அவளைப் பின்தொடர்ந்து அவனும் ஓடினான். பழுத்துக் கிடந்த நெருஞ்சிகளிலும் சீமைக் கருவேல முட்களிலும் கால் பதியாமல் தாண்டியபடி ஓடினாள். அவனும் வேறு எந்தப்பக்கமும் திரும்பாமல் தொடர்ந்தான். செடிகளுக்கிடையே சரசரக்கும் ஒலி ஒன்றும் அவன் காதில் விழவில்லை.

எதிர்ப்பக்க மேடேறிக் காட்டுக்குள் நின்றதும் வவுறிக்குச் சத்தமெல்லாம் அடங்கியிருந்தது. கண்களைச் சுழலவிட்டுத் தேடிக்கொண்டிருந்தாள். கூளையனுக்குப் புரிந்தது. அவள் செங்காட்டுக் கிழவியைத் தேடுகிறாள். வெள்ளைச் சேலைத் துண்டத்தை மேலும் கீழும் கட்டியிருக்கும் அந்தக் கிழடு எந்நேரமும் இந்தக் காட்டுப் பக்கம்தான் சுற்றிக்கொண் டிருக்கும். காய்ந்த கொட்டக்காய்களை ஒடித்துக்கொண்டோ விறகுச் சுள்ளிகளைப் பொறுக்கிக்கொண்டோ காடெங்கும் சுற்றும். குருட்டுக் கண்களை அகட்டி அகட்டிப் பார்த்துக் கொண்டு நிற்கும். காது மட்டும் தெளிவாய்க் கேட்கும். சின்னச் சத்தம் வந்தாலும் வெறுமனேவாச்சும் அந்தப்பக்கம் திரும்பிக்கொண்டு ‘தூய் தூய்’ என்கும். ஆள் என்பது தெரிந்துவிட்டால் உடனே ‘பயா பயா’ என்று நாலு காடு தாண்டிக் கேட்கிற அளவுக்குக் கத்தி ஆளைக் கூப்பிட்டு விடும். அந்தக் கிழடுக்குப் பயந்துகொண்டே யாரும் இந்தப் பக்கம் வரமாட்டார்கள். மத்தியான வெயில் மண்ணில் கால் வைக்கவிடாமல் கொளுத்தும் இந்தப் பொழுதில் கூடக் கிழடு எங்காவது நிழலில் முடக்கிக்கொண்டிருக்கலாம்.

“நீ அந்தப்பக்கம் போ. நா இந்தப்பக்கம் பாக்கறன்.”

கொட்டக்கோல்கள் காய்ந்தும் ஒன்றிரண்டு தழைகளோடும் நின்றிருந்தன. தழைகளும் வதங்கிக் கையகலம்கூட இல்லாமல் பரிதாபமாய்த் தோன்றின. அசுவினிப் பூச்சிகள் பலதிலும் கூடு கட்டியிருந்தன. பார்க்கவே பிசுபிசுவென்று மனதில் ஒட்டின. அவற்றினூடே புகுந்து குனிந்துகொண்டு பார்த்தபோது கொட்டக்காடு வெகுதூரம் வரைக்கும் தெரிந்தது. ஆட்களின் அசைவு எதுவுமில்லை. வெயிலில் துவண்டுபோய்க் கொட்டாயில் கிழடு சுருண்டுகொண்டிருக்கும். ஆடுகளின் சத்தம்கூடப் பட்டிப்பக்கம் இருந்து வரவில்லை. வெயில் தாழாமல் பசி மயக்கத்தோடு கிறங்கிவிட்டன போல. வவுறி கையுயர்த்திக் கூளையனுக்குச் சாடை காட்டினாள். அவளது கறுத்த உதடுகள் பிரிந்து வெற்றிப் புன்னகை காட்டின. கூளையன் காய்ந்த கொட்டக்கோல் ஒன்றைப் படக்கென

உடைத்து அதன் உடைந்த பக்கத்தைச் சீர் செய்தான். கூர்நுனி கொண்ட கத்தியாய்த் தோன்றியது. நிலத்தைக் கிளறினான். கோல் வாட்டமாக வறண்ட மண்ணைத் துளைத்து இறங்கியது. கிளறக் கிளற அங்கொன்றும் இங்கொன்றுமாய்க் காய்கள் மண்ணில் புரண்டன. துண்டை விரித்து வைத்து அதில் போட்டுக்கொண்டிருந்தான். வவுறி எதிர்ப்பக்கம் கிளறும் ஒலி பரக்பரக்கென்று கேட்டது. இந்த வருசம் கடலைக்காய் வெட்டும் தருணத்தில் நல்ல மழை பெய்துவிட்டது. அதனால் கொடி அழுகி விழுதுகள் இற்றுப் போய்விட்டன. கடலைக் காய்கள் நிறைய நிலத்தோடே நின்றுகொண்டன. தங்குகாய் களைப் பறித்து எடுக்க இனிமேல்தான் வேலை நடக்கும். அதற்கு முன்னால் யாராவது நிலத்தைப் பறைப்பது தெரிந்தால் அவ்வளவுதான். முதுகுத்தோலை உரித்து உப்புத் தடவி விடுவார்கள். கூளையனுக்குக் காய்கள் சேரச்சேரப் பயமும் சேர்ந்துகொண்டிருந்தது. காற்றில் சருகுகள் உருண்டோடும் ஒலிக்குக்கூடக் காது தீட்டிக்கொண்டான். வண்டலான பகுதிகளில் கிளறக் கொஞ்சம் கஷ்டமாக இருந்தாலும் காய்கள் நிறைய இருந்தன. கரையான் காய்கள் மேல்தோல் அரிக்கப்பட்டு வலை உருண்டைகள் போலத் தோன்றின. மொட்டு மொட்டாய் மேலெழுந்த அவற்றைப் பார்க்கப் பார்க்க ஆசையாயிருந்தது. துண்டில் காய்களைச் சேர்த்து மூட்டையாக்கிப் பார்த்தான். பெரிய பனங்காய் அளவுக்கு மூட்டை இருந்தது. கிணுக்கெனக் கனமும்.

நகக்கண்களில் எல்லாம் மண் அப்பிக்கொண்டது. கோலால் குத்தி மண்ணைப் பிரிப்பது எரிச்சல் தருவதா யிருந்தது. கோலும் முன்போல் இல்லாமல் கூர்மையிழந்து மண்ணில் இறங்கத் தயங்கியது. தொண்டையை இலேசாகச் செருமினான். எதிர்ப் பக்கமிருந்தும் பதில் செருமல் கேட்டது. அவ்வளவுதான். மூட்டையை முடிந்து தோளில் போட்டுக் கொண்டு வெளியேறினான். பள்ளத்துக்கு இறங்கும் திட்டில் வந்து நின்றபோது வவுறியும் சேர்ந்துகொண்டாள். ஆளாளுக்குக் கிட்டதட்டச் சம அளவில் பெருத்திருந்தன. இருவர் முகங்களும் பொங்கின. மைனா ஒன்றைப் போலக் 'கீக்கீக்கீ' என்று கத்திக்கொண்டே வவுறி கீழோடினாள். ஆவாரஞ்செடிகளுக் கிடையே நீர் அறுத்தோடிய மணல் தடம் மூடியும் திறந்தும் கிடந்தது. அதில் கால் வைத்ததும் சூடு தகித்தது. குன்றி மணிக்கொடி படர்ந்து நிழலுக்கு அடர்த்தியைக் கூட்டியிருந்த வேம்பிற்கு நேராக மணலில் உட்கார்ந்தாள். மணல் குளுமை கொண்டிருந்தது. அவள் உட்கார்ந்ததும் அவனுக்குப் பயம் வந்தது. இவள் எப்போதுமே இப்படித்தான். தன்னைப் பெரிய தைரியசாலி என்று காட்டிக்கொள்வதற்காக ஏதாவது

செய்துகொண்டே இருப்பாள். இந்தப்பக்கத்தில்தான் நாகம் ஒன்றும் சாரை ஒன்றும் பிணையல் போட்டுக்கொண்டு கிடந்ததைப் பார்த்ததாக மொண்டி சொல்லியிருக்கிறான். மரங்களுக்கு உள்ளிருந்து சிட்டுக்களின் குரல் மாறி மாறிக் கேட்டுக்கொண்டிருந்தது.

"வாடா ... உக்காரு ... போலாம்."

கூப்பிட்டுக்கொண்டே கல்லக்காய் மூட்டையை அவிழ்த்துத் தொலித்துத் தொலித்துப் பருப்புகளை வாயில் போட்டுக்கொண்டாள். தயங்கிச் சுற்றிலும் பார்த்தபடியே அவனும் மணலில் உட்கார்ந்தான். மணல் பொச்சுக்குட்டில் மெத்தென்று பட்டது. பள்ளத்திற்குள் வாழும் இனம் தெரியாத மிருகங்களைப் போல இரண்டு பேரும் இருப்பதாக நினைத்தான். அவனுடைய கைக்கும் கொஞ்சம் காய்களைக் கொடுத்தாள். நன்றாகக் காய்ந்திருந்த பருப்புகள் மொறுமொறுவென்று பற்களுக்குக் கடிக்க இதமாகவும் ருசியாகவும் இருந்தன. பாதியளவுக்குத் தீர்ந்ததும் மிச்சத்தை மூட்டை கட்டி வைத்துக்கொண்டாள்.

"இதப் போவும்போது ரட்டக்காலிப் பனையடியில வெச்சிரலாம். ராத்திரிக்கு ஊட்டுக்குக் கொண்டோரன். எங்கம்மா கடுப்பான் ஆட்டும். ஒருநாளைக்குச் சாறு காச்சறதுக்கு ஆச்சு ..."

வீட்டுக்கு எதையாவது கொண்டு போவது அவள் வழக்கம். வீட்டுக்கு என்றில்லை, உடனிருக்கும் எல்லோருக்கும் கொடுப்பாள். வாயில் அதக்குவதற்குத் தீனி தேவைப்பட்டுக் கொண்டேயிருக்கும். நெடும்பனும் செவிடியும் கேட்டால் இரண்டு பேரும் பறைத்தது இவ்வளவுதான் என்று ஒரு மூட்டையைக் காட்டிவிட்டால் போதும். மணலில் ஆசுவாசமாகச் சாய்ந்துகொண்டாள். ஏதாவது ஒருவேலைக்கென்று வரும்போது அவள் இப்படித்தான். மகாராணி போலவும் எல்லாரும் அவளைப் பின்பற்ற வேண்டும் என்பது போலவும் நடந்துகொள்வாள். அவளுக்குப் பக்கத்தில் தேமேவென்று உட்கார்ந்திருக்க எரிச்சலாக இருந்தது. 'நாம் போறன்' என்றான். அவள் பார்வை மேலும் கீழும் ஆராய்ந்துகொண்டிருந்தது. வார்த்தை ஏதும் சொல்லவில்லை. மறுபடியும் "நீ எப்பவோ வா. நாம் போறன்" என்றான்.

●

5

தூரத்தில் இருந்து ஓடிவந்து எட்டிக் குதித்தான் நெடும்பன். கிணற்றுநீர் அலை சிதறிச் சுவர்களில் மோதி மோதித் திரும்பியது. கொடங்குகளில் நீர் பட்டுத் திரும்புகையில், ஆலச்சட்டியில் கருப்பட்டிப் பாகு ஆற்றும்போது டிமுக்கடிக்கும் ஓசை போலப் பலமடங்கு எழுந்தது. சிறிது நேரம் கழித்துத்தான் நீருக்குமேல் நெடும்பன் தலை தெரிந்தது. அடுத்து வவுறி 'ஹே' என்று கத்திக்கொண்டு ஆடியபடி குதித்தாள். குதிக்கத் தொடங்கும்போது இருந்ததற்கும் நீருக்குள் போய் விழுந்ததற்கும் இடையில் அவள் உடல் முழுக்கவும் திசை திரும்பிவிட்டது. அப்புறம் கூளையன் குதித்தான். முதலில் குதிக்கப் பயம். எப்போதுமே யாராவது குதித்துச் சலனத்தை உண்டாக்கிய பின்தான் நீருக்குள் அவன் காலை வைப்பான். செவிடி குதிக்கலாமா வேண்டாமா என்னும் யோசனையில் தடுமாறிக் கொண்டிருந்தாள். கிணற்றுக்குள் எட்டிப் பார்ப்பதும் மேலே வேம்பினடியில் தூங்கும் குழந்தையைப் பார்ப்பதுமாகத் தவித்தாள். மூவரும் நீருக்குள் அடிக்கும் கும்மாளமும் அதில் நீர் பதறிக் கதறும் ஓலமும் அவளை உள்ளே இழுத்தன. குழந்தை தூக்கத்தில் இருந்து விழித்துக்கொண்டது என்றால்கூடப் பரவாயில்லை. எழுந்து தவழ்ந்துகொண்டு கிணற் றோரமாய் வந்துவிட்டால் என்ன செய்வது? உச்சந் தலையில் நேரடியாக இறங்கும் வெயிலுக்குக் கிணற்றுக் குளியல் வெகு சுகமாகத்தான் இருக்கும். கண்கள் சிவந்து கைகளெல்லாம் சுருக்கம் விழுந்து வெளுத்துப் போனாலும் மேலேற மனசே வராது. கூட்டம் கூட்ட மாய் நிழல்களில் ஒதுங்கிப் படுத்திருக்கும் ஆடுகள் மேய்ச்சலுக்கென்று எழப் பொழுது மேற்கே இறங்கி நெற்றிக்கு நேராய் வரவேண்டும். அதுவரைக்கும்கூடக்

கிணற்றுக்குள்ளேயே கிடக்கலாம். ஆனால் குழந்தையை என்ன செய்வது?

செவுடிக்குக் பண்ணயக்காரியின்மேல் எரிச்சலாக வந்தது. அந்தப் பூஞ்சை உடம்பை வைத்துக்கொண்டு பிள்ளை பெறச் சொல்லி யார் அடித்தார்கள்? ஒருவேளை, பிள்ளை பெறாமல் இருந்திருந்தால் புருசன் வேறொரு கல்யாணம் செய்துகொண்டுவிடுவார் என்னும் பயமாக இருக்கும். அதற்கு நான்தானா பலி என்று தோன்றியது. கொதிக்கும் வெயிலில் ஓடி அந்தப் பாறைமேல் படுத்துப் புரண்டு உடலைப் பொசுக்கிக்கொள்ளலாம் போலிருந்தது. எப்போதும் இடுப்பை விட்டு இறங்காத குழந்தையைத் தூக்கித் தென்னை மர உயரத்திற்கு வீசிவிட வேண்டும் என்று பட்டது. குழந்தைக்குப் பக்கத்தில் போய்ப் புரட்டிப் பார்த்தாள். ஒருச்சாய்த்துப் படுத்திருந்த பக்கக் கழுத்தில் வேர்வை கசகசத்தது. நேராகப் படுக்கவைத்தாள். ஆழ்ந்து தூங்கிக்கொண்டிருந்தது. இப்போ தைக்கு எழப்போவதில்லை. அதன் முகம் தூக்கத்தில் பொலி வோடு காணப்பட்டது. இந்த முகத்தையா தூக்கி வீசத் தோன்றியது என நினைக்கையில் அவளுக்குத் தன்மீதே வெறுப்புத் தோன்றிற்று. குழந்தையின் கன்னம், நெற்றி, உதடு எங்கும் மாறி மாறி முத்தம் கொடுத்துத் தன் அன்பை உறுதிப்படுத்தினாள். சில சமயம் தாய்க்கு முன்னாலேயே செவிடிக்கு முத்தம் கொடுக்க அடம் பிடிக்கும் அதன் பிடிமானம் நினைவுக்கு வந்து அவளை நெகிழ்த்தியது.

கொஞ்சநேரம் குழந்தைக்கு அருகிலேயே உட்கார்ந் திருந்துவிட்டுப் பின் எழுந்து போய்க் கிணற்றுக்குள் எட்டிப் பார்த்தாள். மையம் காலியாகத்தானிருந்தது. மூவரும் கிணற்றோரச் சுவர்க்கற்களைப் பற்றிக்கொண்டு நின்றிருந் தார்கள். செவிடி குதித்தாள். கிணறு நல்ல ஆழம். பாழடைந்து போனதில் சுவர்களின் மண்திட்டுகள் சரிந்து சரிந்து அடி முழுக்கப் புதைசேறாகக் கிடக்கிறது. நிறையக் கொடங்குகள். பாறைகள் ஒன்றிரண்டுதான் என்றாலும் நம்பிக்கையோடு முழுகி உள்ளே நீந்தமுடியாது. ஆழம் போய் மண் எடுத்து வந்தவர்கள் இல்லை. தொடற விளையாட்டுப் போட்டாலும் மேலோட்டமாக மூழ்கி நீந்த வேண்டியதுதான். உள்ளே மூழ்கினால் திசை குழம்பிப்போய் எதிலாவது முட்டிக் கொள்ள நேரும். கிணறு இருந்த இடத்து மண் முழுக்க ஓடமண். வெள்ளை வெளேரென்று சுண்ணாம்புபோல் தோன்றும். அதனால்தான் நீரும்கூடக் கலங்கிச் சுண்ணாம்புக் கரைசல் மாதிரியிருக்கும். அதற்குள் கண் விழித்து நீந்துவது கடினம். எதிரில் வருபவரை அத்தனை தெளிவாக

பெருமாள்முருகன்

அடையாளம் காணமுடியாது. எப்போதோ ஒரு காலத்தில், இரண்டு தலைமுறை இருக்கும் போல, நாலைந்து ஏக்கர் காடுகளுக்குப் பாசனம் தந்துகொண்டிருந்த கிணறுதான். சின்னத் தகராறு, பங்காளிகளுக்கிடையில். அதில் ஏற்றத்தை உடைத்தெறிந்து காட்டைக் குறையாகப் போட்டுவிட்டார்கள். தகராறு தீர்ந்து பிரிவினை ஆகவே இல்லை. தென்னைமரங்கள் எல்லாம் நீரின்றி மாண்டுபோயின. தீர்கிறபாடில்லை. அதற்குள் ஒவ்வொருவரும் வெவ்வேறு பக்கம் இருந்த மேட்டாங்காடுகளைத் தோட்டமாக்கிக் கொண்டனர். கிணறு தூர்ந்து பீத்தலானது. பின் மெல்லத் தகராறு தீர்ந்தபோது அங்கே நீர் பாய்ச்சி உழவோட்ட யாருக்கும் பிரியமில்லாமல் போய்விட்டது. பழையதின் அடையாளமாய் ஒரே ஒரு தென்னை உயிரைக் கையில் பிடித்துக்கொண்டு நிற்கிறது. கிணறு ஆட்டுக்காரப் பிள்ளைகள் குதிப்பதற்கு வாகாய். கோடையில் ஏரியிலும் தண்ணீர் முழுதுமாய்ச் சுண்டிப் போனபின், இந்தக் கிணறும் இல்லாவிட்டால் அவ்வளவுதான்.

செவிடி உள்ளே ஒருநீச்சல் போட்டுவிட்டு அவசர அவசரமாய் மேலேறி வந்து குழந்தையைப் பார்ப்பாள். ஒருநிமிடம் நின்றுவிட்டுக் குதிப்பாள். அடிக்கடி மேலேறிக் குதிப்பதற்கும் குழந்தை சாக்காகிவிட்டது. அவள் குதிக்க மேலேறும்போது பின்னாலேயே நெடும்பனும் ஏறி வந்தான். நீரில் நனைந்த துணிகள் அவள் உடலோடு முழுதுமாய் ஒட்டிக்கொண்டு விட்டன. அவள் உடலையே பார்த்துக் கொண்டிருந்த நெடும்பன் அவள் குதித்ததும் தொடர்ந்து குதித்தான். அவள் உடலோடு உரசியபடி நீருக்கு மேலே வந்தான். அவன் முழங்கால், முதுகில் ணங்கென்று இடித்ததில் ஒருகணம் செவிடிக்கு மூச்சே நின்றுபோனது. நீருக்கு மேல்வரக் கொஞ்சம் தாமதமானது. கைகள் சோர்வுடன் நீரை அழுத்தின. தவளையைப் போல வாய் திறந்து பெருமூச்சு விட்ட அவள், சுவரில் நீட்டிக்கொண்டிருந்த கல்லொன்றை எட்டிப் பிடித்துச் சிரமத்தோடு நின்றாள். குன்றிப்போன முதுகை நிமிர்த்துவதே கஷ்டமாக இருந்தது. நீரை இரு கைகளாலும் அடித்து எழுப்பி அதன் சிதறலில் சந்தோசப் பட்டுக்கொண்டிருந்த நெடும்பனைப் பார்த்துப் பற்கள் நெரிபடக் கத்தினாள். மூச்சுவாங்கலில் சொற்கள் தடைபட்டு வந்தன.

"மீயம்மன தெங்க... எதுக்குடா மேல குதிச்ச..."

"ம். நாங் குதிக்கறப்ப நிய்யும் குதிச்சிருக்கிற. வேணுமின்னா மேல குதிச்சாங்க."

அவன் வெகுசாதாரணமாய்ச் சொல்லிவிட்டு நீந்தத் தொடங்கிவிட்டான். கூளையனும் வவுறியும் இந்தச் சுவரிலிருந்து எதிர்ச்சுவர் வரைக்கும் நீந்திப் போய் யார் முதலில் தொடுவது எனப் போட்டி போட்டு விளையாடிக்கொண்டிருந்தனர். அவர்கள் இதை ஒன்றையும் கவனிக்கவில்லை. கிணற்றுப் படிகளிலும் ஒழுங்கு கிடையாது. தூர்ந்துபோய் நின்றன. அவை சரிந்துவிடாமல் இருக்கப் பதமாய் அடி வைத்துத்தான் ஏறவேண்டும். கொஞ்சம் இடறினாலும் மண் சறுக்கி நீருக்குள் போய் விழ வேண்டியதுதான். ஈரத்தோடு ஏறுகையில் சிதறிய நீர்த்துளிகள் பட்டு படிமண் சேறாகி வழுக்கிவிடத் தயாராக இருக்கும். செவிடி குழந்தையைப் பார்க்க மறுபடியும் ஏறினாள். நெடும்பனும் பின்னாலேயே ஏறினான். நுங்குக் குரம்பைபோல் அவள் நெஞ்சில் முளைத்திருந்த குறுமுலைகள் அவனை ஈர்த்திருக்கக் கூடும். குழந்தையைப் பார்த்துவிட்டு வந்து அவள் குதிக்கச் சுவரோரமாய்ப் போகையில் அவனும் கூடவே வந்து நின்றுகொண்டான். அவள் சொன்னாள். "நீ மொதல்ல குதி. அப்பறம் நாங் குதிக்கறன்."

அவன் குதிக்கவில்லை. அவளையே பார்த்தான். கேட்டான், "ரண்டு பேரும் கை கோத்துக்கிட்டு ஒண்ணாக் குதிக்கலாமா."

குரலில் நெகிழ்வும் தயக்கமும். அவளுக்குப் பிடிக்கவில்லை. முதுகுவலி அதிகம் உறைத்தது. "ஒன்னும் வேண்டாம். தனித்தனியாவே குதிக்கலாம்."

அவள் வெறுப்பாக முகத்தை வைத்துக்கொண்டு சொன்னதும் அவனுக்கு முகம் சிவக்கக் கோபம் வந்து விட்டது.

"மொண்டி கூடன்னாக் குதிப்பயா. எங்கூடக் குதிக்க மாட்டயா."

"போடா..." முகத்தைச் சுளித்துப் பழிப்புக் காட்டிவிட்டு நகர்ந்துகொண்டாள். அவள் அப்படிச் செய்தது அவனுக்கு அவமானமாக இருந்தது. சட்டென்று நெருங்கிக் கைகளைப் பிடித்துக்கொண்டான்.

"இப்பக் குதிக்க வர்றயா... இல்லையா."

"போடா... நா வல்ல."

"ஒரே ஒரு குதிதான். ரண்டு பேரும் குதிக்கலாம். அப்பறம் உன்னைய நான் கூப்படமாட்டன்."

"நா வல்லைனா வல்ல... உட்ரு."

செவிடியின் வெள்ளி மூக்குத்தி மினுக்கம் குறைந்து கறுத்திருந்தது. நீரில் நனைந்து தலையோடு ஒட்டப் படிந்திருந்த மயிர்களிலிருந்து சொட்டுச் சொட்டாய் நீர் உதிர்ந்து கொண்டிருந்தது. உடலோடு ஒட்டியிருந்த துணிகள் கசகசத்தன. அவள் கிணற்றுமேட்டிலிருந்து இறங்கித் தென்னை மரத்தடியில் போய் நின்றுகொண்டாள். நெடும்பனின் கோவணம் நீர் சொட்டிக்கொண்டு முழங்காலுக்குக் கீழ்வரை நீண்டு தொங்கியது. கிணற்று மேட்டிலேயே நின்றபடி அவளை நோக்கி எச்சரிக்கை செய்தான்.

"நீ வர்லீன்னாப் பாரு... ஆமா."

"வரமாட்டன் போடா..."

"வந்தீனா உனக்கு நாளைக்கு ரண்டு தேங்கா கொண்டாந்து தருவன்."

"ஒன்னும் வேண்டாம் போடா..."

அவள் வரமாட்டேன் என்று பிடிவாதம் பிடிப்பது அவனை மேலும் தூண்டியது. விரல் நீட்டிப் பயமுறுத்திச் சொன்னான்.

"கொழந்தயக் கெணத்தோரத்துல உட்டுட்டுக் கெணத்துல குதிச்சீன்னு உங்க பண்ணயக்காரிகிட்டச் சொல்லீருவன் பாத்துக்க..."

அவள் அதற்கொன்றும் அசையவில்லை. 'சொல்லிக்க போடா' என்றுவிட்டு ஆடுகள் இருந்த பக்கமாய் ஓடிவிட்டாள். மேற்கொண்டு கிணற்றில் குதிக்க அவளுக்குப் பிடிக்கவில்லை. அவனோடு ஒருகுதி குதித்திருக்கலாமோ என்று பட்டது. பயம் காட்டிக் கூப்பிடுகிறவனோடு எதற்குக் குதிக்க வேண்டும் என்று வீம்பு வந்தது. அங்கிருந்தே பார்த்தாள். அவன் கொஞ்சம் தயங்கி நின்றுவிட்டுப் பின் ஒரே ஓட்டமாய் ஓடிக் கிணற்றில் குதித்தான். அவனுடைய ரச்சை தீர்ந்து அப்பாடா என்றிருந்தது. அவனுக்கு ஏற்பட்டிருந்த வெறியைப் பார்த்தால் தரதரவென்று கையைப் பற்றி இழுத்துக் கொண்டுபோய்க் கிணற்றுக்குள் தள்ளிவிடுவானோ என உள்ளுக்குள் பயந்துபோயிருந்தாள். அந்த அளவு அவன் போகவில்லை என்றதும் அவன்மேல் லேசாக இரக்கம் சுரந்தது. யாரும் மேலே ஏறி வரவில்லை. நீர் அலைக்கழியும் ஓசையும் தெளிவற்ற பேச்சுக்குரல்களும் தொடர்ந்து வந்தன.

கிணற்றுக்குள் கேட்டுக்கொண்டிருந்த அரவம் வெகு நேரம் நீடிப்பது போலிருந்தது. துணிகளெல்லாம் காய்ந்து மொடமொடத்தன. குழந்தை இன்னும் தூங்கிக்கொண் டிருந்தது. அவளுக்குப் பசியில் வயிறு சுண்டியிழுத்தது. சோற்றுப்போசியைக் கற்றாழைகள் நிறைந்திருந்த கரையில் இருபெரிய கற்களுக்கிடையே இருந்த சந்தில் வைத்திருந்தாள். தூக்குப்போசி மூடி கழன்று வந்துவிடும். மரத்தில் மாட்டினால் காக்கைகள் கிளையில் உட்கார்ந்து அலகால் மூடிப் பிடியைப் பற்றி மனிதரைப் போலவே இழுத்துத் தூக்கிவிடும். அதற்காக வேண்டித்தான் பாறைச் சந்தைக் கண்டுபிடித்து வைத் திருந்தாள். போசியை எடுத்துக்கொண்டு கிணற்றுமேட்டின் மேல் நின்றுகொண்டு உள்ளே பார்த்துச் சத்தமாகச் சொன்னாள்.

“நாஞ் சோறு குடிக்கப் போறன். வர்றதுன்னா வாங்க.” நிழலில் உட்கார்ந்துகொண்டு காத்திருந்தாள். நீர் சொட்டச் சொட்ட வவுறி மேலேறி ஓடினாள். காட்டுக்குள் ஓடிப் பனையொன்றின் பின்னால் போய் நின்று இடுப்புத் துண்டத்தை அவிழ்த்துப் பிழிந்து கட்டிக்கொண்டு தூக்குப்போசியை எடுத்து வந்தாள்.

எல்லோரும் வந்ததும் போசிகளை மையத்தில் வைத்து விட்டுச் சுற்றிலும் உட்கார்ந்தார்கள். அகண்ட வாயுடைய பெரிய போசிகள். மூடியே வட்டில் போல இருக்கும். திறந்ததும் புளிச்ச நீத்தண்ணியின் வாடை கமழ்ந்தது. கூளையனுடையது கம்மஞ்சோறு. வவுறியும் நெடும்பனும் களி. செவிடி அரிசியும் பருப்புஞ்சோறு. செவிடியினுடைய போசியைத்தான் எல்லோரும் ஆவலாகப் பார்த்தார்கள். அவள் ஆளுக்கொரு கை அள்ளிக் கொடுத்தாள். நெடும்பன் தலையைக் குனிந்து கொண்டு சோற்றைக் கரைப்பது போல இருந்தான். அவள் முகத்தைப் பார்க்கவில்லை. அவளே கையைப் பிடித்து இழுத்துக் குத்துச்சோற்றைக் கொடுத்தாள். அப்பவும் முகத்தைப் பார்க்காமலே வாங்கிக்கொண்டான். செவிடி சிரித்துக் கொண்டாள். வவுறியும் கூளையனும் ‘என்ன’ என்பதுபோல் கைச்சாடை காட்டிச் செவிடியைக் கேட்டார்கள். உதட்டைப் பிதுக்கி ஒன்றுமில்லை எனபதாய்ப் பாவனை செய்துவிட்டுச் செவிடி சோற்றைத் தின்றாள்.

அரிசியும் பருப்புஞ்சோறு. பண்ணயக்காரி ராத்திரி ஆக்கினாளோ விடியற்காலம் செய்தாளோ தெரியவில்லை. நசநசவென்று நைந்து போய் வாசம் வந்தது. கையில் பிசுபிசுவென்று ஒட்டினாலும் தக்காளியும் பூண்டும் நிறையப் போட்டுச் செய்திருந்ததால் நன்றாக இருந்தது. ஒரு கை

சோறு எந்த வாய்க்குப் போதும்? எல்லாரும் அவளுடைய போசியையே பார்ப்பது தெரிந்தது. அவள் கை நீளுமா என்னும் யோசனை எல்லா முகங்களிலும் எதிர்பார்ப்பாய்த் தேங்கி நின்றது. செவிடி இருப்பதைப் பகிர்ந்து கொடுத்தாள். வெயிலில் மூச்சிரைத்துக்கொண்டு கூளையனின் நாய் பூச்சி எங்கிருந்தோ ஓடிவந்தது. உக்கிரம் தாளாமல் நாக்கு கீழே நீண்டு தொங்கியது. சலவாய் கொட்டிக்கொண்டிருந்தது. அதைப் பார்த்ததும் அவனுக்குப் பாவமாக இருந்தது. 'காத்தால இருந்து எங்கடா போன பூச்சி' என்றான். தலையைத் தடவிவிட்டான். வாலை ஆட்டிக்கொண்டு, கண்கள் கிறங்கப் பாதி மூடியபடி அவன் தடவலைச் சுகித்து ஏற்றுக்கொண்டது. அவன் எழுந்து போய்ப் பனங்கருக்கு ஒன்றில் செருகி வைக்கப்பட்டிருந்த ஓலைக் கோட்டையைத் தேடி எடுத்து வந்தான்.

கந்தன் தெளுவு ஊற்றுவதற்காகக் கட்டும் கோட்டையைப் பண்ணயக்காரர்கள் குடித்துவிட்டுப் பனங்கருக்கில் செருகி வைப்பார்கள். அடுத்த நாள் வரும்போது அவர்களுக்காக வேறொரு கோட்டைதான் கட்ட வேண்டும். ஆட்டுக்காரப் பையன்களுக்கு எப்போதாவது தெளுவு ஊற்றினால் அவர்கள் குடித்த கோட்டையே போதுமானது. புதுக் கோட்டை கேட்டால் கந்தன், 'அவுங்க குடிச்ச எச்சயில குடிக்கமாட்டயா. பூசாரிப் பிள்ளதான் போடா' என்பான். கொஞ்சம் கோபமாக இருந்தால் 'நீ இருக்கற இருப்புக்குச் சோத்துக்கு நெய் கேக்குதா' என்று பாய்வான். கோட்டையை அவன் எடுத்து வருவதைப் பார்த்ததும் பூச்சி வாலை ஆட்டிக்கொண்டு அவனருகே ஓடிக் காலை நக்கியது. 'டேய் போடா' என ஓர் அதட்டுப் போட்டுவிட்டுக் கொஞ்சமாகக் கரைத்த சோற்றைக் கோட்டையில் ஊற்றித் தூரமாக வைத்தான். பூச்சி சலப்சலப்பென்று நாலே வாயில் குடித்துவிட்டு, அவனருகே வந்து நின்றுகொண்டது. இன்னும் கிடைக்கும் என்று நப்பாசை.

"பூச்சீ . . . போடா. அவ்வளவுதான் உனக்கு. ராத்திரிக்குப் பட்டிச்சோறு வவுறு ரம்ப ஊத்தச் சொல்றன் போ . . ." என்று கொஞ்சலாகச் சொன்னான். அப்பவும் அது போகவில்லை. "போடா" என்று அதட்டல் போட்டதும் கொஞ்சம் பின்னகர்ந்துகொண்டு அவனையே பார்த்தது. "பாவம்டா" என்று சொல்லிவிட்டு நெடும்பன் அவனுடைய சோற்றில் கொஞ்சம் ஊற்றினான். அதையும் குடித்துவிட்டு முன்போலவே வந்து நின்றுகொண்டது. செவிடி எல்லோரிடமும் ஒவ்வொரு மூடி சோறு வாங்கிக் குடித்தாள். கடித்துக்கொள்ள வவுறிதான் இரண்டு மிளகாய் வைத்

திருந்தாள். நல்ல காரம். துளியூண்டு கடித்ததும் நாக்கு முழுக்கக் காரம் சுள்ளென்று ஏறியது. ஒருமூடி சோறு முழுவதும் கடகடவென்று உள்ளிறங்கியது. அப்பவும்கூட லேசாகக் காரம் நாக்கில் ஒட்டியிருந்தது. கூளையனின் கம்மஞ்சோறு வழவழவென்று தொண்டையில் இறங்கியது. நைய இடித்து ஆக்கியிருக்கிறாள் பண்ணயக்காரி. வழக்கம் போலவே சோற்றைக் குடித்து முடித்ததும் ஏப்பம் விட்டுக்கொண்டு எழுந்து நின்றபடியே நெடுவயிறு புடைக்க நெளித்தான் நெடும்பன். அவனைப் பார்க்க எல்லோருக்கும் சிரிப்பு வந்தது. ஆட்டுத்தாழியில் கையைக் கழுவிக் கொண்டபின் ஈரக் கோவணம் உறுத்துவதை உணர்ந்தான் கூளையன். தலைத்துண்டை அவிழ்த்துக் கோவணமாய்க் கட்டிக்கொண்டு ஈரக் கோவணத்தைப் பிழிந்து தலையில் கட்டிக்கொண்டான். கொஞ்ச நேரத்தில் காய்ந்துவிடும்.

சோறு உள்ளே இறங்கியதும் வயிறு குளிர்ந்தது. கண்கள் செருகிக்கொண்டு வந்தன கூளையனுக்கு. தலைக்கு ஒரு கல்லை அணை கொடுத்துக்கொண்டு படுத்தான். அங்கங்கே நிழலில் ஆடுகளைப் போலவே அவர்களும் முடங்கிக் கொண்டார்கள். வெயிலுக்கு நிழலும்கூடக் காந்தியது. ஆடுகள் அப்படியே அசை போட்டுக்கொண்டு படுத்திருந்தன. கண் கிறங்கி லேசாகத் தூக்கத்தில் ஆழ்ந்துபோனான். எவ்வளவு நேரம் ஆகியிருக்குமோ தெரியவில்லை. திடீரென்று இடைவிடாமல் கதறி அழைக்கும் ஆட்டின் குரல் கேட்டது. 'ப்ச்' என்று விட்டுக் கண்களைத் திறக்காமலே கிடந்தான். ஆனால் ஆட்டின் குரல் விடவில்லை. இழந்துவிட்டதைப் போன்ற சோகம் கவிய ஓங்கிக் குரலெடுத்துக் கதறியது ஆடு. அவன் மனதிற்குள் ஆடுகளின் குரல்களை வகை பிரித்துப் பார்த்தான். ஒவ்வொன்றாய்த் தவிர்த்துக்கொண்டே வந்து கடைசியில் நின்றது மோளச்சி ஆட்டின் குரல். சட்டென்று எழுந்தான். மோளச்சி ஆட்டின் குரலேதான் அது. ஐந்தாறு ஈத்தாகக் குட்டி போட்டுக்கொண்டிருக்கும் அதன் குரலில் பாசமும் பரிதவிப்பும். எழுந்து பார்த்தபோது வெற்றுக்காட்டை நோக்கிக் குரலெழுப்பிக்கொண்டிருந்தது மோளச்சி. ஆடுகள் படுத்திருந்த மர நிழல்களுக்கு ஓடி ஓடி மற்ற ஆடுகளை மோந்து பார்த்தது. குட்டியை அழைக்கும் ஒலி. மெதுவாகவும் சத்தமாகவும் மாறி மாறிக் கூப்பிட்டுக் கொண்டிருந்தது. மற்ற ஆடுகள் எல்லாம் எதுவும் நடவாதது போலக் கண்களை மூடி அசை போட்டுக் கொண்டிருந்தன. காடு முழுக்கச் சுற்றிச் சுற்றி வந்தது. கூளையனுக்குப் புரிந்தது. மோளச்சி ஆட்டின் பூங்குட்டியைக் காணவில்லை. அதனால் தான் அது அலைந்து கதறுகிறது.

எழுந்து 'பா . . .பா . . .ட்ர்ர . . .பாபா' என்று கூப்பிட்டான். அது நம்பிக்கைக் குரலில் கத்திக்கொண்டே அவனருகில் வந்து கையை மோந்து பார்த்தது. குட்டியின் வாசம் எதுவுமில்லை. மறுபடியும் காட்டைப் பார்த்துக் கத்திக் கொண்டே நகர்ந்தது. கூளையனுக்குப் பயமாகிவிட்டது. இத்தனை கத்துக்கும் வராமல் குட்டி எங்கே போய்விட்டது? அவனும் ஆட்டுக்கு முன்னால் ஓடி எல்லா நிழல்களிலும் தேடினான். இவ்வளவு நேரம் குட்டியைத் தேடாத ஆட்டுக்கு இப்போதுதான் மடி சுரந்திருக்கும் போல. பால் கொடுக்கக் குட்டியைத் தேடியிருக்கிறது. காணவில்லை. வெயிலுக்கு மயங்கிப்போய் எந்த ஆட்டோடாவது படுத்திருக்கும். ஆட்டின் நிழல்களிலும் வேம்புகளின் அடியிலும் போய்த் தேடியும் அந்தப் பூங்குட்டியைக் காணவில்லை. 'பா... ட்ரையோ . . . ட்ர்ற . . .' என்று கூப்பிட்டுப் பார்த்தான். அந்தச் சத்தத்திற்குப் பெரிய ஆடுகள்தான் பதில் குரல் கொடுத்தன. அவனருகே எழுந்து வரவும் செய்தன. குட்டி இல்லை. போட்டு மூன்று நாட்கள்தான் ஆகியிருந்தது. ஆட்டின் கால்களுக்குள்ளேயே சுற்றிக்கொண்டு நடந்துவரும். ஈத்து ஆடு. குட்டியைக் கொஞ்சநேரம்கூட விட்டுவிட்டு இருக்காது. என்னவாகியிருக்கும் என்றே புரியவில்லை. பள்ளத்துப் பக்கமிருந்து தவிட்டுக் குருவிகள் கூட்டமாய்க் கத்திக் குர லெழுப்பின. அவை ஏதாவது பாம்பைக் கண்டிருக்கும். கால்களைப் பின்னிக்கொண்டு தள்ளாடி நடக்கும் குட்டி அவ்வளவு தூரத்திற்கு எப்படிப் போயிருக்கும்? குட்டி பிரவை. வெள்ளாடு போல முழுக்கவும் வெள்ளையாகவும் ஒன்றிரண்டு இடத்தில் மட்டும் சேற்றுக்கையால் அடித்தது மாதிரி செம்மி நிறமாகவும் இருக்கும். பண்ணயக்காரர் கூட வளர்ப்பதற்கு நல்ல பிரவைக்குட்டி என்று சொல்லியிருந்தார். மோளச்சியின் வர்க்கம் நன்றாகப் பாலிருக்கக் கூடியது. அதற்கும் வயதாகிவிட்டது. இந்த ஈத்துப் பிரவையாகப் போட்டது ரொம்பவும் சந்தோசமாக இருந்தது.

ஆட்டின் சத்தத்திலும் கூளையனுடைய கூப்பாட்டிலும் எல்லாரும் எழுந்துவிட்டார்கள். குழந்தை கொட்டக்கொட்ட விழித்துக்கொண்டு செவிடியின் இடுப்பில் அமர்ந்து மூக்குச் சொம்பிலிருந்து பாலைக் குடித்துக்கொண்டிருந்தது. அவன் கிட்டதட்ட அழுகிற நிலைக்கு வந்துவிட்டான். எல்லோரும் குட்டியைத் தேடினார்கள். இவர்களுடைய களேபரத்தில் ஆடுகளும் ஒன்றிரண்டாய் எழுந்து காட்டுக்குள் பரவின. அவற்றின் கண்களிலும் மிரட்சி. நெடும்பன் "நரிகீது புடுச்சிக்கிட்டுப் போயிருக்குமா?" என்றான். ஏரிப்பள்ளத்தில் நரிகள் இருந்ததாகப் பேச்சு. இப்போதெல்லாம் நரியை

78 கூளமாதாரி

யாரும் பார்த்திருக்கவில்லை. ஆடுகளை நரி கவ்விப் பிடிப்பது பற்றி எத்தனையோ சொல்வார்கள். குரல்வளையைத்தான் நேராகப் பிடிக்கும். அபயக்குரல் எழுப்புவதற்குக்கூடத் தொண்டையில் இருந்து காற்று வராது. அதுவும் சட்டென்று நேரே வராமல் தெரியாதது போலப் பதுங்கிக்கொண் டிருக்குமாம். அந்தப்பக்கமாக ஆடோ குட்டியோ போகும் போது பிடித்து இழுத்துக்கொண்டு போய்விடுமாம். மட்ட மத்தியானத்தில் ஏரிப்பள்ளத்திலிருந்து நான்கைந்து அணப்புகள் தாண்டியிருக்கும். இந்த இடத்திற்கா நரி வந்திருக்கும்? அப்படிப் போயிருந்தால் என்ன செய்வது? சிலசமயம் நாய்கள் கூடக் குட்டியைக் கடித்துக் குதறித் தின்றுவிடும். அப்படி எந்த நாய் இந்த மேட்டுக்காட்டைத் தேடிக்கொண்டு வரப்போகிறது? பூச்சி ஒருவன்தான் இதற்குள் எப்போதும் சுற்றிக்கொண்டிருப்பவன். வேறு எதுவாவது வந்தால் அவ னுடைய குரைப்புக்குப் பதில் சொல்லியாக வேண்டும். பூச்சி ஒருசத்தம்கூடக் குரைக்கவில்லை.

மரநிழல்களிலும் குண்டு குழிகளிலும் செடி செத்தை களிலும் மறைப்பு இருக்கும் இடமெங்கும் தேடிப் பார்த்தாகி விட்டது. எதுவும் அறியாதவை போலப் பனைமரங்கள் சோம்பி நின்றன. வெயிலின் எதிர்ப்பில் தலை சோர்ந்து அசைவற்று அவை காணப்பட்டன. கூளையனுக்கு முகம் வீங்கிக் கதகதத்தது. “குட்டியப் பட்டியிலயே உட்டுட்டு ஆட்ட ஓட்டிக்கிட்டு வந்திருப்பியா” என்றாள் வவுறி. அவன் இல்லை என்று தலையசைத்தான். அப்படி இருந்தால் இவ்வளவு நேரம்வரை ஆடு கத்தாமல் இருக்குமா. இது வரைக்கும் எத்தனையோ முறை பால் கொடுத்திருக்கும். குட்டி வெளியே வராமல் ஆடு பட்டியை விட்டு வெளியே காலெடுத்து வைக்காது. ஆட்டின் கதறல் மட்டும்தான் கேட்கிறது. குட்டியின் பதில் எங்கிருந்தும் வரவில்லை. அவன் நடுக்காட்டில் உட்கார்ந்துகொண்டு அழுதான். கேவலாய் வந்தது. குட்டி இல்லாமல் எந்த முகத்தோடு ஆட்டை ஓட்டிக்கொண்டு போகமுடியும்? பண்ணயக்காரருக்கு என்ன பதில் சொல்வது? நவண்டைக் கடித்துக்கொண்டு அவனை நோக்கி அவர் முகம் வந்தது. கையில் ஊஞ்ச விளாறோ சாட்டையோ. அவருடைய மம்மட்டிக் கை காதைப் பிடித்துத் தூக்கினால் பிய்ந்து விடுவதுபோல் வலிக்கும். ‘குட்டிய உட்டுட்டு என்ன புடுங்குன’ என்பார். அவருக்கு என்ன சமாதானம் சொல்வது? வார்த்தை வாயிலிருந்து வருமா. கால்களுக்குள் முகத்தைப் புதைத்துக்கொண்டு தேம்பினான். வவுறியின் வெள்ளாட்டுக் கிடா அவனருகில் வந்து தலையை மோந்தது. மயிர் சிலிர்க்க நிமிர்ந்து பார்த்தான்.

வெள்ளாட்டுக் கிடாயின் முகம் இறுகிக் கண்கள் சிவந் திருப்பதாய்த் தோன்றியது. அவன் மயிரைத் தழை போல இழுத்துத் தின்னப் பார்த்தது. பயந்துபோன அவனுக்கு மல் முட்டிக்கொண்டு கோவணத்தில் சொட்டாய் விழுந்தது.

ஆட்டோடு சேர்ந்து மற்ற மூன்று பேரும் தேடினார்கள். வவுறிக்கு நம்பிக்கை இருந்தது. பூங்குட்டி வெயில் மயக்கத்தில் எங்காவது தூங்கிக் கிடக்கும். வயிறு பசியெடுத்துத் தெளியும் போதுதான் எழுந்திருக்கும். உடல் முழுக்கக் கைகளாய் விரிந்திருக்கும் பனங்கருக்குகள் பெரிய பொம்பளை ஒருத்தி சேலையைச் சுற்றிக்கொண்டு குந்த வைத்திருப்பது போலக் காட்டுக்குள் உட்கார்ந்திருந்தன. அவற்றின் அடியில் எல்லாம் தேடினார்கள். செவிடி குழந்தையை இடுக்கிக்கொண்டு ஒருகையில் இருந்த குச்சியால் ஓலைகளை விலக்கிப் பார்த்தாள். அதன் உள்ளிருந்து கரம்பை எலி ஒன்று ஓடியது. அதனடியில் உள்ளொடுங்கிக் குட்டி படுத்திருந்தது. வெள்ளை வெளேரென்று நிறம். செவிடி சந்தோசமாகக் குரல் கொடுத்தாள்.

"கூளையா . . . ஓரே . . ."

6

காடு முழுவதும் மொண்டியின் கைகளுக்குப் போய்விட்டது. காடென்ன, பொழுதும்கூட. அவனுடைய ஆடுகள் அணப்புகள் எங்கும் தேனீக்களாய்ச் சொப்பிக்கொண்டன. மற்ற எல்லோருடைய ஆடுகளையும் சேர்த்தால்கூட அவனுடைய ஆடுகள் அளவுக்கு வராது. பெரும்பட்டி. ஒருநாளைக்கு ஒரு முறை பட்டியை அவிழ்த்து இடம் மாற்றுவார்களோ என்னவோ. அத்தனை ஆடுகளையும் அவன் நினைவு வைத்துக்கொள்வது அதிசயம். மேய்ச்சல் முடிந்து ஓட்டிச் செல்லும்போது அந்தப்பக்கம் இந்தப்பக்கம் என்று ஓடிக்கொண்டேயிருக்கும் குட்டிகளையும்கூடச் சரியாக எண்ணிவிடுவான். குறைந்தாலும் எது குறைகிறது என்பதை உடனே கண்டுபிடித்தும் விடுவான். அவனுடைய ஆடுகளின் கால்களுக்கிடையே மற்ற ஆடுகள் எல்லாம் மறைந்துவிட்டதைப் போலக் கூளையன் உணர்ந்தான். ஆடுகளை உள்ளே விட்டு 'ஹோ ஹோ' என்று சத்தம் கொடுத்து அவை மேய வேண்டிய இடம் அதுதான் என்பதைச் சொல்லி முடித்து மொண்டி வந்தபோது அவர்கள் எல்லோரும் எழுந்து நின்றார்கள். செவிடி மட்டும் குழந்தையை மடியில் கிடத்திக்கொண்டு உட்கார்ந்திருந்தாள். அவளை ஒன்றும் சொல்லமாட்டான்.

பாலைமரம் முழுக்கவும் பூக்களால் நிறைந்திருந்தது. அதன் அடியெங்கும் கொட்டிக்கிடந்த பூக்கள் வாசத்தை இறைத்துக்கொண்டிருந்தன. வேரடியில் ஒற்றைக் கல்லாய்க் கருஞ்சாமி அமர்ந்திருந்தார். கொஞ்சம் தள்ளி விளக்குக்கூடு ஒன்று மேல்சாயம் இழந்து பாவமாய்க் கிடந்தது. அதனுள்ளே எப்போதோ வைக்கப்பட்ட மண் விளக்குகள் இரண்டும் எண்ணெய்ப் பசைகூட வற்றிப் பிசுக்குகள் காய்ந்து அடை போலத் துருத்திக் காணப்பட்டன. பூசை நடந்ததற்கு அடையாளமாய்

வாடாமல்லிப் பூக்கள் காய்ந்து கருஞ்சாமி வீற்றிருந்த மண் மேட்டில் அங்கங்கே சிதறிக் கிடந்தன. செவிடி கிட்டத்தட்ட சாமியின் காலடியில் உட்கார்ந்திருந்தாள். மொண்டி ஒருகாலை லேசாக அழுத்தி வைத்தபடி நடந்து வந்தான். அவன் இடையில் பெரிய கோவணம் முழங்கால் வரை தொங்கியது. பின்பக்க வால் முழங்காலுக்கும் கீழ்வரை தெரிந்தது. தலையில் சுற்றியிருந்த உருமாலை அவிழ்த்து உதறி மண்மேட்டில் போட்டு அதன்மேல் உட்கார்ந்துகொண்டான். எதிரே கைக்கு எட்டும் அளவுக்கு ஊன்றப்பட்டிருந்த சாமியின் வேலைப் பற்றிக் கொண்டான். அது அவனுக்குத் தாங்கலாக இருந்தது போல. 'உஸ்'ஸென்று பெருமூச்சுவிட்டான். முகத்தில் வழிந்த வியர்வையைக் குனிந்து கோவணத்தால் துடைத்துக்கொண்டான். நெடும்பன் அவனுக்கு எதிரே உட்கார்ந்தான். கூளையனும் வவுறியும் புழுதியில் உட்கார்ந்து பழையபடி அச்சாங்கல் ஆட்டத்தைத் தொடர்ந்தார்கள். இனிமேல் நெடும்பன் ஒன்றும் சொல்லமாட்டான். மொண்டி இல்லாதபோது நெடும்பன் வாய்க்கு வந்தபடி பேசினாலும் அவன் வந்துவிட்டால் பேச்சடங்கிப் போவான். அவன் சொல்லை அப்படியே நிறைவேற்றும் ஏவலாளாய் நடந்துகொள்வான். நெடும்பன் கேட்டான்.

"என்னண்ணா இன்னக்கி இவ்வளவு நேரம்?"

'ப்ச்' என்று சலிப்பைக் காட்டியவாறு மொண்டி தலையை அசைத்தான். அதன்பின் மெலிவாய்ச் சொன்னான். "எங்கடா உடறாங்க. விடியங்காட்டி நானும் பெரியவரும் வண்டி கட்டிக்கிட்டுக் கக்கூஸ் குப்பையள்ளியாறப் போனம். அது ரண்டு நட. அதுக்கு அப்பறம் யாரோ ஊடு கட்டறவுங்க கேக்கறாங்கன்னு மணல் ஒரு நட, கல்லு ஒரு நட. நாலு நட ஓட்டறதுக்குள்ள மாடுவளே சோந்து போச்சு. அது முடியறதுக்குள்ளயே பொழுது உச்சிக்கு வந்திருச்சு. வந்து சோறு குடிச்சிட்டு ஆட்ட வெளியுட்டன். ஒடனே காட்டுக்கு ஓட்டியாந்தா மேயுமா. கடலக்கொடிப் போர்ல உட்டுத் திங்கடிச்சு அப்பறம் ஓட்டியாறன்."

மொண்டியின் சலிப்பு எப்போதும் இருப்பதுதான். அதைக் கண்டுகொள்ளாமல் கூளையன் ஆவலாய்க் கேட்டான்.

"அமரான் கொட்டாயில என்ன படம்ணா போட்டிருக்கறான்."

"கற்பகம்னு ஒரு படம்டா. செமினிகணேசனும் கே.ஆர்.விசயாவும் நடிச்ச படம். அத எவன் பாக்கறது."

வாரத்திற்கு நான்கைந்து நாட்கள் நகரத்துப் பக்கம் போய்விட்டு வருபவன். அதனால் அவனிடம் பல விஷயங்களைக் கேட்டுக்கொள்ள முடியும். பேசுகிறானே என்பதற்காக அதிக உரிமையும் எடுத்துக்கொள்ள முடியாது. மண்வெட்டி பிடித்த கை. பட்டென்று ஓர் அறைவிட்டால் கன்னம் தடித்துச் சிவந்துவிடும். அதற்கெல்லாம் பாவம் பார்த்துத் தயங்குகிறவனும் இல்லை அவன். செவிடியின் கால்களில் மல்லாந்து கிடந்த குழந்தை மொண்டியைப் பார்த்துச் சிரித்தது. அதைத் தூக்கிக்கொள்ளக் கைகளை நீட்டியதும் பிகு பண்ணிக்கொண்டு முகத்தை அவள் கால் களில் புதைத்துக்கொண்டது. குழந்தையிடம் கொஞ்சிக் கொண்டே நெடும்பனைப் பார்த்து மொண்டி சொன்னான்.

“பள்ளத்தோரத்துல குள்ளக்கருக்கு இருக்குது பாரு. அதுல கோட்டைக்குள்ள போட்டு வெள்ளரிக்கா வெச் சிருக்கறன். போயி எடுத்தாடா.”

நெடும்பன் முணுமுணுத்துக்கொண்டு கூளையனைக் கூப்பிட்டான். கூளையன் அச்சாங் கல்லில் மும்மரமாக இருந்தான். தலையை ஆட்டி “நீயே போடா” என்றான். நெடும்பன் முகம் பொரிந்தது. மொண்டி அந்தப்பக்கம் இருந்துதானே வந்தான். வரும்போது கையில் எடுத்துக் கொண்டே வந்திருந்தால் என்ன. பெரிய புடுங்கியாட்டம் வந்து உட்கார்ந்துகொண்டு ‘நீ போயி எடுத்தாடா’ என்று கட்டளை போடுகிறான். வேண்டுமென்றே வைத்து விட்டு ஆள் அனுப்புகிறான். மொண்டியை வாய்விட்டுத் திட்டிக் கொண்டே படைக்கால் மண்ணைக் காலால் உடைத்து நடந்தான். அவனுடைய முணுமுணுப்பு மொண்டிக்குக் கேட்டிருக்கும் போல. “என்னடா அது” என்றான். நெடும்பன் அவன் பக்கமாய் முகம் திருப்பிச் சிரித்து “ஒண்ணுமில்லயே” என்றான். அதன்பின் வேகமாகப் பள்ளத்தை நோக்கி ஓடினான்.

வெயில் இறங்கத் தொடங்கிவிட்டாலே ஆடுகள் அலைச்சல் இல்லாமல் நின்று மேயும். அவற்றை ஓடி ஓடி விரட்ட வேண்டியதில்லை. அடர்ந்து மேய்ந்துகொண் டிருந்த ஆடுகளைப் பிளந்துகொண்டு நெடும்பன் ஓடினான். அவன் நடையோட்டத்தையும் வாயில் எழுப்பிய ‘புருச்’ என்ற சத்தத்தையும் கேட்டு ஆடுகள் பயந்து சிதறி வழி விட்டன. காதுகளை விறைத்துக்கொண்டு அவனைப் பார்த்தன. பின் ஒன்றுமே நடக்காததுபோல் மேய்ச்சலில் ஈடுபட்டன. குள்ளப் பனங்கருக்கு ஆள் உயரத்திற்கு இருந்தது. கீழிருந்து மேல்வரை உடலெங்கும் ஓலைகள் நீட்டிக் கொண்டிருந்தன. மொண்டி எந்தப் பக்கத்தில் எவ்வளவு

உயரத்தில் வைத்திருக்கிறானோ தெரியவில்லை. மரத்தைச் சுற்றி வந்தான். அடர்ந்து விரிந்திருந்த ஓலைகளால் உள்பகுதி எங்கும் இருள். எவ்வளவு ஊன்றிப் பார்த்தும் உள்ளே ஒன்றும் தெரியவில்லை. நெடும்பன் மனசுக்குள் கறுவினான். 'மொண்டிப்பூக்கு ... எங்க வெச்சுத் தொலஞ்சானோ தெரீலியே.' ஓலைகளை இழுத்து ஆட்டிப் பார்த்தான். சரசரவென்று ஏதோ மேலேறும் சத்தம் கேட்டது. பயந்துபோய் விலகி நின்று கொண்டான். மேல்ஓலையில் தலையை ஆட்டிக்கொண்டு ஓடக்கான். சத்தம் கேட்டுக் குருவியொன்று பறந்து வெளியோடிற்று. இவ்வளவு அடர்ந்த ஓலைகளுக்குள் பாம்புகள்கூடப் படுத்திருக்கும். சுற்றிலும் ஓலைகளைப் பிடித்திழுத்து ஆட்டிவிட்டான். கிழபுறமாக ஆட்டும்போது பொத்தென்று விழும் சத்தம். ஒதுங்கி நின்று பார்த்தான். பச்சைஓலைக் கோட்டை மூடிக் கட்டப்பட்டு வெளியே விழுந்திருந்தது. அதுவாகத்தான் இருக்கும். வெள்ளரிக்காயை இவ்வளவு பாதுகாப்பாக மொண்டி வைத்திருக்கிறான் என்றால் அதில் ஏதாவது விஷயம் இருக்கும். ஆடோட்டிக் கொண்டு வரும்போது பறித்திருந்தால் நேராகக் கொண்டு வந்திருப்பான்.

ஏதோ ஒரு நேரத்தில் யாருக்கும் தெரியாமல் பறித்துக் கட்டிக்கொண்டு வந்து வைத்திருப்பான். நெடும்பனுக்கு மொண்டிமேல் இனம் புரியாத அன்பு பெருகியது. கோட்டையின் ஓலைச்சந்துகளில் வெள்ளரிக்காயின் பச்சைத் தோல்கள் லேசாகத் தெரிந்தன. வாகான இளம் பிஞ்சுகள். பிரித்து ஒருபிஞ்சை எடுத்துக் கடிக்க ஆசையாயிருந்தது. பார்த்ததும் பிரிபட்டிருப்பதைக் கண்டுகொள்வான். மொண்டிக்காலை நீட்டி ஒரு எத்து எத்தினாலும் எத்துவான். அந்தக் காலுக்கு வலு கூடுதல். சதையே பிசகிவிடும். கோட்டை நல்ல கனமாக இருந்தது. எப்படியும் பத்துப் பிஞ்சுகளுக்குக் குறையாமல் இருக்கும். செங்காட்டுக் கிழவி பார்த்திருந்தால் மொண்டியைச் சும்மா விட்டிருக்காது. ராத்திரியே பறித்து வைத்திருப்பானோ என்னவோ. மிகுந்த குதூகலத்தோடு கோட்டையைத் தூக்கிக்கொண்டு ஓடி வந்தான். அவனுடைய ஓவென்ற இரைச்சல் கேட்டு ஆட்டின்மீது உட்கார்ந்திருந்த காக்கை ஒன்று கத்திக்கொண்டே பறந்தோடிற்று. காடு முழுவதும் பரந்த ஒலி எதிரொலியற்று வானில் கலந்தது. சுடுபாறையின்மீது வெறுங்கால்களைப் பதித்து ஓடினான். வெயில் குறைந்துவிட்டதாலோ அவன் மனம் வெள்ளரிக் காயில் நிலைத்திருந்ததாலோ பாறைச்சூடு கால்களுக்கு உறைக்கவில்லை. ஓட்டத்தில் தளர்ந்து அவிழ்ந்து விடுவதைப் போலிருந்த கோவணத்தைக்கூடக் கட்டத் தோன்றவில்லை. மூச்சிரைக்க ஓடிவந்து மண்மேட்டில் விழுந்தான்.

குழந்தையைக் கொஞ்சிக்கொண்டு செவிடியின் கால்களருகில் உட்கார்ந்திருந்த மொண்டிக்கு நெடும்பனின் சிரிப்பும் சத்தமும் தேவையில்லாததாகப் பட்டது. எரிச்சலோடு "என்னடா" என்றான். சட்டென்று வாயை மூடிக்கொண்டு "இந்தாண்ணா" என்று கோட்டையை நீட்டினான். உடனே அச்சாங்கல்லை விட்டுவிட்டு வவுறியும் கூளையனும் வந்து நின்றுகொண்டார்கள். மொண்டி கோட்டையைப் பிரித்தான். ரொம்பவும் கவனமாக முழுவதும் பிரிந்துவிடாமல் ஒற்றைச் சந்தைத் திறந்தான். ஒரு வெள்ளரிப்பிஞ்சை எடுத்து நெடும்பனிடம் நீட்டினான். தளதளவென்று உள்ளங்கை நீளம் இருந்த பிஞ்சு. வவுறிக்கு ஒன்று. கூளையனுக்கு ஒன்று. அவ்வளவுதான். இன்னும் கொடுப்பான் என்று நெடும்பன் அவன் முகத்தையே பார்த்தான். சிறுபிஞ்சு ஒன்றை எடுத்துக் குழந்தையிடம் நீட்டியபடி "இந்தா கண்ணு" என்று கொஞ்ச ஆரம்பித்தான். அவன் குரலில் இருந்த இளக்கம் 'கண்ணு' குழந்தையை இல்லை என்று பட்டது. செவிடிகூட முகம் சிவக்கச் சிரித்தாள். மூன்று பேரும் நிற்கிற உணர்வே மொண்டிக்கு இல்லை என்று தோன்றியது. ஒற்றை வெள்ளரியை உள்ளங்கையில் மாற்றி மாற்றிப் போட்டுப் பிடித்துக்கொண்டு நெடும்பன் கூளையனைப் பார்த்தான். கூளையன் வவுறியைப் பார்த்தான். ஒருவர் மாற்றி ஒருவர் பார்த்துக்கொண்டதும் தங்களை அறியாமலே சிரிப்பு வந்தது. சிரிப்புச் சத்தம் மொண்டிக்கும் கேட்டிருக்க வேண்டும்.

கூளையனைப் பார்த்து "என்னடா சிரிப்பு" என்றான். எதையும் வெளிக்காட்டிக் கொள்ளாதவனாய் "இல்லண்ணா" என்று சொல்லிக்கொண்டே சிரிப்பு மாறாமல் இருந்தான். மறுபடியும் மொண்டி "ம்... என்னடா சிரிப்பு" என்றான். கூளையன் சிரிப்பில் சற்றே மாற்றம் வந்தது. சிரிப்பைச் சட்டென்று அடக்காதவனாய் "இல்லண்ணா" என்றான். மீண்டும் அதே குரலில் மொண்டி "என்னடா சிரிப்புங்கறன்னுல்ல" என்றான். அதற்கு முன்பே நெடும்பனும் வவுறியும் சிரிப்படங்கி இருந்தார்கள். மொண்டியின் ஆத்திரம் முழுவதுமாய்க் கூளையனைப் பற்றியிருந்ததைப் பார்த்துப் 'பாவம்' என்று நினைத்துக்கொண்டார்கள். இப்போது கூளையன் இன்னும் ஒருமுறை கேட்டால் அழுதுவிடுவான் என்பதைப் போன்ற குரலில் "இல்லண்ணா" என்றான். சிரிப்பின் சுவடேதும் முகத்தில் இல்லை. அது மொண்டிக்குத் திருப்தி தந்திருக்கும். "ம்ம்" என்று அழுத்திச் சொல்லித் தலையை அசைத்தான். மூவரும் நின்ற நிலையைக் கண்டு செவிடி மட்டும் சிரித்தாள். நெடும்பனின் கண் செவிடியைச் சந்தித்தபோது செவிடி எளக்காரமாகச் சிரிப்பதாகப் பட்டது.

கிணற்றில் குதிக்கக் கூப்பிட்டதை மொண்டியிடம் சொல்லி விடுவாளோ என்று பயமாக இருந்தது. சொன்னால் அவ்வளவுதான். கருஞ்சாமியின் வேலைப் பிடுங்கிக்கொண்டு குத்துவதற்குக்கூட மொண்டி வந்துவிடுவான். 'சாமி செவிடியச் சொல்லாம பண்ணு' என்று வேண்டிக்கொண்டான். கண்களை மூடிக்கொண்டு 'கருஞ்சாமீ கருஞ்சாமீ' என்றான். மொண்டி மந்திரம் சொல்வதைப் போல மிக மெதுவாகவும் அழுத்தமாகவும் சொன்னான்.

"வவுறி . . . நீ போயி கெழக்க வேலிகாட்டுக் கரையில நின்னுக்க."

வேறேதும் சொல்வானென்று வவுறி நின்றாள். அவன் எதுவும் சொல்லாமல் இருக்கவும் இன்னும் யாரையாவது கூட அனுப்புவானோ என்று தயங்கிப் போவது போல அடி எடுத்து நின்றாள். அவள் இன்னும் போகாமல் இருப்பதைக் கண்டு "ம்" என்றான். அவ்வளவுதான். ஓரே ஓட்டம். இனிமேல் பெரியகாட்டுக்கும் வேலிகாட்டுக்கும் இடையில் வானியாய்க் கட்டப்பட்டிருக்கும் கரைக்குப் போய்த்தான் வவுறி நிற்பாள். அவள் ஓடியதும் மற்ற இருவரையும் பார்த்தான்.

"நீங்க ரண்டு பேரும் பள்ளத்துக் கரப்பக்கம் போயி நில்லுங்க."

நெடும்பனும் கூளையனும் மெல்லவே நடந்தார்கள். நெடும்பனுக்கு வெள்ளரிக்காய்க் கோட்டையிலிருந்து கண்களை நகர்த்துவது கஷ்டமாக இருந்தது. இன்னும் ஐந்தாறு பிஞ்சுகள் இருக்கும் அத்தனையும் செவிடிக்கே கொடுத்தாலும் கொடுப்பான். கீழே போய்ப் பனங்கருக்கில் தேடி எடுத்து வந்த வேலைக்காவது கூட ஒருபிஞ்சு கொடுத்திருந்தால் சந்தோசமாக இருந்திருக்கும். மொண்டியின் விரட்டலுக்குப் பயந்து போவதைக் கண்டு செவிடி சிரிக்கிறாள். அதை நினைத்ததும் "அந்த மொண்டிக்கூதிய நடக்கறதுக்கு இல்லாத கால ஒடிச்சுப் போடோணும்டா" என்றான் நெடும்பன். கூளையனுக்கு அவன் சொன்னது சரிதான் என்று தோன்றி னாலும் கொஞ்சம் பயந்தது போலச் சொன்னான்.

"மொண்டிக்கு மந்தரம் தெரியும்டா. அவங்கிட்டப் பயந்துதான் இருக்கோணும்."

"அவன் புரடை அடிக்கறான்டா. மந்தரமும் தெரியாது. ஒருமயிரும் தெரியாது. துண்டையும் வேப்பந்தழையையும் கையில புடிச்சுக்கிட்டு முணுமுணுன்னா மந்தரம்னு அர்த்தமா."

மொண்டிக்குப் பலவிதமான பாடங்களும் மந்திரங்களும் தெரியும். ஆடு சொக்கிக்கொண்டால் பாடம் போடுவான்.

காலில் முள்ளேறிவிட்டால் பாடம் போடுவான். பொச்சுக் குட்டில் சிலந்தி வந்துவிட்டால் பாடம் போடுவான். அவன் பாடம் போடும்போது நிறைமௌனம் கொண்டுவிடுவான். விஷயத்தைச் சொன்னதும் ஓரிரு வார்த்தைகள் விசாரிப்பதற் காகப் பேசுவதோடு சரி. பக்கத்தில் வேப்பமரம் எதுவும் இருந்தால் நாலைந்து கொத்துக்களை ஒடித்துக்கொள்வான். இல்லாவிட்டால் தலைத்துண்டை அவிழ்த்து அதன் செறகை விட்டுக்கொள்வான். கண்களை மூடிக்கொண்டு அவன் வாய் முணுமுணுக்கும். கை வேப்பந்தழையையோ துண்டுச் செறகையோ வீசும். ஆளாக இருந்தால் தலைமேல் படும்படி வீசுவான். ஆடாக இருந்தால் அந்தர வெளியில் காற்றை நோக்கி வீசுவான். அப்போது பார்க்க அவன் முகம் இறுகி ஒளி வீசும். கண்கள் இலக்கற்று எதையோ பார்த்துக் கொண்டிருக்கும். பாடம் முடிந்தபின் கிழக்கு நோக்கிக் கரட்டைப் பார்த்துக் கும்பிடு போடுவான். எல்லாரும் அவனிடம் பாடம் போட்டுக்கொள்ள வருவார்கள். குழந்தைகளுக்கு முடிப்பாடம் போடுவான். குழந்தைகளைக் கொண்டு வரும்போதே எங்கிருந்தாவது வேப்பந்தழையையும் ஒடித்துக் கொத்தாகக் கொண்டு வருவார்கள். அந்தத் தழையையே வாங்கிப் பாடம் போட்டு அனுப்புவான்.

ஆட்டூர் ஊருக்குள் இருந்து ஒரு பண்ணயக்காரி குழந்தையைக் கொண்டுவந்தாள். பாடம் போடுவதற்குத் தழை ஒடிக்கப் பக்கத்தில் எதுவும் வேம்பைக் காணோம். துண்டுச் செறகைக் கையில் பிடித்துப் பாடம் போடத் தொடங்கினான். செறகு குழந்தையின் தலையில் அழுந்தப் பதிந்து மீண்டது. அவள் குழந்தையைக் கீழே தாழ்வாகப் பிடித்துக்கொண்டாள். துண்டு தலையில் படுவதும் வெற்று வெளியில் படுவதும் அவனுக்கு நன்றாகத் தெரியும். கண்களை லேசாக விழித்துப் பார்த்தபோது குழந்தையைத் தாழ்த்திப் பிடித்திருப்பது தெரிந்தது. பாடம் போட்டு முடிந்ததும் அவள் சொன்னாள். “செறகக் கொழந்த மேல மேல வீசற. அப்பவே சொன்னாங்க. கொஞ்சம் வேப்பந்தழ ஒடிச்சுக் கிட்டுப் போன்னு. நாந்தான் சும்மா வந்துட்டன்.”

“இல்லீங்க சாமீ . . .மேல பட்டாத்தான் பாடம் பலிக்கும்.”

“நாளையில இருந்து நானே வேப்பந்தழ ஒடிச்சுக்கிட்டு வந்தர்றன்.”

அவள் போனபின்தான் அவள் சொன்னதன் அர்த்தத்தை யோசித்தான். அதிலிருந்து யாராவது வேப்பந்தழையை ஒடித்துக்கொண்டு வந்தால் சொல்லிவிடுவான்.

“இந்தப் பாடம் வேப்பந்தழையில போட்டாப் பலிக்காது. செறகுலதான் போடோணும்.”

அவன் போடுகிற பாடங்கள் அப்படியே பலிக்கிறது என்னும் பேர் உண்டு. முள்ளுப்பாடம் போட்டால் அடுத்த நாளே முள் தானாக வெளியே வந்துவிட்டது என்று கூறுவார்கள். அந்தளவு அவனுக்கு ராசி உண்டு. மொண்டி இத்தனை பாடங்களை எங்கிருந்து கற்றுக்கொண்டான் என்பது ஆச்சரியம்தான். யாராவது கேட்டால் அவன் ஒரு சிரிப்புச் சிரிப்பான். அது மந்திரப் புன்னகை. ரொம்பவும் வற்புறுத்திக் கேட்டால் கொஞ்சநேரம் மௌனமாக வானம் பார்ப்பான். அப்புறம் கதை போல அந்த நிகழ்ச்சியைச் சொல்லத் தொடங்குவான்.

அது ஒரு வைகாசி மாதம். தெற்குப் பக்கமிருந்து காற்று ஈரமாக இடைவிடாமல் வீசிக்கொண்டிருந்தது. விசுவிசு வென்று வீசும் காற்றுப் படுவதால் கோடையிலும் உடல் குளிர்ந்தது. ஆடுகள் வயிற்றுக்காகக் கஷ்டப்பட்டு மேய்ந்து கொண்டிருந்தன. மொண்டி ரொம்பவும் சின்னப்பையன். பத்துப் பதினோரு வயசிக்கும். பெரியகாடு இப்போது போலவேதான் அப்போதும் செம்மண்ணாய் விரிந்து கிடந்தது. பொழுது மேற்காக அடிச்சாய்ந்துகொண்டிருந்தது. ஆடுகளோடு மொண்டி மட்டும் காட்டில் இருந்தான். அவனுக்குப் பயமொன்றுமில்லை. சிறுவனாக இருந்தபோதும் எதற்கும் அஞ்சமாட்டான். யாரிடமும் துடுக்காகப் பேசக் கூடியவன். ஆடுகளின் வயிறு கொஞ்சம் லொடக்கென்று இருந்தால்கூடப் பண்ணயக்காரர் திட்டுவாரே என்கிற பயத்தில் இட்டேரி மேல் நின்றுகொண்டு ஆடுகள் மேய்வதையே பார்த்துக்கொண்டிருந்தான்.

வானத்தில் கருமேகங்கள் எங்கிருந்தோ ஆட்டு மந்தை போல ஓடோடி வந்தன. காடெங்கும் இருள் சூழ்ந்துகொண்டது. அவன் வானத்தைப் பார்த்தான். மேகங்கள் தலைக்கு நேராகக் குழுமி நின்றன. அடிக்கடி இப்படி நடப்பது உண்டுதான். மேகங்கள் வெகு ஜோராக வந்து சூழ்வதும் சில நொடிகளில் கலைந்து வேறு திசை பார்த்துப் போவதும். அதனால் அவனுக்கு அதைப் பற்றி எந்த எண்ணமும் இல்லாமல் பார்த்துக்கொண்டே யிருந்தான். திடீரென்று கருமேகங்கள் அசையாமல் நின்று கொண்டன. சொட்டு மெல்ல விழுந்தாலும் அடர்த்தியாகப் பெரும்பெரும் சொட்டுக்களாய் விழுந்தன. மொண்டிக்குத் தெரிந்தது. கனமழை பெய்யப்போகிறது, இனிமேல் பட்டிக்கு ஆடுகளை ஓட்டிப் போக முடியாது. மழைக்கு ஆடுகள் ஏதாவது மரத்தடியில் ஒன்றுக்குள் ஒன்றாய்த் தலைமாட்டி நின்று

கொள்ளும். அவனுக்கும் பிரச்சினை இல்லை. வெயில் கானலுக்கு உடம்பு குளிர நனையலாம். சட்டென்று அவன் மூளைக்குப் பட்டது. இதுவோ அத்துவானக் காடு. ஆளரவம் இல்லை. எது நடந்தாலும் என்ன ஏதென்று கேட்க நாதியில்லை. யாருக்குத் தெரியப்போகிறது? தலைத்துண்டையும் கோவணத்தையும் அவிழ்த்துவிட்டு மொட்டக்கட்டையாக நின்றான். கந்தன் கழற்றி வைத்திருந்த முட்டி ஒன்று ரட்டக்காலிப் பனையடியில் கவிழ்த்திருந்தது. துண்டையும் கோவணத்தையும் முட்டிக்குள் திணித்துப் பழையபடி கவிழ்த்து வைத்தான்.

கொஞ்சநேரமே பெய்தது என்றாலும் வறண்ட செம்மண் காடுகள் எங்கும் தெப்பக்குளம் போலாகிவிட்டன. பனைகள் எல்லாம் நீருண்டு அடர்கறுப்பாகத் தெரிந்தன. பேய்மழை. ஆடுகள் நடுங்கிக்கொண்டு மரத்தடிகளில் நின்றன. திடீரென்று வந்தது போலவே திடீரென்று நின்றும் போய்விட்டது. கொட்டிய மழைக்குள் மொண்டி ஆசைதீர நனைந்தான். உடம்பெங்கும் பட்பட்டென்று விழுந்து தெறித்தது. மேலெல்லாம் பிடித்து விடுவதைப் போலிருந்தது. குனிந்து மழைக்கு முதுகைக் காட்டிக் கொஞ்சநேரம் நின்றான். முகத்தைக் காட்டி நின்றான். வாயைத் திறந்து கொண்டு நேராக வந்து விழுந்த நீர்த்துளிகளை எல்லாம் குடித்துத் தாகம் அடங்கினான். உடல் அழுக்குகள் அனைத்தும் கரைந்து என்றும் இல்லாத அளவு சுத்தமாகிவிட்டதாக உணர்ந்தான். தலைமயிரைக் கழுவிச் சென்றது மழை. செம்மண்ணில் குதித்தும் பாறைக்கு ஓடிச் சேற்றைக் கழுவியுமாய் ஆனந்தப்பட்டான். அந்த ஆனந்தம் இன்னதென்று சொல்லவியலாத பேரானந்தம்.

மழைக்குப்பின் எல்லாம் வெளுத்துவிட்டிருந்தது. யாராலும் கலைக்கவியலாத மௌனம். ஆடுகள்கூட வெண்மையாய்த் தெரிந்தன. பொழுது இப்போதுதான் உதிப்பது போல மேற்கிலிருந்து தோன்றியது. அதன் மஞ்சள் வெயில் மழைக்கு வாழ்த்துச் சொல்ல வந்ததாய்ப் பட்டது. ஆடுகள் இனிமேல் நிற்காது. நீர்த்துளிகள் தேங்கி நிற்கும் ஈர இலைகளை அவற்றின் உதடுகள் தீண்டப்போவதில்லை. பட்டிக்குப் போகக் கிளம்பிவிட்டன. உணர்வு பெற்றவனாய் மரத்திடையே கவிழ்ந்திருந்த முட்டியை நிமிர்த்தி உள்ளே திணித்திருந்த தலைத்துண்டையும் கோவணத்துணியையும் உருவி எடுத்தான். நீர் வடிந்து தானாகவே காய்ந்துபோய் விட்டிருந்தது உடம்பு. தலையை மட்டும் துவட்டிக்கொண்டு துண்டைக் கட்டிக்கொண்டான். கோவணத்தையும் கட்டிக் கொண்டான். அப்போதுதான் இவ்வளவு நேரம் கோவணம் கூட இல்லாமல் அல்லவா இருந்திருக்கிறோம் என்று தோன்ற முகம் வெட்கம் கொண்டு சிவந்தது. ஆடுகளை முடுக்கி

ஓட்டக் கரைப்பக்கம் போனபோது இட்டேரி மேலிருந்து யாரோ இறங்குவது தெரிந்தது.

இந்த நேரத்தில் அத்துவானக் காட்டுக்கு யார் வரப் போகிறார்கள்? தனியாக இருப்பதைத் தெரிந்துகொண்டு ஆடு திருடும் கள்ளன் எவனாவது வருகிறானா? பயந்து போய்விட்டான். எதற்கும் இருக்கட்டும் என்று பனை யொன்றில் ஒளிந்துகொண்டு பார்த்தான். இடையில் ஒரு துண்டு வேட்டி. மேலே கழுத்தைச் சுற்றித் தோள்மீது சிறு துண்டு. நீண்ட தாடி. இலக்கற்று வெறித்த பார்வையோடு சாமியார் ஒருவர். இந்தக் காட்டுவழியில் இவருக்கென்ன வேலை? எந்த ஊருக்குப் போகப் போகிறார்? கையிலோ தோளிலோ எதுவுமில்லை. பிச்சை எடுப்பவராகவும் தெரிய வில்லை. நன்கு திரண்ட கருமேனி. மழையில் நனைந்த உடம்பு எண்ணெய் போட்டுப் பூசியது போல மினுங்கியது. வெளியே வந்து அவரையே பார்த்தான். துணி எல்லாம் நனைந்து பின் பிழிந்து கட்டியிருப்பது தெரிந்தது. அவர் எதிரே போய் ஒருகும்பிடு போட்டான். சாமியார் அவனையே விழித்து விழித்து ஆச்சரியமாய்ப் பார்த்தார். பின் அவனைக் கேட்டார்.

“இத்தன மழையில துணி எப்பிடி நனையாத இருக்குது.”

கிடாய்க்குக் கத்தும் ஆட்டின் குரல் போல ஒருவிதமாய் அவர் குரல் வந்தது. மொண்டி மெல்லச் சிரித்தானே தவிர ஒன்றும் சொல்லவில்லை. அவர் மறுபடியும் அவனிடம் ‘எப்பிடி’ என்றார். அவன் பதில் சொல்லாமல் இருக்கவும் அறிந்துகொள்ளும் ஆவல் கூடிவிட்டது. திரும்பத் திரும்பச் ‘சொல்லு’ என்றார். எனனென்னவோ சொல்லித் தூண்டிப் பார்த்தார். துணிகளை அவிழ்த்து வைத்துவிட்டு அம்மணமாய் மழைக்குள் நின்றதை அவரிடம் என்னவென்று சொல்வது? நாக்குப் புரளவில்லை. மொண்டி “அதொன்னுமில்லீங்க” என்று எவ்வளவோ சொல்லிப் பார்த்தான். சாமியார் விடுவதாயில்லை. அவன் சொல்லமாட்டான் போலத் தெரிந்ததும் சாமியார் சொன்னார். “நீ இதச் சொன்னீன்னா ... நானொரு மந்தரம் சொல்லித் தர்றன்.”

மொண்டி அப்போதுதான் சுதாரித்துக்கொண்டான். மொண்டியிடம் ஏதோ மந்திரம் இருப்பதாகச் சாமியார் நம்புகிறார். அதைத் தெரிந்துகொள்ள ஆவலாய் இருக்கிறார். எப்பேர்ப்பட்ட மழையிலும் துணிகளை நனையாமல் வைத்திருக்கும் மந்திரம் அது. மொண்டி கேட்டான்.

“என்ன மந்தரம் சொல்லித் தருவீங்க?”

“கட்டுமந்தரம். இது பேயக் கட்டற மந்தரம். இந்த மந்தரத்தச் சொன்னா எதுத்தாப்பல பேய் வந்து கையக் கட்டிக்கிட்டு நிக்கும். அது இருவத்தஞ்சு வேல செய்யற பேயி. கண்ணத் தொறந்து பாக்கக் கூடாது. மந்தரத்தச் சொல்லிக்கிட்டே இருக்கோணும். நீ எந்த வேலயச் சொல்றயோ அதக் கேக்கும்.”

“அது என்னென்ன வேல.”

“மனசனுக்கு வர்ற முடி, முள்ளு, செலந்தி, திருஷ்டி, காத்துச் சோடை . . . கைகால் வலி, நகச்சுத்தி, பேர் சொல்லாதது, மாந்தம், பயம் . . . ஆறாப்புண்ணு, அசையாக் காலு, வாந்தி, வவுத்தெடுப்பு, காச்சத் தலவலி . . . ஆடு மாட்டுக்கு வர்ற சொக்கு, மடிசொரவை, புனுப்பு, கழத்துப் புண்ணு, கண்ணுத்தூசு . . . காம்பு வெடிப்பு, கொளாம்பு வெடிப்பு, வெசத்தீண்டல், தீனி நொறுவை, காத்துக்கருப்பு அப்பிடீன்னு இரவத்தஞ்சு நல்லதச் செய்யும். நாலே வரி மந்தரந்தான். சீக்கிரம் படிச்சுக்கலாம்.”

சாமியார் உடனே மந்திரத்தைச் சொல்லிவிடுவார் போலிருந்தது. எச்சரிக்கையாக அவன் கேட்டான்.

“துணி நனையாத இருந்தது எப்பிடீன்னு நான் சொன்னா கண்டீப்பா நீங்க மந்தரத்தச் சொல்வீங்களா?”

“கண்டீப்பா. என்னோட நாக்குல எந்நேரமும் வந்து நிக்கற கூளித்தாயி மேல சத்தியம்.”

சாமியாரை ஏமாற்றப்போகிறோமே என்றிருந்தாலும் உண்மையைச் சொல்லிவிடுவது என்று முடிவு செய்தான். பனையடிக்கு அவரை அழைத்துப் போய் முட்டியை எடுத்துக் காட்டிச் சொன்னான். அவர் முகத்தில் ஏமாற்றம் எதுவும் வெளிப்படவில்லை. அவனுடைய புத்தியைப் பாராட்டுவது போலத் தலைமீது கை வைத்தார். மண்டைக்குள் ஜில்லென்று கல்மாரியை வைப்பது போலிருந்தது. ஒரு கணம்தான். கையை எடுத்துக்கொண்டார். கிழக்குப் பக்கமாக நின்று கரட்டைக் கும்பிடச் சொன்னார். கரட்டைப் பார்த்து நீட்டி விழுந்தான். மேலெல்லாம் செம்மண் சேறு அப்பிக் கொண்டது. அதொன்றும் அவனுக்குப் படவில்லை. சாமியார் மந்திரத்தின் ஒவ்வொரு சொல்லாகச் சொல்லிக்கொண்டே வந்தார். கண்களை மூடிப் பின்னாலேயே சொன்னான். ஒரே மந்திரம்தான். ஒவ்வொரு வேலைக்கும் தகுந்த மாதிரி ஒரு சொல்லை மாற்றிக்கொள்ள வேண்டும். மந்திரம் முடிந்து கண்களைத் திறந்து பார்த்தான். சாமியாரும் கண்மூடி கரட்டைக் கும்பிட்டுக்கொண்டிருந்தார். அவனிடம் சொன்னார்.

“கண்ண மூடிக்க. இதையே நூத்தி ஒரு தடவ சொல்லு. அப்பறம் நீ சோதிச்சுப் பாக்கலாம்.”

அவர் சொன்னபடியே கண்களை மூடிக் கை குவித்து மந்திரத்தைச் சொல்லிக்கொண்டிருந்தான். சொற்கள் பிசி றில்லாமல் வாயில் வந்தன. மனத்தில் எந்தத் தடுமாற்றமும் இல்லை. சொல்லி முடித்துக் கண் திறந்தபோது எதிரே ஆடுகள் தலை குனிந்து நின்றிருந்தன. சாமியாரைக் காண வில்லை. சுற்றிலும் பார்த்தான். எந்தப் பக்கத்திலும் அவரைக் காணோம்.

பள்ளத்தோரத்தில் இருந்த சீமைக்கருவேல மரத்தின் காய்கள் மஞ்சள் கோல்களாய்க் கொட்டிக் கிடந்தன. ஆடுகளுக்காக அவற்றைப் பொறுக்கிக்கொண்டே நெடும்பன் கேட்டான்.

“மொண்டி சொல்ற கதைய நீ நம்பறியா.”

“ஆரு கண்டா. இருந்தாலும் இருக்கும்டா.”

ஆமோதித்துக் கூளையன் பேசாதது நெடும்பனுக்குப் பிடிக்கவில்லை. காய்களைப் பொறுக்கிக் குட்டானாகப் போட்டுக்கொண்டே சொன்னான்.

“அதெல்லாம் பொய்யிடா. மழ பேஞ்சுதாம். சாமியார் வந்தானாம். மந்தரஞ் சொன்னானாம். இவங் கேட்டானாம். நாம்பளுந்தான் இத்தன வெருசமா இந்தக் காட்டுல ஆடு மேய்க்கறம். ஒரு சாமியாரும் கண்ணுல படுலியேடா.”

“எல்லாம் வாய்க்கறவனுக்குத்தான்டா. நீ நாக்கத் தொங்கப் போட்டுக்கிட்டு நின்னாலும் ஒன்னும் கெடைக்காது” சொல்லிவிட்டுக் கூளையன் சிரித்தான். அவன் எதற்காகச் சிரிக்கிறான் என்பதை உணர்ந்ததும் நெடும்பன் முகம் இருண்டது. பல்லை கடித்துக்கொண்டு மொண்டியை நோக்கிச் சொல்வது போலச் சொன்னான்.

“நாலஞ்சு வருசம் மூத்தவனா இருக்கறானேன்னு பாக்கறன். இல்லீனா தூக்கிப் போட்டுப் பீ வர முதிச்சிருவன்.”

நெடும்பனின் முகத்தீவிரம் பயமுறுத்தியது. மனசுக்குள் எத்தனை வன்மத்தை அடக்கி வைத்திருக்கிறான் என்று பட்டது. எப்போதும் நெடும்பனிடம் கொஞ்சம் எச்சரிக்கை யாகவே இருக்கவேண்டும் என்று நினைத்தான். சொல்வது போலவே இவன் ஏதாவது சமயத்தில் செய்துவிடவும் கூடும். அவன் முக உக்கிரம் நேரடியாக வந்து தாக்குவது போலிருக்கவே தலையைத் தாழ்த்திக்கொண்டு கருவேலங்

காய்களைப் பொறுக்குவதில் முனைப்பாக இருப்பது போலக் காட்டிக்கொண்டான். நெடும்பன் காய் பொறுக்குவதை விட்டுவிட்டு அதே இடத்தில் உட்கார்ந்துகொண்டான். கூளையனைப் பார்த்துக் கேட்டான்.

"நம்பள ஆளுக்கொரு பக்கம் முடுக்கி உட்டுட்டுச் செவிடிகிட்டக் கொஞ்சிக்கிட்டுக் கெடக்கறானே ... இவன் எப்பேர்ப்பட்ட ஓலந் தெரீமாடா."

கூளையன் ஆவலோடு அவன் சொல்வதைக் கேட்பான் என்று எதிர்பார்த்து நிறுத்தினான். ஆனால் கூளையன் எதுவும் கேட்கவில்லை. மொண்டியின் திமிரும் எப்போதும் எதையாவது செய்யச் சொல்லி ஏவிக்கொண்டேயிருக்கும் அதிகாரமும் கூளையனுக்கும் எரிச்சலைத்தான் கொடுத்தன. என்றாலும் அவனை எதிர்த்துக்கொண்டு எதுவும் செய்ய முடியும் என்று நம்பவில்லை. ஆளில்லாத சமயத்தில் மொண்டியிடம் ஏதாவது சொல்லிக் கொடுத்துவிடுவானோ என்று பயமாகவும் இருந்தது. நெடும்பன் முகத்திற்கு நேராக ஒன்றும் பின்னால் ஒன்றும் பேசக்கூடியவன்தான். கூளையன் கேட்கவில்லை என்றாலும் நெடும்பன் சொல்வான்.

"அவன் பண்ணுன காரியத்தக் கேட்டா வாயில சிரிப்பு வராது. பொச்சுலதான் சிரிக்கோனும்."

அது என்ன என்பதுபோல் அவன் பக்கம் திரும்பி "ம்" என்றான் கூளையன். சொல்வதற்கு வெட்கப்படுவது போலத் தயங்கி மேற்கொண்டு சொன்னான்.

"வெக்கக்கேடு. அது அவுங்க பண்ணயக்காரருக்கெல்லாம் தெரிஞ்சு, வெளார்லயே போட்டுச் சாத்தியிருக்கறாங்க. அப்பவும் அவனுக்குப் புத்தி வல்ல பாரேன்."

"அப்பிடி என்னடா செஞ்சிட்டான்."

மொண்டி அடிவாங்கினான் என்பதைக் கேட்கச் சந்தோசமாக இருந்தது. அது என்ன காரியம் என்கிற ஆவலும் கூடியது.

"இப்பப் பத்துப் பாஞ்சு நாளு இருக்கும்டா. கக்கூஸ் குப்ப அள்ளியாந்துட்டுச் சோறு குடிச்சானாம். பண்ணயக்காரரு 'இன்னக்கிப் போதும் ஆடு வெளியுடப் போ'ன்னு சொல்லி யிருக்காரு. தோட்டத்துக்கு இந்தப்பக்கம் மேட்டுக்காட்டு அணப்புல பட்டி கெடந்திருக்குது. ஆடு வெளியுட மொண்டி போனானாமா. அவம் போயி ரொம்ப நேரம் ஆயிருக்குது. ஆடு வெளியில போன சத்தமே கேக்கில. அவரு என்ன வேல செஞ்சிக்கிட்டு இருந்தாலும் மொண்டி மேல ஒரு

கண்ணாத்தான் இருப்பாரு. மொண்டி எப்பேர்ப்பட்ட ஆளுங்கறது அவருக்குத் தெரியும்.”

“அவரு கிழிச்சாரு. கோழி எடையூரு கோமணம் கொருப்பூரு. போடா.”

“நீ நம்புனா நம்பு. நம்பாட்டிப் போ. அவரு மொண்டிகிட்ட எப்பிடி வேல வாங்கறதுன்னு தெரிஞ்சுவரு. வேறொருத்தரா இருந்தா இவன் பொச்சுல வெச்சுத் தேச்சுப்புட்டு வந்திருவான்.”

“போதும். சொல்லுடா.”

“எங்கடா ஆடு வெளியுடப் போனானே ... ஆடுவளயே காணாமேன்னு பட்டிப்பக்கம் போயிருக்காரு. போகப் போகவே ஒருஆடு மட்டும் உடாத கத்திகிட்டே இருக்கற சத்தம் கேட்டிருக்குது. என்னடா இதுன்னு போயிப் பாத்தா ... கருமம் ... கருமம் ...”

“என்னடா”

“வெளக்குப் புடிக்கற வெரைக்கும் சொன்னாத்தான்டா உனக்குப் புரியும். குடிசுக் குத்துக்கால்ல ஆட்டக் கட்டிப் புட்டு ... இவன் கோமணத்த அவுத்து ... போடா ...”

கூளையனுக்குச் சிரிப்பாகவும் வெட்கமாகவும் இருந்தது. ‘நெசமாவாடா’ என்று கண்ணைச் சிமிட்டினான்.

“நானென்ன பொய்யா சொல்றன். அவனுக்கு அது வழக்கந்தானாமா. அன்னக்கி என்னமோ கெட்ட நேரம் ... அவருகிட்ட மாட்டிக்கிட்டான்.”

அவன் சொல்லவும் என்னவோ போலிருந்தது கூளையனுக்கு. காய்களைத் துண்டில் வைத்துக் கட்டிக்கொண்டு கரைக்குப் போய்விட வேண்டும் என்று நினைத்தான். “நா போறன்டா” என்று நெடும்பனின் முகத்தைப் பார்க்காமலே சொல்லிவிட்டு மரத்துக்குள்ளிருந்து வெளியே வந்தான். நெடும்பன் சிரிப்போடு அவன் முதுகுக்குப் பின்னால் சொன்னான்.

“டேய் ... மொண்டியாட்டம் நிய்யும் பண்ணிப் பாருடா.”

“ம் ... போடா.”

சொல்லிக்கொண்டே ஓடினான் கூளையன்.

●

7

வேலிகாட்டுக் கரைப்பக்கம் போய் நின்றுகொண்ட வவுறி கண்களைக் கிழக்கே அலையவிட்டாள். கொட வேல முட்கள் வளர்ந்து மூடியிருந்த பொய்யேரி, மண்ணின் புடைப்பு போலத் தெரிந்தது. அதற்குள்ளே கோவைக் கொடிகள் அடர்ந்து பந்தல் இட்டிருப்பதை நினைத்துக்கொண்டாள். நாளைக்கேனும் கொஞ்ச நேரம் அந்தப்பக்கம் ஆடுகளை ஓட்டிச் செல்ல வேண்டும். அதையும் தாண்டிக் கரடு. அவளைப் பார்த்து அமுக்கமாய்ச் சிரிப்பதாகப் பட்டது. வெயில் பட்டதும் வரிகள் ஓடிய அதன் செம்பாறை மினுங்கித் தோன்றிற்று. ஒவ்வொரு நேரத்திலும் ஒவ்வொரு விதமாய்த் தோன்றும் கரட்டை எண்ணி வியந்தாள். அதன் உச்சியில் கூர்மையான நகம் போல நீண்டு தெரியும் கோயில். இன்னும் கொஞ்சம் நீண்டால் வானத்தைக்கூடக் கிழித்துவிடுமோ. கண்கள் கூசிற்று. கரைமேல் அப்படியே உட்கார்ந்தாள்.

அவளுக்கு முன்னால் ஆடுகள் அசைவற்ற பொம்மைகளாய் மேய்ந்தன. காலையில் பட்டியிலிருந்து வெளிவிடும்போது துடிப்பும் ஆவலுமாய் அலைந் தோடும் ஆடுகளுக்கும் அடித்து வைத்த சிலைகள் போல மேயும் சாயங்கால ஆடுகளுக்கும் எத்தனை வித்தியாசம். வயிறு நிறைந்துவிட்டால் அடங்கி ஒடுங்கி அமைதி கொண்டுவிடுகின்றன ஆடுகள். அவளுக்கு என்னவோ இந்தச் சாயங்கால ஆடுகளைப் பிடிப்பதில்லை. சாயங் கால ஆடுகளை மேய்ப்பதற்கு ஆள் எதற்கு. கரைமேல் காலுக்குள் தலை மாட்டிக்கொண்டு உட்கார்ந்திருப்ப தில் என்ன இருக்கிறது. கூளையனும் நெடும்பனும் இருந்தாலாவது பேசிச் சிரிக்கலாம். ஏதாவது விளை யாடலாம். இந்த மொண்டி அதையும் கெடுத்துத்

தொலைத்துவிட்டான். மேட்டாங்காடு முழுவதும் அவனுடைய கையில் இருப்பதாக நினைப்பு. இத்தனைக்கும் இதில் அவனுடைய பண்ணயக்காரர் வீட்டுக்கு எந்தப் பங்கும் இல்லை. அவர்களுக்கு இருப்பதெல்லாம் ஏரிப்பள்ளத்திற்கு மேலேதான். அவன் இப்போது செவிடிக்கு வெள்ளரிக்காய் கொடுத்துக் கொஞ்சிக்கொண்டிருக்கும் காடு வவுறி வீட்டுப் பண்ணயக்காரருக்குச் சொந்தமானதுதான். நேராகப் போய், 'எங்க காட்டுல எதுக்கு உக்காந்திருக்கறீங்க' என்று கேட்டு விரட்டிவிட வேண்டும் போல வெறி வந்தது. எழுந்து கீழே கிடந்த குச்சி ஒன்றை எடுத்துக் கரைக்கு அருகே மேய்ந்து கொண்டிருந்த ஆட்டின் காலை நோக்கி எறிந்தாள். வேகமாகச் சென்று தாக்கிவிட்டது போல. அது 'பே' என்று கத்திக் கொண்டே ஓடி மந்தைக்குள் புகுந்துகொண்டது. அநேகமாக அது மொண்டியின் ஆடாகத்தான் இருக்கும்.

மூளி முறித்துக்கொண்டு சோம்பலை விரட்டிய வவுறியின் கண்களில் இருவரப்புகள் சந்தித்துக் கூடும் இடத்தில் கிளை பரப்பி அகண்டு விரிந்திருந்த எருக்கஞ்செடி பட்டது. வெண்ணிறச் சாம்பல் பூசிய அதன் இலைகள் அடியிலிருந்து மேல்வரை விளக்கேந்திய கைகள் போலத் தோன்றின. மொட்டுக்களும் பூக்களும் கொத்துக் கொத்தாய்ச் சுற்றிலும் நிறைந்திருந்தன. இவ்வளவு நேரம் இதை எப்படிக் கவனிக்காமல் விட்டோம் என்று எண்ணமிட்டபடியே அதை நோக்கி ஓடினாள். வெள்ளையும் நீலமும் கலந்து மாவிளக்குப்போல் விரிந்திருந்த பூக்களை மட்டும் பறித்துப் பறித்துக் கை கொள்ளாமல் சேர்த்தாள். கீழே உட்கார்ந்து எண்ணிப் பார்த்தாள். முப்பதுக்கும் மேல் வந்தது. கரை தாண்டிக் காட்டுக்குள் உழவுத்தடம் ஒன்றைக் காலால் சிதைத்து விளையாட்டுக் களம் உருவாக்கினாள். பூக்களை ஆசையோடு அதற்குள் வாகாக வீசினாள். சில பூக்கள் என்னை என்ன செய்ய முடியும் என்பது போலத் தலை நிமிர்த்தி நின்றன. பெரும்பாலானவை யாரோ அடித்துச் சாய்த்தவையாய் மூக்கை மண்ணுக்குள் புதைத்து வீழ்ந்து கிடந்தன. நின்றவற்றை மட்டும் எடுத்துச் சேர்த்துத் தனியாக வைத்துக்கொண்டாள். கிடந்தவற்றை மறுபடியும் எடுத்து வீசினாள். இப்போது அவற்றில் சில நின்றன. அவற்றை எடுத்துத் தனியாக வைத்துக்கொண்டாள். மறுபடி மறுபடி அதே விளையாட்டு.

தலை நிமர்த்தி நிற்கும் ஒவ்வொன்றையும் அவற்றின் கொட்டம் அடக்குவது போல எடுத்துச் சரித்துவிடுவதில் ஆனந்தம். தலைகுப்புறச் சரிந்து கிடப்பவற்றை மீண்டும்

பரப்பி நிற்கச் செய்வதில் உற்சாகம். தன்னந்தனியாய் அந்த விளையாட்டை விளையாடுவதில் வவுறி ஈடுபட்டாள். கடைசியாய் ஒரே ஒரு பூ மட்டும் எஞ்சியது. அதை மண்ணில் நிறுத்திவிட வேண்டும் என்பதில் குறியாய் இருந்தாள். கையைப் பல கோணங்களில் வைத்துப் பூவை வீசிப் பார்த்தாள். எப்படி வீசினாலும் காலைப் பரப்பிக்கொண்டு மல்லாந்து விழுந்தது. உள்ளங்கையின் நடுவில் நிறுத்தி வைத்து அலுங்காமல் மண்ணில் இறக்கப் பார்த்தாள். ம்கூம். விரல்களில் நாம்பிப் பிடித்து நேரடியாக மண்ணில் குத்தி நிற்பது போல விட்டாள். நிற்பது போல நின்று பின் தடுமாறிச் சாய்ந்தது. வவுறிக்கு எரிச்சலாய் இருந்தது. இந்த ஒரே ஒரு பூ எவ்வளவு நேரமாய் அலைக்கழிக்கிறது. விழுந்து கிடப்பதில் அதற்கு ஒரு சுகம். நின்றால் மற்ற பூக்களோடு தன்னையும் வவுறி சேர்த்துவிடுவாள் என்று பயந்து போய் விட்டதோ. நிற்க மறுப்பதில் அப்படியொரு பிடிவாதம். தலையில் நட்சத்திரத்தைப் பதித்தாற்போல் தோன்றும் அந்தப் பூவை அழுத்தமாகப் பிடித்துத் தரைக்குக் கொண்டு சென்று மண்ணில் நிறுத்தி வைத்தாள். வேறுவழியில்லாமல் பூ நின்றது. வவுறிக்கு ஒரே சந்தோசம். இப்போது என்ன செய்வாய் என்று அதை ஒருபார்வை பார்த்தாள். பின் கை கொட்டிச் சிரித்துக்கொண்டு எழுந்தாள். அவள் மடியிலிருந்த பூக்கள் நிலத்தில் சிதறின.

பள்ளத்தை விட்டுப் பாதிதூரத்திற்கு மேல் கூளையனும் நெடும்பனும் வந்திருப்பது தெரிந்தது. ஒருவரை ஒருவர் விரட்டிக்கொண்டு அவர்கள் வருவதைப் பார்த்தாள். இந்த நேரத்தில் தொடற விளையாட்டோ தலைதட்டியோ விளையாடினால் எவ்வளவு நன்றாக இருக்கும். அவர்களை நோக்கி ஓடினாள். அவள் வருவதைப் பார்த்துக் கூளையனும் நெடும்பனும் அவளுடைய கைக்குச் சிக்காமல் விலகி ஓடினார்கள். எப்படியாவது ஒருவரைப் பிடித்துவிட வேண்டும் என்னும் வேகத்தில் அவள் துரத்தினாள். எவ்வித முன்னேற்பாடும் இல்லாமல் தொடற விளையாட்டு தொடங்கிவிட்டது. காட்டுக்குள் வளைந்து வளைந்து அவர்கள் ஓடுவதைக் கண்ட ஆடுகள் ஊளை ஒழுகும் மூக்கை உறிஞ்சிக் கொண்டு அண்ணாந்து பார்த்தன. அப்புறம் இதுகளுக்கு வேறு வேலையே கிடையாது என்று நினைத்தவையாய்த் தலைகுனிந்து கொண்டன. இலைச்சருகுகளும் வறப்புற் களுமாய்க் காடெங்கும் நிறைந்திருந்தன. மேய்ச்சலில் கவனம் கொண்ட ஆடுகளுக்கு அவர்களின் இரைச்சலும் குதியாளமும் பொருட்டாய்த் தெரியவில்லை. கரையேறிப் பனை சுற்றி எப்படியோ கூளையனை வவுறி தொட்டுவிட்டாள்.

இரைக்கும் மூச்சினூடே அவள் கெக்கலியிட்டுச் சிரித்தாள். நெடும்பன், தான் சிக்கிக்கொள்ளவில்லை என்பதில் கொஞ்சம் பெருமையோடு சிரித்தான். ஓட்டத்தின் வேகத்தில் அவர்கள் வந்து சேர்ந்திருந்த இடம் மொண்டியும் செவிடியும் உட்கார்ந்திருந்த அணப்பு. மொண்டியின் குரல் கேட்டது.
"என்ன வெளையாட்டுடா வெளையாடறீங்க."

நெடும்பன் தயங்கிக்கொண்டே சொன்னான்.

"தொடற வெளையாட் டண்ணா."

"செரி. நானும் வர்றன்."

மொண்டியும் செவிடியும் விளையாட்டில் இணைந்து கொள்ள வந்ததும் முதலில் இருந்து தொடங்க வேண்டியாயிற்று. கைகோத்துப் பழம் போட்டார்கள். செவிடி, குழந்தையைக் கீழே இறக்கி விட்டிருந்தாள். அது அவள் கால்களைப் பற்றிக் கொண்டே சிணுங்கியது. எல்லோரும் கைகோத்து அகலமாய் நின்று கையை உயர்த்தினார்கள். பின் புறாக்களின் சிறகடிப்புப் போலக் கைகளை மல்லாத்தியும் கவிழ்த்தியும் வைத்தார்கள். ஒவ்வொருவராகக் கழியக் கடைசியில் பூண்டியானவன் மொண்டி. மொண்டியின் முகத்தில் லேசான சுணக்கம் தோன்றிற்று. ஆனால் என்ன செய்ய. ஆட்ட விதி. பழம் போட்டதில் யாரும் எந்தத் தவறும் செய்யவில்லை. எதேச்சை யானது. மொண்டி வலிந்து எதையும் காட்டிக்கொள்ளாமல் சொன்னான்.

"தலதட்டி வெளையாடலாம். அப்பறம், கேட்டுக்குங்க. எங்க வேண்ணாலும் ஓடக் கூடாது. இந்தச் சின்ன அணப்புக் கரையத் தாண்டிப் போனா அவுங்கதான் பூண்டி. இதுக்குள்ளதான் ஓடோணும்."

எல்லோரும் மௌனமாக இருந்தார்கள். எப்படியிருந் தாலும் ஒத்துக்கொண்டுதான் ஆக வேண்டும். தலதட்டியில் தொடற விளையாட்டின் சுகம் இருக்காது. தொடற விளையாட்டிற்கு எல்லை கிடையாது. காலில் வலுவிருக்கும் வரையில், இயன்ற தூரத்திற்கு ஓடிக்கொண்டே இருக்கலாம். தலதட்டியில் எத்தனையோ கட்டுப்பாடுகள். ஆனால் மொண்டிக்கு இதுதான் ஏற்றது. அவன் எப்போதும் இதைத் தான் விரும்புவான். அவனுடைய கால்களின் ஓட்டம் சின்ன அணப்பைத் தாண்டாது.

மொண்டி ஒருகாலை லேசாகச் சாய்த்து இழுத்தபடி அவர்களைத் துரத்தினான். சின்ன அணப்புக்குள் எல்லோ ரையும் சுழன்றோடச் செய்தான். குழந்தையைத் தூக்கிக்

கொண்டு ஓடி முடியாமல் செவிடி முதலில் உட்கார்ந்து கொண்டாள். அவளுடைய தலையைத் தட்டி உயிர் கொடுக்க யாரும் முயலவில்லை. வவுறி, கூளையன், நெடும்பன் மூன்று பேரும் மொண்டிக்குச் சிக்கவே கூடாது என்று முடிவு செய்துவிட்டவர்களாய் அணி சேர்ந்து வளைந்து வளைந்து ஓடினார்கள். வவுறி பெருக்கானைப் போலச் சிறுசந்து கிடைத்தாலும் அதற்குள் புகுந்து ஓடிவிடுவாள். அதிக தூரம் ஓடாமலே, மூச்சு வாங்காமலே மொண்டியின் கையில் பிடிபடாமல் இருக்கும் வித்தை அவளுக்குத் தெரியும். மொண்டியும் வவுறியைக் குறி வைத்திருக்கவில்லை. அவளைத் தொட்டால் பையன்களைத் தொட முடியாமல்தான் வவுறியைத் தொட்டான் என்று நினைத்துக்கொள்வார்கள். அதற்கு இடங்கொடுக்க அவன் விரும்பவில்லை. வவுறியின் பக்கம் அவ்வப்போது பாய்ச்சல் காட்டிவிட்டுக் கூளைய னுக்கும் நெடும்பனுக்கும் குறி வைத்து விரட்டினான். இரண்டு பேரும் ஒன்றாகச் சேர்ந்து ஓடுவதுபோல் போக்குக் காட்டித் திடீரென்று வெவ்வேறு பக்கத்தில் பிரிந்து மொண்டியைத் தடுமாறச் செய்தனர். யாரைத் துரத்துவது என்று முடிவு செய்வதற்குள் எட்டாத் தொலைவில் இருவரும் நின்றனர். வவுறி செவிடிக்கு உயிர் கொடுத்தாள். என்றாலும் செவிடி எழுந்து ஓடவில்லை. குழந்தையைக் காலில் போட்டுக் கொண்டு கொஞ்சியபடி இருந்தாள். கூளையனைத் துரத்துவது போலப் பாவனை செய்த மொண்டி சட்டென்று வவுறியின் பக்கம் பாய்ந்தான். இந்தத் தந்திரத்தை எதிர்பார்த்திருந்த வவுறி விசுக்கென்று முட்டி அவனுக்கு எதிராக ஓடிவிட்டாள்.

மொண்டி வெகுவாகச் சோர்ந்து போனான். யாராவது கரையைக் கொஞ்சம் தாண்டினாலும் அதைச் சொல்லி அவர்களைப் பூண்டியாக்கிவிடலாம். அப்படிச் செய்தால் தொட இயலாத அவன் நிலை எல்லோருக்கும் வெளிச்ச மாகிவிடும். யாரும் கைக்கு அகப்படாமல் வேண்டுமென்றே திட்டம் தீட்டி ஓடுவதைக் கண்டு மொண்டிக்கு வெறியாக இருந்தது. யாராவது கையில் கிடைத்தால் பிழிந்து நசுக்கி விடுவான் போலிருந்தது தோற்றம். மாலை நேரத்திலும் நெற்றியில் வியர்வை பெருகிற்று. வவுறிக்குப் பரிதாபமாக இருந்தது. உடல் பலம் மிகுந்திருந்தாலும் மொண்டி ஓட முடியாதவன். அவனை இப்படி அலைக்கழிக்கக் கூடாது. பிடிபட்டுவிடலாம் என்று நினைத்தாள். அதுவும்கூட அவன் அறியாமல் செய்யவேண்டும். அறிந்தால், மேலும் கோபம் கொள்வான். கூளையனோ நெடும்பனோ கண்டிப்பாகச் சிக்க மாட்டார்கள் என்று தோன்றியது.

மொண்டியின் அலைக்கழிப்பில் அவர்கள் ஆனந்தம் கொண்டிருந்தனர். வெகுநேரம் ஓடியும் சிறுசோர்வுகூடத் தென்படவில்லை. ஒருவரை ஒருவர் பார்த்துக் கண்களைச் சிமிட்டிக்கொள்வதும் கெக்கலியிட்டுச் சிரிப்பதும் கைச் சாடை மூலமாகவே திட்டம் போடுவதும் எனக் குதூகலம் வெளிப்பட அவர்கள் மொண்டியைப் பழிவாங்கிக்கொண் டிருந்தார்கள். அவர்கள் இடைவிடாமல் அடிவானத்தை நோக்கி ஓடிக்கொண்டே இருப்பதாகவும் வெகுதூரம் பின்னால் மொண்டி காலை இழுத்துக்கொண்டு ஓடி வருவதாகவும் கற்பனை செய்துகொண்டார்கள். இந்தத் துரத்தல் காலங்களைத் தாண்டியும் நடந்துகொண்டிருக்க வேண்டும். மொண்டி கைநீட்டிக் கதற வேண்டும். 'டேய்... என்னால முடியில. நில்லுங்கடா' என்று கூப்பாடு போட வேண்டும். பெருமூச்சு இரையக் கிழட்டுப் பாம்பொன்றைப் போல மண்ணில் அவன் விழுந்துவிட வேண்டும். அதுவரைக்கும் இந்த ஓட்டம் போய்க்கொண்டே இருக்கட்டும்.

ஆட்டத்தின் விபரீதத்தை உணர்ந்துகொண்ட செவிடி ஒரு தந்திரம் செய்தாள். ஆடுகள் எங்கும் போய்விடவில்லை என்றாலும் அவள் கத்தினாள்.

"ஆடெல்லாம் பள்ளத்துப் பக்கம் போவுது. உள்ள போயிருச்சின்னா ஆரு போயித் தேடறது. போயி முடுக்கியாங்க."

அவள் பொதுவாகச் சொன்னாள். ஆட்டம் அப்படியே உறைந்துவிட்டது. அவரவர்கள் அப்படி அப்படியே நின்றார்கள். கூளையனுக்கும் நெடும்பனுக்கும் செவிடியின் மேல் வெறி சூழ்ந்தது. நீண்ட கோவணவாலை ஆட்டிக் கொண்டு மொண்டி அங்கும் இங்கும் மலைக் குரங்காய் அலைவதைத் தடுத்துவிட்டாள். அது உச்சத்தில் சட்டென்று முடிவு பெற்றுவிட்டதாய்த் தோன்றிற்று. அதற்கேற்ற மாதிரி மொண்டி கத்தினான்.

"போய் முடுக்கியாங்கடா. வெளையாடுனாலும் ஆட்டுமேல கண்ணிருக்க வேண்டாமா."

ஆடுகளின் பக்கம் பார்த்த வவுறிக்குச் சட்டென்று சிரிப்பு வந்துவிட்டது. ஆனால் சிரிப்பை அடக்கிக்கொண்டாள். அப்படியும் உதடுகளின் பிளவு அவள் சிரிப்பதைக் காட்டிக் கொடுத்துவிட்டது. மொண்டியின் முகம் இயலாமையின் எரிச்சல் மண்டிக் கிடந்தது. வவுறி அருகில் இருந்தால் செம்பட்டைத் தலையைப் பற்றி இழுத்து நாலு குத்து

விட்டிருப்பான். வவுறி பள்ளத்தை நோக்கி ஓடினாள். பொழுது ஒளி மங்கிக்கொண்டே வருவதைக் காணப் பிடிக்கவில்லை. ஏன் எல்லாம் இப்படி இறுகத் தொடங்குகிறது என்று நினைத்தாள். பள்ளத்துப் பக்கமாய் முகம் திருப்பி மேய்ந்துகொண்டிருந்த ஆடுகளுக்கு முன்னால் போய் நின்றாள். சோர்வு படிந்து கூம்பிப் போய்விட்டனவாய் இருந்தன ஆடுகளின் முகங்கள். கூளையனும் நெடும்பனும் மெல்ல நடந்து கீழ்நோக்கி வந்துகொண்டிருந்தார்கள். அவர்கள் நடையிலும் தொய்வு இருப்பதாக வவுறிக்குத் தோன்றிற்று. கொஞ்சநேரம் ஏதாவதொரு பனைமரத்தைக் கட்டிக்கொண்டு தேம்பி அழ வேண்டும் போலிருந்தது. வவுறியின் வெள்ளாட்டுக்கிடா மட்டும் பள்ளத்தோரக் கரையில் இருந்த கிளுவமரத்தில் தொத்துக்கால் போட்டுத் தழைகளை எட்டி எட்டித் தின்றுகொண்டிருந்தது. அதன் நாக்கு அந்தரத்தில் தவித்துத் தழைகளைப் பற்றியது. இந்தச் சனியனை மேய்ப்பதுதான் கஷ்டம். எதனோடும் ஒட்டாமல் அதன் இஷ்டத்திற்குத் திரிகிறது. ஒரு கூரான கல்லை எடுத்து இட்டாள். கிடாயின் பின்னங்கால் சதையில் போய்க் குத்தி விழுந்தது. ‘பே . . .’ என்று அலறிக்கொண்டு ஓடிற்று. வவுறி சந்தோசமாகச் சிரித்தாள். அவள் மனதைப் பிரதி பலிப்பதுபோல் மந்தைக்குள்ளிருந்து ஆடொன்று குர லெடுத்துக் கதறியது. அதன் குரலில் பொறுக்க முடியாத வலி கசிந்தது. திடுக்கிட்டு எழுந்து குரலைத் தேடிய வவுறி, தலையை மேலுயர்த்தி வானத்தைப் பார்த்தபடி கதறும் ஆட்டைக் கண்டாள்.

யாருடைய ஆடு என்பதை அடையாளம் காண்பது சிரமமாக இருந்தது. அவளுடையதில்லை என்பது உறுதி. கூளையனுடையதுமில்லை. அவனுடைய ஆடுகளையும் அறிவாள். ஆடு தலையீத்துப் பிரவை. நெகிழ்ச்சி அடையாத இறுகிய உடம்பு. சினையாக இருந்தாலும் வயிறு உள் ளடங்கித்தான் இருந்தது. வாலை ஆட்டிக்கொண்டு கொழா ஒழுக நிற்பதைப் பார்த்ததும் அது பிரசவ வலிதான் என்பதை உணர்ந்தாள். ஈத்து ஆடுகளாக இருந்தால் ஒன்றுமே நடக்காதது போல நான்கைந்து முறை தரையில் படுத்துப் படுத்து எழும். அப்புறம் ஏதோ புழுக்கை போடுவதாய்ப் பொதுக்கென்று குட்டியை வெளித் தள்ளிவிடும். உடனே கனைத்துக்கொண்டு குட்டியை நக்க எழுந்துகொள்ளும். எல்லாம் வெகு சாதாரணமாய் இருக்கும். தலையீத்துப் பிரவையாக இருந்தால் கொஞ்சம் பிரச்சினை. ரொம்ப நேரம் கதறித் திரிந்து போதும் போதுமென்றாக்கிவிடும்.

வவுறி கூளையனையும் நெடும்பனையும் பாத்துக் கூப்பிட்டுச் சொன்னாள். ஒற்றைக் காக்கையின் கூப்பாடு போலிருந்தது குரல்.

"தலையீத்துப் பிரவையொன்னு குட்டி போடறாப்புல இருக்குது. வந்து பாருங்க."

இருவரும் ஓடோடி வருவதைக் கண்டு மிரண்டு போன பிரவை கத்திக்கொண்டே கூட்டத்திற்குள் ஓடியது. கூளையன் சொன்னான்.

"இது மொண்டியோடது."

உடனே நெடும்பன் மொண்டியைக் கூப்பிட்டான். "அண்ணோவ்... உன்னோட ஆடொன்னு குட்டி போட றாப்பல இருக்குது."

மொண்டி சந்தோசமும் அச்சமும் ஒருசேரத் தோன்றிய குரலில் "அப்பிடியா" என்று கூவிக்கொண்டே கரைகளைத் தாண்டி இறங்கி வந்தான். செவிடியும் பின்னால் வந்தாள். கொஞ்ச நேரத்திற்கு முன்னால் இருந்த இறுக்கம் முழுதும் குலைந்து உழவுமண்ணாய்ப் பொலபொலவென்று கொட்டுவது போலிருந்தது. வவுறிக்கு ஆட்டின்மீது அன்பு சுரந்தது. ஆடு தலைகுனிந்து மேயாமல் அங்கும் இங்குமாய்ச் சுழன்றுகொண்டிருந்தது. கூட்டத்தை விட்டுக் கொஞ்சம்கூட வெளியே வரவில்லை. அதன் அரத்தில் ரத்தமும் கொழாவு மாய்ச் சேர்ந்து தொங்குவது தெரிந்தது. பாவம். உயிரை வெளிக் கொண்டுவர இன்னொரு உயிரின் துடிப்பு. அதன் தலையை நீவிவிட்டுப் பக்கத்தில் இருத்திக்கொள்ள நினைத்தாள்.

மொண்டி சொன்னான், "இந்தப் பிரவ மெரளி. கைக்கே சிக்காது."

ஆடு முன்னங்கால்களால் தரையைப் பறித்து மண்ணை இழுத்துப் பரப்பியது. ஆனால் படுக்கவில்லை. வலியைக் குறைத்துக்கொள்வதற்கான முயற்சி போலத் தலையை மேலுயர்த்திக் கத்தியது. ஈத்து ஆடாக இருந்திருந்தால் இன்னேரம் கீழே படுத்திருக்கும். மொண்டி நிலையின்றி ஆடு போகும் பக்கமெல்லாம் நகர்ந்து நகர்ந்து போனான். அருகில் போக முடியவில்லை. ஆளைக் கண்டாலே எம்பி ஓடிவிடும் போல. மொண்டிக்குப் பயமாகவும் இருந்தது. குட்டி தலை மாறி வயிற்றில் புரண்டிருக்கலாம். நஞ்சுக்கொடி சுற்றிக்கொண்டிருக்கலாம். குட்டி நல்லபடியாக வெளியே

வந்து சேரும்வரை நெஞ்சில் பதற்றம்தான். ஆட்டுக்கு ஏதாவது ஒன்று என்றால் பண்ணயக்காரருக்குப் பதில் சொல்லி மாளாது. எல்லாம் அவனால்தான் என்பதாக முடியும். செவிடியின் மடியில் குழந்தை மட்டும்தான் கெக்கலக்கை போட்டுச் சிரித்துக்கொண்டு விளையாடியது. வவுறி, கூளையன், நெடும்பன் எல்லாருமே ஆட்டையே பார்த்துக்கொண்டிருந் தனர். ஆடு ஓரிடத்தில் படுத்துவிட்டால் பிரச்சினையில்லை. இது படுத்துத் தொலையமாட்டேன் என்கிறது. பைத்தியம் பிடித்தது போலக் கூட்டத்துக்குள் கத்திக்கொண்டே நுழைந்து திரிகிறது. மற்ற ஆடுகள் எதுவும் இதனுடைய கஷ்டத்தைக் கண்டுகொள்ளவில்லை. ஆளைப் பக்கத்தில் அண்ட விடாது இது. யாராவது பக்கத்தில் போனால் பிதுமாறு கெட்டது போலக் கண்மண் தெரியாமல் ஓடிக்கொண்டேயிருக்கும். அதனால் விட்டுப் பிடிப்பதுதான் நல்லது. என்ன செய்வ தென்று தெரியாமல் கரைமேல் உட்கார்ந்து யோசித்தான் மொண்டி. வவுறி ஆட்டையே பார்த்துக்கொண்டிருந்தாள்.

"அண்ணா பனிக்கொடம் ஒடைஞ்சிருச்சி" என்று கத்தினாள். மொண்டி பார்த்தான். ஆடு படுக்கவில்லை. வெறுமனே தரையைக் காலால் பறித்துக் கத்துகிறதே தவிர படுக்கிற வழியைக் காணோம். சில ஆடுகள் படுக்காமல் நின்றுகொண்டே குட்டி போட்டுவிடும். உசாராகப் பார்த்துக் குட்டி கீழே விழுகிற சமயத்தில் கையில் ஏந்திக்கொள்ள வேண்டும். பார்க்காமல் விட்டுவிட்டால் குட்டி மண்ணில் வந்து விழுந்து மூட்டுக் கத்தரித்துப் போய்விடும். இந்த ஆடும் நின்றுகொண்டேதான் குட்டி போடும் போலிருக்கிறது. கொழாவோடு சேர்ந்து வந்து விழுவதால் குட்டிக்கு அடிபடாமலும் தப்பிக்க முடியும். எப்படி இருந்தாலும் ஆடு நின்றுகொண்டே போட்டால் பயம்தான்.

அனிச்சையாகக் கத்திக்கொண்டே ஆடு முக்கியதில் குட்டியின் தலை மூடலோடு வெளித் தெரிந்தது. அதைக் கண்டதும் மொண்டிக்குக் கொஞ்சம் நிம்மதியாக இருந்தது. கூளையனுக்கு இருப்புக் கொள்ளவில்லை. "என்னண்ணா செய்யலாம்", "என்னண்ணா செய்யலாம்" என்று நான்கைந்து முறை கேட்டுவிட்டான். இருந்தாலும் மொண்டி ஒன்றும் சொல்லவில்லை. ஆட்டைத் தனியாகப் பிடித்து வந்து கயிறு போட்டுக் கட்டி வைத்துவிடலாம் என்று வவுறி நினைத்தாள். மொண்டியிடம் சொல்வதற்குப் பயம். அவன் என்னவோ எல்லாம் தெரிந்த மாதிரி, யாரிடமும் எதுவும் கேட்காமல் பேசாமல் நின்றுகொண்டே இருக்கிறானே. ஆடு லேசாகக் கூனிக்கொண்டு முக்கியது. பொழுது

நெற்றிக்கட்டுக்கு நேராக இருந்த அந்த நேரத்தில் ஆட்டின் குட்டி துள்ளலோடு வெளிவந்தது. கூளையன் சட்டென்று ஆட்டுக்குப் பின்னால் ஓடினான். கீழே நழுவி விழ இருந்த குட்டியைக் கையில் ஏந்திக்கொண்டான். அவன் ஓடிவந்த வேகத்தில் பயந்து மிரண்டு ஆடு கூட்டத்திற்குள் வெகுதூரம் ஓடிப்போய்விட்டது. அதன் பின்னால் நஞ்சுக்கொடி பாதியளவிற்குத் தொங்கிக்கொண்டிருந்தது. கூளையன் கைகளில் குட்டி மூடலுக்குள் இருந்து வெளியேறத் துள்ளித் தவித்துக்கொண்டிருந்தது.

கூளையனுக்கு ஒன்றும் புரியவில்லை. குட்டியைப் பிடித்த கையோடு ஓடிப்போன ஆட்டையே பார்த்துக்கொண்டு நின்றான். அதற்குக் குட்டி போட்ட அந்த உணர்வு ஏதும் இல்லை. ஏதோ கொஞ்சம் கஷ்டப்பட்டுப் புழுக்கை போட்ட மாதிரி ஒன்றுமே உணராமல் மந்தைக்குள் போய் மேயத் தொடங்கிவிட்டது. கூளையனிடம் வந்த மொண்டி, “அது மொதல்லயே மெரளி. நீ குட்டியப் புடிச்சதாலதான்டா ஓடிப்போயிருச்சு” என்றபடி பட்டென்று ஓங்கி அறைந்தான். குட்டியைப் பிடுங்கிக் கீழே விட்டு அதன் உடம்பையும் முகத்தையும் மூடிக்கொண்டிருந்த மூடல்களை அகற்றும் செயலில் ஈடுபட்டான். கூளையன் கன்னத்தில் சூடு பறந்தது. சற்றுநேரம் தலை கிறுகிறுத்துக் கீழே விழுவது போலிருந்தது. அகலமான கல்லொன்று கன்னத்தில் வந்து அறைந்ததாய் உணர்ந்தான். இப்போது எரிச்சல். அவனால் தாங்கவே முடியவில்லை. பொங்கி அழத் தொடங்கிவிட்டான். மொண்டி அழுகைச் சத்தம் கேட்டு அவன்பக்கம் ஒருமுறை திரும்பிப் பார்த்துவிட்டுக் குட்டியைக் கவனிப்பதில் ஈடுபட்டான்.

வவுறியும் நெடும்பனும் கூளையனிடம் வந்து “என்னடா . . . என்னடா” என்று கேட்டுத் தேற்றினர். அவனுடைய கருங்கன்னம் கன்றிச் சிவந்திருந்தது. அப்படியே மொண்டியின் நீள்விரல்களின் சுவடு பதிந்த தடம். வவுறி தலைத் துண்டை எடுத்து வாயில் வைத்து ஊதி வெதுவெதுப்பாக்கி ஒத்தடம் கொடுத்தாள். அது படபட அவனுக்கு எரிச்சல் கூடியது. “வேண்டாம் பிள்ள” என்று அவளைத் தடுத்தான். அவனுடைய முகம் அழுகை கூடக்கூட வீங்கிக்கொண்டே வருவதாய்த் தோன்றியது. நெடும்பனும் “பேசாத இருடா. . . என்னாயிப் போச்சு இப்ப” என்று சொல்லிப் பார்த்தான். சொல்லச் சொல்ல அழுகை கூடிற்றே தவிர குறையவில்லை. இது ஒன்றையும் அறியாமல் ஆடு அதுபாட்டுக்கு மேய்ந்து

கொண்டிருந்தது. யாருக்கும் எதுவும் சொல்லத் தோன்றாமல் செவிடி வெறுமனே பதற்றத்தோடு பார்த்துக்கொண்டிருந்தாள்.

மூடலை எல்லாம் எடுத்துவிட்ட உடனே குட்டி கத்திக்கொண்டே எழுந்து நிற்கப் பார்த்தது. அதன் வாய் தாயின் முலை தேடித் தவித்தது. கூளையன் ஓடிவந்து குட்டியை ஏந்திக்கொள்ளவில்லை என்றால் மெதுவாகத் தரையின்மீது இறங்கி இருக்குமோ என்னவோ. ஒருவேளை தலை நெட்டுக்ககுத்தாக மோதியிருக்கவும் வாய்ப்பிருக்கிறது. ஆட்டுக்கு எப்படி எந்த உணர்வுமே இல்லாமல் மேயப் போய்விட்டது. கூளையன் ஓடியதும் மிரண்டு போன ஆட்டுக்குத் தப்பித்துக்கொண்ட உணர்ச்சி மட்டும்தான் இருந்திருக்கும். கூளையனைச் சமாதானப்படுத்தும் குரலில் மொண்டி, “எந்திரிச்சு வாங்கடா'' என்றான். கூளையன் செய்துவிட்ட தவறுக்குப் பரிகாரம் தேட அழைப்பவனைப் போல. ஆனால் யாரும் இடத்தை விட்டு நகரவே இல்லை. கூப்பிட்டும்கூட யாரும் வரவில்லை என்பதற்காய் மொண்டி எரிச்சல் கொண்டான். குட்டிக்கு எதாவது ஆகியிருந்தால் பதில் சொல்ல வேண்டியவன் மொண்டிதானே. இவன் களுக்கு என்ன. மண்ணைத் தட்டிவிட்டுக்கொண்டு போவது போலப் போய்விடுவார்கள். ஓடிப்போன ஆட்டைப் பிடித்து வந்து குட்டியை ஊட்ட வைக்க வேண்டும். அது உணர்வு கொண்டு குட்டியைப் பார்த்தால்தான். பார்க்காமல் பிடி வாதம் பிடித்தால் என்ன செய்வது? மொண்டி குழம்பிக் கொண்டிருந்தான்.

அவர்கள் பக்கம் பார்த்து மறுபடியும் அழுத்தமாக “வந்து தொலைங்கடா. ஆட்டப் புடிக்கலாம்” என்றான். தேம்பிக்கொண்டே இருந்த கூளையனையும் அவனுக்கு அருகில் செவிடியின் குழந்தையையும் விட்டுவிட்டு மூவரும் வந்தனர். குழந்தை அழுதுகொண்டிருந்த கூளையனின் முகத்தில் விரல் வைத்துச் சிரித்தது. அது கூளையனுக்குப் பெரும் ஆறுதலாக இருந்தது. அவர்கள் நான்கு பேரும் நான்கு பக்கத்தில் நின்று ஆட்டைக் குறிவைத்து நெருங்கி னார்கள். மற்ற ஆடுகளை எல்லாம் விலக்கிக்கொண்டு அதை நெருங்கவும் காதுகளை விறைத்துக்கொண்டு கண்கள் பிதுங்க வசமாகச் சிக்கிக்கொண்ட எலி போலத் தவித்தது. ஆளுக்கு மேலே எகிறிக் குதித்து ஓடிவிடுமோ என்றுகூடத் தோன்றியது. எதற்கும் தயாராக இருந்த அவர்கள் அதை மிரட்டும் தொனியில் எல்லாப்பக்கமும் நெருங்கப் பின் பக்கமாய்ப் போன மொண்டி ஒரே தாவலில் அதன் பின்னங்காலைப் பிடித்துக்கொண்டான். விடுவித்துக்கொள்ள

முயன்று துடித்துக் கத்தியது. மொண்டி அதன் கழுத்தைக் கையால் இறுக்கிக்கொண்டு தலையைத் தடவிக் கொடுத்தான். மெல்லப் பயம் தெளிவதுபோல் தோன்றியது. நெடும்பன் குட்டியைக் கொண்டுவந்து அதன் மடிப்பக்கம் விட்டான். கத்திக்கொண்டே முலை தேடும் குட்டியைக் காலால் உதைத்தது. நெடும்பனைப் பிடிக்கச் சொன்ன மொண்டி ஆட்டின் முலைக் காம்புகளை மெல்லத் தடவிக் குட்டியைப் பக்கத்தில் விட்டான். உடலைச் சிலிர்த்துக் கொண்ட ஆடு கால்களைத் தரையில் தட்டியது. எப்படியும் குட்டியைப் பார்த்துக்கொள்ளும் என்று நம்பிக்கை வந்தது. குட்டியை ஊட்டடிக்க முயன்றுகொண்டே மொண்டி கூளையனின் பக்கம் பார்த்தான். குழந்தையை மேலே தூக்கிப் பிடித்துக் கொண்டு சிரித்து விளையாடினான் கூளையன். மொண்டிக்கும் சிரிப்பு வந்தது.

●

8

மொண்டி ஆட்டோடு அல்லாடிக்கொண்டிருக்கையில் இட்டேரியின் மேலிருந்து 'ஓய்' என்ற கூச்சலும் சிரிப்புச் சத்தமும் கேட்டன. தலையைத் திருப்பிப் பார்த்தான். வவுறி, கூளையன், நெடும்பன் மூன்று பேரும் பாறையைக் கடந்து மேலேறி ஓடிக் கொண்டிருந்தார்கள். செவிடிகூடக் குழந்தையை இக்கத்தில் இடுக்கிக்கொண்டு அவர்களுக்குப் பின்னால் ஓடினாள். மொண்டி எழுந்து நின்று பார்த்தான். செல்வன், மணி இரண்டு பேரும் கையில் ஏதோ குச்சியை வைத்துக்கொண்டு, வானத்தில் எறிந்து பிடித்தபடி இட்டேரியில் சறுக்கல் விட்டுக்கொண்டிருந்தார்கள். சரிவாக இருக்கும் இட்டேரியின் மேலிருந்து ஓடிவந்தால் கால்கள் நிலத்தில் பாவாமல் பறக்கும். கீழே நிலத்திற்கு வெகுதூரம் ஓடி வந்துதான் நிற்கவேண்டியிருக்கும். சறுக்குவது என்றால் கொஞ்சம் பரவாயில்லை. இட்டேரியின் மேலிருந்து புறப்படும் ஒற்றையடித் தடத்தில் உட்கார்ந்துகொண்டு கைகளை ஊன்றி எம்பினால் போதும். மெல்லக் கீழே வரலாம். இருவரும் ஏறி ஏறிச் சறுக்கிக்கொண்டு போடும் சத்தம் காடெங்கும் செலவாங்கியது.

அவர்களோடு இவர்களும் சேர்ந்துவிட்டால் இனிப் பொழுதிறங்குவதே தெரியாது. இருள் படர்ந்து முகம் மறையும் போதுதான் உணர்வு வரும். ஆடுகளை அவசரமாக ஓட்டிச் செல்லும் போது "அடடா இவ்வளவு நேரமாகிவிட்டதே" என்ற பயமும் வேகமும் தோன்றும். மொண்டிக்கு அவர்கள் வந்ததில் சந்தோசம் எதுவுமில்லை. அவர்களை அதட்ட முடியாது. அடிக்க முடியாது. காடு முழுக்கவும் அவர்களது கைக்குப் போய்விடும். அவன் முக்கியமில்லாத இடத்தில் சேர்ந்து

அவனால் விளையாடவும் இயலாது. குட்டியை மோந்து பார்க்க முயன்றது ஆடு. முலைக்காம்பில் வாய் வைத்துக் குட்டி ஊட்ட முயல்கையில் மடிக்கூச்சம் போகாத ஆடு சிலிர்த்துக் காலைத் தூக்கியது. ஆட்டையும் குட்டியையும் மெல்ல மெல்ல இணைத்து வைப்பதில் அவன் பொழுது கழிந்துவிடும். அவர்களோடு சேரவும் முடியாமல் விலகவும் முடியாமல் இரண்டுங்கெட்டானாகத் தவிக்க வேண்டிய தில்லை. அவர்களின் சந்தோசம் எகிறும் கூச்சல்கள் காதுகளை அடையும்போது பொறுக்காத மனம் பொங்கித் துடிக்கும். அந்த வெற்றுக் கூச்சல்களின் அரவம் ஒன்றும் செய்யாது என்று தேற்றிக்கொள்ள வேண்டியதுதான்.

பூங்குட்டி முலைக்காம்பென்று கருதி ஆட்டின் காலையும் மொண்டியின் விரலையும் பற்றிச் சப்ப முயன்றது. அதன் வாய் பாலுக்காகத் தவிக்கும் தவிப்பில் காம்பு சிக்க மறுத்தது. மொண்டி முலைக்காம்பை லேசாக முன்தள்ளி அதன் வாயில் ஊட்ட முனைந்தான். பூங்குட்டியாக இருப்பினும் மண்ணுக்கு வந்து வெளி உலகத்தைப் பார்த்ததும் வயிற்றுப்பாடுதான் முதல் பிரச்சினையாக இருக்கிறது. மூச்சு வெளிக்காற்றை வாங்கிக்கொண்டதும் குட்டி எழுந்து நிற்க முனைவதற்கும் கண்களால் தாயைக்கூட அல்ல, முலைக்காம்புகளைத் தேடுவதற்கும் வயிறுதான் காரணம். கோழை பட்டு நசநசத்த கைகளால் ஈரம் காயாத குட்டியைப் பிடித்து ஊட்ட வைக்க முனைந்து எதைஎதையோ யோசித்துக் கொண்டிருந்தவனின் செவிகளில் இரைச்சல் வந்து விழுந்தது. கள்ளுண்டுவிட்டுக் கட்டிப் புரண்டு சண்டையிடும் மைனாக் கூட்டத்தின் பொருளற்ற கத்தல் போலிருந்தது. பொருட் படுத்திக் கவனிக்கக் கூடாது என்று நினைத்தாலும் காதுகளை மூட முடியவில்லை. செவிடிகூடத் துணைக்கு இருக்காமல் அவர்களோடு போய்விட்டாள். விளையாடும் ஆசையோ பயமோ தெரியவில்லை. மேடாக இருந்த மேல் அணைப்புப் பக்கம் கண்களைத் திருப்பவே அவனுக்குப் பிடிக்கவில்லை. காதுகளையும் அடைத்துக்கொண்டால் தேவலை என் றிருந்தது.

செல்வனும் மணியும் பண்ணயக்காரர் வீட்டுப் பையன்கள். கூளையனின் பண்ணயக்காரர் பையன் செல்வன். வவுறியின் பண்ணயக்காரர் வீட்டுப் பையன் மணி. அவர்கள் இரண்டு பேரோடு சேர்ந்து நெடும்பனின் பண்ணயக்காரர் வீட்டுப் பிள்ளை குஞ்சாளும் வருவாள். இன்றைக்கு எங்கேயோ அவளைக் காணவில்லை. கட்டூரில் இருக்கும் பள்ளிக்கூடத் திற்குப் படிக்கப் போகும் அவர்கள் சாயங்காலமானால்

இந்த மேட்டாங்காட்டைத் தேடி வந்துவிடுவது வழக்கம். வீட்டுக்கு வந்தவுடன் பையையும் தூக்குப்போசியையும் ஒரு பக்கத்தில் வீசிவிட்டு எப்படியாவது அம்மாக்களின் கண்களுக்கு அகப்படாமல் தப்பித்து ஓடிவந்துவிடுவார்கள். 'புழுதிக்காட்டுல ஆளுக்காரப் பசங்களோட சேந்து குப்பாங்குதி குதிக்கப் போனா ராத்திரிக்குச் சோறு கெடையாது' என மிரட்டினாலும் அவர்களுக்குக் காதில் ஏறாது. டிராயர் சட்டைகளைத் துவைக்கும்போது 'இந்த நாய்வ ஆளுக்காரப் பசவளாட்டம் மண்ணுல பெரட்டி எடுத்துக்கிட்டு வந்திருக்குது' என்று திட்டும் அம்மாக்களைச் சட்டை செய்வதில்லை.

அப்பாக்களைப் பற்றிப் பெரிதாகப் பிரச்சினை இல்லை. பையன்களின் விளையாட்டு ஒன்றையும் கண்டுகொள்ள மாட்டார்கள். எப்போதாவது விளையாட்டு மும்மரத்தில் கவனிக்காமல் விட்டுவிட்ட ஆடுகள் அருகில் இருக்கும் வெள்ளாமைக் காடுகளுக்கு நாலுகால் பாய்ச்சலில் போய்ப் புகுந்துவிடும். சில திருட்டாடுகள் விவரம் கொண்டவை. எப்போது ஆள் அசருவான் என்பதைத் தெரிந்துகொண்டு அரவம் இல்லாமல் ஓடிவிடும். அப்படிப்பட்ட சமயத்தில் தான் அப்பாக்களால் பிரச்சினை வரும். 'ஆட்ட உட்டுட்டு என்னடா வெளையாட்டு' என்று விளாறோ சாட்டைவாரோ ஆளுக்காரப் பையன்கள்மீது பாயும். கோபத்தின் முனைப்பு சில சமயம் மடைமாறும். 'இவனுவளோட சேந்துக்கிட்டு ஆட்டமா போடறீங்க' என்று ஒன்றிரண்டு அடிகள் தம் பையன்களுக்கும் விழும். அதையே நினைத்துக்கொண் டிருந்தால் மஞ்சள் ஒளி பொழியும் பொழுதின் நீராட்டலோ மாலையின் குளிர்காற்று வருடலோ எப்படிக் கிடைக்கும்? மேட்டாங்காட்டின் செம்புழுதி எழுந்து ஆவலோடு மேனி படிதல் ஏது? இந்தக் காட்டுக்குள் வந்து கொஞ்சநேரம் குதித்துவிட்டுப் போனால்தான் அவர்களுக்கு அன்றைய தினம் முழுமை பெற்றதாக இருக்கும். 'அந்தப் பசவளத் தொட்டு வெளையாண்டிட்டு அப்பிடியே ஊட்டுக்குள்ள வர்றயா' என்று அம்மாக்கள் சீவக்கட்டையைத் தூக்கிக்கொள்ளும்போது 'ஆள்காரப் பசவ வெரலுகூட என் மேல படல' என்று அடித்துப் பேசிச் சத்தியம் செய்து குளிக்காமலே வீட்டுக்குள் போய்விடுகிற சாமர்த்தியமும் அவர்களுக்கு உண்டு.

ஆடு நாக்கை வெளியே நீட்டிக் குட்டியின் மேலிருக்கும் ஈரத்தை உழும்பிக் காயவைக்க முயல்வதுபோல் தெரிந்தது. இத்தனை சீக்கிரம் ஆடு வழிக்கு வந்துவிடும் என்று மொண்டி எதிர்பார்க்கவே இல்லை. கூளையனை அடித்திருக்க வேண்டியதில்லை. பாவம். பொங்கிப் பொங்கி அழுதுவிட்டான்.

அப்போது கோபம். மொண்டி ஆட்டைப் பற்றியே யோசிக்க முயன்றான். என்றாலும் ஒருபக்கக் கவனம் அங்கே என்ன நடக்கிறது என்பதிலும் இருந்தது. பிரித்து அறிய முடியாமல் குழப்பமாகப் பேச்சுக்கள் வந்தன. பின் கொஞ்சம் கொஞ்சமாகக் குரல்களை ஆள் பிரித்து அறிய முடிந்தது. செவிடியின் பேச்சும் சிரிப்பும்கூடக் கலகலவென்று கேட்டன. குட்டியை ஒருகையில் பிடித்துக்கொண்டே பாதி எழும்பிப் பார்த்தான். ரட்டக்காலிப் பனையின் அடியில் கூட்டம். செல்வனும் மணியும் ஏதோ பேசுகிறார்கள். அவர்கள் வாயையே 'ஈ' என்று இளித்துக்கொண்டு பார்க்கும் கூளையன். மற்றவர்கள் முகம் தெரியவில்லை. எதிர்ப்பக்க மாகத் திரும்பி இருக்கிறார்கள். ஒவ்வொருத்தலரையும் பின்னால் போய் ஓங்கி உதைத்துத் தள்ள வேண்டும் என வெறி வந்தது. ஆட்டின்மேல் படும்படியாக மொண்டி காறித் துப்பினான். கூட்டத்தில் மொண்டியைப் பற்றிய பேச்சு நடப்பது போலிருந்தது. என்னவென்று தெளிவாகத் தெரியவில்லை. 'மொண்டி, மொண்டி' என்று உச்சரிக்கும் பெயரொலி மட்டும் கேட்டது. செல்வனின் குரல் தெளிவாக ஒலித்தது.

"மொண்டிய எங்கடா காணாம்."

மொண்டி பார்வையைத் திருப்பினான். ரட்டக்காலிப் பனையிலிருந்து கிழக்கு நோக்கிச் செல்லும் திரண்ட கரையின்மேல் செல்வன் நின்றுகொண்டிருந்தான். அவன் பார்வை ஆடுகளினூடே மொண்டியைத் தேடியது. நுனி முலையைப் பற்றி மெல்லச் சப்பும் குட்டியைப் பிடித்துக் கொண்டே ஆட்டின் கழுத்தை நீவியபடி அதனோடு ஒட்டிச் சேர்ந்துகொண்டான். அங்கிருந்து பார்க்கச் செல்வனுக்கு மொண்டியைக் கண்டுபிடிக்க முடியவில்லை. ஆடுகளோடு ஆடாக மொண்டியும் மாறிவிட்டான் போல. அவன் கண்ணில் படாமல் இன்னும் மறைவாக ஒளிந்துகொள்ள வேண்டும் என்று தோன்ற உடல் குறுக்கித் தன்னைச் சுருக்கிக்கொண்டான். செல்வன் போய்விடுபவனாக இல்லை. பார்வையில் தேடிவிட்டு "மொண்டி... டேய் மொண்டி" என்று கூப்பிடத் தொடங்கிவிட்டான். 'மொண்டியாம் மொண்டி... எங்காலொசரங்கூட இருக்க மாட்டான். கூப்படறதப் பாரு' என்று முணுமுணுத்துக் கொண்டான். ஆட்டோடு ஒட்டிக்கொண்டிருப்பது பெரும் பாதுகாப்பாகத் தோன்றியது. அசை போட்டபடி குட்டிக்குப் பால் கொடுக்கும் ஆட்டின் கழுத்தை வாஞ்சையாகத் தடவிக் கொடுத்தான். ஆட்டின் நெருக்கம் இப்படியே எப்போதும்

இருக்க வேண்டும் என்று நினைத்தான். "மொண்டி டேய்..." என்று மறுபடியும் கூப்பிட்டான். ஆளையும் அவன் டவுசரையும் பார்த்தால் சுண்டைக்காய் மாதிரி தெரிகிறான். இதுவே 'மொண்டி' என்று கூளையனோ நெடும்பனோ கூப்பிட முடியுமா. குடல் வெளியே வர, வைத்து மிதித்து விடுவான். இடுப்பில் கையை ஊன்றிக்கொண்டு நின்றான் செல்வன். பெரிய பண்ணையார் என்கிற நினைப்பு. இரண்டு ஏக்கர் மேட்டுக்காட்டை வைத்துக்கொண்டு திமிரைப் பார். எப்போதுமே மொண்டி என்றாலே செல்வனுக்குக் கொஞ்சம் இளக்காரம்தான். சீண்டிப் பார்ப்பான். கேலிச் சிரிப்பு சிரிப்பான். வார்த்தைக்கு வார்த்தை 'மொண்டி மொண்டி' என்பான். பள்ளிக்கூடம் போய்ப் படிக்கிறானாம் பெரிய படிப்பு. ஒருமுறை மண்ணில் எழுதிவிட்டு 'டேய் மொண்டி... உம்பேர எழுதியிருக்கறன் பாரு' என்று கூப்பிட்டுக் காட்டினான். கொழிமண்ணில் பூச்சி ஊர்ந்த தடம் போலக் கோடுகள் தெரிந்தன. ஆவலோடு மொண்டி 'எம்பேரு என்னன்னு எழுதிருக்கறய்யா' என்று கேட்டான். அவன் எகத்தாளத்தோடு 'மொண்டின்னுதான்' என்று சிரித்தான். பண்ணயக்காரப் பையனாக இருப்பதால் மொண்டியிடம் இருந்து தப்பித்துக்கொண்டிருக்கிறான். அந்தத் தெகிரியம்தான் செல்வனுக்கு. எப்போதாவது சமயம் மாட்டாமலா போய் விடும். மொண்டி மனதுக்குள் கறுவிக்கொண்டான்.

செல்வனின் குரல் மறுபடியும் கூப்பிட்டது. "மொண்டி... டேய் மொண்டி..." கூப்பிட்டுவிட்டுக் கூளையனின் பக்கம் திரும்பி, "எங்கடா ஆளையே காணாம். இருக்கறான்னு சொன்ன" என்று அதட்டலோடு கூச்சலிட்டான். இதற்கு மேலும் ஒளிந்துகொண்டு இருப்பது சரியில்லை. ஆட்டை ஒருகையால் பிடித்துக்கொண்டான். இனிக் குட்டியை விட்டுவிட்டு ஆடு ஓடாது. என்றாலும் அதைப் பிடித்திருப்ப தாய்க் காட்டிக்கொள்ள நினைத்தான். எழுந்து நின்று குரல் கொடுத்தான்.

"யோவ்... என்னய்யா... நா இங்கதான் இருக்கறன்."

மொண்டியின் பதில் குரல் செல்வனுக்கு எரிச்சல் ஊட்டியது. கோபத்தோடு கரையில் இருந்து இறங்கியபடி கத்தினான்.

"டேய்... மொண்டித் தாயோலி... இவ்வளா நேரம் மொண்டி மொண்டின்னு கால்கால்னு கத்தறன். வேணும்னே பேசாத இருந்தியாடா... இருந்தாலும் திமிரு எச்சுடா உனக்கு. போடற சோத்தக் கொஞ்சம் கொறச்சாக் கொழுப்பும் கொறஞ்சிரும்டா."

செல்வன் அப்படியே அவனுடைய அப்பன் குரலில் பேசுகிறான். என்னவோ இவன்தான் கறியும் சோறுமாய்ப் போட்டுக் கொட்டுகிற மாதிரி. சும்மாவா சோற்றைப் போடுகிறார்கள். உடல் முறிய வேலை செய்யவில்லையா. இந்தத் திடுமுட்டிப்பயலுக்கு ரொம்பத்தான் திமிர். என்றைக்கிருந்தாலும் கைக்கு வசமாக மாட்டுகையில் போட்டுத் தள்ளிவிட வேண்டும். செல்வனின் பட்டப்பெயரை வாய்விட்டுச் சொல்ல முடியாமல் மொண்டி 'திடுமுட்டி நாயி' என்று மனதுக்குள்ளேயே கறுவிக்கொண்டான். ஆனால் மொண்டி எதுவும் பேசவில்லை. அவன் குரல் தணியட்டும் என்று இடைவெளி விட்டுப் பின் பொறுமையாகச் சொன்னான்.

"எதுக்கய்யா கோவிச்சுக்கற. இதா இந்தப் பிரவ குட்டி போட்டிருக்குது. குட்டியப் பாக்காத மேயறதுக்கு ஓடுதுன்னு குட்டிய ஊட்டடிச்சுக்கிட்டு இருந்தன். அதான்."

மனதுக்குள் கொதித்து மேலெழும் கொப்புள மொட்டுளிகள் எதையும் வெளியே காட்டிக்கொள்ளவில்லை அவன். சாதாரணமாகவே குரல் இருந்தது. அதுவே செல்வனைக் காயப்படுத்திவிட்டது. அவன் இன்னும் சத்தமாகக் கத்தினான்.

"என்னடா நீ பெரிய இவனா... நான் கூப்படக் கூப்படப் பேசாதயே உக்காந்திருந்திருக்கற. இன்னொரு காலையும் ஒடச்சிருவன் பாத்துக்க."

இதற்கான பதிலை ஏற்கனவே மொண்டி மனதுக்குள் யோசித்து வைத்திருந்தான். குரலைக் கொஞ்சம் தயவாக மாற்றிக்கொண்டு பேசினான்.

"கோவிச்சுக்காதய்யா. பிரவ மெரளி. எதாச்சும் சத்தம் கேட்டாக் கண்டபடி ஓடும். புடிக்கவே முடியாதுய்யா. அதான் பேசுல. எந்திரிச்சுப் பேசறதுக்குள்ள உனக்குக் கோவம் வந்திருச்சு."

மொண்டி தணிந்து பேசுவது செல்வனுக்குத் திருப்தி தருவதாக இருந்தது. அவனுடைய மனம் முழுவதையும் மாலைக்காற்றுத் தழுவி ஈரப்படுத்தியது. எல்லாம் சரியாக இருப்பது போலப் பட்டது.

"செரி. வெளையாட்டுக்கு வர்றயா நீ."

"என்ன வெளையாட்டு."

"கல்லெடுப்பான்."

"நீங்க வெளையாடுங்கய்யா. கொஞ்சநேரம் கழிச்சு வந்தர்றன். அதுக்குள்ள ஆடு குட்டியப் பாத்துக்கும்."

மறுக்காமல் கொஞ்சநேரம் கழித்து வருவதாக மொண்டி சொன்ன பதிலுக்குப் பலன் இருந்தது. செல்வனுடைய முகத்தில் வெயில் பட்டு மினுக்கம் தெரிந்தது. லேசாகச் சிரிப்பதாகக் கூடப் பட்டது.

"செரி. கொஞ்சநேரத்துல வந்தரோணும்டா."

கட்டளையாகச் சொல்லிவிட்டுச் செல்வன் வேகமாக ரட்டக்காலிக்கு எதிரே இருந்த பெரிய அணப்பை நோக்கி ஓடினான். அவனுக்காக அங்கே எல்லாரும் காத்துக்கொண் டிருப்பது தெரிந்தது. கூளையனோ நெடும்பனோ வந்து கூப்பிட்டால் மொண்டி வரமாட்டான் என்பதற்காகத்தான் செல்வனைப் போகச் சொல்லியிருக்கிறார்கள். விளையாட வரச்சொல்லிக் கூப்பிடும் தெகிரியம் அவர்களுக்கு ஏது? கொஞ்ச நேரம் கழித்துப்போய் விளையாட்டில் சேர்ந்துகொண்டாக வேண்டியதில்லை. செல்வன் அப்படிச் சொல்லியிருந்தாலும் வற்புறுத்த மாட்டான். ஆனால் அந்தப்பக்கமே போகாமலும் இருக்க முடியாது. ஒட்டுமொத்தமாக அவர்களைப் புறக்கணிப்ப தான எண்ணம் கூடிவிடும். விளையாட்டு மும்மரமாக நடக்கை யில், விளையாட்டு வெறி கூடும் உச்சத்தில் அந்தப் பக்கமாகப் போகலாம். அப்போது மொண்டியை யாரும் கண்டுகொள்ள மாட்டார்கள். கண்டாலும் விளையாட்டுக்கு உள்ளே அழைக்க மாட்டார்கள். அவனையும் சேர்த்துக்கொண்டால் அதற்கு முன்னிருந்த தீவிரமும் சவால்களும் முற்றிலுமாகக் குலைந்து போய்ப் புதிதாகத் தொடங்க வேண்டி வந்துவிடும். மொண்டி எந்தப் பக்கம் சேர்கிறான், அவனைப் பொருட்படுத்த வேண்டுமா வேண்டியதில்லையா, அவன் தனிப்பெரும் எதிரியாக உருப்பெறுகிறானா இல்லையா என்பதையெல்லாம் முடிவு செய்யச் சில ஆட்டங்கள் தேவைப்படும். உணர்வு முகடேறி நிற்கும்போது இந்தப் பரிசீலனைக்கு யாரும் தயாராக இருக்க மாட்டார்கள்.

ஆட்டைப் பற்றிய பிரச்சினை இனி இல்லை. அவன் இருப்பதைச் சிறிதும் சட்டை செய்யாமல் குட்டியை முகர்வதும் அதனோடு மெலிதாகக் கனைத்து உரையாடுவது மாக ஆடு குட்டியோடு ஒன்றிப்போய்விட்டது. இரண்டையும் தன் பிடியிலிருந்து விட்டுவிட்டுத் தள்ளி நின்றுகொண்டான். அப்பவும் அவை பிரியவில்லை. ஆட்டுக்குக் குட்டியைப் பற்றிய உணர்வு முழுதாக வந்துவிட்டது. அதன் பின்புறத்தில் முண்டுமுடிச்சுகளோடு செம்மண் பழுப்பேறிய நீண்ட வால்கோவணமாய் நஞ்சுக்கொடி தொங்கியது. இன்னும் சீக்கிரத்தில் நஞ்சுக்கொடி கீழே விழுந்துவிடும். அதை ஆட்டிடம் இருந்து பிரித்துவிட்டால் போதும். அப்புறம்

ஆட்டுக்கு வேறு எந்தக் கவனிப்பும் தேவையில்லை. சில ஆடுகள் நஞ்சுக்கொடியைத் தின்றுவிடும். தின்றுவிட்டால் அதன் பால்மடி சுத்தமாக வற்றிப்போய்விடும். இதற்குத் தலையீத்து தின்னுமோ என்னவோ தெரியவில்லை. முடிச்சுக்களின் பாரத்தோடு தரையில் புரளும் கொடியையே பார்த்துக்கொண்டிருந்தான். எந்த நேரத்திலும் விழுந்து விடும்.

காட்டுக்குள் இருந்து இரைச்சல் கூடிக்கொண்டிருந்தது. விளையாட்டு மெல்ல மெல்ல உற்சாகத்தைக் கூட்டிக்கொண் டிருக்கிறது போல. கல்லெடுப்பான் விளையாட்டைச் செல்வன் ரொம்பவும் விரும்புவான். மற்ற விளையாட்டுக் களில் அவனுக்கு அவ்வளவு பிரியம் கிடையாது. அவன் சொன்னதும் எல்லாரும் அந்த விளையாட்டையே ஒத்துக் கொண்டு மாறிவிட்டார்கள். இதற்கு முன்னால் தலைதட்டி விளையாடிக்கொண்டிருந்தோம், அதையே தொடரலாம் என்று சொல்ல யாருக்கும் வாய் வரவில்லை. செல்வன் என்ன சொல்கிறானோ அதுதான். மணியும்கூட அப்படித் தான். மொண்டி பார்வையை ஆட்டை நோக்கித் திருப்பியதும் சட்டென்று அதிர்ந்தான். நஞ்சுக்கொடியைக் காணோம். வாலெங்கும் ரத்தச்சேறு. கொடி நழுவி விழுந்துவிட்டது. ஆடு குட்டியைப் பார்த்துப் பார்த்துக் கனைப்பதும் தலையை மேலே தூக்கிக்கொள்வதுமாக இருந்தது. அதற்குள்ளாக நஞ்சைத் தின்றிருக்க முடியாது. ஆடு மிரண்டு விடாமலிருக்கப் பதற்றப்படாமல் மெல்ல அருகில் போய்ச் சுற்றிலும் பார்த்தான். நஞ்சுக்கொடி மண்ணில் விழுந்து சதைக் கோளமாய்க் கிடந்தது. நாய் ஏதாவது இருக்கிறதா என்ற பார்த்தான். கிணற்று மேட்டுக்கருகே 'பூச்சி' சுருண்டு படுத்திருப்பது மங்கலாகத் தெரிந்தது. இந்தப் பூச்சி ராத்திரியானாலும் பகலானாலும் வீட்டுப் பக்கம் போவதே யில்லை. இந்த மேட்டுக்காட்டுக்குள்ளேயே சுழன்றுகொண்டு கிடக்கும். ராத்திரி ஒருவேளை ஊற்றும் பட்டிச்சோறு நாள் முழுக்கப் போதுமானது. வீடுகள் இருக்கிற பக்கமாகப் போனால் தீவலும் கழிசலுமாய் என்னவாவது கிடைக்கும். அதில் ஏனோ பூச்சிக்கு நாட்டமில்லை. மேட்டுக்காட்டின் காவலன் போலத் தன்னைக் கருதிக்கொள்கிறது.

மொண்டி காட்டுக்குள் கண்களால் தேடினான். நாலெட்டு தூரத்தில் எருக்கலை ஒன்று கண்ணில் பட்டது. வெள்ளைவெளேரென்று ஒற்றைக்கொம்பு மண்ணில் முட்டி மேல் எழுந்து வருவது மாதிரி தளதளவென்று இருந்தது. அதை அடியோடு ஒடித்தான். பால் கைகளில் படாமல்

எச்சரிக்கையாக எடுத்தான். இலைகளின் அடிப்புறத்தில் இருக்கும் சாம்பல் பிசிறுகள் கைகளில் ஒட்டின. அப்படியே கொண்டுவந்து தளவைத் திருப்பி நஞ்சுக்கொடியில் அடித்தான். 'நஞ்ச வெச்சுக்கிட்டுப் பாலக் குடு. நஞ்ச வெச்சுக்கிட்டுப் பாலக் குடு' என்று வாய் முணுமுணுத்தது. எருக்கலையால் மூன்று முறை அடிக்கும் போதும் வாய் அப்படியே சொல்லிக்கொண்டிருந்தது. பின் எருக்கலையைத் தூக்கிக் காட்டுக்குள் வீசிவிட்டு நாயைப் பார்த்தான். கிணற்றுமேட்டு மண்ணில் குழி பறித்து வெயிலுக்குக் கிறங்கிக் கிடக்கிற மாதிரி அத்தனை சுகமாகப் படுத்திருந்தது. 'பூச்சி இன்னைக்கு உனக்கு நல்ல வேட்டதான்' என்று சொல்லிக் கொண்டான். ஆடு முடுக்கும் குச்சியை எடுத்து அதில் நஞ்சுக்கொடியைத் தூக்க முயன்றான். வாகு சிக்காமல் நழுவி நழுவிச் சென்றது. உள்ளே குத்தி எடுத்துக் குச்சிக்கு மாலைபோல் போட்டுக்கொண்டான். அது தொங்கும் நீளத்தைப் பார்த்ததும் 'பூச்சி ராத்திரிக்குச் சோறே குடிக்காது. இது செரிக்க ரண்டு நாளாவும்' என்று தோன்றியது. பெரிய கரைப்பக்கமாய் அதைக் கொண்டுபோய்ப் போட்டுவிட்டு நாயைக் கூப்பிட்டான்.

"பூச்சி பூச்சி... டேய் பூச்சி பூச்சி... பூச்சீய்..."

பூச்சி தலை தூக்கிப் பார்த்தது. மீண்டும் வந்த மொண்டியின் குரலைக் கொண்டு தன்னைத்தான் கூப்பிடு கிறான் என்பதை உறுதிப்படுத்தியதும் தாவலாக ஓடிவந்தது. ரத்தக்கவிச்சி ஏற்கனவே அதன் நாசிக்கு எட்டியிருக்கும். என்றாலும் பூச்சி கூப்பிட்டு வைத்தால்தான் தின்னும். குண்டா நிறையப் போட்டு வைத்துவிட்டுத் தாராளமாகப் பூச்சியைக் காவலுக்கு வைத்துப் போகலாம். அனுமதி வராமல் அது ஒன்றும் செய்யாது. மொண்டி கை நீட்டிப் பூச்சிக்கு நஞ்சுக்கொடியைக் காட்டினான். வாலை ஆட்டிக்கொண்டு மகிழ்ச்சியைக் கண்களால் அவனுக்குத் தெரிவித்துவிட்டுக் கொடியை உதறித் தின்னத் தொடங்கியது. இனி அது படுத்தும் எழுந்தும் வெகுநேரம் முண்டு முடிச்சுகளை எல்லாம் குதறிக் கடித்துத் தின்னும். பூச்சி நல்ல நெடிக்கம். வளர்த்தி. எதையும் மிச்சம் வைக்காமல் முழுதுமாகத் தின்றுவிடும். மொண்டி கரைமேல் நின்று ஆட்டைப் பார்த் தான். ஆடும் குட்டியும் குலவிக்கொண்டிருந்தன. இனிமேல் ஆடோட்டிப் போகும்போது குட்டியைத் தூக்கிக்கொண்டு போனால் போதும். நாய்க்குட்டி போல ஆடு பின்னாலேயே ஓடிவரும்.

விளையாட்டு நடந்துகொண்டிருக்கும் அணப்புக்குப் போனான். அவன் வந்ததை யாரும் கவனிக்கவில்லை.

கவனித்தும் பொருட்படுத்தவில்லையோ என்னவோ. ஆனால் அவன் எதையும் காட்டிக்கொள்ள விரும்பவில்லை. ஒன்றும் பேசாமல் பனையின்மேல் முதுகைச் சாய்த்து உட்கார்ந்தான். ‘கல்லெடுப்பான்’ விளையாட்டு நல்ல மும்மரத்தில் இருந்தது. செவிடி குழந்தையைச் சுமந்துகொண்டே விளையாடினாள். எப்படியிருந்தாலும் அவள் ஒப்புக்குத்தான். யாராவது அவளுக்குத் தேவையான கல்லை எடுத்துக் கொடுத்து விடுவார்கள். தேனீயைப் போலச் சொப்பிக்கொண்டிருக்கும் குழந்தையை இறக்காமல் எப்படி அவள் சுயமாக விளையாட முடியும்? எப்போதும் இறக்க இயலாத சுமை இந்தக் குழந்தை. பாவம் செவிடி. தொடற விளையாட்டுப் போல எளிதான தில்லை கல்லெடுப்பான். வெகுதூரம் ஓட வேண்டிய தில்லையே தவிர ரொம்பவும் நுட்பமானது. நாலு மூலை களிலும் உத்திகள் உள்ள கரம் போடப்பட்டிருக்கும். காலை மண்ணில் அழுத்தி இழுத்துக்கொண்டு போனால் பட்டை யான கரம். நிறுத்திக் குதிகாலை அழுத்தி வட்டமடித்தால் உத்தி. நாலு உத்திகளையும் இணைத்து நடுவில் ஒரு உத்தி. நான்கு உத்திகளிலும் நான்கு பேர் நின்றுகொள்வார்கள். இன்னும் உத்தி வேண்டும் என்றாலும் பக்கவாட்டில் இருந்து சேர்த்துக்கொள்ளலாம். உத்திகளில் ஆட்கள் நின்றுகொள்ள வேண்டும். மையத்தில் உத்திகளின் எண்ணிக்கைக்குத் தகுந்த அளவு கற்கள் வைக்கப்பட்டிருக்கும். கற்கள் நல்ல உருண்டை யாகவும் கைக்கு அடக்கமாகவும் இருக்க வேண்டும். பூண்டியான ஆள் மையத்தில் உள்ள கற்களைச் சுற்றிவந்து யாரும் அதை எடுத்துவிடாமல் காப்பான். உத்தியில் இருப்பவர்கள் பூண்டியான ஆளுக்குச் சிக்காமல் எமாற்றிக் கற்களை எடுத்துவர வேண்டும். எல்லாக் கற்களையும் எடுக்கும்வரையோ எடுக்கும் முயற்சியில் யாராவது பூண்டியாகும்வரையோ ஆட்டம். மையத்தில் இருந்து சுற்றிவரும் ஆளை ஏமாற்றுவது சாதாரணக் காரியமில்லை. கொஞ்சம் அசந்தாலும் தொட்டுவிடுவான்.

இந்த ஆட்டத்தில் வவுறி பூண்டி. மையத்துக் கற்களைச் சுற்றிச் சுற்றி வந்தாள். செல்வன், கூளையன், மணி, நெடும்பன் நான்கு பேரும் நான்கு மூலைகளில் இருந்தும் வவுறியை நெருங்கினார்கள். கல்லை எடுப்பது போலப் பாய்ந்து பாவனை காட்டிவிட்டுத் தங்கள் உத்திக்குப் போய்ப் பாதுகாப்பாக நின்றுகொண்டார்கள். செவிடி, பக்கவாட்டு உத்தியில். அவளும் பாய்வது போலச் சில அடிகள் ஓடிவந்து மறுபடியும் உத்திக்கே ஓடினாள். அவள் ஓடும்போது குழந்தை கைகொட்டிச் சிரித்தது. குலுங்கல் அதற்குக் கிச்சுக்கிச்சு மூட்டுவது போல இருந்திருக்கும். கிய்யாமுய்யா என்று

கத்துவதும் ஓடுவதுமாய்ப் புழுதியைக் கிளப்பினார்கள். செம்புழுதி ஆளுயரத்திற்கு மேலே பறந்தது. புழுதிக்கிடையே பாயும் மஞ்சள் வெயிலால் முகங்களைத் துலக்கிக் காட்ட முடியவில்லை. வவுறி யாரையோ தொட்டுவிட்டாள். அவளுடைய செக்கலியும் சந்தோசச் சிரிப்பும் அதைத்தான் உணர்த்தின. யாராக இருக்கும் என்று அறிவதில் மொண்டி ஆவல் கொண்டான். அது நெடும்பன். நெடும்பன் பொச்சை நெளித்துக்கொண்டு இசுக்காட்டி இருப்பான். வவுறி பிடித்துவிட்டாள். ஆனால் நெடும்பன் அதற்கொன்றும் கவலைப்படமாட்டான். நாலே சுற்றில் அவன் கைக்கு யாராவது சிக்கிக்கொள்வார்கள். எடுக்கப்பட்ட கற்கள் எல்லாம் மீண்டும் மையத்தில் கூட்டப்பட்டன. கொஞ்சம் தணிந்திருந்த புழுதி மறுபடியும் எழுந்தது. செவிடி பூண்டியாகி விட்டால்தான் கஷ்டம். யாரையும் தொட முடியாது. கொஞ்சநேரம் சுற்றிப் பார்த்துவிட்டு அழத் தொடங்கி விடுவாள். இல்லாவிட்டால் 'நான் ஆட்டத்துக்கு வர்ல போங்க' என்று சொல்லிவிடுவாள். அதற்காகவே பூண்டி யாகாமல் ரொம்பவும் எச்சரிக்கையாக இருப்பாள். கூச்சல் களுக்கிடையே நெடும்பன் சுற்றினான். அவன் கோவணம் அந்தப்பக்கமும் இந்தப்பக்கமும் அசைவது தெரிந்தது. ஒரு கல்லைக்கூட யாரையும் எடுக்க விடவில்லை. நான்கு பக்கமும் இருந்து நெருக்கும்போது தப்பித்தோடி உத்தியை நெருங்குகையில் மயிரிழையில் கூளையன் சிக்கிக்கொண்டான். கொஞ்சநேரம் ரவுசாகக் கிடந்தது. கூளையன் உத்தியைத் தொட்டுவிட்டேன் என்று வாதாட, நெடும்பன் நான் தொட்ட பிறகுதான் உத்திக்குப் போனாய் என்று கத்த, வாக்குவாதம். அவரவர்கள் அவரவர் பக்கத்தில் உறுதியாக இருந்தார்கள். யாரும் ஒத்துக்கொள்வதாகத் தெரியவில்லை. செல்வன் உடனே "வாங்கடா பழம் போட்டுப் பாத்தர்லாம்" என்றான். பழம் போடுகையில் கூளையன்தான் பூண்டி. அதை அவனால் ஒத்துக்கொள்ள முடியவில்லை. கறுவிக்கொண்டான். 'ஏமாத்திப்புட்டயில்ல. உன்னயவே பூண்டியாக்கறன் பார்டா.'

அடுத்த ஆட்டம். கூளையனைப் பார்க்கத் தாராக் கோழி போலத் தோன்றியது. மொண்டிக்குக் கூளையனைக் கோழியாக நினைத்துக்கொண்டதும் சிரிப்பு வந்தது. குள்ளமாக அடிவயிறு பெருத்துக் குட்டைக்கால்களுடன் தாய்க்கோழி போலத்தான் தெரிந்தான். மையத்தில் இருப்பவை குஞ்சுகள். கூளையன் அடைக்கோழி. மொண்டிக்குக் கற்பனை கூடியதும் ஆட்டத்தில் ஈர்ப்பு வந்தது. கூளையன் கூட்டுக் குள்ளிருந்து எழுந்தான். அடைக்கூடு. தாய்க்கோழிக்கே உரிய வகையில் இறக்கைகளை விரித்துக்கொண்டான்.

மையத்துக் குஞ்சுகளைப் பாதுகாக்க வேண்டும். அவை அவன் உயிர். சுற்றிலும் கழுகுகள் அவற்றைத் தூக்க எம்பி எம்பிப் பறந்தன. வானில் வட்டமிட்டுப் போக்குக் காட்டின. தூரத்துப் பனையில் ஒன்றும் தெரியாதவை போலத் தேமே வென்று உட்கார்ந்து கோழி எப்போது ஏமாறும் என்று வேவு பார்த்தன. கோழி எதிர்ப்பக்கம் போகிற சமயத்தில் தாழப் பறந்து குஞ்சுகளைக் கவ்விக்கொள்ள முயன்றன. கோழியின் இறக்கையடிப்பும் காலோசையும் கேட்டதும் எம்பி ஒரே வேகத்தில் தூரத்தில் போய் மறைந்தன. அவை சாதாரணக் கழுகுகளல்ல. கூரிய நகங்களும் நீள்கால்களும் கொண்ட பிணந்தின்னிக் கழுகுகள். அவற்றின் அலகுகள் பாறையைக்கூடக் குத்திக் கிழிக்கும் வலிமை கொண்டவை. அதிலும் கோழி ஒன்று. கழுகுகள் நான்கு. ஆனால் இது மாதிரியான சமயத்தில் கோழிக்குக் கழுகை விடவும் சக்தி கூடிவிடும். அத்தோடு கோழிக்குத் தன்னுடைய பொருள், உதிரத்தில் இருந்து உதித்தது. கழுகுகள் திருட வருபவை. திருட்டுக்கு உடல்பலம் இருந்தாலும் மனோவலிமை குறைவு. கோழியின் உடல் வீரத்தால் கொந்தளிக்கிறது. கோழி எட்டிக் கொத்தினால் சதைத்துண்டுகள் அதன் அலகோடு சேர்ந்து வந்துவிடும். அதன் கண்களை மீறிக் காவலைத் தாண்டி எந்தக் கழுகும் அண்ட முடியாது. புறா போலத் தோற்றம் காட்டி ஒன்றும் தெரியாமல் இருந்துவிட்டுத் திடீரென்று வசாலியாய் மாறி டபக்கென்று கவ்விக்கொண்டு ஓடிவிடும் கழுகு வித்தைகளைக் கோழி எத்தனை கண்டிருக்கிறது. பொச்செரிய இட்ட முட்டைகளை அடிவயிற்றுச் சூட்டில் வைத்துக் காப்பாற்றிப் பெற்ற குஞ்சுகள். குஞ்சுகள் பறிபோகாமல் பார்த்துக்கொண்டே வயிற்றுக்கு இரையும் பொறுக்க வேண்டும். இரையின்மீது கவனம் சிறிது கூடிவிட்டால் குஞ்சுகள் கழுகுகளுக்குப் பலியாகிவிடும் பகிர்ந்து கொடுத்து விடும். கழுகுகளுக்குள் கூட்டணி. யாருமற்ற தாய்க்கோழி. ஒண்டி. கோழி சுழன்றடிப்பதைக் கண்டு கழுகுகள் சிதைந்தோடின. கோழிக்கு எந்தப்பக்கமும் கால் தரிக்கவில்லை. விநாடி நேரம்கூட நிற்கவும் வாய்ப்பில்லை.

கூளைக்கோழி எவ்வளவு எச்சரிக்கையாக இருந்தும் ஒன்றும் முடியவில்லை. புழுதி மறைந்த கணம் ஒன்றில் குஞ்சொன்றை கழுகு எடுத்துக்கொண்டோடிப் போனது. அந்தக் கழுகைத் துரத்துகிற சமயம் பார்த்து மற்ற கழுகுகள் புகுந்துவிட்டன. மிஞ்சியது ஒரே ஒரு குஞ்சு. புத்தியுள்ள கோழி, அனுபவமுள்ள கோழி இப்படிச் செய்யாது. கழுகைக் கொத்தவும் பாயாது. தானும் எம்பிப் பறக்க முயலாது. தன்னுடைய உயரம் எவ்வளவு என்பது அதற்குத் தெரியும்.

தாக்குதலில் இறங்கக்கூடாது என்பதையும் தற்காப்புத்தான் தனது பலம் என்பதையும் புரிந்துகொண்டிருக்கும். கழுகுகள் ஒட்டுமொத்தமாகத் தாக்குதல் தொடுப்பது புரிந்ததும் குஞ்சுகளை இறக்கைக்குள் அடைத்துக்கொள்ளும். ஏமாந்த சமயத்தில் ஒரு குஞ்சைக் கழுகு தூக்கிக்கொண்டு போய் விட்டால், அதை மீட்கக் கோழி முயலக்கூடாது. போனது போனதுதான். மற்ற குஞ்சுகளைக் காத்துக்கொள்வதுதான் முக்கியம். கழுகின்மீது பாய்ந்துவிட்டால் எல்லாக் குஞ்சு களையும் கோட்டை விட்டுவிட வேண்டியதுதான். கூளைக் கோழியின் வசம் ஒரே ஒரு குஞ்சுதான் மிஞ்சியிருந்தது. அந்தக் குஞ்சு தேவைப்படும் கழுகு மிகவும் பசியோடிருந்தது. எப்படியாவது கைப்பற்றிவிடத் தாவித் தாவிப் பறந்தது. மற்ற கழுகுகள் ஏப்பம் விட்டுக் களிப்பில் மிதந்தன. என்றாலும் ஒண்டிக் கழுகுக்கு உதவும் பொருட்டுக் குஞ்சைத் தூக்க வருவது போலப் போக்குக் காட்டின. ஒன்றையும் காப்பாற்றி விடும் வேகத்தில் கோழி போராடியது. அடிவயிற்றுக்குள் அணைத்துப் படுத்துக்கொள்ளலாம் என்றால் இரையின்றிச் சாக வேண்டியதுதான். ஆவேசம் கொண்ட கழுகு பாய்ந்து வந்து குஞ்சைத் தூக்கிப் பறக்கையில் கால்களை வசமாகப் பற்றிக்கொண்டது கோழி. 'டோய் டோய்...' கோழி துள்ளிக் குதித்தது. மாட்டிக்கொண்ட கழுகு செல்வன். கோவிந்தா போடுவதுபோல் எல்லோரும் ஒரே சமயத்தில் கெக்கலித்துச் சிரித்தார்கள். செல்வனின் முகம் சுண்டிப் போயிருந்தது. கூளையனை முறைத்துப் பார்த்தான்.

அடுத்த ஆட்டம் தொடங்கியது. இப்போது செல்வன் கோழி. அவனைக் கோழியாக நினைப்பது என்னவோ போலிருந்தது மொண்டிக்கு. வேறு என்னவாகக் கொள்ளலாம் என்று யோசித்தான். மான், கரடி, முயல், குரங்கு, பன்றி... பன்றி ரொம்பவும் பொருத்தம் போலிருந்தது. பன்றிக் குட்டிகளைக் கவ்வ வரும் நரிகளாக மற்றவர்களை நினைத்துக்கொண்டான். ஆட்டம் தீவிரமாக நடந்தது. பன்றி பலமற்றுக் காணப்பட்டது. நுட்பங்கள் தெரிந்தாலும் பதற்றத்தில் இருந்தது. எங்கே எல்லாம் பறிபோய்விடுமோ என்னும் கவலையில் ஒவ்வொன்றாக இழந்துகொண்டிருந்தது. பன்றிக்குட்டிகள் 'வீர்' ரென்று கத்தியபடி நரிகளின் வாயில் சிக்கிச் சிதைந்தன. ஆட்டம் விரைவில் முடிந்துவிட்டது. திரும்பவும் செல்வனேதான் பூண்டி. விளையாட்டுக்கான உற்சாகம் எதுவும் அவன் முகத்தில் இல்லை. எதிரிகளை மோதி வீழ்த்திவிடும் ஆவேசத்தில் இருந்தான். பன்றியை நரிக்கூட்டம் ஏமாற்றிவிட்டதில் மொண்டி ரொம்பவும் மகிழ்ச்சி கொண்டான். எழுந்து நின்று "என்னய்யா... நீ

தான் மறுபடியும் பூண்டியா" என்று சத்தமாகக் கேட்டான். மற்றவர்கள் சிரித்தார்கள். செல்வன் பதில் எதுவும் பேச வில்லை. முகம் சூம்பிப் போய் உண்மையாலுமே உர்ரென்று பன்றி போலவே தோன்றினான். இந்த ஆட்டத்திலும் செல்வன் வெகுபதற்றத்தோடு இருந்தான். கால்கள் அவனுடைய மனதை மிஞ்சக் கண்டபடி அலைந்தான். கற்களை விட்டுவிட்டு ஆட்களைக் குறி வைத்தான். உத்தி வரைக்கும் துரத்திச் சென்று தொட முயன்றான். கற்கள் ஒவ்வொன்றாகக் காணாமல் போய்க்கொண்டிருந்தன. அவை குறையக் குறைய அவன் துரத்தும் வேகமும் அதிகமாயிற்று. பலனில்லை.

போக்குக் காட்டி ஓடிய கூளையனைத் துரத்திச் சென்று உத்திக்கருகில் தொட்டான். அவன் உத்தியில் கால்வைத்த பிறகுதான் கை பட்டது. என்றாலும் தொட்டுவிட்டதாகச் செல்வன் சாதித்தான். கூளையன் இல்லை என்றான். புழுதி மூடலில் மற்றவர்களுக்கு என்ன நடந்தது என்று தெரிய வில்லை.

"டேய் . . . பொய் சொல்லாத . . . தொட்டுட்டன்டா."

"இல்லய்யா. நா உத்தியில கால் வெச்சதுக்கு அப்புறந் தான் தொட்டய்யா."

"தொட்டுட்டன்டா."

"இல்லய்யா."

"டேய் . . . தாயோலி . . . எங்கிட்டயே பொய் சொல்றயாடா. வேணுமின்னே என்னயத் தொட்டதுமில்லாத . . . இப்பப் பொய் வேற சொல்றயாடா. வாடா . . . வா . . . ஆட்ட உட்டுட்டு எல்லார்த்தோடவுஞ் சேந்துக்கிட்டுக் குதிக்கறயின்னு சொல்லி எங்கம்மாகிட்ட உனக்குக் குப்பாலு வாங்கி வெக்கிறன் . . . வாடா . . . என்னயவா பூண்டியாக்கற . . . டேய் கூளத்தாயோலி . . ."

முகம் உப்பக் கண்ணீர் சிதறியது. மிகப்பெரும் அவமானம் அவனுக்கு நேர்ந்துவிட்டதாய்க் கருதிக்கொண்டான். காட்டுக்குள் கொஞ்சதூரம் வேகமாக நடந்தோடிச் சிறு கல்லொன்றை எடுத்துக் கூளையனை நோக்கி இட்டான். கெண்டைக்காலை நோக்கி வந்த கல்லுக்குச் சிக்காமல் கூளையன் ஒதுங்கிக்கொண்டான். கண்ணீரும் அழுகுரலும் சேர்ந்து கலவையாக வெளிவந்தன. கூளையனைத் திட்டிக் கொண்டே பிதுமாறு கெட்டவனைப் போல ஓடினான். எல்லாரும் பேச்சற்றுப் போனார்கள். திடீரென்று கூளையன்

வேகமாக ஓடிச் செல்வனின் கையைப் பிடித்து 'யோவ்... போவாதய்யா... நானே இருக்கறன்... வாய்யா' என்று கெஞ்சி இழுத்தான். 'என்னத் தொடாதீடா' என்று கையை உதறிக்கொண்டு வேகமாக ஓடினான் செல்வன். அணப்பு களைத் தாண்டி இட்டேரியின் மேலேறி இறங்கி மறைந்தான். காட்டுக்குள் அப்படியே குந்த வைத்துக் கூளையன் உட்கார்ந்துகொண்டான். அவன் முகம் சோர்ந்து சுண்டிப் போய்விட்டது. மொண்டி கூளையனை நோக்கி வந்தான். தூரத்திலிருந்து பார்ப்பதற்குச் சூழும் கருக்கிட்டில் மங்கிப் போய்க் கூளையன் தெரிந்தான். பட்டிக்குத் திரும்பத் தொடங்கிய ஆடுகள் கூளையனைக் கடந்து சென்றன.

●

பகுதி இரண்டு

கொழிமண்

9

மினுக்கும் லாந்தருடன் கூளையனும் செல்வனும் பட்டிக்கு வந்தபோது இருள் மிக அடர்த்தியாய்க் காடு முழுவதையும் போர்த்தியிருந்தது. சத்தம் இனம் கண்டு பட்டி நாய் வாலாட்டி 'ம்கீம்...' என்று ஒருவிதச் சந்தோசக் குரல் எழுப்பியது. செல்வனின் கையிலிருந்த சோற்றுக் குண்டாவைக் கண்டு சங்கிலியை இழுத்துக்கொண்டு அவன் பக்கமாய்ப் பாய முற்பட்டது. 'இழுக்கற இழுப்புல சங்கிலியே அந்து போயிரு மாட்டம் இருக்குது' என்று கூளையன் நாயை அதட்டினான். படலோரத்தில் கவிழ்ந்து கிடந்த சட்டியைத் தூக்கி அதற்குள் ஒட்டிக்கொண்டிருந்த மண்ணைக் கொட்டித் தூசிகளை ஊதினான். செல்வன் பொறுமையற்று "வைடா கீழ" என்று கத்தினான். "இருய்யா. மண்ணோட கெடக்குது. அப்பிடியே எப்பிடிச் சோத்த ஊத்தறது." கூளையன் சொல்லிக் கொண்டே நாய்க்கருகில் சட்டியை வைத்தான். "பூச்சி... கம்முனு இருடா" என்றதும் அது காதுகளை விறைத்துக்கொண்டு சட்டியையே பார்த்து நின்றது. களி உருண்டையை மையக் கரைத்து ஊற்றினான் செல்வன். தினமும் குடிக்கிற அதே சோறுதான் என்றாலும் பூச்சி மிகுந்த ஆவலோடு சட்டிக்குள் பாய்ந்தது. சாயந்திரம் ஆடு உள்ளோட்டும்போதே நாயைக் கட்டியாகிவிட்டது. கூளையன் கட்டுத்தரை வேலைகளை முடித்துச் சோறு தின்றுவிட்டு வந்துசேர இந்நேரம் ஆகிவிடும். முன்னிரவில் பயமேதும் இல்லை. இன்னும் எட்டுமணிச் சங்குகூட ஊதவில்லை. அதற்குள் எந்தத் திருடன் வந்து விடுவான்?

பக்கத்தில் பட்டியேதும் இல்லை. நாலு காடு தாண்டிப் போனால்தான். இட்டேரியின் மேலேறி

ஓங்கிக் கூப்பிட்டால் கந்தனின் கொட்டாய்க்குக் கேட்கும். பழகிய காடாதலால் கூளையனும் செல்வனும் படுத்துக் கொள்வார்கள். பண்ணயக்காரருக்குத் தொண்டுப்பட்டி காவல். அங்கே உழவு எருதுகளும் பசுமாடுகளும் எருமைகளும் நிறைந்திருந்தன. காட்டுச்சாளையும் இருந்தது. அங்கே அவசியம் ஓராள் இருந்தாக வேண்டும். அது வீட்டிலிருந்து கூப்பிடு தொலைவுதான் என்றாலும் பையன்கள் சரிவராது. ராத்திரியில் எழுந்து இரண்டு முறை தீனிபோட வேண்டும். விடியற்காலம் பால்காரன் டிரம்மோடு வரும்போது எழுந்து, உடனிருந்து அவன் பீச்சி அளந்து கொண்டு போவதற்கு உதவவேண்டும். எருமைக்கன்றுகளை இழுத்துக் கட்டிவிடலாம். மாட்டுக் கன்றுகள் ஒரே இழுப்பில் ஆளைத் தூர்த்து எறிந்துவிடும். அவற்றின் நெகா தெரிந்த ஆளால்தான் அது முடியும். எப்போதும் தொண்டுப்பட்டி காவல் அவருக்குத்தான். எந்தப் பண்ணயக்காரன்தான் வீட்டில் படுக்கிறான். ராத்திரிச் சோறு முடிந்தவுடன் தடி ஒன்றை ஊன்றிக்கொண்டு தொண்டுப்பட்டிக்கோ ஆட்டுப்பட்டிக்கோ போய்விட வேண்டியதுதான். மரமேறி இறக்கி வைத்துவிட்டுப் போயிருக்கும் கள்ளை முட்டிவிட்டுக் காறிக் காறித் துப்பிக் கொண்டு கிடப்பார்கள். இந்த லட்சணத்தில் பொண்டாட்டியோடு படுப்பதும் பிள்ளை பெற்றுக்கொள்வதும் எந்த நேரமோ? தூக்கம் ஒன்று போட்டுவிட்டு எழுந்து மாடு கன்றுக்கெல்லாம் தீனியை உதறிவிட்டு அப்படியே பொண்டாட்டி பிள்ளையைப் பார்க்கவும் போய்வருவார்களாக இருக்கும்.

தொண்டுப்பட்டிக்கு அருகிலேயே ஆட்டுப்பட்டியும் போட்டிருக்கும் சமயத்தில் அவரின் கட்டிலுக்குப் பக்கத்தில் சாக்கை விரித்துக் கூளையன் படுத்திருப்பான். எப்போதாவது விழிப்பு வந்து பார்த்தால் கட்டில் காலியாக இருக்கும். பால்காரன் வந்துபோனபின் கோவணத்தை இழுத்து இழுத்து இறுக்கிக்கொண்டு 'வெடியக்காலம் ஆயிருச்சு. படுத்திருடா' என்று சொல்லிவிட்டு அவர் போவதும் உண்டு. ஆனால் அது மொதக்கோழி கூப்பிடுகிற நேரமாக இருக்கும். எந்த நேரம் என்றில்லை. அதனால்தான் கிழடுகள் தங்கள் பேரன் பேத்திகளைத் திட்டும்போது 'உங்கப்பன் எந்த நேரத்துல கோமணத்த அவுத்தானோ' என்று சொல்லிக் காட்டுகிறார்கள் போல.

வேசை காலத்தில்தான் ஆட்டுப்பட்டி தனியாக மேட்டாங்காட்டுக்கு வரும். பட்டியை இரண்டு மூன்று நாட்களுக்கு ஒருமுறை இடம் மாற்றிப் போட்டால் போதும்.

காடு முழுக்க எருவாகிவிடும். ஆட்டுப்புழுக்கை மட்டுமல்ல, மல்லும்கூட நல்ல எருதான். ஆனால் ஒரு பயம். நரிகளோ காட்டு நாய்களோ மோப்பம் பிடித்து வரும். முந்தியெல்லாம் ஆடு திருடர்கள் இருந்தார்கள். அவர்களின் திருட்டுச் சாகசங்கள் பற்றி எத்தனையோ கதைகள் நிலம் முழுக்க இறைந்து கிடக்கின்றன. இப்போது அவர்கள் கூடை முடைவதோடு சரி. அதற்காகத் திருட ஆளே இல்லை என்பதல்ல. கொஞ்சம் ஏமாந்தால் பக்கத்துப் பட்டிக்காரனே பிடித்துக் கூறு போட்டுவிட்டு நமக்கும் நாலு கறி கொண்டு வந்து கொடுப்பான். கூளையனுக்குப் பயம் எதுவுமில்லை. தனியாகவும் படுத்துக்கொள்வான். அவருக்குத்தான் நம்பிக்கை இல்லை. துணைக்குச் செல்வன்.

பகலைவிட இருட்டில் இந்தக் காட்டைப் பார்க்கக் கூளையனுக்கு ரொம்பப் பிடிக்கும். கண் பழக்கமாகி விட்டால் விண்மீன் வெளிச்சம்கூட வேண்டியதில்லை. காடு முழுக்கப் படுத்துப் புரளலாம். காலகாலமாய்ப் புதைத்து வைத்திருக்கும் கதைகளை அவனுக்குக் காடு சொல்லும். மண்ணில் காதுகளை வைத்துக் கேட்பவர்களுக்குத்தான் அதன் பாஷை புரியும். பட்டிக்குடுசுக்குள் மேலே போட்டிருக்கும் கட்டிலில் ஏறி ஜம்மென்று படுத்துக்கொள்ளும் செல்வனுக்கு எப்படிக் கேட்கும்? கூளையனைப் போலச் சாக்கை விரித்துப்போட்டோ போடாமலோ மண்ணின் மடியில் கிடந்தால் அந்தப் பேறு கிடைக்கும். இரவுப் பூச்சிகளின் சத்தம் அழகான பாடலாய் எப்போதும் ஒலித்துக் கொண்டேயிருக்கும். உறக்கத்தில் கனவு கண்டு விழித்த பறவையின் குரலோ அகாலத்தில் கூடு தேடி அலையும் தனிப்பறவையின் ஒலியோ அவ்வப்போது கேட்கும். ஏரிக்குள்ளிருந்து துளியூண்டு நீரில் சுதந்திரமாக நீந்தித் திரிய இரவுதான் ஏற்றது என்று எண்ணும் நீர்க்கோழிகளின் 'க்வாக்' சத்தம். பனைமரத்தின் குருத்துக்குள்ளிருந்து வெளியேறிச் செல்லும் கருத்த வௌவால்களின் சிறகடிப்பு. எல்லாவற்றையும் கேட்டுக்கொண்டே இருக்கையில் தூக்கம் சட்டென்று வந்து இமைகளின்மீது உட்கார்ந்து அழுத்திக் கொள்ளும். அவ்வளவுதான், இடையில் நாய்க்குரைப்போ ஆடுகளின் கத்தலோ கேட்டு விழிப்பு வரும். அதற்கப்புறம் விடியும் வரையில் தூக்கம் அவ்வளவுதான். வெறுமனே படுத்துக்கொண்டும் உட்கார்ந்துகொண்டும் இருளையே கவனித்துக்கொண்டிருக்க வேண்டியதுதான். வரப்பீடியை இழுத்துப் புகையை ஊதினால் கொஞ்சம் தெம்பு வந்தது போலிருக்கும்.

பட்டிக்குடுசில் லாந்தரைக் கட்டும்போது ஆடுகளில் சில மிரண்டு எழுந்து தூர ஓடின. வழக்கம்தானே என்பது போல மற்றவை அசைபோட்டபடி படுத்திருந்தன. தலையை ஆட்டி ஆட்டி வீரன் எதையோ சொன்னான். சலங்கை அதற்கேற்ப ஒலித்தது. தலையைக் கூளையன் தடவிக்கொடுத்தான். தலையை உயர்த்திச் செருகின கண்களை மூடிக்கொண்டு சுகமாக வீரன் நின்றான். "போதும் போ" என்று கூறிக் குடுசுச் சட்டத்தில் தொங்கவிட்டிருந்த தன் சாக்கை எடுத்துக் கொண்டு கூளையன் வெளிவந்தான். "என்னடா வீரங்கிட்ட இந்தக் கொஞ்சலு" என்றான் செல்வன். சிரித்துக்கொண்டே நாய் படுத்திருந்ததற்கு எதிர்ப்பக்கம் கொஞ்சம் தள்ளிச் சாக்கை விரித்தான். "உள்ள படுத்துக்க வாடா" என்று செல்வன் கூப்பிட்டான். குடுசுக்கடியில் சாக்கை விரித்துப் படுத்தால் வந்து மூக்கிலேறும் புழுக்கை நாற்றம் அவனுக்கொன்றும் புதிதல்ல. அதுதான் அவனுக்குரிய வாசம். அதை வித்தியாசப் படுத்தி உணரக்கூடத் தெரியாது. இயல்பானதாய்ப் போய் விட்டது. ஆனால் ஆட்டுக்குட்டிகளின் தொந்தரவு தாங்க முடியாது. ஆடென்று நினைத்துக்கொண்டு மேலே விழுவதும் புரள்வதும் குதிப்பதும். தூங்க முடியாது. சில சமயம் அவன்மேல் கோபமாயிருக்கும் ஆடு வேண்டுமென்றே அவன் பக்கமாய்ப் பொச்சைத் திருப்பிச் சடசடவென்று மல்லும். எத்தனையோ இரவுகளில் மல் வந்து முகத்தில் அடித்து எழுந்திருக்கிறான்.

மழை வரும் நாட்களில் வேறு வழியில்லாமல் உள்ளே தான் படுத்துக்கொள்ள வேண்டியிருக்கும். மற்ற நாட்களில் காற்றோட்டமாகவும் விஸ்தாரமாகவும் இருக்கும் இந்த வெற்றுவெளியில் படுத்துக்கொள்வதைத்தான் விரும்புவான். செல்வனுக்குக் குடிசையின் மேலே போடப்பட்ட கட்டிலும் போர்வையும் தலையணையும் உண்டு. உள்ளே படுத்தால்தான் செல்வன் பயமில்லாமலும் தூங்குவான். இந்த வருசம் பட்டி போட்டு நான்கைந்து நாட்கள்தான் இருக்கும். அதுதான் பயப்படுகிறான். "இங்கயே படுத்திருக்கறன்யா. வேக்காடாக் கெடக்குது" என்று சொல்லியும் செல்வன் உள்ளே போகவில்லை. விசுவுகயிறு கட்டியிருந்த கல்லின்மேல் போய் உட்கார்ந்துகொண்டான். அவன் உடனே உள்ளே போய்ப் படுத்துக்கொண்டால் தேவலாம் போலிருந்தது. அவன் இருக்கும்போது பீடி பற்றவைக்கத் தயக்கமாக இருந்தது. கக்கூஸ் குப்பை வாரப் போகும்போது வாங்கிவரும் பீடியைக் கொடுத்து மொண்டி கூளையனுக்கும் பழக்கிவிட்டிருந்தான். அதில் என்னவோ கூளையனுக்கு மிகவும் ஈர்ப்பு உண்டாகி விட்டது. செல்வன் நகர்வதாகக் காணோம். தூக்கம்

வரவில்லை போல. சாவகாசமாக உட்கார்ந்துகொண்டிருந்தான். ஏதேனும் பேச்சு தொடங்கிவிட்டால் பின் அவ்வளவு சீக்கிரத்தில் நிற்காது. கொஞ்ச நேரம் தூங்குவது போலக் கண்ணை மூடிக்கொண்டு கிடந்தான். திரும்ப விழித்துப் பார்த்தால் செல்வன் அப்படியே உட்கார்ந்திருக்கிறான்.

“என்னய்யா தூக்கம் வர்லயா.”

“ப்ச். ஆமாண்டா. நீதான் இப்பவே தூங்கற” என்றவன் மேற்கொண்டு பேசினான். அவனுடைய பள்ளிக்கூடம் பற்றி. அங்கே விளையாடும் விளையாட்டுக்கள் பற்றி. இந்த வருசம் தேர் பார்க்கப் போக இருப்பது பற்றி. ஏரித்தண்ணீர் வழிந்து விழுந்து எங்கே போகிறது என்று தெரியாமல் போய்க் கொண்டே இருப்பது போலப் பேச்சும். கூளையன் குறைவான வார்த்தைகள் கூறியும் முடிவதாக இல்லை. இனிமேலும் பொறுக்க முடியாதென்று பட்டது. செல்வனுக்குச் சந்தோசம் கொடுக்கும் விஷயங்களாகப் பேச்சில் வந்தது. ஏரியில் மீன் குஞ்சுகள் பிடிப்பது பற்றியும் செல்வனுக்கு நாளைக்கே பிடித்துக் கொடுப்பதாகவும் கூளையன் சொன்னான். சனி, ஞாயிறு பள்ளிக்கூட விடுமுறையின்போது வந்தால் செங்காட்டுப் பீத்தக்கிணற்றுப் பொந்தொன்றில் இருக்கும் புறாக்குஞ்சைப் பிடித்துத் தருவேன் என்றான். செல்வன் சந்தோசமாகச் சிரிக்கிற சமயமாகப் பார்த்துத் தலைத்துண்டில் இருந்த பீடியையும் நெருப்பெட்டியையும் எடுத்தான். பீடியை உதட்டில் வைத்துப் பற்றும்போது தேர்ந்த கையின் லாவகம் தெரிந்தது. அவன் இழுப்பில் நெருப்புக் கனிந்து புகை இருட்டில் கலந்தது. செல்வனின் தாத்தா சுருட்டுப் பிடிப்பதைப் போல ரொம்பச் சுலபமாகக் கூளையன் பீடியை உறிஞ்சினான்.

“எப்ப இருந்துடா இந்தப் பழக்கம்” என்ற செல்வனுக்குக் கூளையனின் வெட்கச் சிரிப்பே பதிலாகக் கிடைத்தது. கூளையன் வேறு எதிலும் ஈடுபாடற்று பீடியிலேயே லயித் திருப்பதைப் பார்க்கப் பார்க்கச் செல்வனுக்கும் ரொம்ப ஆசையாக இருந்தது. ஆனால் அவனிடம் கேட்கப் பிடிக்க வில்லை. ஏதாவது சமயத்தில் அம்மாவிடம் சொல்லிவிடுவான். ‘படிக்கிற பையனுக்குப் பீடி என்னடா’ என்று அவன் அம்மா சூடே போட்டுவிடுவாள்.

‘இவந்தான் பழக்கி உட்டான்’ என்று கூளையனைக் கைகாட்டி விட்டாலும் ‘அவங்கிட்டப் பீடி வாங்கிக் குடிச்சயா’ என்று அவனுக்குத்தான் ஏச்சும் அடியும் விழும். செல்வன் மனத்தைக் கட்டுப்படுத்திக்கொண்டு பார்வையை எங்கோ வானத்தில் அலையவிட்டான்.

பீடியின் கடைசி உயிரையும் சுகமாக இழுத்து உறிஞ்சி விட்டுத் துண்டைக் கீழே போட்டு மண்ணில் தேய்த்தான். மனம் இப்போதுதான் நிறைவாக இருப்பது போலத் தோன்றிற்று. தூரத்தில் தெரிந்த கரட்டின் விளக்குகள், விண்மீன்கள் தான் இறங்கி வந்துவிட்டதைப் போலக் கண் சிமிட்டின. சின்னஞ்சிறுபிள்ளை கிறுக்கிய ஒரு கோடுபோல விளக்குகள் அமைந்திருந்த வரிசை கோணல் மாணலாகத் தெரிந்தது. அந்த விளக்குகளின் வெளிச்சம் கூளையனுக்குப் பெருந்துணை. எப்போதும் கூட ஒரு ஆள் இருப்பதைப் போன்ற நம்பிக்கை தரும். மின்சாரம் இல்லாமல் விளக்குகள் அணைந்துவிடும் நாட்களில் தவித்துப் போவான். எல்லாவற்றையும் இழந்து விட்டது போலத் தோன்றும். படல்மேல் தலையைச் சாய்த்துக்கொண்டான். செல்வன் திடீரென்று தூரத்தில் தெரிந்த எதையோ காட்டிச் சொன்னான்.

"அங்க பாருடா நெருப்புப் புடுச்சு எரியுது."

மேற்கே ரசங்காடு தாண்டித் தூரத்தில் தீக் கொழுந்துகள் தெரிந்தன. செவ்விய தீயொளி இருட்டைப் பிளந்திருந்தது. அந்தப்பக்கம் யாருடைய வீடுகள்? மணற்காடு, ஓட்டூர் மூலை – வீடு எதுவும் கிடையாது. காட்டுச்சாளைகள்கூட இல்லை. யாராவது பட்டி போட்டிருக்கலாம். கடலைக்காய் வறுக்கவோ பனங்காய் சுடவோ தீப் போட்டிருக்கலாம். அதன் உயரத்தை அடர்த்தியைப் பார்த்தால் வேறு மாதிரி தோன்றவில்லை. செல்வன் "கொள்ளிவாப் பெசாசா இருக்குமாடா" என்றான். அவன் குரலில் கிலி. பள்ளிக்கூடத்துப் பையன். அப்படித்தான் இருப்பான். காடுமேட்டில் சுற்றித் திரிந்தால் இந்தப் பயம் இருக்காது. கொள்ளிவாய்ப் பிசாசுகள் இவ்வளவு தூரத்தில் தோன்றாது. எப்போதும் அது பக்கத்தில் வந்துதான் பயமுறுத்தும். நாம் போகிற வழியிலேயே வெளிக்கு இருக்கிற ஆள்போல் உட்கார்ந்து கொண்டிருக்கும். வாயில் சுருட்டு புகையும். இல்லாவிட்டால், எதிரே நடந்துவரும். பீடிக்கங்கு வாயில் கனியும். ஆளென்று நினைத்து யாராவது அதனோடு பேசிவிட்டால் போதும். அவ்வளவுதான். வாயைத் திறந்து தீயை ஊதிவிடும். குபீர் குபீரென்று தீ எழுந்து அடங்கும். ஆள் காலி. செல்வனுக்குத் தைரியம் சொன்னான்.

"கொள்ளிவாப்பெசாசு இப்பிடி வராதய்யா. ஆராச்சும் பனங்கா சுடுவாங்க."

செல்வனுக்கு நம்பிக்கை வரவில்லை. பயம்தான் பெருகிற்று. உடனே படலை அவிழ்த்து உள்ளே போய்க்

குடிசையின் மேலேறிப் படுத்துக்கொண்டான். கூளையனுக்கு அந்தப் பாதுகாப்பு வேண்டும் என்று தோன்றவில்லை. மழையும் வெயிலும் போலத்தான் பேயும் பிசாசும் அவனுக்கு. அதுவும் இந்த மண்ணில் எந்தப் பேய் பிசாசு அண்டமுடியும்? முனிச்சாமியின் காவலுக்குட்பட்ட பகுதி. அதற்கு எதிரே எந்தப் பேயால் நிற்க முடியும்? ரட்டக்காலி மரம் தலையசைத்து ஆடியது. இவ்வளவு நேரம் அசைவு கொண்டிராத அந்தப் பகுதி முழுவதும் இப்போது இயக்கம் கொண்டது. சில்லிப்பாய்க் காற்று வந்தது. பேய்க்காற்றோ அனலாயிருக்கும். இதுவோ மண்ணைத் தழுவிவரும் காற்று. வெகுதூரத்திலிருந்து கரட்டைத் தழுவி ஏரி நீருக்குள் குளித்தெழுந்து இந்த மேட்டாங்காட்டு மண்ணில் புரண்டுவரும் காற்று. அப்படியே சாக்கு விரிப்பில் தலை சாய்த்தான். மண்குளிர்ச்சி முதுகுக்கு இதமாக இருந்தது.

குழி பறித்துச் சுருண்டிருந்த நாய் சருகுச் சத்தம் கேட்டு முனகத் தொடங்கியது. இதற்குக்கூடச் செல்வன் பயந்து போவான். நாய்களின் கண்களுக்கும் ஆடுமாடுகளுக்கும் தான் பேய் பிசாசுகள் தெரியும். நாய்கள் வெற்றுத் திசைகளில் சத்தம் போட்டுக் குரைக்கும். அது பேயைக் கண்டுதான். பூச்சி உடல் குறுக்கிப் படுத்திருந்தது. அதற்கு எந்தச் சமிக்ஞை யும் இல்லை. சருகுகள் புரளும் ஓசையும் பனையோலைச் சலசலப்பும் அவனுக்குள் இனிமையாக இறங்கின. மண்ணைப் போலவே பனைகளும் அவனுக்குத் துணைதான். ஒவ்வொரு பனையும் அந்தரங்கமாக அவனுடன் பேசும். ஒவ்வொரு பனையின் ருசியையும் அவன் அறிவான். பாளை விடுவதும் முற்றுவதும் நுங்காவதும் கந்தனைவிடக் கூளையனுக்கு நன்றாகத் தெரியும். ஏறுபனைகள்தான் கந்தனின் அக்கறை. மற்ற பனைகளைப் பற்றி அவனுக்கென்ன? மண்ணோடும் பனையோடும் காற்றோடும் கூளையன் கலந்து போனான். ஆடுகள் குட்டியை அழைக்கும் சிறுகுரல்கூட அவன் காதில் விழவில்லை. மண்ணில் புதைந்து போனான். மண் அவனை வாஞ்சையாக அணைத்துக்கொண்டது.

தூரத்தில் புகைந்த தீ கொஞ்சம் கொஞ்சமாக அவனை நோக்கி வந்தது. அவன் எதிர்பார்க்காத கணமொன்றில் தீ அவன் கண்ணெதிரில் நின்றது. மெல்ல மெல்லப் பெரிதாகியது. வானத்தை நோக்கி மேலெழும்பிச் சென்றது. ஆனால் புகையே இல்லை. தீயின் உருவம் கற்பனை செய்ய இயலாத அளவு பிரம்மாண்டமாக மாறியது. தீயின் இத்தனை பெரிய விஸ்வரூபத்தை அவன் கண்டதேயில்லை. மணற்காட்டு தட்டுப்போர் பற்றி எரிந்தபோதுகூட தீ இவ்வளவு உயரம்

போகவில்லை. கண் விரிந்தபடியே நிற்கப் பேச்சு மூச்சற்றுப் போனான். எழுந்து வாய் புதைத்து நின்றான். அவன் பார்வையில் வியப்பும் உடம்பில் மரியாதையும் கூடின. தீயடங்கி அவ்விடத்தில் பெரும் ஒளிவெள்ளம் தோன்றிற்று. கூர்ந்து பார்க்கையில் அதனுள் நீண்ட கம்பீரமான வெள்ளைக்குதிரை. கடிவாளம், சேணம் ஒன்றுமில்லை. எதற்கோ கட்டுப்பட்டது போல் அசையாமல் நின்றது. உருவற்ற வெளியிலிருந்து சமிக்ஞைகள் வந்திருக்க வேண்டும். திடீரென்று கனைத்து மேலெழும்பியது. ரட்டக்காலிப் பனைமரத்தின் உச்சிக்கு அதன் மடிந்த கால்கள் போய் நின்றன. அதன் தலை உயரத்தை அவனால் காண இயலவில்லை. ஒளிப்பரப்பு கோடிமின்னல் சேர்ந்ததுபோல் கூடிற்று. கனைப்புச் சத்தம் இடி போல நடுக்கியது. பாலைக் காய்ச்சி வடித்ததுபோல அத்தனை வெள்ளை. ஒளியில் குளம்புகளின் கருமை இருட்டைப் பிடித்து நிற்க வைத்த மாதிரி திரண்டிருந்தது. கனைப்படங்கிய குதிரை மறுபடி தரை வந்தது. ஒளி ஓசை தவிர ஒன்றுமில்லை. அதன்மேல் தகதகக்கும் வாமுனி. எவ்வளவு பெரிய உருவம். பத்தாயிரம் மனிதர்களை ஒருங்கே கட்டிச் சேர்த்தது போல. மலையென. நீண்டு செல்லும் பாறையில் அடித்து வைத்த நெஞ்சுக்கூடு. அதன் முகத்தை ஏறிட்டுப் பார்க்கும் தெம்பு அவனுக்கு இல்லை. ஒளி பொசுக்கிவிடும். பெரிய பனைமரம் ஒன்றே கூர்வேலாய்க் கையில் நின்றது. வெலவெலத்துப் போனான். உடல் ஒடுங்கிக் கை குவித்தான். நடுங்கும் விரல்கள் சேர மறுத்துத் தாளமிட்டன. முனிச்சாமி கோவில் வேல்களைச் சுற்றி வந்து விளையாடும்போது அதன் விழித்த கண்களைப் பார்த்துப் பயந்திருக்கிறான். அந்த வடிவம் அப்படியே உயிர்பெற்று வந்திருக்கிறது.

நின்ற ஒளி நின்றபடியே இருக்கப் பக்கத்தில் தீயொன்று வடிவெடுத்து ஜொலித்தது. இருட்டைக் கருக்க வந்திருக்கும் நெருப்புக் கங்குகளில் செய்த செங்குதிரை. அது கனைக்க வாய் திறக்கும்போதே பொறிகள் பறந்து பக்கங்களில் சிதறுகின்றன. கள்ளிப் பழங்களாய்ப் பெரிய காடு முழுக்கத் தீக்கங்குகள் கொட்டி உதிர்கின்றன. நெருப்பில் வெந்து மண் நிறம் மாறிப் போய்விட்டது. தலையைப் பின்னிழுத்து ஓங்காரமிடுகிறது குதிரை. காற்றுவெளி முழுவதையும் உதைத்துத் திமிர்கிறது. வானத்து மேகங்களில் தலை மோதித் தீப்பற்றியும் அடங்காமல் திமிர்கிறது. பின்னிருந்து எகிறும் சாட்டைக்குக் கட்டுப்பட்டது போலக் கீழிறங்குகிறது. அதன் தகதகப்புக்கு இணையாக எதையும் சொல்லமுடியாது. பெரியகாட்டுச் செம்மண் முழுவதும் தீப்பற்றி எரிந்து

பிழம்புகளாய் இறுகிவிட்ட தோற்றம் போல. கொஞ்சம் தாமதித்துத்தான் கவனித்தான். குதிரையின் மேல் உருட்டி விழித்த கண்களோடு அனல் கொப்பளிக்கும் செம்முனி. அதன் முகம் கோபங்களின் திரட்சி. மூக்கு விரிந்து சுருங்குகையில் எல்லாவற்றையும் உள்ளிழுத்துக் கொள்கிறது. அதன் உடல் முழுக்கக் கோபத்தைக் கட்டுப்படுத்த முடியாத நடுக்கம். கைவேல் எகிறி எகிறிக் குதிக்கிறது. அவன் கண்ணெதிரே வாமுனியும் செம்முனியும் மண்ணுக்கும் விண்ணுக்கும் எழுந்து நிற்கின்றன. குதிரைகளின் இரண்டு பக்கங்களிலும் நீள நாக்குகளை நீட்டிக்கொண்டிருக்கும் வேட்டை நாய்கள். வாமுனியின் வெண்ணிற வேட்டை அமைதியே உருவாய்ப் பேசாமல் நிற்கிறது. செம்முனியின் செம்மி வேட்டை துடிதுடிக்கிறது. கோரப்பற்கள் நீட்டிக் குரைக்கிறது. அதன் குரைப்பொலியே அவனை மண்ணில் தூக்கி அடிக்கிறது. வெறி உச்சம் கொள்ள மண்ணைப் பறித்துத் தள்ளுகிறது. ஒளியெங்கும் மண்புழுதி செம்மைப் படலமாய் அடர்ந்து பரவுகிறது. அதன் எச்சில் ஒழுக்கும் குரைப்பும் இருந்த இடத்தைத் தாண்டவில்லை. பின்னால் கண்ணுக்குத் தெரியாத எதுவோ அதனைப் பிடித்திழுத்து வைத்திருக்கிறது. செம்முனியின் பற்கள் நெரிபடுகின்றன. கோபத்தின் உச்சத்தில் வெறிச்சிரிப்பு. அனைத்தும் கிடுகிடுக்கின்றன. கூளையன் தொடைகளை நனைத்து இளஞ்சூடாய் மல் வழிந்தோடுகிறது. செம்முனியின் வாயில் வார்த்தைகள் நெருப்புமிழ்கின்றன. அது பேச்சாய் வடிவு கொண்டு அவனுக்கு எட்டுகின்றது.

“டேய் . . . வேட்டைக்குப் போற தடத்த அடச்சிட்டயா . . .”

செம்முனியின் கேள்வி புரிந்து கூளையனுக்கு உதறல் எடுத்தது. மனித பாஷையைச் சாமி பேசும்போது வித்தியாசம் ஒன்றும் தோன்றவில்லை. அவனுக்குப் பற்கள் கிட்டித்துக் கொள்ளப் பேச்சு வரவில்லை. ‘சாமீ . . . சாமீ . . .’ என்று வாய் குழறுகிறது. முனிகள் தினந்தோறும் வேட்டைக்குப் போகும் வழி. அதை அடைத்துப் படுத்துக்கொண்டிருக்கிறான். செம்முனியின் வேல் அசைந்தால் அவன் அவ்வளவுதான். கெஞ்சிக் கூத்தாடக்கூட வாய் வரவில்லை. இத்தனைக்கும் வாமுனி அசையாமல் நிற்கிறது. அதன் கால்களைப் பிடித்துக்கொண்டு கதறினால் காப்பாற்றப்பட்டுவிடுவோம் என்று தோன்றுகிறது. கால் கல் போலப் பிடித்துக்கொண்டது. உதற முயல்கிறான். ம்கூம். கொஞ்சம் கொஞ்சமாகத் தானே கல்லாக மாறிக்கொண்டிருக்கிறான். யாரோ அவனுக்குப் பின்னால் கெக்கலியிட்டுக்கொண்டே வருவது தெரிகிறது. திரும்ப முடியவில்லை. தலையை உயர்த்திக்கொண்டு

மயிர்கள் சிலும்பி நிற்க வீரன் ஓடுகிறான். முனியை நோக்கித் தான் வீரன் ஓடுகிறான். தைரியமாய் முனியிடமே, அதுவும் செம்முனியிடமே பேசுகிறான். தைரியத்தோடு அவன் தலை முனியின் முகம் நோக்கி நிமிர்ந்திருக்கிறது. கூளையனை எதுவும் செய்துவிட வேண்டாம் என்று கேட்பது போலத் தோன்றுகிறது. அவ்வப்போது அடிப்பதும் மிரட்டுவதுமாக வீரனைக் கொடுமை செய்யும் அவனை அப்படியே அள்ளி விழுங்கிவிடச் சொல்கிறானா. இனி ... வீரனை அடிக்க மாட்டேன் ... அதட்டமாட்டேன் ... திட்டமாட்டேன் ... ஒன்னுமே சொல்ல மாட்டேன் ... அவனுடைய விருப்பப்படி விட்டுவிடுவேன் ... முனீ ... முனீ... வீரா ... வீரா ... அவன் கத்த விரும்புகிறான். வாய் எழவில்லை. கண்களை உருட்டி உருட்டிப் பார்க்கிறான். எதிரில் இருட்டும் இல்லை. வெளிச்சமும் இல்லை. மங்கிய நிலா கீழ்வானில் கிளம்பத் தொடங்கியிருக்கும் லேசான ஒளி. வானம் அளாவிய ஒளிப்பிழம்பு எங்கே? சாக்கு முழுக்க நனைந்து போயிருக்கிறது. ஆனாலும் அவனுக்கு எழத் தோன்றவில்லை. அப்படியே கிடக்க வேண்டும் போலிருக்கிறது. இன்னும் நிலை புரிபடவில்லை.

பயம், ஆச்சரியம் எல்லாம் போய்க் குதூகலம் மேலிடு கிறது. முனியின் வானளந்த உருவத்தைக் காணும் பாக்கியம் யாருக்குக் கிடைக்கும்? அடேங்கப்பா ... அது என்ன ஒரு பிரம்மாண்டம். அதன்முன் அவன் சிறுமண்துகள். அப்படியே அந்த நெருப்புக்குள் விழுந்து பொசுங்கிப் போயிருக்கலாம். புரண்டபோது கோவணம் முழுக்க நனைந்து சாக்கிலும் பட்ட ஈரம் ஜில்லிட்டு உறுத்தியது. சந்தோச அயர்வோடு எழுந்து தலைத் துண்டைக் கோவணமாக்கிக்கொண்டு கோவணத்தைப் பட்டிப் படலின்மீது காயப் போட்டான். காடு முழுக்க ஒரு தெளிச்சி வந்ததுபோல் நிலா ஒளி. நேரம் சாமமிருக்கலாம். இனிமேல் தூக்கமேது? பட்டிக்குள் ஆடு துரத்தும் வீரனின் உழும்பல் சத்தம் கேட்டது. வீரனின் வேறென்ன சத்தம் வரும்? அடடா ... வீரனல்லவா காப்பாற்றினான் என்று எண்ணினான். படலைத் திறந்து உள்ளே போகையில் செல்வன் குடுசின் மேலிருந்து அரண்ட குரலில் "ஆரது ஆரது" என்றான். அவன் பெரிய எருவுகாலி. இத்தனை நேரம் தூங்காமலேகூடக் கிடந்திருப்பான். பாவம். "நாந்தான்யா" குரல் கொடுத்துக்கொண்டே உள்ளே போய்க் குடுசின் கிழபுற மூலை ஓலைக்குள் செருகி வைத்திருந்த திருநீறை எடுத்து இட்டுக்கொண்டான். யாராவது கரட்டுக்குப் போய்விட்டு வந்தோ வேறு கோயில்களுக்குப் போய்வந்தோ கொடுக்கும் நீறை வாங்கி இப்படிக் குடுசில் செருகிவைப்பான்.

ஆட்டுக்கும்கூடச் சிலசமயம் போடுவான். கூளையனின் அரவம் கேட்டு என்னமோ ஏதோவென்று செல்வனும் கீழிறங்கி வந்தான். படலோரம் சிறுகுட்டி ஒன்றை வாயால் கடித்துத் துரத்திக்கொண்டிருந்த வீரனிடம் போய் அதன் தலையில் திருநீறை உதறினான். பேசாமல் நின்றான் வீரன். கிச்சுக்கிச்சு மூட்டுவது போலச் செய்து வீரனை உற்சாகப் படுத்த முனைந்தான். அவன் அசைவதாகக் காணோம். செல்வனுக்கு எதுவும் புரிபடவில்லை.

வீரன் மூளி முறிப்பது போல நெளிந்து உடலை வளைத்து உதறினான். கூளையன் அவன்மேல் கொட்டியிருந்த திருநீறு புகைபோல் சிதறி முகத்தில் அடித்தது. கூளையனுக்கு இப்போதுதான் உயிர் வந்ததுமாதிரி இருந்தது. வீரனின் எதிரில் நின்று பவ்வியமாய்க் கும்பிட்டான். "நிய்யும் கும்புடுய்யா" என்று செல்வனுக்கும் சொன்னான். இந்தக் கூளையனுக் கென்ன நடுராத்திரியில் பைத்தியம் பிடித்துவிட்டதா என்று செல்வனுக்குச் சந்தேகம் வந்திருக்கும். வீரனின் தலையை மூன்று முறை தொட்டுக் கும்பிட்டுவிட்டுச் சட்டென்று கீழே விழுந்தான் கூளையன். வீரனின் கால்களைத் தொட்டுத் தொட்டுக் கண்களில் ஒற்றிக்கொண்டான். வரப்புமுக்கைகளின் குத்தலும் பச்சைப் புழுக்கைகள் நசநசத்து அப்பிக்கொள் வதும் கூளையனுக்கு உறுத்தவில்லை. வீரன் காலை உதறிக் கொண்ட போதும் விடுபவனாயில்லை. அழுகிறான் போல வும் தெரிந்தது. அப்படியே எழுந்து படலுக்கு வெளியே வந்து சாக்கில் உட்கார்ந்தான். செல்வனுக்கு அவனைப் பார்க்கவே பயமாயிருந்தது. ஏதாவது பேய்கீய் அடித்துவிட்டதா. ஆள் பேசவும் மாட்டேன் என்கிறான். எரிச்சல் வர, "என்னடா சொல்லித் தொலையேன்டா" என்று கத்தினான். அவன் கத்தல் காட்டின் அமைதியைக் கீறிற்று. நாய்கூடக் காது விறைத்து அண்ணாந்து பார்த்தது. எதிரில் நிற்கும் செல்வனைப் பார்க்கக் கூளையனுக்குப் பரவசமாகவும் அவன் தோளில் புதைந்துகொள்ள வேண்டும் போலவும் இருந்தது. அது முடியாது. எதிரில் உட்காரச் சொல்லிவிட்டு எல்லாவற்றையும் சொல்லத் தொடங்கினான். முனியின் தோற்றத்தை அவன் சொல்லவும் குதிரையையும் வேட்டையையும் வருணிக்கவும் மனதுக்குள் செல்வனுக்குப் பயம் பரவியது. இருந்தாலும் திடமானவனாகவே காட்டிச் சிரித்துக்கொண்டிருந்தான். கோவணத்தோடு சாக்கில் மண்டுவிட்டதை மட்டும் விட்டு விட்டு மற்ற அனைத்தையும் கூளையன் சொன்னான்.

"வீரன் இல்லைன்னா இன்னக்கி நா அவ்வளவுதான்யா. அதுதான் என்னையக் காப்பாத்திச்சு. முனிகிட்ட நம்பளாட்டமே பேசுது. அப்பப் பாக்கோணுமே சிங்கமாட்டந் தெரிஞ்சுது."

“முனிச்சாமி கெடாயில்லெலா . . .”

“நாம பட்டி போட்டிருக்கற எடம் முனீ வேட்டைக்குப் போற தடம்யா. பெரீ சாமி நெறையாத்தரம் சொல்லி யிருக்கறாரு . . . பெரிய காட்டுக்குள்ள முனீ போவும்டான்னு. நேர்லயே பாத்துட்டம் போ . . . நாளைக்குப் பட்டியத் தூக்கி வேற எடத்துல போட்டரோணும் . . .”

கூளையன் நாயைத் திரும்பிப் பார்த்தான். அது வெறும் பெருக்கான் குட்டி போலச் சுருண்டு படுத்திருந்தது. நல்லவேளை பயப்பட ஒன்றுமில்லை. மனதுக்குள் முனியிடம் வேண்டிக்கொண்டான். பண்ணயக்காரர், முனிக்குக் கிடா நேர்ந்து விட்டிருக்கும்போது அது எதுவும் செய்யாது என்று நம்பிக்கை வந்தது. தனக்கு எதிரே முனி வராமல் கூளையனுக்கு முன்னால் வந்ததை நினைத்துச் செல்வன் பொறாமைப்படுவது போலக் கொஞ்சநேரம் பேசாமல் இருந்தான். அவனுக்கு எதிரே வந்திருந்தால் பயந்தே செத்திருப்பான்.

“இந்த வெருசம் முனிக்கு வீரன வெட்டச் சொல்லிக் அப்பங்கிட்டச் சொல்லுய்யா. கெடா உட்டு ரண்டு மூணு வருசமாச்சு.”

“ஆமாண்டா. அதான் முனீ கோவிச்சுக்கிட்டாரோ என்னமோ. அப்பங்கிட்டச் சொல்லி இந்த வெருசம் வெட்டச் சொல்லலாம்.”

“நா பாத்தன்னு சொல்லாத. ‘ஆமா அந்தக் கூளத்தா யோலி கண்டானா’ன்னு பேசுவாரு. நிய்யே நேர்ல பாத்தம்னு சொல்லுய்யா.”

“ஆமா. அப்பிடித்தான் சொல்லோணும்.”

தானே முனியை நேரில் பார்த்ததாகச் சொல்வதற்குக் கூளையன் தடை சொல்லமாட்டான் என்பது சந்தோசமாக இருந்தது. இரண்டு பேருமே இது மாதிரி நடுராத்திரிகளில் எழுந்து வெகுநேரம் பேசிக்கொள்வது வழக்கம்தான். சமீபத்தில் தான் பார்த்த படக் கதைகளைச் செல்வன் விலாவாரியாகச் சொல்வான். காடு மேடுகளில் யாரிடமாவது கேட்ட கதைகள் கூளையனின் கைவசமிருக்கும். இன்றைக்கு முனியின் வேட்டைச் சாகசங்கள். இரண்டு பேருக்குமே கண்ணெரிந்து தூக்கம் சுழற்றியது. கண் சொருகச் சொருகவும் விடாமல் செல்வன் பேசிக்கொண்டேயிருந்தான். போய்ப் படுக்கப் பயப்படுகிறான் போல. பேசிப் பேசியே விடியும்வரை ஓட்டிவிட நினைக்கிறானோ. பேச்சற்று இரண்டு பேரும் மௌனம் கொண்டிருந்த கணம் ஒன்றில் “செரி தூங்குடா” என்று சொல்லிவிட்டு உள்ளே போய்க் கட்டிலில் ஏறிப்

படுத்தான் செல்வன். கூளையன் சாக்கை உதறித் திருப்பிப் போட்டுப் படுத்தான். நிலா வெளிச்சம் மெல்லிய போதை போல நிலமெங்கும் படர்ந்திருந்தது. அந்தப் போதையின் மயக்கத்திலேயே உறங்கிவிட முயன்றான். முடியவில்லை. கண் நிறையத் தூக்கம் இருந்தபோதும் மனம் ஒத்துழைக்க வில்லை. இதே இடத்தில், இதே சாக்கில்தான் தினமும் படுத்தாலும் திடீர் பயம். வளர்ந்து நின்ற முனி நிற்கிற மாதிரியே தோன்றுகிறது. பேசாமல் பட்டிக்குள் போய்ப் படுத்துக்கொள்ளலாமா என்று நினைத்தான். ஆடுகளும் மேலே படுத்திருக்கும் செல்வனும் தெம்பூட்டுபவர்களாக இருப்பார்கள். செல்வன் ஏதாவது கேலி பேசிவிட்டால் தாங்காது. புரண்டு படுத்துப் பார்த்தான். குப்புறப் படுத்துக் கண்களை மூடிக்கொண்டான். நிலா வெளிச்சத்தைத் துளைத்துக் கொண்டு இருள் அவனுள் ஊடுருவிப் பாய்வதை உணர முடிந்தது. எழுந்து உட்கார்ந்தான். படல் சந்துகளை ஊடுருவிப் பட்டிக்குள் பாய்ந்த நிலவொளி ஜன்னலில் ஆடுகளும் குட்டிகளும் படுத்திருப்பதைக் கண்டான். குடிசையின் நிழல் பட்டிக்குள் பாதியும் வெளியே பாதியுமாய் விழுந்து கிடந்தது. அதையே எத்தனை நேரம் பார்த்துக் கொண்டிருப்பது? பயம் கூடிற்று. இனிமேல் படுத்துத் தூங்க முடியும் என்று தோன்றவில்லை.

மெலிந்த குரலில் உள்ளே இருந்து "டே கூளையா..." என்று செல்வன் கூப்பிட்டான். உடனே கூளையன் சாக்கு விரிப்பில் படுத்துக்கொண்டு மறுபடியும் கூப்பிடுகிறானா என்று கவனித்துக்கொண்டேயிருந்தான். செல்வனும் பயத்தில் தூக்கம் வராமல்தான் கிடக்கிறான் போல. கொஞ்சநேரம் செல்வனிடமிருந்து சத்தம் எதுவுமில்லை. அவனுடைய முதல் அழைப்புக்கே பதில் கொடுத்திருக்கலாம். இனிமேல் கூப்பிடாமல் விட்டுவிடுவானோ. கூளையனுக்குப் பதற்றமாக இருந்தது. சற்றுப் பொறுத்துக் கொஞ்சம் அழுத்தமாக "கூளையா... டேய்..." என்று செல்வன் கூப்பிட்டான். நிம்மதியோடு, அவனுக்குக் கேட்கும் தொனியில் வெறுமனே "ம்" என்று பதில் கொடுத்தான். கூளையன் ஆழ்ந்து தூங்கு வதாய் அவன் நினைக்கட்டும். அதன்பின் செல்வன் அழைக்க வில்லை. அழைப்பு வராது என்றும் கூளையனுக்குத் தோன்றியது. உடனே இப்போதுதான் ஆழ்ந்த தூக்கத்தைக் கலைத்து எழுவதாய்ப் பாவனையோடு ஆவென்று சத்தமிட்டு மூளி முறித்தான். கொட்டாவி விட்டுக்கொண்டே "யோவ்... எதுக்குய்யா கூப்பிட்ட..." என்றான். செல்வன் கொஞ்சம் தயக்கமான குரலில் "உள்ள வந்து சாக்கப்போட்டுப் படுத்துக் கடா" என்று கூப்பிட்டான். செல்வனுக்காக உள்ளே போவது

பெருமாள்முருகன் 137

போலப் போய்ப் படுத்துக்கொள்ளலாம் என்று தோன்றியது. ஆனாலும் சொன்னான். “புழுக்கையில ஆருய்யா படுக்கறது. வெளியவே காத்தோட்டமா இருக்குது. இங்கயே படுத்துக்கறன்.”

இரண்டு பேருக்குமே மேலே பேச எதுவும் இல்லை. அங்கங்கேயே படுத்திருந்தார்கள். கண்ணுக்குள் தூக்கம் வழிந்து கொண்டிருந்தது. ரொம்ப யோசனைக்குப் பிறகு செல்வன் மீண்டும் கூப்பிட்டான்.

“டேய் . . . கூளையா . . .”

“என்னய்யா.”

“இங்க வா.”

“எதுக்கய்யா . . .”

“வாடான்னா . . .”

எழுந்து படலைத் திறந்து குடிசடியில் போய் நின்றான். மேலே அண்ணாந்து இருளுக்குள் இருந்த செல்வனைப் பார்த்து “என்னய்யா” என்றான். செல்வன் தயக்கம் இல்லாமல் சொன்னான்.

“மேலேறிக் கட்டல்லயே படுத்துக்க வாடா.”

“வேண்டாய்யா.”

“நாஞ் சொல்றன். ஏறிப் படுரா.”

“அப்பங்கிட்டச் சொல்லீரமாட்டியே.”

“நாந்தான படுக்கச் சொல்றன். அப்புறம் எதுக்கு அப்பங் கிட்டச் சொல்லப் போறன். வாடா.”

கூளையன் படலை இழுத்து உள்புறமாக நன்றாகக் கட்டிவிட்டு வந்தான். குடுசுக் கட்டிலில் ராத்திரியில் ஒரு நாளும் அவன் படுத்ததில்லை. மத்தியான நேரத்தில் ஆடு உள்ளோட்டும்போது சிலசமயம் ஆசைப்பட்டு மேலேறிக் கட்டிலில் உட்கார்ந்திருக்கிறான். மிகுந்த அச்சத்தோடு கால் நீட்டிப் படுத்துப் பார்த்திருக்கிறான். பெட்டிக்குள் இருப்பது போல ரொம்ப அடக்கமாகத் தோன்றும். குடிசைக் கூரை நெற்றிப்பொட்டில் வந்து இடித்துவிடுவது மாதிரி இருக்கும். புரண்டு படுத்தால் கட்டில் கிரீச்சிடும் ஒலி கேட்கும். யாராவது வந்து விடுவார்களோ என்ற பயம் வரச் சட்டென்று இறங்கிவிடுவான். இறங்கிச் சுற்றும் முற்றும் பார்த்து யாருமில்லை என்பதை உறுதி செய்துகொண்ட பின்பே நிம்மதியாக இருக்கும். மொண்டிக்கோ நெடும்பனுக்கோ

தெரிந்தால்கூட எப்போதாவது போட்டுக்கொடுத்து விடுவார்கள். பண்ணயக்காரர் சாட்டைவார் வரிவரியாக முதுகில் இறங்கிவிடும். இப்போது செல்வனே கூப்பிடும்போது பயம் எதற்கு? இரண்டு கைகளையும் ஊன்றி எம்பி மேலேறினான். விரிப்புப் போர்வையை ஒருபக்கமாகச் சுருட்டிக்கொண்டு செல்வன் கூளையனுக்கு இடம் கொடுத்தான்.

“கடக்கட்டப் பக்கம் தலய வெச்சுப் படுரா.”

கடைக்கட்டில் பக்கம் தலைவைத்துத் தலைமாட்டுப்பக்கம் கால் நீட்டிக்கொள்ளக் கூச்சமாக இருந்தது. காலைச் சுருக்கிக் கொண்டான். கட்டிலின் வெறும் கயிறு முதுகில் அழுந்தியது. கட்டச்சட்டத்துப் பக்கமாக ரொம்பவும் ஒண்டிக்கொண்டான். எப்படிப் படுத்தாலும் கீழே விழ முடியாது. குடுசுச் சட்டம் கட்டிலை ஒட்டியே இருந்தது. இரண்டுக்குமான இடைவெளி யில் ஓராள் விழ முடியாது. செல்வனின் மேல் உடம்பு பட்டுவிடுமோ என்ற பயம் வேறு. ஒஞ்சரித்துப் படுத்துக் கொண்டான். தூக்கத்தில் புரண்டு செல்வனின் பக்கம் போய்விட்டால் ஏதாவது சொல்வான். இந்த அவஸ்தைக்குக் கீழேயே படுத்திருக்கலாம். அதுவும் இந்தக் கூரைக்கூண்டு மூச்சை நெருக்குகிறது. நேராக முகத்தில் வந்து அழுத்திவிடும் போல் இருக்கிறது. கால்கள் செல்வனின் தலைக்குப் பக்கத்தில் இருக்கின்றன. தூக்கத்தில் அவன் முகத்தில் ஒரு உதைவிட்டா லும் ஆச்சரியப்படுவதற்கில்லை. கூளையன் நிலையாக ஓரிடத்திலேயே படுத்திருப்பவன் இல்லை. படுக்கும் இடத்திலிருந்து சுற்றி அடித்துவிடுவான். கூளையனின் கருங் கால் தன் முகத்தருகே அசைவதைக் கண்டு செல்வனுக்கும் பயம் போல. அதட்டலாகச் சொன்னான். “டேய் . . . எந்திரிச்சுத் தலமாட்டுப்பக்கமே படுடா.” கூளையன் திரும்பிப் படுத்துக் கொண்டான். இப்போது இரண்டு பேருக்குமே ஒரு மாதிரி ஆசுவாசமாய் இருந்தது. ஆனாலும் ஒருவரோடு ஒருவர் மோதாமல் ஜாக்கிரதையாகப் படுத்துக்கொண்டார்கள். எவ்வளவு நேரமாயிற்றோ. போர்வை கட்டில் முழுக்கப் பரவியதும் இடைவெளி குறைந்ததும் இருவருக்கும் தெரிய வில்லை.

●

10

அரைவட்ட நிலா ஒளியில் காடு மூடுண்டிருந்தது. சந்து பொந்துகளில்கூட அடைய இயலாத இருள் வெளியேறி ஓடிவிட்டது. வானில் மேகங்களே இல்லை. வெளுத்துப் போய் நீலம் பூசித் தெரிந்தது. பகலின் வெம்மையை எடுத்துக்கொண்டு வீசிய காற்று படிப் படியாய்க் குளிர் பெற்று இதமாய் வீசியது. ஆடி மாதக் காற்றைப்போல் வேகமாக இல்லாமல் விசுவிசுவென்று குளிர்தரும் மேகாற்றாய் உடலைத் தழுவியது. செல்வனின் கட்டில், குடுசிலிருந்து இறங்கி வந்து பட்டிக்கு வெளியே, கூளையனின் சாக்கு விரிப்பருகே பாந்தமாகப் படுத் திருந்தது. குடுசின் அடர்இருள் இங்கே இல்லை என்பதும் காற்று வந்து அணைத்துச் செல்வதும் அதற்குப் பிடித் திருந்தன. செல்வன் ரொம்பவும் சந்தோசமாக இருந்தான். பள்ளிக்கூடத்தில் இருக்கும்போதுகூட பட்டி நினைவு தான். வீட்டுக்கு வந்ததும் எந்நேரம் இருள் கூடும் என்று ஆவலோடு எதிர்பார்த்திருப்பான். அந்தி மயங்கி இருள் மெலிதாகப் படரத் தொடங்கியதும் கூளையனை அவசரப் படுத்துவது வேலையாகிவிடும். தொண்டுப்பட்டிக்குப் போய்க் கூளையனின் வேலைகள் சீக்கிரம் முடியும் வகையில் எளிய உதவிகளையும் செய்வான்.

செல்வனின் பரவசமான இந்த நெருக்கம் கூளை யனுக்குக் கூச்சத்தைக் கொடுத்தபோதும் மனதுக்குப் பிடித்திருந்தது. பெரியகாட்டுக்குள் பட்டி போட்ட தற்காகப் பண்ணயக்காரரை பாராட்டிக்கொண்டான். காடு முழுக்கப் பட்டி போட்டு முடிக்கவும் மழை பெய்து கொறைஒழவு போடவும் இன்னும் காலமிருந்தது. அதுவரைக்கும் பட்டிக் காவலும் செல்வனின் வரவும் நிச்சயம் தொடரும். பகலில் வெம்மை கொளுத்தும் இந்த வேசை காலத்தில் இரவுதான் சுகமானது. அதுவும் நிலாக்கால இரவு. இரவுக்குச் செல்வன் துணையாகக்

கிடைத்தது கூளையனுக்கு மகிழ்ச்சி. இட்டேரி தாண்டிக் காட்டுக்குள் இறங்கிவிட்டால் போதும். அப்புறம் அவர்களுடைய ராச்சியம்தான்.

செல்வன் துண்டு நிறைய வறுத்த கடலைக்காய்களைக் கொண்டு வந்திருந்தான். பச்சைக் கடலைக்காயோ காய்ந்த காயோ கூளையனுக்குக் கிடைக்கும். வறுத்தகாய் அவ்வளவு சுலபமில்லை. அதன் மணமே தனி. செல்வன் துண்டைப் பிரித்து வைத்ததும் ஒரு கை நிறையவும் வாரி அள்ளிக் கூளையன் தொலித்துத் தொலித்துத் தின்றுகொண்டிருந்தான். அவன் தின்பதைப் பார்த்தால் ஆள் வந்துவிடுமுன் தின்றுவிட்டு ஓடிவிடத் தவிக்கும் முகட்டெலி செல்வனுக்கு நினைவு வந்தது. செல்வன் அவனுடைய பள்ளிக்கூடக் கதைகளைச் சொல்லிக்கொண்டு இருந்தான். செல்வனின் குரலில் தெரிந்த வருத்தம் கூளையனுக்குப் புதிதாக இருந்தது.

"என்னய்யா இப்பிடி சலிச்சுக்கற."

"பின்ன என்னடா... இந்தப் பள்ளிக்கொடத்துக்கு எவன்டா போவான். உம்பாடெல்லாம் எவ்வளவோ பரவால்ல."

"நாங்கூடப் பள்ளிக்கொடம் போறதுதான் ஜாலின்னு நெனச்சிருந்தன். நீ இப்பிடிச் சொல்ற."

"ஆமாண்டா. இந்த வெருசந்தான் எனக்குப் பயமா இருக்குது. ஒரு வாத்தியார் வந்திருக்கறான். எச்சக்கலத் தாயோலி அவன். அவன ஒரு நாளைக்காச்சும் மண்டைய ஒடைக்காம உடமாட்டன்டா."

செல்வன் திடீரென்று கண்ணீர் விட்டு அழுதான். பற்களைக் கடித்துக்கொண்டான். கட்டிலில் தலைகுனிந்து உட்கார்ந்துகொண்டு செல்வன் தேம்புவதைப் பார்த்துப் பரிதாபம் கொண்டான். எப்படித் தேற்றுவது என்று தெரியாமல் 'என்னய்யா இதுக்குப் போயி' என்று திரும்பத் திரும்பச் சொன்னான். அந்தச் சொற்கள் செல்வனின் அழுகையை மிகுவித்தன. அவனருகில் போய் உட்கார்ந்துகொண்டு கைகளைப் பிடித்தான். வலுவற்றுத் தொய்ந்து கிடந்தன விரல்கள். அவற்றை இறுகப் பற்றுவதன் மூலமாகத் தெம்பூட்ட முடியும் என்று கருதினான். விசும்பல் ஓரளவு அடங்கியதும் அவனைக் கேட்டான்.

"அந்த வாத்தியாரு என்னய்யா பண்றான்?"

"அவனா. அவனொரு மொரட்டுத் தாயோலிடா. இந்த வெருசம் எட்டாவதுக்குப் போனதுமே அவந்தான் கிளாஸ்

வாத்தியாருன்னு சொன்னாங்க. அப்பவே நின்னரலாம்னு பாத்தன். எங்க அம்மாளும் அப்பனும் கேட்டாத்தான. போடா போடாங்கறாங்க.”

“அந்த வாத்தியாரு அடிக்கறானாயா?”

“ம். அடின்னா கொஞ்சம் அடியா. இங்க பாரு.”

செல்வன் குதிகாலைத் திருப்பிக் காட்டினான். ஒன்றும் தெரியவில்லை. கை வைத்து லேசாகத் தடவினான். செல்வன் ‘ப்ச்’ என்று காலை இழுத்துக்கொண்டான். சிவந்து நீளமான தடிப்பை உணர முடிந்தது. நல்ல உருண்டையான பிரம்பு இழுத்த கோடு. கூளையன் அனிச்சையாகத் தன் காலைத் தடவிக்கொண்டான். அவன் மனதில் எங்கோ மூலையில் லேசான சந்தோசம் கசிவதை உணர்ந்தான். சட்டென்று உதறிவிட்டு ‘‘எதுக்கய்யா அடிச்சான்’’ என்றான்.

“அடிக்கறதுக்கு அவனுக்குக் காரணமா வேணும். எதுக்குனா அடிப்பான். அவன் எந்தப்பக்கம் போறான்னு பாத்துத்தான் வெச்சிருக்கறன். நல்ல வாச்சிக் கல்லாப் பொறுக்கி அவன் மண்டைய ஒரு நாளைக்காச்சும் ஒடைக் காத உடமாட்டன்டா ...”

கூளையனின் பேச்சொன்றும் அவனுடைய கோபத்தை குறைக்கிற மாதிரி தெரியவில்லை. பேச்சை எப்படி மாற்று வதென்றும் தோன்றாமல் கூளையன் மௌனம் காத்தான். அவனைச் சந்தோசப்படுத்தும் விஷயம் என்னவென்று யோசித்தான். வீரனைப் பற்றிப் பேசினால் அவன் மகிழக் கூடும்.

“வீரனுக்கு நம்ப ஆடெல்லாம் பத்த மாட்டீங்குதுய்யா. இன்னக்கிக் கொஞ்சம் அசந்தாப்பல இருந்துட்டன். வவுறி ஆட்டோட சேந்து போயிடுச்சு.”

“வீரன் வவுறி ஆட்டோட போனா ... நீ வவுறியோட போறதுதான்டா.”

“ச்சீ ... போய்யா. உங்கட்டப் போயிப் பேசுனம் பாரு.”

“என்னடா சொல்லீட்டன் இப்ப. இப்பிடிக் கோவிச்சுக்கற. நீ வவுறியோடதான எப்பவும் சுத்தற. மொண்டியே உங்கிட்டத் தோத்துப் போயிரணுமாட்டம் இருக்குது.”

கூளையன் வெட்கப்பட்டான்.

“போய்யா. நானென்ன மொண்டியாட்டம் வெறிச்சிப் பாத்துக்கிட்டேவா இருக்கறன். என்னமோ வவுறிதான் நல்லாப்

பேசறா. நா ஆடோட்டிக்கிட்டுப் போறப்ப அவதான் இருப்பா. அதான் பேசறன்.”

“டேய் . . . உன்னய எனக்குத் தெரியும்டா. மொண்டிய நம்பலாம். உன்னயத்தான்டா நம்பக்கூடாது. ஏரிப்பள்ளத்துல பனங்கெழங்கப் புடுங்கறப்ப நீயும் வவுறியும் என்ன செஞ்சீங் கன்னு எனக்குத் தெரியும்டா. எல்லாம் நெடும்பன் சொல்லீட் டான்.”

“போய்யா.”

கூளையன் கோபித்துக்கொண்டவனைப் போலத் தோன்றினான். நெடும்பன் மீதுதான் கோபம். எப்போது வந்து செல்வனிடம் சொன்னானோ தெரியவில்லை. எதைப் பார்த்தாலும் யாரிடமாவது சொல்லி அடி வாங்க வைப்பதும் அவமானப்படுத்துவதும்தான் நெடும்பனுக்கு வேலை. இதுவே மொண்டியைப் பற்றி யாரிடமாவது சொல்லியிருந்தான் என்றால் கையையும் காலையும் முறித்திருப்பான் மொண்டி. நாளைக்குப் போய் நெடும்பனைப் பேசிக்கொள்ளலாம். கூளையன் கோபத்தோடு முகம் திரும்பிக்கொண்டதும் போசாமல் ஆகிவிட்டதும் செல்வனுக்கு என்னவோ மாதிரி இருந்திருக்க வேண்டும். “டேய் . . . இங்க பாருடா . . .” என்று அவன் முகத்தைத் திருப்பியதும் கூளையன் பக்கென்று சிரித்து விட்டான். விளையாட்டுக்காகக் கோபித்துக்கொண்டதாய்ப் பாவனை செய்தான். எழுந்து படலோடு சேர்ந்து நின்று கொண்டான். உள்ளே ஆடுகள் மூக்கை உறிஞ்சிக்கொண்டி ருந்தன. குடுசுக்கடியில் சில படுத்துக்கொண்டிருந்தன. படலை ஒட்டி உரசித் திரிந்தன. இந்தப் பட்டிக்குள்ளும் ஆடுகள் ரொம்பவும் சந்தோசமாக இருப்பதாகத் தோன்றியது. அவற்றிற்கு என்ன வேண்டியிருக்கிறது? வயிறு நிறைய மேவு. அவ்வளவுதான். அப்படி இருப்பதுதான் சந்தோசம் என்று நினைத்துக்கொண்டான். எதைப் பற்றியும் யோசிக்காமல் கவலைப்படாமல் இருந்தால் நன்றாகத்தான் இருக்கிறது. தலையை உயர்த்தி வானத்தைப் பார்த்தான். நிலாவை ஒட்டி வெண்ணிற மேகங்கள் பட்டும் படாமல் நழுவிச் சென்றன. ஒளி பனிப்படலம் போல எங்கும் படர்ந்திருந்தது. பனைமரத் தலைகள் மினுக்கம் கொண்டிருந்தன. ஓலை களுக்குக் கீழே தொங்கிய முட்டிகள் பெண்ணின் மார்புகளைப் போலத் தோன்றின. அவற்றையே இச்சையோடு பார்த்துக் கொண்டிருந்தான் கூளையன். கட்டிலில் மல்லாந்து கிடந்த செல்வனைப் பார்த்துக் கேட்டான்.

“யோவ் . . . கள்ளுக் குடிக்கலாமாய்யா”

செல்வன் சட்டென்று எழுந்து உட்கார்ந்தான். அவனுடைய கண்களிலும் ஆவல் பொங்கியது.

"குடிக்கலாம்டா."

கூளையனுக்குத் தினமும் கந்தன் சுண்ணாம்புத் தெளுவுதான் ஊற்றுவான். இரண்டு கோட்டை குடித்தால் வயிறு கிண்ணென்று ஆகிவிடும். உடலில் மதமதப்பு கூடிப் போகும். ஒரு வேலையும் ஓடாமல் சடைவாக இருக்கும். சுண்ணாம்புத் தெளுவின் மிகைஇனிப்பு நாக்கில் திகட்டும். அவனுக்குப் பிடிக்கவில்லை என்றாலும் குடித்துவிடுவான். பசியை வெகுவாகக் கட்டிவிடும். ஒவ்வொரு நாளும் 'கள்ளு ஒரு கோட்ட ஊத்தண்ணா' என்று கேட்பதற்குப் பிரியப் படுவான். நாக்கு நுனிவரை வார்த்தை வந்து செத்துப்போகும். பண்ணயக்காரரிடம் கந்தன் 'கூளையன் கள்ளுக் கேக்கறான்' என்று சொல்லிவிட்டால் போதும். 'அடேங்கப்பா . . . உம் பொச்சிருக்கற லட்சணத்துக்கு மத்தியானத்துல பீ கேக்கு தாடா' என்று விளாறை எடுத்துக்கொண்டு நவண்டைக் கடித்தபடி வந்துவிடுவார். பண்ணயக்காரிக்கு அதுவே தொக்காகப் போய்விடும். 'கள்ளுக் கிள்ளுக் குடிச்சுப்புட்டு எங்காச்சும் உழுந்து கெடக்காத. ஆட்ட உட்டுட்டு ஆமா' என்று எதற்கெடுத்தாலும் சொல்லித் தீர்த்துக்கொள்வாள். எப்போதாவது கந்தனே மனம் இளகி 'இந்தாடா' என்று ஊற்றினால் தான். தொண்டுப்பட்டியில் பண்ணயக்காரருக் கென்று குடுவையில் வைத்திருக்கும் கள்ளை அவர் இல்லாத நேரம் பார்த்து இரண்டு வாய் உறிஞ்சலாம். அதற்கு மேலென்றால் அவர் கண்டுபிடித்து விடுவார்.

கள்ளின் நுரை எழுப்பும் சப்தம் காதுகளில் விழுவது போலிருந்தது. பூனைக்கண்கள் போலக் கூர்மை ததும்பும் மொட்டுளிகள். லேசாக இனித்துக்கொண்டு உள்ளிறங்கும் கள் உடம்பிலும் மனதிலும் வேகம் கொடுக்கும். செல்வனும் பாவம். கள் குடிப்பதற்கான வாய்ப்பே இல்லை. 'படிக்கிற பையனுக்குக் கள்ளுக் கேக்குதாடா' என்று அப்பன் அதட்டல் போட்டால் அவ்வளவுதான். செல்வனும் தன்னுடைய நிலையில் தான் இருக்கிறான் என்பது அவனோடான நெருக்கத்தைக் கூட்டுவது போலத் தோன்றியது. நிலா வெளிச்சமும் செல்வனின் அருகிருப்பும் பனைமரங்களும் எல்லாம் கூளையனுக்கு உற்சாகத்தைக் கொடுத்தன. கள் இறக்கி எதில் கொண்டு வருவது? படலில் மாட்டியிருந்த தன்னுடைய ஈயத் தூக்குப் போசியை எடுத்துக்கொண்டான். இரண்டு பக்கா பொரி பிடிக்கும் அளவு பெரிய போசி. அதில் கொண்டு வந்தாலே இருவருக்கும் மிச்சம். அந்தப் போசி பகலில் சோறூற்றிக்

காட்டுக்குக் கொண்டு செல்வதற்கும் ராத்திரிக்கு நாய்ச்சோறு கொண்டு வருவதற்குமாகப் பயன்படும். போசியைப் பார்த்ததும் செல்வன் கேட்டான்.

"இதுலயாடா எறக்கியாறப் போற."

கூளையனுக்குச் சங்கடமாயிற்று. எப்படி இதை யோசிக்காமல் போனோம் என்று நினைத்தான். பத்திருபது நாட்களாகத் தன்னோடு சகஜமாக இருப்பதால் வித்தியாசமாக எண்ணத் தோன்றவில்லை.

"ஏய்யா... இதுல வேண்டாமா."

"முட்டியோட அப்பிடியே எறக்கிக்கிட்டு வந்திருடா"

முட்டியோடு அப்படியே கொண்டு வருவது பிரச்சினை. மறுபடியும் ஒருமுறை மரத்திலேறிக் கட்ட வேண்டியிருக்கும். குடித்துவிட்ட பின்னால் எப்படியிருக்குமோ நிலைமை. பின்னும் கால்களோடு மரத்திலேற முடியாது.

"வேண்டாய்யா. மறுபடியும் ஏறிக் கட்டோணும். இல்லைனா காத்தால கந்தனுக்குத் தெரிஞ்சு போயிரும்."

ஈயப் போசியைக் கொஞ்சம் அசூயையோடு பார்த்துக் கொண்டே செல்வன் "சரிடா" என்றான். மேற்கொண்டு அவனைச் சமாதானப்படுத்தவும் தோன்றவில்லை. எந்த மரத்தில் ஏறுவது என்று யோசித்தான். எங்காவது ஒன்றிரண்டு மரங்கள் இருப்பது போலத் தோன்றும் காட்டில் இப்போது எல்லா இடங்களிலும் பனைகள் நிறைந்திருப்பதாகப் பட்டது. அதிலும் ஏறுபனைகள். இட்டேரி மேலேயே வரிசையாக நான்கைந்து மரங்கள் மார்பைக் காட்டிக்கொண்டு வாவா என்றன. வாலணப்புக் கரைமேலே தண்ணி மரம். பாறையருகில் ஆமரம். ரட்டக்காலி மரத்தில் ஒன்று. இந்த வருசம்தான் பாளை வந்திருக்கும் கருக்குகள். பாதி தூரத்தில் வளைந்து செல்லும் மொண்டிப்பனை. எல்லா மரங்களிலும் கள்ளு முட்டி இருக்காது. அதற்கென்று சில மரங்களை வைத்திருப்பான். அதிலும் சுண்ணாம்புத் தெளுவு முட்டிகளுக்கிடையே மறைவாகவும் சிலது இருக்கும். கூளையன் கண்ணுக்குத் தண்ணிமரம் பட்டது. நிறைந்திருந்த ஓலைகளுக்கிடையே ஐந்தாறு முட்டிகள். பொம்மரம். இதில் கந்தனே இரண்டு முறை ஏறி இறங்குவான். தண்ணீர் போல அப்படி ஊறும் மரம். அதில் கண்டிப்பாக இரண்டு முட்டியாவது கள் இருக்கும். அந்த மரத்தை நோக்கிப் போவதைக் கண்டதும் செல்வன் ரொம்பவும் தேர்ந்த குடிகாரன் போல "டேய் அந்தமரம் வேண்டாண்டா. ஆமரமாப் பாருடா" என்றான்.

கூளையனுக்கும் அது சரியென்றே பட்டது. ஆமரத்துக் கள் நல்ல உறைப்பாக இருக்கும். அதுவும் காம்புப்பாளையாக இருந்தால் சொல்லவே வேண்டியதில்லை. சட்டென்று தூக்கிவிட்டுவிடும். பாறையருகில் இருந்த ஆமரம் ஒட்ட முடிவெட்டிய சிறுவனின் தலையைப் போலத் தெரிந்தது. மேலே குருத்தோலையும் இரண்டு மூன்று ஓலைகளும் மட்டும். மூன்று முட்டிகள் தெரிந்தன. கண்டிப்பாகக் காம்புப்பாளை யாகவே இருக்கும். இந்தத் தருணம் ஆமரத் தெளுவு முடிகிற பருவம். செல்வனிடமும் அதைக் காட்டிச் சொன்னான். இரண்டு பேரும் மரத்தருகே போனார்கள். பனை ரொம்ப வளர்த்தி. அண்ணாந்து பார்த்தான். நிலவொளி பட்டுத் தெறித்து ஓலை விளிம்புகள் ஒளிர்ந்தன. முட்டிகளின் பக்கம் இருள் லேசாகத் தோன்றிற்று.

"இந்த மரத்துக் கள்ளு நல்லா இருக்குமாடா?"

"நல்ல தித்திப்பாப் பன்னீராட்டம் இருக்கும்யா. பெரீய பண்ணயக்காரிக்கு இந்த மரத்துக் கள்ளுதான் தெனத்துக்கும்."

"அப்ப ஏறு."

தலைத்துண்டை அவிழ்த்துக் கால் கயிறாக்கிக்கொண்டான். போசியைக் கீழே வைத்துவிட்டு மரத்தின் பாதத்தைத் தொட்டுக் கும்பிட்டான். போசியை அரணாக்கயிற்றோடு சேர்த்து முடிச்சிட்டுக் கொண்டான். நெஞ்சைக் கொடுக்காமலே கைகளை ஊன்றி ஊன்றி நாலு எட்டு வைத்தான். கால்கயிறான துண்டு டர்ரெனக் கிழிந்து நெகிழ்ந்துகொண்டது. கால்கள் இரண்டும் ஒன்றை விட்டு ஒன்று அகன்று போயின. 'இதென்ன கருமமாப் போச்சு' என்று இறங்கினான். துண்டு ஒன்றுக்கும் ஆகாமல் அங்கங்கே ஓட்டைகளாய்த் தெரிந்தது. ஏற்கனவே நைந்து போயிருந்தது. கால் அகட்டவும் இழுப்பில் உயிர்விட்டு விட்டது. அதையே பிரித்து வைத்துக்கொண்டு பார்த்தபடி இருந்தான். பாறைமேல் படுத்துக்கொண்டிருந்த செல்வன் எழுந்தான்.

"என்னடா ஆச்சு."

"துண்டு கிழிஞ்சு போச்சுய்யா."

அவன் ஒருமாதிரி இளித்துக்கொண்டு "கோமணத்த அவுத்துக் கட்டிக்கிட்டு ஏறுடா" என்றான். கூளையனுக்குக் கோபமாக வந்தது. திரும்பி எரிச்சல் கனறப் பார்த்தான். நிலவுக்குப் புறம் காட்டி உட்கார்ந்திருந்த அவன் முகம் இருள் அப்பித் தெரிந்தது. சிரிப்பொலி மாத்திரம் கேட்டது.

இன்னொருமுறை துண்டை விரித்துப் பார்த்துவிட்டுக் காட்டுக்குள் வீசி எறிந்தான்.

"கோவிச்சுக்காதடா. வேறென்ன பண்றது. கோமணத்தக் கட்டிக்கிட்டு ஏறு."

கூளையன் தயக்கத்தோடு சொன்னான். "நீ போயிப் பட்டிக்கிட்ட இருய்யா."

"பொம்பளயாட்டம் வெக்கப்படாதடா. நா இங்கதான இருக்கறன். நீ கட்டிக்கிட்டு ஏறுடா."

கூளையன் கோவணத்தை அவிழ்த்துக் கால்கயிறாக்கினான். அதுவும்கூடச் சேவேறிப் பழசாகிப் போனதுதான். கால்களை அகட்டாமல் கையூன்றி எச்சரிக்கையாகவே ஏறினான். காற்று ஒன்றுமில்லை. காற்றிருந்தால் மரம் வளைந்து ஆடுகையில் ஒடிந்துவிடுவது போலத் தோன்றும். பாதிவரை ஏறியவன் அதற்கப்புறம் நெஞ்சைக் கொடுத்து ஏறினான். அரணாக் கயிற்றில் தூக்குப்போசி அசைகிற சத்தம் ஏதோ பெயர் தெரியாத பறவை ஒன்றின் குரல் போல இரவில் அமைதியைக் கீறிக் கதறியபடி மேலே வந்தது. அடி ஓலைகள் நன்றாக ஈந்துவிடப்பட்டுப் பாளையும் முட்டிகளும் பளிச்சென்று தெரிந்தன. லேசாகக் கீழே சாய்ந்திருந்த அடி ஓலையை விட்டுவிட்டு மேலோலையைப் பற்றித் தாவிக் குருத்துக்கு ஏறிக்கொண்டான். அரணாக்கயிற்றில் கோவணம் இல்லாதது என்னவோ போலிருந்தது. கருக்குகள் படாத இடத்தில் பட்டுவிட்டால் வலி உயிர் போகும். கால்கட்டை அவிழ்த்துக் கோணவத்தைக் கட்டிக்கொண்டதும் திருப்தியாக இருந்தது. குருத்தில் வசதியாக உட்கார்ந்துகொண்டான்.

பனையின் மேலிருந்து பார்க்கக் காடு முழுக்கவும் தெரிந்தது. பிரம்மாண்டமான ராக்காசி ஒருத்தி மல்லாந்து படுத்திருப்பது போலத் தோன்றியது. அவள் மேலே உயர்த்திய கைகள்தான் பனைகள். அவற்றைத் தவிர்த்து இன்னதென்று அறிய முடியாத மரங்கள் குத்துக் குத்தாய்த் தெரிந்தன. இட்டேரியும் ஏரியும் புகையினூடே இருந்தன. செங்காட்டுப் பட்டி வெறும் புள்ளிகள் போல மங்கலாகத் தோன்றிற்று. வெண்மையும் மஞ்சளும் கலந்த நிறத்தில் காடு முழுவதும் நிலா ஒளி ஊற்றிக்கொண்டிருந்தது. மேலே கையை உயர்த்தினால் எட்டிப் பிடித்துவிடலாம் போலிருந்த வானம் வெகு உயரமாகப் போய்விட்டது. பனையின்மீது உட்கார்ந்து கொண்டு எல்லாவற்றையும் பார்க்க அவனுக்குள் மகிழ்ச்சிக் கொப்பளிப்பு. எழுந்து நின்றான். கூரிய வாளாய் நீட்டிய குருத்தோலையைக் கெட்டியாய்ப் பற்றிக்கொண்டான்.

பனையைவிட உயரமாகிவிட்டான். இனி அவனைக் கூளையன் என்று யார் கூற முடியும்? கீழே ஓலைச் சந்துக்கு இடையே நிலம் தெரிந்தது. கைகளைப் பரக்க வீசிக்கொண்டு குதித்துவிட விரும்பினான். காற்றலையில் நிலவொளியில் மிதந்துவரும் அவனை நிலம் கைவிரித்தேந்திக்கொள்ளக் காத்திருப்பதாய்ப் பட்டது. இந்த அந்தரவெளியில் நீந்தித் திரிய ஆசை மிகுந்தது. கைகளைக் குருத்தில் கெட்டியாய்ப் பற்றிக்கொண்டான்.

பாறையிலிருந்து செல்வன் கத்துவது எதிரொலி போலக் கேட்டது. இங்கிருந்து பார்க்கப் பாறை கறுப்புக் கம்பள மாகவும் அதன்மேல் நிற்கும் செல்வன் கொக்கொன்றைப் போலவும் தெரிந்தார்கள். செல்வனுக்குக் கேட்கும்படி வாய்விட்டுச் சிரிக்க வேண்டும். அவன் கீழே தனியாக நிற்கப் பயந்துவிடலாம். செல்வனுக்குக் காது கொடுத்தான்.

"என்னடா பண்ற... டேய்... கூளத் தாயோலி..."

"இருய்யா... நல்லா உக்கோந்துக்கோணுமில்ல."

அவனை விடக் குறைவான சத்தம் கொடுத்தான். செல்வனைச் சென்று சேர்ந்திருக்கும். அவன் "சீக்கிரம்டா" என்றுவிட்டுப் பாறையில் உட்கார்ந்தது தெரிந்தது. கள் மணம் அவன் மூக்கில் ஏறி மனதுக்குள் நுழைந்திருக்கும். இருக்க முடியாமல் தவிக்கிறான். இன்னும் கொஞ்சநேரம் தவிக்கட்டும். பழையபடி ஓலையின்மேல் உட்கார்ந்துகொண்டு கீழே குனிந்தான். முட்டிகள் பனையின் கழுத்தோடு ஒட்டிக்கொண் டிருந்தன. கைக்கு எட்டவில்லை. அடுத்த ஓலைக்குக் கொஞ்சம் இறங்கி முட்டிக் கயிற்றைப் பற்றி இழுத்து மேலே தூக்கினான். அரை முட்டி அளவிற்குத்தான் தெளுவு இருந்தது. விடிவதற்குள் ரொம்பிப் போய்விடும். பாளை இருக்குமிடமே தெரியாத அளவுக்குத் துளிபோல நீட்டிக்கொண்டிருந்தது. விழுந்திருந்த எறும்புகள் தேனீக்கள் எல்லாவற்றையும் ஊதி விலக்கிவிட்டு போசியில் வடித்தான். முட்டியில் கால்வாசி இருக்கும் அளவுக்கு விட்டு முட்டியைப் பழையபடி மாட்டினான். காலையில் ஏறும்போது முட்டியில் ரொம்பவும் குறைந்திருந்தால் கந்தனுக்குச் சந்தேகம் வந்துவிடும். எல்லா முட்டியிலும் கொஞ்சம் கொஞ்சம் ஊற்றிக் கொண்டால் அவனால் கண்டுபிடிக்க முடியாது. தூக்குப் போசித் தெளுவு பெரிய கோட்டையில் ஒன்று பிடிக்கும். ஆவலோடு தூக்கிப் பருகினான். அண்ணாந்து கொள்ளும் போது கிழக்கே கரடு கண்ணில் பட்டது. மனதில் குறுகுறுப்பு. "அய்யா சாமீ... தப்பா இருந்தா மாப்பு... நீதான் அவ்வளவு ஒசரத்துல இருந்து என்னயவே பாக்கற" என்று முணுமுணுத்தான். உடலைச் சுருட்டிக்கொண்டு தலையை மட்டும் மேலே உயர்த்திக்கொண்டிருக்கும் பாம்புபோல்

கரடு. அதன் படத்துக்கு நேராகத் தான் இருப்பது போலத் தோன்றிற்று. ஊரில் ராத்திரி படுக்கும்போதுகூடக் கிழக்குப் பக்கம் கால்நீட்ட மாட்டார்கள். கரட்டுக்கு நேராகக் கால் நீட்டினால் கடவுளை உதைக்கிற மாதிரி.

கிழக்குப் பக்கம் திரும்பிக்கொண்டே கள் குடிப்பதற்குக் கஷ்டமாக இருந்தது. ஆனால் மரத்தின் மேலிருந்து எதிர்ப் பக்கத்திற்கு மாறுவது கொஞ்சம் கஷ்டம். அப்படியே தலையைக் குனிந்துகொண்டு உறிஞ்சினான். நுரையடங்கும் சத்தம் முகத்தில் அடித்து ஆர்வமூட்டிற்று. காம்புப்பாளைத் தெளுவு. கொஞ்சம்கூடப் புளிப்பில்லை. லேசான இனிப் போடு பருகச் சுவை கூடியது. ஒரே மூச்சில் முழுவதையும் குடித்துவிட்டான். வயிறு முழுவதும் குளிர்ச்சி பரவியது. அரைவயிறு அளவுக்குத்தான் வந்திருக்கும். இன்னொரு முட்டியைத் தூக்கிக் கழற்றிப் போசியில் ஊற்றினான். லேசாக ஏப்பம் வந்தது. கொஞ்சம் இருக்கட்டும் என்று அப்படியே உட்கார்ந்திருந்தான். செல்வனுக்குப் பொறுக்க வில்லை. கீழிருந்து பார்க்கத் தெளிவாகத் தெரியவில்லை என்றாலும் கூளையன் குடிக்கிறான் என்பதை ஊகித்திருப் பான். கொஞ்சம் இடைவிட்டுவிட்டு "டேய்" என்று விளித் தான். கூளையனும் பதிலுக்குச் சலிப்புத் தோன்றும் குரலில் "என்னய்யா" என்றான். அது கொஞ்சநேரம் பொறுக்க முடியாதா என்பது போல இருந்தது.

துளித்துளியாய் ருசித்துக் குடிக்க வேண்டும் என்று நினைத்தான். போசியை எடுத்து இரண்டு மொடங்கு உறிஞ்சி விட்டு மடியில் வைத்துக்கொண்டான். செல்வன் கத்துவது ஒன்றையும் கண்டுகொள்ள வேண்டியதில்லை. அவன்பாட்டுக்கு எதையாவது உளறிக்கொண்டிருக்கட்டும். மறுபடி கொஞ்சம் குடித்தான். சுண்ணாம்புத் தெளுவு குடிப்பதைப் போலத்தான் இருந்தது. வித்தியாசம் ஒன்றுமில்லை. மேலிருந்து விரலை மடக்கிக்கொண்டு வாய் குவித்துச் செல்வனுக்குக் கெக்கலி காட்டினான். அது செல்வனின் பார்வைக்குப் பட வாய்ப் பில்லை என்பது தெரிந்ததும் நான்கைந்து முறை அதே மாதிரி கெக்கலி காட்டிச் சிரித்தான்.

"எறங்கி வாடா ... தாயோலி டேய் ..."

கத்துவதைத் தவிர வேறென்ன செய்ய முடியும்? கொஞ்சம் குடிப்பதும் ஏப்பம் வரும்வரை இளைப்பாறுவதுமாக இருந்தான். எல்லா முட்டிக் கள்ளையும் ஒருசேரக் குடித்து விட்டுத்தான் இறங்குவான் போல. கூளையனாக இருந்தாலும் நெடுவயிறுதான். "டேய் ... கூளத் தாயோலி ... அம்மணாண்டி ...

வாடா ...” என்றெல்லாம் என்னென்னவோ திட்டினான். அவன் கத்தலும் திட்டலும் கூளையனின் குடிவெறியை மிகுவித்தன. மிகுந்த சந்தோசம் கொண்டான். மரத்திலிருந்து இறங்கவே அவன் மனம் பிரியப்படவில்லை. நிலவொளியும் காடும் மரங்களும் துளியும் மாறாமல் இப்படியே இருந்துவிட வேண்டும். பனை உச்சியிலேயே அவனும். கத்திக்கொண்டே பன்றியைப் போலச் செல்வன் மரத்தைச் சுற்றிச் சுற்றி வர வேண்டும். வெறியேற ஏறக் கள்ளை உறிஞ்சிக்கொண்டே யிருந்தான். செல்வன் கீழிருந்து கத்தினான்.

“இங்க பாருடா ... மரத்துல ஏறிக் கள்ளெறக்கினீன்னு காத்தாலக்கிக் கந்தங் கிட்ட, எங்கப்பங்கிட்ட ... எல்லார்த்துகிட்டயும் சொல்லுவன்டா ...”

தண்மையாகச் சொன்னாலும் மிரட்டல் தொனி அதிகமாகவே இருந்தது. கூளையனிடம் அதுவும் பலிக்கவில்லை. எத்தனையோ முறை இப்படிப் பயமுறுத்திவிட்டான். அவனும் தானே பங்கு. எப்படிக் காட்டிக் கொடுக்க முடியும். இனிமேல் இந்தப் பயமுறுத்தலுக்கு மசிய வேண்டியதில்லை. திடுமெனப் பெருங்குரலெடுத்துச் சிரித்தான். சங்கொலியெனக் கேட்ட அது சட்டென நின்றது. எந்த முட்டியில் இருந்து ஊற்றினோம் என்னும் கவனமெதுவும் இல்லாமலே கழற்றி ஊற்றிப் போசியை நிறைத்தான். குடித்தபோது கட்டெறும்போ தேனீயோ வாய்க்கு வந்தது. துப்பிவிட்டுச் செருமிக்கொண்டான்.

“கூளக் கண்டாரோலி பயா ... வாடா ...” என்று செல்வன் கத்தினான்.

பனையையே அண்ணாந்து பார்த்துத் தலையை ஆட்டிக்கொண்டிருந்தது அந்த ஓடக்கான். பெருங்குரலெடுத்துச் சிரித்தான். எதிரொலி பட்டுக் காடு முழுவதும் சிரித்தது. செல்வனை நிறுத்திச் சுற்றிலும் யார்யாரோ கைகொட்டுவது போல ஓசை. செல்வன் கோபத்தின் வெறியில் வேர்த்துப் போனான். பற்களைக் கடித்துக்கொண்டு கல்லெடுத்து மேல்நோக்கி விட்டெறிந்தான். முதல் கல் பாதிப் பனையில் பட்டு டொம்மென்று அடித்தது. அந்தச் சத்தத்தில் கூளையன் லேசாக அதிர்ந்தான். அடுத்த கல்லைச் செல்வன் மிகவும் எத்தனத்தோடு வீசியிருக்க வேண்டும். உச்சிக்கு வந்து ஓலை ஒன்றின் நுனியில் பட்டு எதிர்ப்பக்கம் போய் மண்ணில் செருகியது. காக்கையின் கொத்தலுக்குத் தலைக்குமேல் கைகுவித்துக் காத்துக்கொள்வதாய் ஓலை மறைப்பில் கூளையன் ஒண்டிக்கொண்டான். காட்டுக்குள் ஓடி ஓடிக் கல் பொறுக்கிச் செல்வன் இட்டான். மரத்தின் உச்சியை ஓரிரு கற்களே எட்டின. என்றாலும் பயம்.

"யோவ் ... யோவ் ... எறங்கீர்றன். இடாதய்யா."

கெஞ்சுவது போலக் கத்திக்கொண்டே போசியைப் பார்த்தான். நிறையவே இருந்தது. செல்வனுக்குப் போதும். முட்டிகளைச் சரியாக மாட்டினோமா என்றுகூடப் பார்க்கவில்லை. போசியை மூடிக்கொண்டு எழுந்தபோது தலை கிறுகிறுத்தது. லேசாகத் தடுமாற்றம் இருப்பது போலப் பட்டது. ரொம்பவும் எச்சரிக்கையாக இறங்க வேண்டும். இடையில் எங்காவது கொஞ்சம் கை நழுவிவிட்டாலும் அவ்வளவுதான். இறங்கிய வுடனே செல்வனின் கைக்குச் சிக்காமல் ஓடிவிட வேண்டும். அவன் மசநாயைப் போலப் பாய்வான். மரத்தின் கழுத்துக்கு வரும் முன்பே பழையபடி கோவணத்தை அவிழ்த்துக் கால்கயிறாக்கிக் கொண்டான். ததும்பும் தூக்குப்போசியை அரணாக்கயிற்றில் கட்டிக்கொண்டான். அவன் இறங்கத் தொடங்கியதும் செல்வனின் ஒருகல் விர்ரென்று பாய்ந்து வந்து பொச்சுக்குட்டில் பதிந்து மீண்டது. ஊசியைச் செருகியது போன்ற வலியில் கூளையன் துடித்துப்போனான். மரத்தைக் கெட்டியாகப் பற்றிக்கொண்டு அதே இடத்தில் நின்றான். கொஞ்சம் கையை விட்டால் என்ன ஆகும்? யோசனையற்றுச் செல்வன் கல் இடுகிறானே. கீழே திரும்பிச் சொன்னான்.

"யோவ் ... கல்லிட்டயின்னா தூக்குப்போசிய இங்க இருந்தே போட்டுருவன்."

பயமுறுத்தலுக்குப் பலன் இருந்தது. கள் இல்லாமல் போய்விட்டால் செல்வன் நாக்கைத் தொங்கப் போட்டுக் கொண்டு அலைய வேண்டியதுதான். "சரி. சீக்கிரம் வாடா" என்பதோடு செல்வன் நிறுத்திக்கொண்டான். ஆளுயரம் இருக்கும்போதே தூக்குப்போசியைக் கை நீட்டி வாங்கிக் கொண்ட செல்வன் கூளையன் கீழே இறங்கும்வரைகூடப் பொறுக்கவில்லை. பாறைப்பக்கமும் போகவில்லை. அதே இடத்தில் உட்கார்ந்து தூக்குப்போசியைத் திறந்து குடிக்கத் தொடங்கிவிட்டான். கூளையன் சிரித்துக்கொண்டே "அது நான் வாய் வெச்சுக் குடிக்க தூக்குப்போசிய்யா" என்றான். அவன் "மூடுடா" என்றதும்தான் நினைவு வந்தவனாய்க் கால்கயிறாய்ச் சுருண்டிருந்த கோவணத்தை எடுத்துக் கட்டிக் கொண்டான். கூளையனுக்கு ஒரே சிரிப்பாய் வந்தது. குள்ள உடம்புக்குள்ளிருந்து எலி கத்துவது போன்ற சிரிப்புச் சத்தம். கிறக்கம். பாதியில் நிறுத்திவிட்டு "எதுக்குடா சிரிக்கற" என்றான் செல்வன்.

கூளையனுக்கு ஒன்றும் சொல்லத் தோன்றவில்லை. மேலும் மேலும் சிரிப்புத்தான் வந்தது. சிரித்தான். அடக்கமாட்டாமல் சிரித்தான். வயிறு எக்கிச் சிரித்தான்.

பட்டிக்கு ஓடிப் படலைப் பிடித்துக்கொண்டு சிரித்தான். நாய் தலைதூக்கி 'வவ்' என்று ஒரேஒரு சத்தம் மட்டும் கொடுத்துவிட்டு அடங்கிக்கொண்டது. ஆடுகள் மிரண்டு தடபுடவென்று எழுந்து பட்டியின் ஒருபக்க மூலையாய்ப் போய் நின்றன. செல்வனுக்கு வந்த ஆங்காரத்திற்கு அளவேயில்லை. தன்னைப் பார்த்துத்தான் சிரிப்பதாய் நினைத்துக்கொண்டான். எதிரே கிடந்த ஓலை ஒன்றைக் காலில் தட்டி எறிந்தான். அது பாவமேபோல் வேறோர் இடத்தில் விழுந்து சத்தமே இல்லாமல் படுத்துக்கொண்டது. அதைப் பார்க்கக் கூளையனுக்குச் சிரிப்பு மிதமிஞ்சியது. வேகமாக எழுந்து வந்தவன் "எதுக்குடா சிரிக்கற" என்று எட்டி உதைத்தான். உதை உறைத்த மாதிரி தெரியவில்லை. சிரித்துக்கொண்டே இருக்க வேண்டும்போல் பட்டது. வயிற்றைப் பிடித்துக்கொண்டு சிரித்தான்.

"எதுக்குடா சிரிக்கற... எச்சக்கலத் தாயோலி" என்று கத்திக்கொண்டே கூளையனின் தலைமயிரைப் பற்றி இழுத்துக் கீழே தள்ளினான். ஒரே விசிறில் அவனிடம் இருந்து விடுவித்துக்கொண்டு பட்டியைச் சுற்றி ஓடினான். பின்னாலேயே ஓடிய செல்வன் கோவண வாலைப் பற்றி இழுத்தான். கைக்கு வந்த கோவணத்தைத் தலையைச் சுற்றிக் காட்டுக்குள் எறிந்தான். உடனே கூளையன் திரும்பச் செல்வனின் ட்ரவுசரைப் பிடித்து இழுத்தான். அதைக் காப்பாற்றிக்கொள்ளச் செல்வன் எவ்வளவோ பாடுபட்டான். குனிந்து கைகளைக் குறுக்கி ட்ரவுசரை இறுகப் பிடித்தான். கூளையனின் இழுப்பில் ட்ரவுசர் கீழே வந்துவந்து மேலேறிற்று. செல்வனால் வெகு நேரம் தாக்குப் பிடிக்க முடியும் என்று தோன்றவில்லை.

●

11

நீண்ட அணைப்பின் பாதிவரைக்கும் பட்டி வந்திருந்தது. புழுக்கைகள் காடெங்கும் மிதிபட்டன. செல்வனும் கூளையனும் உருண்டு புரளாத குறைதான். ஒவ்வொரு நாளும் ஏதாவதொரு வேலையை உருவாக்கிக் கொண்டார்கள். பகலெல்லாம் இரவைப் பற்றி யோசிப் பதிலேயே கழியும். முடிந்த இரவின் நினைவும் வரும் இரவின் எதிர்பார்ப்பும் இனிமையாக இருந்தன. வவுறி யிடம் திரும்பத் திரும்ப அதையே பேசினான். வவுறி சலித்துக்கொண்டு 'போதும் போதும்' என்று சொல்கிற வரைக்கும் விடுவதில்லை. காட்டின் விரிந்த வெறும் பரப்பும் இரவு கொடுத்த துணிவும் உற்சாகமூட்டின. பகல் என்பதே இரவுக்கான தயாரிப்புக்கு என்றானது. வளர்பிறை நாட்கள் கழிந்து தேய்பிறை வந்தது.

முன்னிரவில் இருள் அடர்ந்து கிடந்தது. ஒருவர் முகம் மற்றவருக்குத் தெரியவில்லை. இருள் வழங்கிய வெளிச்சம் குரல்களை மட்டும் அடையாளம் காணப் போதுமானதாயிருந்தது. கூளையனும் செல்வனும் குசுகுசுவென்று பேசிக்கொள்வதும் பின் ஓங்கிச் சிரிப்பதுமாயிருந்தார்கள். கூளையன் சாயங்காலமாகக் காடு முழுக்கத் தேடிச் சலித்துப் பத்துப் பனம்பழங் களுக்குமேல் எடுத்துவந்து வைத்திருந்தான். சாக்கின்மேல் பரப்பியிருந்த அவற்றைக் காட்டிச் சொன்னான்.

"இன்னக்கி நல்ல நல்ல பனம்பழமாப் பாத்து எடுத்தாந்திருக்கறன். பாத்து உனக்குப் புடுச்சதா எடுய்யா. சுடலாம்."

இந்த வருசத்தில் இதுதான் முதல் பனம்பழம். செல்வனுக்கு நாக்கு ஊறிற்று. விரிப்பில் கிடந்தவற்றில் முழுக்கக் கறுப்பாகவும் பெரிதாகவும் இருந்தவற்றைப் பொறுக்கி எடுத்தான். லாந்தரைக் கழற்றிக்கொண்டு

வந்தால் இன்னும் கொஞ்சம் வெளிச்சமாயிருக்கும். கூளை யனுக்கு லாந்தர் வெளிச்சம் பிடிக்காது. அது குடிசைக்குள் தொங்குவதற்குத்தான் என்றும் ஆடுகளுக்கு அது தேவை என்றும் நினைப்பான். வெளியே படுக்கிற இடத்திற்கருகே வேண்டாம் என்றுவிடுவான். இருளில் ஏதாவது பாம்பு கீம்பு ஊர்ந்து வந்துவிட்டால் என்ன செய்வது என்று கேட்டால், ‘சாமி நம்பள அப்படியா உட்ரும்’ என்று பெரிய பேச்சுப் பேசுவான். மொட்டைக்காட்டில் பிடித்துத் தின்னப் பாம்புக்கு எந்த உயிரும் இல்லை. அவைபாட்டுக்கு எங்காவது ஏரிப்பள்ளத்தில் நடமாடிக்கொண்டிருக்கும். எந்தப் பூச்சி பொட்டாக இருந்தாலும் கண்டுகொள்ள இருள் தரும் வெளிச்சமும் கரட்டின் விளக்குகள் அங்கிருந்து வீசும் ஒளியும் போதுமானவை. அவ்விளக்குகள் எப்போதாவது அணைந்து போய்விட்டால் கூளையனுக்கு இருப்புக் கொள்ளாது. எதையோ இழந்துவிட்டது போலிருக்கும். அவ்வளவு தூரத்தில் இருந்து இங்கே எப்படி வெளிச்சம் வரும் என்று கேட்டால் ‘அதெல்லாம் வரும்’ என்பான். விளக்கு அணைந்துவிடும் பொழுதில் ‘பாரு. ரொம்ப இருட்டாயிருச்சு’ என்பான்.

படலோரத்தில் போட்டு வைத்திருந்த பன்னாடைகளை யும் ஓலைகளையும் எடுத்து வந்து பட்டிக்கு முன்னால் குவித்தான். தலைத்துண்டுக்குள்ளிருந்த தீப்பெட்டியை எடுத்துப் பன்னாடையைப் பற்ற வைத்தான். காய்ந்து கிடந்ததால் சரசரவென்று தீ ஏறியது. மேலே ஓலையை வைத்துத் தீயை முழக்கினான். நான்கு பனம்பழங்களைத் தூக்கி அதற்குள் போட்டான். தீ கொஞ்சம் தணிந்து பின் எரிந்தது. வட்டமாகத் தீயின் வெளிச்சம் படர்ந்திருந்தது. படல் சந்தில் தீயொளி பட்டு ஆடுகளின் கண்கள் மின்னின. லேசான ஈரக்காற்றுக்குத் தீயின் வெம்மை இதமாக இருந்தது. செல்வனும் அருகே வந்து உட்கார்ந்துகொண்டான். தீ அணைய அணைய ஓலை களைப் போட்டுப் பெருக்குவதும் பனம்பழங்களைத் திருப்பி விடுவதுமாக இருந்தான் கூளையன். ஏதோ ஒரு பனம் பழத்தின் மேல் தோலில் ஒரு நார் வெடித்து புஸ்ஸென்று பழச்சாறு வெளியேறித் தீயில் கருகும் சத்தம் கேட்டது. அனேகமாக வெந்திருக்கும். இன்னொரு ஓலையைப் போட்டான். மெல்லப் பற்றித் திடுமென மேலெழுந்து முழங்கியது. அது குறைந்து மெல்ல அணைந்து இருள் அவர்களைச் சுற்றிக் கொண்டது. இருள் ரொம்பவும் கனமாகிவிட்டதைப் போலிருந்தது. பனம்பழங்களைக் குச்சியால் தட்டி வெளியே உருட்டினான். ஆறட்டும் என்று அப்படியே போட்டுவிட்டுப் போய் உட்கார்ந்துகொண்டார்கள். கூளையனின் சாக்கு

விரிப்பு செல்வனின் கட்டிலின் காலடியில் கிடந்தது. உள்ளிருந்து ஆடொன்று இருந்திருந்தாற்போலக் கத்தியது.

"என்னடா ஆடு பயராவக் கத்துதா?"

"தெரியிலய்யா."

"அதான் வீரன் இருக்கறானே. அப்பறம் எதுக்கு உன்னயப் பாத்துக் கத்துதுடா . . ."

"என்னயப் பாத்துக் கத்தறன்னு உங்கிட்ட வந்து சொல்லுச் சாயா . . ."

"சொன்னாத்தானா. கூளையான்னு கூப்படற மாதிரிதான் இருந்துச்சுடா."

"இருக்கும்யா உனக்கு. என்னய என்ன மொண்டின்னு நெனச்சுக்கிட்டயா?"

சொன்னதும் இரண்டு பேரும் சிரித்தார்கள். செல்வன் கட்டிலில் படுத்துக்கொள்ளவும் கூளையனும் படுத்தான். வான் முழுக்க இருளாயிருந்தது. விண்மீன்களை அவ்வளவாகக் காணவில்லை. எங்காவது ஒன்று மட்டும் மின்மினி போலத் தெரிந்தது. வானத்தைப் பார்த்துக்கொண்டே பேசினான்.

"இந்த வருசம் மூனு குழிக்கு வர்றாப்பலயாச்சும் பனம் பழம் பொறுக்கிச் சேத்தரோணும்யா."

"ஆமாண்டா. நாளையில இருந்தே போலாமாடா?"

"வேண்டாய்யா. இன்னொரு பத்துநாளுப் போவுட்டும். இப்பத்தான் ஒன்னொன்னு உழுவுது. முகளமா உழுவட்டும்யா."

"ஆறியிருக்குமாடா?"

கூளையன் பழங்களைத் தொட்டுப் பார்த்தான். வெது வெதுப்பு கைகளில் பரவியது. ஒரு பழத்தைத் தட்டிப் பிட்டான். அது முக்கட்டைப் பழம். உடைத்து பிளந்ததும் வெம்மை கூடிக் கையைச் சுட்டது. அப்படியே பரப்பிக் கீழே வைத்து விட்டுத் "திங்கலாம்யா" என்றான். ஒரு கொட்டையை மட்டும் பிய்த்து எடுத்துச் செல்வன் கையில் கொடுத்தான். ஆட்டு நஞ்சுக்கொடியை வாயில் கடித்துக் குதறும் நாயைப் போலச் செல்வன் பனம்பழத் தோலைப் பல்லில் பிடித்து இழுத்தெறிந் தான். கூளையனும் ஒருகொட்டையை எடுத்துக்கொண்டான். தோலோடு ஒட்டி வந்த நார் சுவையாக இருந்தது.

"இது எந்த மரத்துப் பழம்டா. இத்தன ருசியா இருக்குது."

"பள்ளத்துக்குள்ள இருக்குதுல்ல சடமரம். அதோடது. எப்பவுமே சீக்கிரம் அதுல உழுவ ஆரம்பிச்சிரும்யா. பழம் ஒவ்வொன்னும் நல்லா சட்டியாட்டம் இருக்கும்."

பழத்தை மென்று சாற்றை உறிஞ்ச உறிஞ்ச ருசி கூடிற்று. கடைசி ஆகஆகக் கீழே எறியவே மனம் வரவில்லை. கூளையன் இரண்டு கொட்டைகளைச் சூப்பி எறிந்தபோது செல்வன் மூன்றாவது கொட்டையின் பாதியில் இருந்தான். அவன் முழுக்கவும் சூப்புகிறானா பாதியில் எறிந்துவிடுகிறானா என்று கூளையனுக்குச் சந்தேகமாக இருந்தது. கூளையன் அதிலிருந்து இனிமேல் ஒரு சொட்டுக்கூட வராது என்கிற வரையில் சூப்பினான். கொட்டையைத் தலை போலப் பாவித்து நடுவே வகிடெடுத்துச் சுற்றிலும் சீவினான். அவன் சூப்பி எறிந்த கொட்டையை வெளிச்சத்தில் பார்த்தால், முழுக்க நரைத்த கிழவிக்கு எண்ணெய் தடவிச் சிக்கெடுத்துத் திருத்தமாகச் சீவியிருப்பது போலத் தோன்றும். மூன்று கொட்டைகளைச் சூப்பி முடித்ததும் வயிறு கிண்ணென்று ஆகிவிட்டிருந்தது. அதற்கு மேல் சூப்ப முடியுமென்று தோன்ற வில்லை. மாத்தானாக இருந்தது.

"எனக்குப் போதும்யா" என்று ஏப்பம் விட்டுக்கொண்டே சாய்ந்தான்.

"அப்பறம் எதுக்குடா இத்தன சுட்ட."

செல்வனும் சூப்பிய கொட்டையை எறிந்துவிட்டு நிறுத்திக் கொண்டான். தலைத்துண்டில் கைப்பிசினைத் துடைத்துக் கொண்டிருந்தபோது ஆடு மறுபடியும் கத்தியது. அந்தக் கத்தல் கிடாயை அழைக்கும் கத்தல் அல்லவென்று கூளையனுக்குப் புரிந்தது. ஏதோ ஒரு துன்பம் அதில் இழையோடிற்று. ரொம்ப நீளமாகவும் சத்தம் வரவில்லை. அனத்தலாகவும் முனகலாக வும் வெளிப்பட்டது. இருட்டுக்குள் கண்களை ஓட்டியபோது எந்த ஆடென்று கண்டறிவது அவ்வளவு சுலபமாயில்லை. மேற்குப் பக்க மூலையில் இருந்துதான் அனத்தல் வருவது போலிருந்தது. திடீரென்று கத்திக்கொண்டு வடபுற மூலைக்கு ஓடிற்று. சட்டென்று எழுந்து படலைத் திறந்து உள்ளே போனான். எந்த ஆடோ தெரியலியே என்று அவன் மனம் திடுக்கிட்டது.

"பாம்பு எதுனா இருக்கப் போவுதுடா. உம்பாட்டுக்கு உள்ள போற."

கட்டிலின் மேலிருந்து செல்வன் சத்தமிட்டான். லாந்தர் வெளிச்சம் குடுசின் மையத்தைத் துலக்கிக் காட்டிற்று. வடக்கு மூலைக்குச் சென்றபோது மூளி ஆடு ஆடாமல் அசையாமல் படலோடு சேர்ந்து நின்றுகொண்டிருந்தது. தலைகுனிந்து மண்ணையே பார்த்தபடி இருந்தது. பக்கத்தில் போய் அதன் கழுத்தைக் கட்டிக்கொண்டு வாஞ்சையாய்த்

தலையைத் தடவினான். அவனை நிமிர்ந்து பார்த்த கண்கள் மினுங்கின. அதில் வலியின் துயரம் தெரிந்தது.

கூளையனுக்கு என்ன செய்வதென்று தோன்றவில்லை. வயிற்றைப் பார்த்தான். கொஞ்சம் பருத்திருக்கிற மாதிரிதான் தெரிந்தது. ஆடு சினை. இரண்டு மாதமிருக்கும். நன்றாக மேய்ந்தாலும் வயிறு பருத்துத் தெரியலாம். உப்பியிருக்கிற மாதிரி ஒரு கணத்தில் தெரிந்தது. உப்பல் இல்லை. சாதாரண மாகவே இருப்பது போலவும் பட்டது. அவனால் முடிவுக்கு வர இயலாமல் செல்வனைக் கூப்பிட்டான். அவன் சலித்துக் கொண்டே உள்ளே வந்து பார்த்தவன், சற்று நிதானித்து "வவுறு உப்பித்தான்டா இருக்குது" என்றான். ஓடக்கான் ஆட்டின் மேல் ஏறிப் போயிருந்தால்கூட இந்த உப்பல் வரும். செருப்பால் அடித்தால் சரியாகிவிடும். செல்வனுடைய செருப்பு ஒன்றை எடுத்துவந்து ஆட்டின் தலை, முதுகு, வால் எல்லாப் பகுதியிலும் அடித்துத் தரையில் எதையோ இறக்குவது போலக் கையைத் தாழ்த்தினான். அப்படியே மூன்று முறை செய்தான். ஆடு ரொம்பவும் முனகிற்று. ஏதாவது விஷம் தீண்டியிருந்தால் இப்போது ஒன்றும் செய்ய முடியாது. மொண்டிக்கு முறிவாடு தெரியும். இந்த இருளில் ஏரிப் பள்ளத்தில் இறங்கி ஏறிப்போய் அவனைக் கூட்டி வரமுடியாது. கூளையனுக்குக் கொஞ்சம் கொஞ்சமாய்ப் பயம் ஏறிற்று. 'என்னடா செஞ்ச' என்று பண்ணயக்காரர் கேட்டால் பதில் சொல்ல வாயிருக்காது. செல்வனைப் பட்டியில் விட்டுவிட்டு இட்டேரி தாண்டி ஓடினால் கொஞ்ச நேரத்திற்குள் அவரைக் கூட்டி வந்துவிடலாம். செல்வன் தனியாக இருக்கவேண்டும். ஆட்டுக்குப் பக்கத்தில் இருந்துகொண்டு செல்வனை அனுப்பினால், 'இருட்டுல பையனத் தனியா உட்ருக்கற, நீ வரமாட்டயா' என்று அவர் எகத்தாளம் பேசுவார். ஆட்டுக்கு ஒன்றும் ஆகிவிடக்கூடாது கடவுளே என்று மனதுக்குள்ளாக வேண்டிக்கொண்டான். முனிச்சாமி, கருஞ்சாமி, மஞ்சையன் என்று அவன் மனதுக்குமுன் தெய்வங்கள் அணிவகுத்தன. எல்லாத் தெய்வங்களிடமும் வேண்டிக்கொண்டான். "மூளி ஆட்டக் காத அறுத்துட்டுப் பாக்கலாமாடா" என்றான் செல்வன்.

செல்வனும் பயந்த மாதிரிதான் இருந்தான். லாந்தரைக் கழற்றிக் கொண்டுவந்து ஆட்டருகில் பார்த்தபோது ஆடு சோகை தட்டி நிற்பது நன்றாகத் தெரிந்தது. துளிகூட அசை போடவில்லை. வாலை மட்டும் அசைத்தது. வயிறு பெருத்துத் தான் இருந்தது. குடுசுக்குள் தேடிப் பார்த்தான். கத்தியோ கருக்கரிவாளோ எதுவும் கைக்குச் சிக்கவில்லை. அவசரத்திற்கு

ஆகட்டும் என்று எதையும் கொண்டு வந்து வைக்காத தன்மீது கோபம் கொண்டான். செல்வன் ஆட்டைப் பற்றிக்கொண்டு நின்றான். திடீரென்று அவன் கையிலிருந்து திமிறிக்கொண்டு ஆடு குடுசுக்குள் ஓடிற்று. செல்வன் புழுக்கைக்குள் விழுந்தான். ஓடியபோது ஆட்டின் கத்தல், அதன் முதுகில் சாட்டையால் விளாசிய வலி தாங்காது துடிப்பது போலிருந்தது. அவன்மேல் ஒட்டிக்கொண்ட புழுக்கைகளைத் தட்டிக்கொண்டே "இது ஆடா என்னடா ... இப்பிடித் தூக்கி வீசுது" என்றான்.

"அதோட ஒவுத்திரியம் அதுக்கு ... பாவம்."

ஆடுகளுக்குள் புகுந்து ஒதுங்கிய மூளியைப் பார்த்தபோது எதேச்சையாகப் பார்வை வெளியில் போய்ப் பாறையில் முட்டியது. பாறை முழுக்கக் கந்தன் வெட்டிக் குவித்து வைத்திருக்கும் ஓலைகள். இருளிலும் குவியல் பெரிதாகக் கண்முன் விரிந்தது. கால்கள் பாறையை நோக்கி ஓடின. செல்வன் "எங்கடா போற எங்கடா போற" என்று கத்துவது கேட்டது. கொஞ்சநேரம்கூடத் தனியாக இருக்க முடியாத பயந்தாங்கொள்ளி. ஓடஓட இருள் பிளந்து வழிவிட்டது. பாறையெங்கும் தானியக்கோல்கள், ஓலைகள், பட்டைகள் என்று பல குவியல்கள். ஓரமாகப்போய் இரண்டு மூன்று ஓலைக் கருக்குகளை உருவிக்கொண்டான். வெளிச்சத்தில் போய்ப் பார்த்துக்கொள்ளலாம் என்று திரும்பி ஓடி வந்தான். வகை தெரியாமல் செல்வன் கோபித்துக்கொண்டான்.

"சொல்லிட்டுப் போனா என்னடா ... பெரிய புடுங்கி."

"பனங்கருக்கு எடுத்தாரப் போனய்யா. அதுக்குள்ள என்னய்யா வந்துருது. எதுக்குப் பயப்படற."

"ஆருடா பயந்தாங்க."

லாந்தர் வெளிச்சத்தில் கருக்குகளைப் பார்த்தான். வாச்சி போலக் கூராக இருந்த ஒரு கருக்கை எடுத்துக்கொண்டான். அதைச் செல்வனின் கையில் கொடுத்துவிட்டு ஆட்டைத் தாண்டுகால் போட்டு அழுத்தமாகப் பிடித்தான். "அறுய்யா காத."

செல்வனுக்குக் கை நடுங்கிற்று.

"நீ புடுச்சுக்கிட்டு குடு அத."

செல்வன் ஆட்டைப் பிடித்துக்கொண்டான். காதைப் பிடித்து நுனிக்கு மேல்பக்கமாகக் கருக்கை வைத்து ஓர் இழுப்பு இழுத்தான். ஆடு துள்ளிக் குதித்தது. "இறுக்கிப் புடிய்யா." செல்வனைக் கடிந்துகொண்டு மறுபடியும் கருக்கால் இழுத்தான். காதின் நுனி அறுபட்டு வெண்ணிறமாகத் தெரிந்தது.

ஆடு செல்வனின் பிடியிலிருந்து விடுபட முயன்றது. மேற் கொண்டு அறுப்பது கடினமாக இல்லை. ஒரு விரற்கடை அளவுக்குப் போயிருக்கும். ரத்தம் கனிந்து சிதறிற்று. கருக்கைக் கூளையன் எடுத்ததும் செல்வன் விட்டுவிட்டான். ஆடு காதை உதறிக்கொண்டே பட்டி முழுக்கவும் ஒரு சுற்றுச் சுற்றி வந்தது. ரத்தம் தெளித்தது போன்ற உணர்வு கூளையனுக்குத் தோன்றிற்று. இனிப் பயமில்லை. விஷம் தீண்டியிருந்தால் ரத்தம் வராது.

வெளியே வந்து படுத்துக்கொண்டார்கள். கவனம் முழுக்க ஆட்டின் மீதுதான் இருந்தது. ஆடு திடீரென்று கத்திற்று. பட்டியின் ஒரு பக்கமிருந்து இன்னொரு பக்கம் ஓடியது. சட்டெனக் கீழே படுத்துத் தாறுமாறாகப் புரண்டது. அதைப் பார்த்ததும் கூளையனுக்குத் தெளிவாகிவிட்டது.

“தெனாசு பூந்திருக்குதய்யா. வேறொன்னுமில்லை.”

“கீழ உழுந்து பெரளுது.”

“தெனாசு சாகற வெரைக்கும் இப்பிடித்தான் துடிக்கும். அப்பறம் செரியாப் போயிரும்.”

தெனாசு என்கிற ஆட்டு ஈ மலப்புழை வழியாக உள்ளே போய்விட்டால், ஆட்டை இப்படித் தொந்தரவு செய்துவிடும். அதனால் வேறொன்றும் பிரச்சினை இல்லை. இப்போதுதான் கூளையன் மனம் தெளிவாயிற்று. இனிமேல் நிம்மதியாகத் தூங்க முடியும். ஆட்டின் கத்தலும் துடிப்பும் அவ்வப்போது கேட்டுக்கொண்டிருந்தன. வானம் நட்சத்திரங்களற்று இருள் மூடிக் கிடந்தது. காக்கையின் ஒற்றைக் குரலொலி பனை யிலிருந்து வந்தது. இருள் பரவி வெகுநேரம் ஆகிவிட்டது போலிருந்தது. இமைகளில் தூக்கம். கால்கள் பலமற்று வீழ்ந்தன. செல்வன் என்னவோ பேசுவது சீக்காடி கத்துகிற மாதிரி யிருந்தது. அந்த மொயமொயப்பும் காதுகளில் இருந்து விலகிப் படிப்படியாக மறைந்தது.

இருளின் பாதுகாப்பில் ஆழ்ந்து உறங்கிக்கொண்டிருந்த வனைக் காற்று எழுப்ப முயன்றது. மெல்லிய ஈரப் பிசுபிசுப்பு அவன் முதுகில் பட்டது. வெம்மை தகித்த உடலைத் தழுவிக் காற்று அணைத்துக்கொண்டோடிற்று. அது இன்னும் உறக்கத்தின் ஆழ்பள்ளத்தில் தள்ளிற்று. கொஞ்சநேரம் அவன் சுகத்தை நீடிக்கச் செய்து ரசித்தது. பின் வேகம் கூட்டிற்று. சுருள் பந்தாய் அவன் முதுகில் அடித்து எகிறி மேலேறிப் பின்வாங்கிற்று. பயிர்களோ செடிகொடிகளோ எதுவுமற்ற வெளியில் வெகு ஆனந்தமாகத் திரிந்து பனைகளில் மோதி ஒவைத்தது. பனைகளின் தலைகள் மட்டும் அசைந்து சரசரத்தன.

ஏரிப்பள்ளத்துக்கு ஓடிச் சந்தோசமாக மரங்களை அசைத்தது. இலைகள் உரசும் ஓசை தூரத்தில் ஏதோ சலங்கை ஒலிப்பது போலிருந்தது. கூளையன் சற்றே புரண்டு படுத்தான். போர் வைக்குள் சுருண்டிருந்த செல்வனிடமிருந்து அசைவு எதுவுமில்லை. எத்தனை வெக்கையாக இருந்தாலும் தலை முழுக்கப் போர்த்திப் படுத்துக்கொள்வான். கூளையன் பனிக் காலத்தில்கூட வெறும் மேலோடுதான் புரள்வான். காற்று அவனைப் புரள வைத்ததே தவிர எழுப்ப முடியவில்லை. காட்டுச் சருகுகளையும் ஓலைகளையும் அசைத்தெழும்பி ஓசை உண்டாக்கிப் பார்த்தது. பகலின் அலைச்சல் அவன் உடலைத் தூக்கத்திற்குள் கட்டிப் போட்டிருந்தது. காற்றுக்குச் சலிப்பு உண்டாயிற்று. வேறெங்கோ ஓடிக் கொஞ்சநேரம் ஒளிந்துகொண்டது. பெட்டிக்குள் அடைத்து வைத்தது போல இருள் மட்டும் திண்மையாய் நின்றது.

பலம் கூட்டிக்கொண்டு காற்று திரும்பவும் வந்தது. 'ஊய்' என்ற சீழ்க்கையொலி. வானம் மண்ணை நோக்கி அனுப்பிவைத்த படைதான் காற்று போலும். மண்ணோடு அழுந்த உரசித் தரையைப் பெயர்த்துவிடப் பார்த்தது. முடியாத போது தரையில் உருண்டு குட்டிக்கரணம் அடித்து மண் புழுதியை வாரி இறைத்தது. சுழன்ற மண்துகள்கள் கவண்கல் போல் தொலைவில் சென்று விழுந்தன. கூளையன் முகத்தில் சளாரென்று ஒருகுத்து மண் வந்து விழுந்தது. பண்ணயக்காரர் தான் ஓங்கி அறைகிறாரோ என்றஞ்சிச் சட்டென்று எழுந்து உட்கார்ந்தான். கண்களைத் திறக்க முடியவில்லை. பூளை கட்டி இமைகள் ஒட்டிக் கிடந்தன. கைகளால் துடைத்தெடுத்தான். முகத்தில் குழுமியிருந்த மண்ணையும் தட்டினான். மண் ணெடுத்துப் பட்டிப்படலில் வீசியடித்தது. பட்டுத் தெறிக்கும் தாக்குதலுக்கு அஞ்சி ஆடுகள் கத்தின. கூளையனுக்குச் சூழலைச் சட்டென்று புரிந்துகொள்ள இயலவில்லை. இருளின் எந்த மூலையிலிருந்து காற்று இத்தனை வேகமாக வருகிறது என்பதும் தெரியவில்லை. முழங்காலில் தலையைப் புதைத்துக்கொண்டு அப்படியே உட்கார்ந்திருந்தான். பளாரென்று பட்டியை அறைந்து காற்று திரும்பிய கணத்தில் ஆட்டுக்குட்டியொன்று பயந்துபோய் வீரிட்டது. வீரிடல்தான் கூளையனின் தூக்கத்தைத் தெளிவித்தது.

சனிமூலையில் எழுந்த மின்னல் ஒளியில் காற்றின் உக்கிரம் கண்டான். ஆடிக்காற்று தன் வேலையைத் தொடங்கிவிட்டது. எல்லாவற்றையும் குலைப்பதெனக் கங்கணம் கட்டிக் கொண்டு வரும் இது. அவன் சாக்கைத் தூக்கி அவனையும் உருட்டி வீசிவிட முயலும் காற்றைக் கண்டு மகிழ்ச்சி கொண்டான். எழுந்து நின்று மூளி முறித்தான். காற்று மட்டும்

தானா, மழை வருமா. வானத்தை அண்ணாந்து பார்த்தான். வானைக் கிழித்துக்கொண்டோடிய மின்னல் திரண்டிருந்த மேகங்களைக் காட்டிற்று. அவன் முகத்தில் பெருந்துளி யொன்று சொத்தென விழுந்தது. திடுக்கிட்ட அவன் மகிழ்ச்சி யோடு அதைத் துடைத்தான். மழை வந்தால் காற்றின் கொட்டம் அடங்கிவிடும். அதுவரைக்கும் வாலாட்டிப் பார்க்கட்டும் என்று நினைத்துக்கொண்டே செல்வனைப் பார்த்தான். போர்வைக் கோலம் குலையாமல் அப்படியே கிடந்தான். அவனை எழுப்ப மனம் வரவில்லை. காற்று கூடிவிட்டால் பட்டியைக் காப்பாற்றுவது கஷ்டம். நான்குபக்க விசுவுகயிறுகளையும் இழுத்துக் கட்டிவிட வேண்டும். கிழபக்கக் கயிறு பெரிய கல்லில் கட்டியிருந்தது. அதை எந்தக் காற்றாலும் அசைக்க முடியாது என்று தோன்றியது. தென்புறக்கயிறு முளைக்குச்சியில் கட்டியிருந்தது. இந்தக் காற்றுக்கே படல் முன்னும் பின்னுமாய் ஆடிற்று. மேற்குப் பக்கக் கரையில் பெரிய பெரிய கற்கள் வரிசையாக வைக்கப் பட்டிருப்பது நினைவு வந்தது. ஓடிப்போய் ஒருகல்லைப் பெயர்த்தான். மண்ணோடு அழுந்த ஒன்றியிருந்தது. இருந்தாலும் அடியில் எதுவும் இருக்கலாம். செந்தேள்கள் வசிப்பதற்குப் பாதுகாப்பான இடம். மின்னல் வெளிச்சத்திற்காய்க் காத் திருந்தான். காற்றுக்கு முதுகைக் காட்டி நின்றான். ஆளை விழத்தாட்டி விடுவது போல அடித்தது. அதில் ஈரம் நிறைந் திருந்தது. பெருமழை வரக்கூடும். மின்னல் வந்ததும் பார்த்தான். கல்லடியே எதுவுமில்லை. அந்தக் கல்லைப் பிரயாசைப் பட்டுத்தான் தூக்க முடிந்தது. முளைக்குச்சியில் இருந்து கயிற்றை அவிழ்த்ததும் காற்று படலை உள்நோக்கி அழுத்திச் சாய்த்தது. காற்றை எதிர்த்துக் கயிற்றை இழுப்பது சுலபமா யில்லை. லேசாக வேகம் குறைந்த கணத்தில் கயிற்றுச் சுருக்கைக் கல்லில் மாட்டினான். வேண்டும் தூரத்திற்குக் கல்லை நகர்த்தினான். படல் விறைப்பாக நின்றுகொண்டது.

மேற்கிலும் வடக்கிலும் முளைக்குச்சியில் கட்டியிருந்த கயிறுகளை அவிழ்த்து மாற்றினான். இதுவரைக்கும் பெருங் காற்று எதுவும் வரவில்லை. விசுவுகயிற்றுக்கு முளைக்குச்சியே போதுமானதாயிருந்தது. ஆடி மாதத்தை நினைவு வைத்தாவது முன்பே மாற்றிக் கட்டியிருக்க வேண்டும். மூன்று பக்கங் களுக்கும் பெருங்கற்களைத் தூக்கி வந்த ஆயாசத்தோடு செல்வனின் கட்டில் குத்துக்கால் மேல் சாய்ந்து உட்கார்ந்தான். கட்டில் லேசாகக் கிரீச்சிட்டது. காற்று தணிவதாயில்லை. சினம் கொண்ட மிருகம் போல இடைவிடாமல் துரத்திக் கொண்டு வந்தது. ஒன்றிரண்டு துளிகள் அவ்வப்போது மேலே விழுந்தன. வானத்தில் எந்த மூலையிலும் நட்சத்திரம் ஒன்றைக்

கூடக் காணவில்லை. காற்று தணிந்து மழை வந்துவிட வேண்டும் என்று வேண்டிக்கொண்டான். கரட்டின் விளக்குகள் நம்பிக்கை ஊட்டின. மனதுக்குள்ளேயே கைகுவித்து விளக்குகளைக் கும்பிட்டான்.

'அனாதக் காட்டுல நாங்க ரண்டு பேரும் கெடக்கறம். காத்தும் மழையும் வந்தா நாங்க என்ன செய்ய முடியுஞ் சாமி. நீதான் கட்டுப்படுத்திக்கோணும். நீதான் கட்டுப்படுத்திக் கோணும்.'

'நீதான் கட்டுப்படுத்திக்கோணும்' என்பதை மந்திரம் போலத் திரும்பத் திரும்பச் சொல்லிக்கொண்டான். உள்ளே ஆடுகள் முழுக்கவும் குடுசின் மையத்தில் குவிந்துகொண் டிருப்பதும் காற்று இரைச்சலோடு எழுந்து வந்து படலில் படாரென்று மோதும்போது வீரிட்டுக் கத்துவதும் அவன் கவனத்தில் இருந்தன. திடீரென்று படபடவென பத்துப் பதினைந்து துளிகள் விழுந்தன. காற்று எழுப்பும் புழுதிப் படலத்தை அடக்கிக் காற்றை மட்டுப்படுத்த வேண்டும் என்றால் மழை வந்து நின்று பெய்யவேண்டும். இனியும் செல்வனைத் தூங்கவிடக் கூடாது. காற்றும் மழையும் அடர்ந்த பிறகு எழுப்பினால், 'ஏன்டா இவ்வளவு நேரம் எழுப்பல' என்று சண்டைக்கு வருவான். திடீரென்று இந்தக் காட்சியைக் கண்டால் பயந்தும் போய்விடுவான். 'யோவ் யோவ்' என்று தட்டி எழுப்பினான். போர்வையைப் பிடித்து இழுத்த பிறகுதான் விழித்தான். காற்று இரைச்சலிடுவதைக் கேட்டு "என்னடா இது" என்றான். "பயப்படாதய்யா. ஆடி மாசம். காத்தும் மழையும் இப்படித்தான் வரும்" என்று தைரியம் சொன்னான். காற்று சுருண்டு சுருண்டு எழுந்தது. பேரோசையாய் வீசி மெல்ல வானில் கரைந்து மறைந்தது. அடுத்தடுத்துக் காற்றுச் சுருள்கள் வந்துகொண்டே இருந்தன. செல்வன் கட்டிலிலிருந்து இறங்கிப் போர்வையைச் சுருட்டிக்கொண்டான். கட்டிலை எடுத்து நிறுத்தினான். கட்டில் நிற்க இயலாமல் தள்ளாடியது. "கட்டிலக் கொண்டோயிக் குடுசுக்குள்ள போட்டரலாண்டா. தாங்காதாட்டம் இருக்குது."

மழைத் தூறலைக் காற்று விசிறியடித்தது. நுண்துகளாய்ச் சிதறிய துளிகள் உடலில் பரவிப் படர்ந்தன. செல்வன் படல் கயிற்றை அவிழ்க்கப் போனான். கூளையனுக்கு என்னவோ கட்டிலை உள்ளே கொண்டுபோவது சரியெனத் தோன்ற வில்லை. இந்தக் காற்று எவ்வளவு மழை வந்தாலும் அடங்காதது போலத் தோற்றம் தருகிறது. நீர் கண்டதும் குதூகலித்து எழுந்தோடி வருகிறது. அவன் சொன்னான். "வேண்டாய்யா. காத்து எச்சா வருமாட்டம் இருக்குது." ஆளுக்கொரு பக்கம்

கட்டிலைப் பிடித்துத் தூக்கி ரட்டக்காலிப் பனையடிக்குக் கொண்டு செல்ல முயன்றார்கள். கட்டிலைத் தரையோடு அழுத்திவிடப் பார்த்தது காற்று. பலம் முழுவதையும் கொண்டு தான் எதிர்த்து நடக்க முடிந்தது. கட்டற்ற காற்று. எதிரில் இருக்கும் எதையும் தரை மட்டமாக்கித் தகர்த்துவிடும் வெறி. காற்றுக்குப் போக்குக் காட்டியபடி முன்னேறினார்கள். விரைந்து வந்து தாக்கிவிட்டு ஓயும் சிறுகணத்தில் கட்டிலோடு ஓடி நின்றுகொள்வது. அடுத்த காற்றுக்கு இடம் விட்டுத் தாங்குவது. இப்படியே ஓடி ரட்டக்காலிப் பனையோடு கட்டிலைச் சார்த்திக் கீழே கிடந்த அவுனிநார்கள் சிலவற்றை எடுத்து முடிச்சிட்டுக் கட்டினான். காற்று கட்டிலை மோதிப் பனையோடு சேர்க்கும் விதமாகக் கட்டியதும் மீண்டும் பட்டியை நோக்கி ஓடினார்கள். காற்றின் திசையில் ஓடியதால் பிரயாசை யின்றி காற்றே அவர்களைத் தூக்கிச் சென்றது. மழைத்துளிகள் வேகம் கூடியிருந்தன. மழையோடு சேர்ந்து காற்று சாட்டை போல விளாசியது. எங்கோ இடி இடித்தது. தலைமீதே வந்து விழுவது போல அத்தனை பக்கத்தில் ஓசை. இரண்டு பேரும் 'அர்ச்சுனா அர்ச்சுனா' என்று சத்தமாகக் கத்தினார்கள். அதில் இறைஞ்சுதலைவிட அச்சம்தான் கூடுதலாக இருந்தது. ஆடுகள் பிரித்துப் பார்க்க இயலாதபடி ஒருசேரக் கத்தின.

படல் கயிற்றை அவிழ்த்து உள்ளே போகப் படலைத் திறக்க முயன்றார்கள். படலைப் பிரிக்கக் காற்று விடவே யில்லை. செல்வன் மேம்படலை இழுத்துப் பிடிக்கக் கூளையன் உள்ளே நுழைந்தான். கூளையன் உள்ளிருந்து படலை வெளியே தள்ளச் செல்வனும் பட்டிக்குள் புகுந்தான். உடம்பு பெருமளவு நனைந்திருந்தது. இவர்கள் இரண்டு பேரும் உள்ளே போனதும் ஆடுகள் பரிதாபமாகக் கத்தின. படலில் மோதியபின் காற்று கழுத்து அறுந்துவிட்டாற் போலத் தள்ளாடிக்கொண்டுதான் உள்ளே வந்தது. குடுசுக்கடியில் ஆடுகளோடு சேர்ந்து ஒண்டிக் கொண்டார்கள். பூங்குட்டி ஒன்றே ஒன்றுதான். அது ஆடுகளுக்குள்ளே சிக்கிக்கொண்டு மூச்சுத் திணறிக் கத்தியது. சத்தம் வந்த திசையில் ஆடுகளை விலக்கிக் கையை உள்ளே விட்டான் கூளையன். ஆடுகள் ஒன்றுக்குள் ஒன்று தலை மாட்டிக்கொண்டு பிரிக்க இயலாமல் பிணைந்திருந்தன. எப்படியோ குட்டியை வெளியே இழுத்து மடியில் இருத்திக் கொண்டான். பட்டி ஆடுகள் முழுக்கவும் சிறு வட்டத்துக்குள் சுருங்கிப்போய்விட்டன. இருவரும் அருகருகே உட்கார்ந்து கொண்டு படல் சந்துகளில் வெளியே பார்த்துக்கொண்டி ருந்தார்கள்.

மழையைச் சிதைத்து வெற்றிகொள்ளும் வேகத்தில் காற்றும் எப்படித்தான் அடித்துத் துன்புறுத்தினாலும் பணிய

மாட்டேன் என்ற வைராக்கியத்தில் மழையும் போட்டியிட்டன. அடுத்தடுத்து மின்னலும் இடியும். மின்னல் வெளிச்சத்தில் காட்டையே பேர்த்தெடுத்துக் கொண்டுபோய் விடும்படி காற்றடிப்பது தெரிந்தது. விசுவு கயிறுகளைப் பலமாக்காமல் விட்டிருந்தால் இந்நேரம் பட்டி முழுவதும் திக்காலுக்கொன்றாய்ச் சிதறிவிட்டிருக்கும். சுற்றிலுமிருந்து வெள்ளம் குடுசின் மையத்தில் புகுந்தது. காற்று இப்போதைக்குக் குறையாது என்று தோன்றிற்று. காற்றில்லாமல் எவ்வளவு நேரம் மழை கொட்டினாலும் பிரச்சினை ஒன்றுமில்லை. இரவெல்லாம் பெய்தாலும்கூட மேட்டுக்காட்டு மண் நீர் முழுவதையும் உறிஞ்சித் தாகம் தீர்த்துக்கொள்ளும். இரண்டு மூன்று மாதங்களாகத் துளி நீரையும் காணாத பெருந்தாகம். காற்றுதான் பிரச்சினை. எதெதற்கோ பழி தீர்த்துக்கொள்கிற வெறி.

“கட்டல் இருக்குமாடா. காத்துக் கொண்டோயி இருக்குமா.”

செல்வனின் கேள்வி எரிச்சல் தந்தது. கட்டில்தானா இப்போது பிரச்சினை. இருபது உருப்படி ஆடுகள், இரண்டு மனிதர்கள், இந்தப் பட்டிப்படல்கள், குடுசு இவையெல்லாம் என்ன ஆகுமோ என்று தவித்துக்கொண்டிருக்கும்போது கட்டில்தானா முக்கியம். காற்று தூக்கிக்கொண்டுபோய் நான்கு குத்துக்கால்களின் குருத்தையும் ஒடித்து எறிந்திருக்க வேண்டும். இல்லையேல் பாடையைத் தூக்கிக்கொண்டு போகிற மாதிரி காற்று அலாக்காகக் கொண்டுபோய் ஏரிப்பள்ளத்துக்குள் வீசிவிட வேண்டும். ரட்டக்காலிப் பனை கட்டிலைக் காப்பாற்றி வைத்திருக்கக்கூடாது. கூளையனின் மனம் பலவாறு ஓடிற்று. பதில் எதுவும் சொல்லவில்லை. அவன் கவனம் முழுவதும் விசுவுகயிறுகளிலும் குடுசின்மீதும் இருந்தது. விசுவுகயிறுகள் இப்போதைக்கு ஒன்றும் ஆகாது என்றாலும் குடுசைப் பற்றி அப்படி நினைக்க முடியவில்லை. கொண்டயத்து ஓலைகள் பிரிந்து காற்றிலடித்துக்கொள்ளும் சத்தம் கேட்டது. அதற்குத் தகுந்த மாதிரி குடுசின் உள்ளே நீர்கொட்டத் தொடங்கிற்று.

குடுசைக் குறிவைத்துக் காற்று தாக்கத் தொடங்கிவிட்டது தெளிவாயிற்று. செல்வன் பயத்தோடு கூளையனைப் பார்த்தான். குட்டியைச் செல்வனிடம் கொடுத்துவிட்டுக் குடுசுச் சட்டத்தைப் பற்றிக் கீழ்நோக்கி இழுத்துப் பிடித்தான். அப்படிப் பிடித்துக்கொண்டிருக்கும்போதுதான் காற்றின் பலம் தெரிந்தது. அவனையும் சேர்த்துத் தூக்கிக்கொள்வது போல இழுத்தது. காற்றோடு போராடி வெற்றி பெறும் பலம் தன்னிடம் இல்லை என்று தோன்றியது. செல்வனையும்

இழுத்துப் பிடிக்கச் சொன்னான். கீழே விட்ட குட்டி இருளில் பயந்து அலறிற்று. இரண்டு பேரும் சேர்ந்து குஞ்சிப் பிடித்தார் கள். குடுசின் ஓலைகள் ஒவ்வென்றாய்ப் பிய்ந்து தாராளமாய் ஆடுகளின் மேல் துளிகள் பாய்ந்தன. ஆடுகள் எந்தப் பக்கமும் நகரவில்லை. என்றாலும் இடைவிடாமல் கத்திக்கொண்டே யிருந்தன.

கூளையன் நம்பிக்கை இழந்துபோனான். இதுமாதிரி யான இக்கட்டில் இதுவரை சிக்கிக்கொண்டதில்லை. பட்டியையும் ஆடுகளையும் விட்டுவிட்டு இருவரும் வெளியே ஓடித் தப்பித்துக்கொள்வதுதான் வழி என்றுபட்டது. அச்சத்தில் கதறிக்கொண்டிருக்கும் வாயில்லா ஜீவன்களை விட்டுவிட்டு எப்படி ஓட முடியும்? குடுசுச் சட்டத்தை எவ்வளவு நேரம் பிடித்துக்கொண்டே இருக்க முடியும்? கைகளின் வலி இந்த இக்கட்டிலும் தெரியத்தான் செய்கிறது. செல்வன் ரொம்பவும் சோர்ந்தவனாகத் தெரிந்தான். இருவரும் கைகளை லேசாகத் தளர்த்திய கணத்தில் பூத்தென்று வந்து புகுந்த காற்று குடுசைத் தூக்கி மல்லாத்தியது. கூளையனும் செல்வனும் அய்யோவென்று அலறியதும் ஆடுகளின் ஓலமும் காற்றின் ஓசையை மீறின. நேரடியாக மழையும் காற்றும் அவர்களைத் தொட்டன. குடுசு பாதி வெளியிலும் பாதி உள்ளுமாக மல்லாந்திருந்தது. கால்கள் நான்கும் பரப்பிக் கிடந்தன. படல் குடுசின் பாரத்தைத் தாங்க இயலாமல் சாய்ந்திருந்தது. கட்டுக்கள் படலை அதே நிலையில் நிறுத்தியிருந்தன. பாரம் அழுத்த அழுத்த படல் முறிந்து போய்விடக்கூடும். கூளையன் நிமிடத்தில் சுதாரித்துக் கொண்டான். செல்வனைப் பார்த்து, “படல் மேல ஏறி வெளிய குதிய்யா” என்று அவசரப்படுத்தினான். தென்பக்கப் படல்மேல் ஏறிய அவனைக் காற்று வெளியே இழுத்துத் தள்ளி உருட்டியது. கூளையன் உள்ளிருந்து ஆட்டுக்குட்டியை மேலே தூக்கி நீட்டினான். “புடிய்யா . . . புடிய்யா” என்று அவன் கத்தியது எதுவும் வெளியே கேட்கவில்லை. குட்டி பட்டிக்குமேலே கத்துவதை மின்னல் வெளிச்சத்தில் கண்ட செல்வன், தடுமாறி எழுந்துவந்து குட்டியை வாங்கிக்கொண்டான். காற்றின் போக்குக்கு நெகிழ்ந்து கொடுத்துக் கூளையன் வெளியே குதித்தான். கால் மமுட்டிவிட்டு விண்ணென்று வலித்தது.

செல்வனிடம் இருந்த குட்டி நடுங்கிக்கொண்டே கத்தியது. கூளையன் படலோரமாக நகர்ந்து சென்று படலின்மேல் காற்று சார்த்தியிருந்த அவன் சாக்கை உருவிக்கொண்டு வந்தான். கொங்கூடையாக்கிச் செல்வனின் தலையில் மாட்டிப் போர்த்தினான். மழைக்கு எதிர்ப்புறமாகத் திரும்பி உட்கார்ந்து கொண்டதும் காற்றும் மழையும் அவன் முதுகை மட்டும்

குறி வைத்தன. அதில் சாக்கு இருந்ததால் ஓரளவு சமாளிக்க முடிந்தது. செல்வன் வயிற்றில் குட்டியை அணைத்துக்கொண்டிருந்தான். விசுவுகயிறு ஒவ்வொன்றையும் அசைத்த காற்று கிழபுறக் கயிற்றைப் பட்டென்று அறுத்தது. அதுதான் மையம். செல்வனை இழுக்காத குறையாகத் தூரக் கூட்டிவந்தான். அவர்கள் வந்ததுதான் தாமதம். எல்லாப் பக்கத்துக் கயிறுகளும் அறுந்து படல்களைக் காற்று அந்தரத்தில் தூக்கிச் செல்வது மின்னல் வெளிச்சத்தில் லேசாகத் தெரிந்தது. அரக்கக் கைகள் சுமந்து செல்லும் மாயக் கம்பளம் போலப் படல்கள் தோன்றின. ஆடுகளின் கூக்குரல். பக்கத்தில் வந்து விழும் இடியொலி. காற்றின் ஊளை. மழையின் சடசடப்பு. அடுத்த மின்னல் ஒளியில் பார்த்தபோது ஆடுகள் எதுவும் தெரியவில்லை. அச்சத்தில் காற்றின் திசையோடு சேர்ந்து எந்தப் பக்கமாவது ஓடியிருக்கும். மல்லாந்த குடுசும் அதனடிப் படலும் தவிர, அந்த இடத்தில் பட்டி இருந்ததற்கான அடையாளம் ஒன்றுமில்லை. அவற்றுக்கிடையே ஆடுகள் எதுவும் சிக்கியிருக்க வாய்ப்பில்லை. அது கொஞ்சம் நிம்மதியாயிருந்தது. செல்வன் ரட்டக்காலிப் பனைப் பக்கமாக ஓடிக்கொண்டிருந்தான். அவன் அணைப்பில் குட்டி. காற்றை எதிர்த்து அவனோட்டத்தைப் பாய்ந்து சென்று பிடித்த கூளையன் அதே இடத்தில் நிறுத்தினான். பிடிப்பு எதுவுமற்ற நடுக்கட்டில் அப்படியே நிலத்தோடு சரிந்து உட்கார்ந்தனர். காற்றுக்குத் தடுமாறாமல் குறுகி உட்கார்ந்த கூளையனின் தோளைப் பற்றிக்கொண்டு செல்வன் ஓவென்று அழுதான். அவன் உடல் முழுவதும் ஜில்லிட்டு நடுங்கிக்கொண்டிருந்தது. ஆதரவாய் அணைத்துக் கொண்ட கூளையன், "இனிமே ஒண்ணுமில்ல" என்று தேற்றினான். செல்வனின் அழுகை அதிகரித்தது. அவன் மடியில் முகம் புதைத்துக்கொண்டான். அண்ணாந்து பார்க்க முயன்றான் கூளையன். நீர்ச்சரம் நேரடியாகக் குத்திற்று. ஏனோ ஒருவகைச் சந்தோசம் அவனுள் கூடிற்று. கூளையனின் மடிக்குள் புகுந்து கொள்பவனாய்ச் செல்வன் சுருண்டான். செல்வனை மேலும் மேலும் இறுக அணைத்துக்கொண்டான். மழை காற்று மின்னல் எல்லாமே மகிழ்ச்சி மீறிக் கும்மாளமிட்டன. மண்ணில் குதித்துத் தெறிக்கும் நீர்த்துளி ஒன்றாய்க் கூளையன் மாறிப் போனான்.

●

12

பொத்தென்று விழுகிற சத்தம் கேட்டுக் கூளையன் திடுக்கிட்டு விழித்தான். தலையைத் தடவிக்கொண்டான். நேராகத் தலை மேலேயே வந்து விழுவது போலத் தோன்றியது பிரமை. ஏதோ ஒரு மரத்திலிருந்து பனம்பழம் விழுந்திருக்கும். பனம்பழம் குறித்த யோசனை வந்ததும் தூக்கம் கலைந்து தெளிவானான். வானில் ஒன்றிரண்டு மீன்கள் வெள்ளைச்சோளம் போல் மினுங்கின. மேல் திசையில் பின்னிரவு நிலா சன்னமாக ஒளியை விரித்து விட்டிருந்தது. உன்னிப்பாகக் கவனித்துப் பார்த்தான். ஓசை எதுவுமற்ற, உயிர்கள் எல்லாம் ஆழ்ந்து உறங்கும் இரவு. மொயமொயக்கும் சிறுபூச்சிகளும் அடங்கி விட்டன. பட்டியுள் ஆடுகள் அசையாச் சித்திரங்களாய்ப் படுத்துக்கொண்டிருந்தன. அசைபோடுவது முழுவதும் நின்றுவிட்டது. இது புழுக்கை போடும் பொழுது. படுத்த இடத்தில் இருந்து எழுந்தால் கூடவே புழுக்கைகளும் உதிரும். பட்டியின் நிழல் போர்த்தியிருக்கக் கட்டிலில் செல்வன் மூட்டைபோல் கிடந்தான்.

இனி தூக்கம் வரும் என்று தோன்றவில்லை. கிழக்கே கரட்டு உச்சிக்கு நேராகத் தோன்றும் வெள்ளிமீன் இன்னும் உதிக்கவில்லை. விடிய வெகுநேரம் இருக்கிறது. செல்வனை எழுப்பினால் பேசிக்கொண்டிருக்கலாம். அவன் தூக்கத்தையும் கெடுத்தது போலாகிவிடும். வெகு தூரச் சாலைப் புளியமரங்களில் இருந்து விடிகாலைப் பறவைகள் கத்தி ஊரையெல்லாம் எழுப்பும்போது கூளையனும் எழுந்து தொண்டுப்பட்டியை நோக்கிப் போவான். கட்டுத்தரை வேலைகள் அவனுக்காகக் காத்திருக்கும். சற்றுப் பிந்திவிட்டாலும் பண்ணயக்காரர் 'ம்' என்று ஒருகனைப்பு விடுவார். அதன் தொனியில் இருக்கும் கடுமை நடுங்க வைத்துவிடும். கூளையன் அப்படி எழுந்து போகும்போதுகூடச் செல்வன் அசை

வின்றித் தூங்கிக்கொண்டிருப்பான். கொடுத்து வைத்தவன். எழுந்து நின்று மூளி முறித்தான். சத்தம் கேட்டு நாய் குழிக்குள்ளிருந்தே வாலாட்டித் தன் இருப்பைத் தெரிவித்தது. 'செரி செரி' என்று அதை அடக்கிவிட்டுக் கொஞ்சம் தள்ளிப்போய் காட்டுக்குள் நின்றுகொண்டே மண்டான்.

பள்ளத்துப் பக்கமிருந்து ஒருமொத்தை சாணியை அள்ளிச் சுவரில் அடித்தது போலச் சொத்தென்று சத்தம் கேட்டது. இருந்திருந்தாற்போல் எழுந்த சத்தம் கேட்டதும் நெஞ்சு படபடத்தது. உடலெங்கும் சிலிர்ப்பு. பனம்பழம்தான். எந்த மரத்திலிருந்து விழுந்திருக்கும்? ஏரிப்பள்ளத்தில் பனம்பழம் விழுகிறாற் போல இப்போதைக்கு இரண்டு பனைகள்தான். ஒன்று சட்டிப்பனை. இன்னொன்று செம்பனை. செம்பனையில் பனங்காய்கள் குலை குலையாகச் சடிந்து கிடக்கின்றன. காய்கள் எல்லாமே கோவைப்பழம் போலச் சிவந்து தெரியும். அவற்றின் அளவும்கூடக் கோவைப்பழம்தான். ஒன்று விழுந்தால் அதையடுத்து இருக்கும் நான்கைந்து பழங்கள் சடசடவென்று சரிந்து போகும். இப்போது விழுந்தது சட்டிப்பனையின் பழமாக இருக்கும். ஒருபழம் விழுந்து விட்டால் அடுத்தது விழச் சில நாட்கள்கூட ஆகும். ஒரு கையால் தூக்க முடியாத அளவுக்குப் பெரிதாக இருக்கும். கொஞ்சம் சீக்கிரமே போனால் சட்டிப்பனையின் பழத்தை எடுத்துக்கொள்ளலாம். நல்ல வேட்டைதான். செல்வனை எழுப்பிக் கூட்டிக்கொண்டு இப்போதே போகலாம் என்று துடித்தான். கிழபக்கமாக இருந்து மறுபடியும் ஒருசத்தம். கிணற்று நீருக்குள் பெரிய கல்லைத் தூக்கிப் போட்டது போல. கூளையன் ஊகித்துப் பார்த்தான். இப்படிச் சத்தத்தோடு விழுகிற மாதிரி, அந்தப்பக்கம் பனை எதுவும் நினைவுக்கு வரவில்லை. சாக்கின்மேல் உட்கார்ந்து படலோடு சாய்ந்துகொண்டான்.

லேசாகக் குளிர்வது போலிருந்தது. அண்ணாந்தான். நிலவொளியில் புகை போலப் பனிப்படலம் மிதந்தது. திடீரென்று பனி பெய்கிறது. பனி பெய்தால் மழை அத்தனை சீக்கிரத்தில் வராது. போனமுறை பெய்த மழைக்குக் கொறை உழவு ஓட்டிப்போட்ட காடுகள் செக்கச் செவேல் என்று மலர்ந்து கிடக்கின்றன. இன்னொரு மழை பெய்துவிட்டால் காடு பூராவும் விதைப்பு நடந்துவிடும். பட்டியைத் தூக்கிக் கொண்டுபோய் கட்டுத்தரையிலேயே போட்டுக்கொள்ள லாம். ஆடி முடியப் போகிறது. இன்னும் மழை இல்லை. ஆடுகள் கட்டாந்தரையைக் கரண்டுகொண்டிருக்கின்றன. சாக்கடியில் மடித்து வைத்திருந்த துண்டை எடுத்துத் தலையில் கட்டிக்கொண்டான். எங்கிருந்தோ கோட்டான் ஒன்று கொடூரமாக அலறிற்று. அதைத் தொடர்ந்து பனம்பழம்

விழும் சத்தம். மீண்டும் கோட்டானின் அலறல். இரவெல்லாம் தூங்காமல் உணவு தேடும் கோட்டானுக்கு இன்னும் பசி போகவில்லையோ. பாறைக்கு அருகிருந்து விழுவது போல மறுபடியும் சத்தம். தூக்கம் கலைந்து எழுந்த பிறகுகூட நான்கைந்து பழங்கள் விழுந்துவிட்டன. முன்னிரவில் விழுந்தவை அனேகமிருக்கும். பட்டிக்கு மேற்பக்கமிருந்து ஒரு சத்தம். கூளையனுக்குச் சந்தேகம் வந்தது. காற்று துளிகூட இல்லை. கட்டி வைத்த மாதிரி இறுகிக் கிடக்கிறது. எப்படி விழுகின்றன இத்தனை பனம்பழங்கள்?

பட்டிக்குப் படுக்க வரும்போது பெரிய பண்ணயக்காரர் சொல்லியிருக்கிறார். பனங்காய் விழும் காலத்தில் பேய்களுக்குக் கொண்டாட்டம் கூடிவிடும். பனைகளின் மேலமர்ந்துகொண்டு அவை செய்யும் அழிம்புகளுக்கு அளவிருக்காது. மனித வாசனையை நுகர்ந்துவிட்டால் அவற்றின் உற்சாகம் பெருகும். ஆட்களை ஏமாற்றுவதில் அவற்றிற்குப் பெரும் சந்தோசம். சாக்கைத் தூக்கித் தோளில் போட்டுக்கொண்டு ஆட்கள் கிளம்பக் கோழிகூப்பிட ஆகிவிடும். அந்த நேரம் பேய்கள் தங்களின் இருப்பிடம் திரும்பும் நேரம். திரும்பிப்போகும் அவசரத்தில் இருக்கும் அவை மனித உருவங்களைக் காண முடியும். அவ்வளவுதான். அவர்களிடம் சிறுவிளையாட்டு விளையாடிப் பார்க்கவும் அவகாசமிருக்காது. அதற்காகச் சாமத்தில் மனிதர்களை எழுப்பிவிடும். கொஞ்சம் ஏமாளியாக இருக்கிற ஆட்களைப் பார்த்துத்தான் வேலையைக் காட்டும். நாலாத் திசைகளில் இருந்தும் பனம்பழம் விழுகிற மாதிரி ஓசையை உண்டாக்கும். அதை உண்மையென்று நம்பி ஏமாளி ஆட்கள் எழுந்துபோனால், அவர்களை அலைக்கழித்துத் திக்குமுக்காட வைத்துவிடும். முன்னால் இருக்கும் ஒரு மரத்தில் சத்தம் வரும். அங்கே அவன் ஓடிப் பார்ப்பான். ஒன்றுமிருக்காது. சரியான மரத்தைக் கண்டுபிடிக்க முடியவில்லை என்று குழம்பி நிற்கும்போது பின்பக்கம் இருந்தொரு சத்தம் வரும். அங்கே ஓடுவான். எதுவுமிருக்காது. பனையின் உச்சியில் கூடிப் பேய்கள் கெக்கலிக்கும். கீழே இருப்பவன் விடிய விடிய அங்குமிங்கும் ஓடிக்கொண்டே இருக்க வேண்டியதுதான். ஒண்டி ஆட்கள் என்றால் அவ்வளவு சீக்கிரம் மீள முடியாது.

பனம்பழம் விழும் சத்தங்கள் கூடக்கூடக் கூளையனுக்குத் தெம்பு குறைந்து போயிற்று. இது ஏதோ நிச்சயமாகப் பேயின் வேலைதான் என்று தோன்றிற்று. நல்லவேளையாக நினைவு வந்தது. இல்லாவிட்டால், செல்வன் தூங்கட்டும் என்று சொல்லித் தனியாகப் போயிருந்தால் என்ன ஆவது? சில பேய்களுக்குக் கோபம் கூடிவிட்டால் பட்டென்று செவுனியில் அறைந்து ரத்தம் கக்க வைத்துவிடுமே. மீண்டும் காதுகளை

விறைத்துக்கொண்டு உன்னிப்பாகக் கேட்டான். சத்தம் எதுவுமில்லை. அவனுடைய நினைவோட்டத்தைப் பேய்கள் படித்துவிட்டன போலும். சாக்கில் மறுபடியும் சுருண்டு கொண்டான். அரைஞாண் கயிற்றில் தொங்கிய எந்திரத்தைக் கையால் தடவி முன்னால் இழுத்துப் பிடித்துக்கொண்டான். இது ரொம்பக் காய்ச்சலாக அவன் கிடந்தபோது அவன் அம்மா அல்லாச்சாமி கோயிலுக்குக் கூட்டிப்போய் சாயுபுவிடம் கட்டிவிட்ட எந்திரம். இது இருக்கும்போது எந்தப் பேயும் அண்டாது. எந்திரத்தைக் கையால் தடவிக்கொண்டே என்னவோ முணுமுணுத்தான். அப்படியே கண்கள் கிறங்கின.

"டேய் டேய்" என்று செல்வன் உலுக்கி எழுப்பும்போதுதான் எழுந்தான். கூளையனுக்கு முன் தான் எழுந்துவிட்ட பெருமை குரலில் வழியச் செல்வன் சொன்னான். "என்னடா... பொணமாட்டம் இந்தத் தூக்கம் போடற." எழுந்ததும் கிழக்கே பார்த்தான். கரட்டுக்கு மேலே வெங்கச்சங்கல் போல வெள்ளி மீன் பிரகாசித்துக்கொண்டிருந்தது. இப்போதுதான் மீன் கிளம்பியிருக்க வேண்டும். ரொம்ப நேரமாகிவிடவில்லை. நிலா மேற்கின் அந்தியில் இருந்தது. மதியம் முடிந்து ஓரிரு நாட்கள்தான் ஆகியிருக்க வேண்டும். ஆடொன்று குட்டிக்குப் பால் கொடுத்தபடி நின்றுகொண்டிருந்தது.

"ராத்திரி கொஞ்சமாத் திங்கறதுதானடா... இப்பிடிப் பொச்சடைச்சுக்கிட்டுத் தூங்கற."

"ஏய்யா... என்னமோ இன்னக்கித்தான் சீக்கரமா எந்திரிச்சிருக்கற. அதுக்குள்ள என்னயச் சொல்ற. நா ஒன்னும் தூங்குல... சாமத்துல பேய் செஞ்ச வேல உனக்குத் தெரியமா?"

பனம்பழங்களை விழ வைத்து எழுப்பிய பேயின் வேலை களைச் சொல்லித் தான் ஏமாந்து போகாமல் இருந்ததை அவன் விவரித்தான். கூளையனுக்குச் செல்வனைப் பயமுறுத்தும் எண்ணம் இல்லை. சீக்கிரம் எழுந்துவிட்டதாய் அவன் பீற்றும் பெருமையைக் குலைக்கும் நோக்கத்துடனேயே சொன்னான். செல்வன் கொஞ்சம் பயந்ததுபோல் காணப்பட்டான். என்றாலும் பனம்பழம் பொறுக்கப் போகப் பின்வாங்கமாட்டான் என்று தோன்றியது. தான் விரித்துப் படுத்திருந்த சாக்கையும் படலின் மேல் கிடந்த மழைக்காகிதச் சாக்கொன்றையும் எடுத்துக் கொண்டான். மழைக்காகிதச் சாக்கைச் செல்வனிடம் கொடுத்தான். படல்மேல் சாத்தியிருந்த உருண்டை வேப்பந்தடி ஒன்றை எடுத்து ஊன்றிக்கொண்டான். நாயின் தலை நீவி அதனிடம் சொல்லிவிட்டுப் பாறையை நோக்கி நடந்தார்கள். சிறிது தூரம் போனதும் நினைவு வந்து கூளையன் கேட்டான். "ஏய்யா... செருப்புத் தொட்டுக்கிட்டயா." "இல்லடா"

என்றவன் திரும்பி ஓடிக் கட்டிலுக்கு அடியில் கிடந்த செருப்பைத் தொட்டுக்கொண்டு திரும்பவும் வந்தான்.

பாறைக்கு நேராகப் போய் ஏரிப்பள்ளத்தின் எல்லையைத் தொட்டார்கள். கூளையன் தடியைச் சற்றே ஓசையிடுகிற மாதிரி டக்டக்கென்று வைத்து வந்தான். அந்தச் சத்தம் தரும் நில அதிர்வை உணர்ந்து பாம்புகளும் பூச்சிகளும் நழுவி நகர்ந்துவிடக்கூடும். ஒருவரை ஒருவர் சந்திக்கும் அசாதாரணக் கணம் தவிர்க்கப்படும். கூளையனின் பின்னால் அவனுக்கு இணையாக அடிவைத்துச் செல்வன் வந்துகொண்டிருந்தான். சட்டிப்பனையின் அடியில் பெரும் பழம் ஒன்று ஆடாமல் அசையாமல் நேராக உட்கார்ந் திருந்தது. அதன் நிலையே கனத்தைத் தெரிவித்தது. தடியால் ஒருதட்டுத் தட்டி உருட்டியபின் கைகளால் அப்பழத்தை வாரிக்கொண்டான். கமகமவென்ற வாசனை மூக்கில் ஏறிற்று. முக்கட்டைக்காய். திரண்ட தடிமனான தோல். கைக்குக் கிடைத்த முதல் பழமே திருப்தியானதாக அமைந்துவிட்டதால் மகிழ்ச்சி கூடிற்று. செல்வனிடம் அதைப் பாந்தமாகத் தந்தான். பெற்று ஒருமுறை முகர்ந்துவிட்டுத் தன்னுடைய சாக்குக்குள் போட்டுக்கொண்டான் செல்வன். இன்றைக்கு இரண்டு மூன்று சாக்கு சேர்த்துவிட முடியும் என்று தோன்றியது. போட்டிக்கு வருகிற யாரும் இன்னும் வரவில்லை. தான் இரவில் எழுந்தபோது சட்டிப்பனையில் இருந்து கேட்ட சத்தம் உண்மைதான் என்று பட்டது. அப்போதே வந்திருந்தால் பயந்து எருவியிருக்க வேண்டும். நிறைய மரங்களில் இருந்து பழம் விழுவது அந்த நேரத்தில்தான் என்றும் பட்டது.

பள்ளத்துக் கரையோரப் பனைச்சாரியில் இருந்த நிறைய மரங்கள் பழங்களை உதிர்த்திருந்தன. இரண்டு பேரும் நிதானமாகவும் ஓடியோடியும் பொறுக்கிச் சாக்குகளை நிறைத்தனர். இரண்டு பேரின் சாக்குகளில் இருப்பதையும் போட்டால் ஒருமூட்டை ஆகிவிடும். இதைத் தூக்கிக்கொண்டு வெகுதூரம் போக முடியாது. போகப்போக மூட்டையின் கனம் கூடும். பள்ளத்தோரமாகச் செங்கங்காடு வரைபோய் பின் அப்படியே நிலத்திற்குள் உள்ள மரங்களைப் பார்த்துக்கொண்டு திரும்புவது அவர்கள் வழி. ஒருநாளும் இப்படிச் சீக்கிரம் மூட்டை நிறைந்ததில்லை. இப்போதுதான் முகுளமாக விழ ஆரம்பித்திருக்க வேண்டும். இல்லை என்றால் இவர்களுக்கு முந்தி யாரும் வந்திருக்கவில்லை. மொண்டியும் அவனுடைய பண்ணயக்காரரும் சேர்ந்தே பனம்பழம் பொறுக்க வருவதுண்டு. அவர்கள் வந்துவிட்டால் வேறு யாருக்கும் ஒன்றும் கிடைக்காது. பயமில்லாமல் எந்த நேரத்திலும் எந்த இடத்திற்கும் போவார்கள். அவர்களை விட்டால் முத்தான் வீட்டுப்

பிள்ளைகள் இரண்டு பேர். பொட்டைகளாக இருந்தாலும் நல்ல துடி. வெகுதூரம் வரை போவார்கள். செங்கங்காட்டுத் துப்புட்டியார் வீட்டு ஆள்காரன் வருவான். யார் முந்துகிறார்களோ அவர்கள் மூட்டை ரொம்பும்.

செல்வன் மூட்டையின் கனம் தாங்காமல் முணுமுணுக்கத் தொடங்கிவிட்டான்.

"இன்னக்கி நெறையக் கெடச்சிருச்சில்ல. போதும் போலாம் வாடா."

"என்னய்யா... இப்பிடிச் சொல்ற. இன்னக்கி மூனு மூட்டையாச்சும் சேக்கோணும்யா."

"தோளே வலிக்குது. இத வெச்சுக்கிட்டு எங்கெல்லாம் சுத்தறது."

இரண்டு மூட்டைகளையும் சேர்த்துச் சுமக்கக் கூளையனாலும் ஆகாது. இப்போது கூனிக்கொண்டுதான் நடக்க முடிகிறது. தலைமேல் வைத்தால் மூட்டை நிற்காது. பனம்பழச் சந்துகளுக்குள் பொதுக்கென்று தலை உள்ளே போய்விடும். எங்காவது ஓரிடத்தில் பாதுகாப்பாக வைத்து விட்டுப் போகலாம். இல்லாவிட்டால் செல்வனை மட்டும் பட்டியில் விட்டுவிட்டுத் தனியாகப் போகலாம். செல்வன் தனியாகப் போயிருக்க மறுத்துவிடுவான்.

"எங்காச்சும் ஒருபக்கம் கொட்டி வெச்சுட்டுப் போலாம்யா."

"வேண்டாண்டா. யாராச்சும் பாத்தா மொத்தமும் போச்சு."

"ஆரு கண்ணுக்கும் படாத எடமா வெக்கலாம்யா."

செல்வனைச் சமாதானப்படுத்தி ஓர் இடத்தைக் காட்டினான். பள்ளத்தோரம்தான் என்றாலும் பாதுகாப்பான இடம். ஈந்து சிறையெடுக்காத பெரிய பனங்கருக்கு. அதைச் சுற்றிலும் கைகளை விரித்துக்கொண்டு ஓலைகள். அடியில் பனம்பழங்களைக் கொட்டிவிட்டுக் காட்டுக்குள் கிடந்த இரண்டு ஓலைகளைக் கொண்டு வந்தான். பனம்பழங்களின் மேல் போட்டு மூடினான். யாரும் இந்தக் கருக்கைத் தேடி வரப்போவதில்லை. மூடிய ஓலைகளையும் தானாகக் கிடப்பது போன்ற தோற்றத்துடன் தாறுமாறாகப் போட்டிருந்தான். தோளில் வெறும் சாக்கு. மரங்களின் அடர்ந்த நிழல்களை மிதித்துப் பனைமரச் சாரிகளிலேயே நடந்தார்கள்.

எல்லா வருசமும் நிறையப் பனம்பழங்களைச் சேர்த்து இரண்டு, மூன்று குழிக் கிழங்கு போட்டுவிட வேண்டும் என்பதில் குறியாய் இருப்பான் கூளையன். ஆடு மேய்க்கும்

போதுகூடப் பகலில் விழும் ஒன்றிரண்டையும் குறிவைத்துப் பொறுக்கி வருவான். ஏரிப்பள்ளத்தில் தண்ணீர் அறுத்தோடும் வழிகளுக்கிடையே மாட்டிக்கொண்டு நிற்கும் திட்டுகள் அங்கங்கே இருக்கும். அவை நல்ல மணற்பாங்கான இடம். அவற்றில் கொட்டைகளைப் போட்டு மூடிவிட்டால் கிழங்கு ஆழ இறங்கும். நீளமாகவும் தடிமனாகவும் இருக்கும் கிழங்குக்கு மவுசு உண்டு. மணற்திட்டில் கூளையன் முதலிலேயே இடம் பிடித்துவிடுவான். எல்லாருக்கும் முதலில் ஒருகுழிக் கிழங்கு அவனுடையது இறங்கிவிடும். பொறுக்கி வந்த பனம்பழங்களை அடுத்த நாளே பிட்டுத் தனித்தனிக் கொட்டைகளை எடுத்துக் குவியலாக அடுக்குவான். மஞ்சள் நிறக் கோபுரமாய் அது உயர்ந்து செல்லும். ஓரளவு உயர்ந்ததும் குழிக்குத் தேவை யானது கிடைத்துவிட்டதாய்த் தோன்றியதும் திட்டுக்குக் கொண்டு சென்றுவிடுவான்.

ஐப்பசி கடைசிக்குக் கிழங்கு வாங்கும் சாயுபு வருவார். சிலசமயம் முனிச்சாமி பொங்கலை நினைவு வைத்துக் கொண்டு அந்தச் சமயம் வருவார். கிழங்கு பிடுங்கும் தருணம் இல்லை என்றாலும் பத்துப் பதினைந்து நாட்களுக்கு இங்கேயே இருப்பார். கிடைக்கிற இடத்தில் ஏதாவது சாப்பிட்டுக்கொள்வார். மரமேறி வளவில் யார் வீட்டிலாவது சாப்பிட்டுக்கொண்டு கொஞ்சம் பணமும் கொடுப்பார். பார்த்தால் சாயுபு மாதிரியே தெரியாது. உள்ளூர் ஆள் மாதிரி பனியனும் வேட்டியும் போட்டுக்கொண்டிருப்பார். மட்டி மரமேறிதான் அவருக்குத் துணை. சுத்து வட்டாரத்தில் எங்கே கிழங்கு இருந்தாலும் சாயுபுக்குத்தான் கொடுப்பார்கள். ஒருமாதம் ஒன்றரை மாதம் அங்கேயே டேரா போட்டு விடுவார். முனிச்சாமி கோயிலுக்குப் பெரிய பித்தளை மணியை அவர்தான் வாங்கி வந்து மாட்டினார். அவர் கிழங்கு பிடுங்கும் முதல் தவணையிலேயே கூளையன் போட்டிருக்கும் கிழங்கும் செல்லும். இரண்டாம் தவணையில் ஒருகுழி. சாயுபு வந்து சேர்கிற அந்தக் காலம் ரொம்பவும் நன்றாக இருக்கும். எல்லாப் பக்கமும் பயிர்கள் வளர்ந்து பச்சை அடர்ந்திருக்கும். சிலசமயம் அடைமழை பெய்யும். எப்படி யாக இருந்தாலும் அவர் வந்துவிடுவார். அவர் மடிப் பை கனமாக இருக்கும். சில்லரைகள் நிறைய வைத்திருப்பார். யாருக்காக இருந்தாலும் சரியான சில்லரையோடு கொடுத்துக் கணக்குத் தீர்ப்பார். மரமேறிகளை அடுத்து அதிகமாகக் கிழங்கு கொடுப்பவன் கூளையனாக இருப்பான். கூளையனைப் பார்த்தால் சாயுபுவின் முகம் விரியும்.

“என்ன சாமி . . . இந்த வருசம் பத்தாயிரம் தேறுமா?”

ஒவ்வொருவரையும் ஒவ்வொருவிதமாக வரிசை வைத்து அழைப்பார். அவர் கூளையனைச் 'சாமி' என்றழைக்கக் கேட்கக் கூச்சமாக இருக்கும். வெட்கச் சிரிப்போடு பதில் சொல்வான். அது வருசத்துக்குத் தகுந்த மாதிரி இருக்கும்.

"இல்லீங்க அவ்வளவு எங்கீங்க. இந்த வெருசம் மூவாயிரம் வரும்னு நெனைக்கறன்."

இதுவரைக்கும் அதிகபட்சமாக மூவாயிரம் போட்டிருக்கிறான். அவன் முதல் வருசம் போடும்போது கிழங்குக்கு ரண்டு பைசா கணக்குப்போட்டுக் கொடுத்தார். அதன்பின் இரண்டு மூன்று வருடங்களாக மூன்று பைசா. எழுபது, எண்பது ரூபாய் வரைக்கும் வரும். இருநூறு முந்நூறு கொட்டைகளைப் பாறையில் கொஞ்சம் மண்ணள்ளிக் கொட்டிப் போடுவான். பாறையில் கிழங்கு இறங்க முடியாமல், முளைப்புகள் முண்டு கட்டிப்போய்த் தடித்தடியாய்க் காணப்படும். அந்தக் கொட்டைகளைப் பிடுங்கி வெட்டினால் இருபுறமும் உள் நிறையச் சீம்பு கெட்டியாக இருக்கும். அதற்காகவே கொஞ்சம் கொட்டைகளை வைத்துவிடுவான். நான்கு கொட்டைகளைப் பிடுங்கிக்கொண்டு போய்க் கொடுத்தால் பண்ணயக்காரி சந்தோசமாக வெட்டித் தின்பாள்.

பண்ணயக்காரர், கூளையன் பனம்பழம் எடுத்து வருவதையும் கொட்டைகள் சேர்ப்பதையும் பேசாமல் பார்த்துக்கொண்டிருப்பார். எப்போதாவது சரிந்துவிடுவதைப் போல அவன் நிறுத்தி வைத்திருக்கும் குவியலைப் பார்த்தால் ஒரு புன்னகை. அவ்வளவுதான். முதல் வருசம் மட்டும் மணற்பாங்கான இடத்தில் கிழங்கு போடும் முறையைக் கூளையனுக்குச் சொல்லிக் கொடுத்தார். அந்த வருசம் ஐம்பது ரூபாய்க்குக் கிழங்கு விளைந்தது. சாயுபு பணத்தை அவனிடம் கொடுத்தார். துண்டில் முடிந்து வைத்துக்கொண்டு ராத்திரியில் தொண்டுப்பட்டிக்குப் பண்ணயக்காரர் படுக்க வந்தபோது அவிழ்த்துக் கொடுத்தான்.

"என்ன" என்றார்.

"கெழங்குப் பணம்."

அந்தப் பணம் அவருக்குக் கொடுக்கப்பட வேண்டியது தான் என்பதில் அவனுக்கு எந்தச் சந்தேகமும் இருக்கவில்லை. அவர் முகம் இருளில் சரியாகத் தெரியவில்லை. நீட்டிய கை அப்படியே இருக்க அவர் கொஞ்சநேரம் மௌனமாகவே இருந்தார். ஏன் தாமதிக்கிறார் என்று புரியவில்லை.

"எவ்வளவு" என்றார்.

சாயுபு கொடுத்ததை அப்படியே கொடுக்கிறானா எதுவும் மறைக்கிறானா என்று சந்தேகப்படுகிறார் போலிருந்தது. கூளையனுக்குக் கஷ்டமாக இருந்தது.

"அம்பது ரூவா" என்றான். குரல் கம்மி உள்ளிழுத்துக் கொண்டது.

"நீ சொக்கா ட்ரவுசர் எடுக்கறதுக்கு வெச்சுக்க."

அது அவர் குரல்தானா என்று அவனுக்குச் சந்தேகமாக இருந்தது. தயங்கினான்.

"வேண்டாங்க" என்றான்.

"சும்மா வெச்சுக்கடா."

அதற்குமேல் அவரை எதிர்த்துச் சொல்ல முடியாது. ஐம்பது ரூபாய் தனக்கே என்பதை அவனால் நம்பவே முடியவில்லை. அவனுடைய வருசச் சம்பளத்தை அப்பன் எப்போது வாங்குகிறார், எவ்வளவு வாங்குகிறார் என்பதொன்றும் அவனுக்குத் தெரியாது. அம்மா சொன்னால் உண்டு. இல்லா விட்டால் பண்ணயக்காரி திட்டும்போது வாயில் வரும்.

"பூராப் பணத்தயும் வேணும் வேணும்ணு பாதி வருசத்துலயே உங்கொப்பன் வந்து வாங்கித் தின்னுட்டான். நிய்யொன்னும் ஒழுங்கா இருக்க மாட்டயாட்டம் இருக்குது. பணத்தக் கொண்டாந்து எண்ணி வெச்சுட்டு ஓடிப் போ."

எவ்வளவு, என்ன என்றும்கூட அவள் கறாராகச் சொல்வாள். அப்போதெல்லாம் கூளையன் வாயே திறக்க மாட்டான். ஐம்பது ரூபாயை அப்பனிடம் கொடுத்தால் அவ்வளவுதான். ஒருபைசா அவனுக்கு வந்து சேராது. அம்மா என்ன செய்வாள்? பணத்தைக் கொடுத்துத் துணி எடுத்துவரச் சொல்கிற சாக்கில் அப்படியே ஒருநாளைக்கு ஊருக்குப் போய் அம்மாவைப் பார்த்துவிட்டு வரலாம். அனுமதி கேட்டால் பணத்தை அவனுக்கு எப்படிக் கொடுக்கலாம் என்று சொல்லிப் பண்ணயக்காரி பணத்திற்கேகூட வேட்டு வைத்துவிடலாம். எல்லாப் பக்கத்தையும் யோசித்துப் பார்த்த கூளையனுக்குக் அவரைத் தஞ்சமடைவதே சரி என்றுபட்டது. அவரிடமே கொடுத்தான். "நீங்களே சந்தக்கிப் போறப்பத் துணி எடுத் தாந்திருங்க." அவன் சொன்னதும் கொடுத்ததும் அவருக்கு ரொம்பவும் பிடித்திருந்தது. அந்த வாரமே சந்தையில் பெரிது பெரிதாய்ப் பூப்போட்ட சட்டையும் அரைக்கால் ட்ரவுசரும் எடுத்து வந்தார். இரண்டும் சேர்த்து நாற்பது ரூபாய் என்றும் மிச்சம் பத்துரூபாய் அவனுக்கு எப்போது வேண்டுமோ அப்போது வாங்கிக்கொள்ளலாம் என்றும் சொன்னார்.

புதுத்துணிகளைப் போட்டுக்கொண்டு இரண்டு நாள் ஆடு மேய்த்தான். அதற்கப்புறம் துவைத்து மடித்துத் தொண்டுப் பட்டியில் பழைய பறி ஒன்றுக்குள் போட்டு வைத்துவிட்டான். பத்துரூபாய் அவனுடைய ஊரில் கோயில் நோம்பி போட்ட போது வாங்கிப் போய்த் தாராளமாகச் செலவு செய்தான். அதிலிருந்து பனம்பழம் பொறுக்குவது என்பதே சந்தோசமான விசயமாகிவிட்டது. அவர் வருசத்துக்கு இரண்டுமுறை, மாசித் தேரின் போதும் தைப்பொங்கலின் போதும் துணி எடுத்துத் தருவார். இத்தோடு வருசத்திற்கு மூன்று என்றாகிவிட்டது. பண்ணயக்காரி முணுமுணுத்தாலும் அவர் எதுவும் சொல்வ தில்லை. அடுத்த வருசம் அதே போலப் பணத்தைக் கொண்டு போய்க் கொடுத்தபோது அவர் அதட்டல் போட்டார்.

"ம். அதான் போன வருசமே சொன்னனே... என்னடா."

அதன்பின் 'எவ்வளவுக்கு ஆச்சு' என்றுகூடக் கேட்பதில்லை. கேட்டால் சொல்லலாம் என்று நினைப்பான். ம்கூம். அதற் காகவே அவர் எவ்வளவு கோபப்பட்டாலும் திட்டினாலும் அவர்மேல் வருத்தம் கொள்ளமாட்டான். பனம்பழப் பருவம் என்றாலே அவன் உடம்பு ஒருசுற்றுப் பெருத்துப் போகும்.

கூளையன் தோளில் கனத்தது. செல்வனின் சாக்கில் அளவு குறைவாகத்தான் இருந்தது. அதற்குமேல் அவனால் தாங்கமுடியாது. பனைகளில் இருந்து அங்கங்கே பறவைகள் கத்தத் தொடங்கின. பள்ளத்துக்குள் ஏதோ மரத்திலிருந்து ஆக்காட்டியொன்று இடைவிடாமல் கத்திக்கொண்டே யிருந்தது. உச்சியில் குலை தெரியும் மரங்கள் எல்லாவற்றையும் பார்த்துக்கொண்டே போனார்கள். சில வழக்கமாய் விழுபவை. இப்போதுதான் சில புதிதாய் விழத் தொடங்கியிருந்தன. பொய்யேரிக்குப் பக்கத்தில் ஓலைகளைக் கூடுமாதிரி விரித்துக் கொண்டு நிற்கும் பனை ஒன்றுண்டு. அதைப் பார்த்துவிட்டுத் திரும்பிவிடலாம் என்று நினைத்தான் கூளையன். செல்வனுக்கு இதற்குமேல் பொறுமையில்லை. போய்விடலாம் என்று பட்டது. எரிச்சலோடு நடந்துகொண்டிருந்தான்.

கரையோரமாய்க் காட்டுக்குள் நின்றிருந்த பனங்கருக்கு ஒன்று இந்த வருசம்தான் ஈன்றிருக்க வேண்டும். அதனடியில் பெரிதாக ஒன்று கிடப்பதுபோல் தெரிந்தது. சாக்கைக் கீழே வைத்துவிட்டு மரத்தை நோக்கி ஓடினான். ஓடுபவனைக் கூளையன் பின்தொடர்ந்தான். பனம்பழத்தை வாரி எடுக்க முயன்று கைகளால் அள்ளினான். பொதபொதவென்று விரல்கள் உள்ளே நுழைந்தன. 'ச்சீ' என்று உதறினான். அது சாணி மொத்தை. மாடு போட்டு இரண்டு மூன்று நாட்கள் ஆகியிருக்க வேண்டும். நாற்றத்தோடு வண்டுகள் பெருகி நெளிந்தன.

கூளையன் வாயை மூடிக்கொண்டு சிரிக்க முயன்றான். அவனையும் மீறிச் சிரிப்புப் பெருகிச் செல்வனைச் சென்று குத்தியது. அவனாக ஒருபனம்பழத்தைக் கண்டுபிடித்து ஓடி எடுக்கப் பார்த்தான். தன் பங்குக்கு இருக்கட்டும் என்றால் அதுவும் இப்படியாகிவிட்டது. கூளையன் சிரிப்பைக் கண்டு கொள்ளாமல் கையைப் பனைமரத்தில் துடைத்தான். விரலிடுக்குகளில் புகுந்துகொண்டு சாணிப்பிசுக்குகள் வெளிவர மறுத்தன. சாக்கைக் கீழே வைத்துவிட்டுக் கூளையன் சிரித்தான்.

“பெரிய இவன் . . . எதுக்குடா சிரிக்கற.”

ஓடிப்போய் அவன் முதுகில் சப்பென்று சாணிக்கை யாலேயே அடிவிட்டான். பின் கூளையனின் கோவணத்தில் கைகளை அழுத்தமாகத் துடைத்தான். முழுவதும் போகும் படியாகத் துடைக்கவும் முடிந்தது. சிரித்தவனைப் பழி வாங்கிய உணர்வும் உண்டாயிற்று. கோவணம் அழுக்காவது பற்றிக் கவலையெதுவும் கூளையனுக்கில்லை. எருமை போல அசையாமல் நின்றான். செல்வன் மீண்டும் முதுகில் அடித்து ஆத்திரத்தைத் தணித்துக்கொண்டான். என்ன செய்தாலும் கூளையனுக்கு ஒருவிஷயம் கிடைத்துவிட்டது. எப்போதாவது பேச்சு நடக்கும்போது சட்டென்று சொல்வான்.

“ஆமாய்யா. நீ அன்னைக்கு ஓடி எடுத்தயே . . . அடேங்கப்பா. எத்தப் பெரிய பனங்கா . . . இதுவெரைக்கும் அப்பிடி ஒரு பழத்த நாம் பாக்கவே இல்ல.”

கூளையன் சிரிப்பு நின்றுபோயிற்று. செல்வனை அதிகம் கோபப்படுத்தினால் திடீரென்று கோபித்துக்கொண்டு அப்படியே போய்விடுவான். பின் அவனை ஓடிப் பிடித்துச் சமாதானப்படுத்த முடியாது. அவன் முரண்டுக்கு முன் எந்தச் சொல்லும் எடுபடாது.

“செரி. வாய்யா . . . முள்ளூ மரத்துக்குப் போலாம்.”

“நிய்யே போ.”

“நிய்யெடுத்த பனங்காயப் பத்தி ஒருத்தருக்கும் சொல்லுல . . . வாய்யா.”

குறுஞ்சிரிப்போடு சொல்லிக்கொண்டே கூளையன் முன்னால் நடந்தான். எதுவும் பேசாமல் செல்வன் போனான். செல்வன் வந்தால் ஒருநாளுக்குப் பத்துப் பனம்பழம் கூடுதலாக எடுக்க முடியும். துணைக்கும் பேச்சுக்கும் ஆள். அவன் இது போல எப்போதாவதுதான் வருவான். அவனைக் கட்டியிழுத்துக் கொண்டு போகிற சிரமம் சில சமயத்திற்குத் தாங்க முடி வதில்லை. தனியாக வந்தாலே அங்குமிங்கும் ஓடியாடித் தன்பாட்டுக்குப் பொறுக்கலாம்.

இருவரும் ஒன்றும் பேசாமலே பொய்யேரிப் பக்கம் வந்திருந்தனர். முள்மரம் நல்ல உயரம். இறக்கைகளை விரித்துக் கொண்டு பெரிய கழுகு அந்தரத்தில் நிற்பது போலிருந்தது. அதன் அடி முழுக்கக் கொடவேலமுட்கள் சூழ்ந்து சொப்பி யிருந்தன. கிட்டத்தட்ட மரத்தின் அரைவாசி உயரத்தை முட்கள் மூடியிருந்தன. மேலே காய்ந்த ஓலைகள் சுற்றிலும் தொங்கின. காற்று லேசாக அந்த ஓலைகளை அசைக்கும் போது மரத்தில் உராய்ந்து ஓசை எழுப்பின. பனம்பழக் குலைகளை நிலாவின் பலவீனமான ஒளியில் சிறிதும் பார்க்க முடியவில்லை. யாருக்கும் காட்ட விரும்பாமல் மறைத்துக் கொண்டிருந்தது. பகல் வெளிச்சத்தில் பார்த்தால் ஓலைச் சந்துகளுக்கிடையே பெரும்பெரும் குலைகள் தென்படும். செல்வனைத் தூரத்திலேயே நிறுத்திவிட்டு மரத்தைச் சுற்றி வந்தான். ஒருபக்கத்தில் கீழே உட்கார்ந்தான்.

மரத்தடி முழுக்கவும் இருளாய்த் தெரிந்தது. நிலா வெளிச்சம் எங்கோ புள்ளி போல விழுந்திருந்தது. கீழே குனிந்து உள்ளே உன்னிப்பாகப் பார்த்தான். இரண்டு மூன்று பழங்கள் இருப்பது போல ஊகம். முள்ளிலேயே சிக்கி ஒன்று தொங்குவது போலவும் தெரிந்தது. இந்தச் சீன்றத்துக்குள் நுழைந்து எடுப்பதற்கு யாருக்கும் தைரியம் கிடையாது. வாகாகப் புகுகிற தந்திரம் அவனுக்குத் தெரியும். அதற்கென்றே பக்கத்தில் வழி உண்டாக்கி வைத்திருக்கிறான். தலையை உயர்த்தாமல் பெருக்கானைப் போல உள்ளே கொஞ்சம் நுழைந்து தடியை விட்டு ஒரு பனம்பழத்தைத் தட்டி வெளியே கொண்டு வர முயன்றான். அந்தப் பக்கமும் இந்தப் பக்கமும் உருண்டு கடைசியாய் அது கைக்கு எட்டும் தொலைவுக்கு வந்து நின்றது. எட்டி எடுத்தான். நல்ல பழம். முள்ளில் குத்தி விழுந்ததாலோ அணில்கள் கடித்து இழுத்ததாலோ நார்கள் பிய்ந்து பொசுபொசுவென வெளியே துருத்திக்கொண்டிருந்தன. அடுத்த பழத்தை இழுக்க இன்னும் கூடுதலாக உள்ளே புக வேண்டி இருந்தது. தடியின் நுனிதான் பழத்தைத் தொட்டது என்றாலும் தடுமாறி வெளியே கொண்டுவர முடிந்தது. துண்டில் முள் குத்தி இழுத்தது. துண்டை அவிழ்த்துக் கிழியாமல் எடுத்தான். இரண்டு பழங்களையும் அணைத்தபடி வெளியே ஊர்ந்துவந்தான். காலை ஊன்றி எழுகையில் சதக்கென்று வலதுகாலில் முள்ளேறியது. கொஞ்சம் ஆழமாகவே ஏறியிருக்கும் என்றுபட்டது.

எப்போதுமே ரொம்பவும் எச்சரிக்கையாகக் காலை நிலத்தில் பட்டும் படாமலும்தான் வைத்து நடப்பான். செருப்பில்லாக் கால் என்கிற உணர்வு இயல்பாகவே

இருக்கும். பழம் கிடைத்த சந்தோசத்தில் கவனிக்காமல் ஊன்றிவிட்டான். குதிகாலில் வலி சுர்ரென்று ஏறியது. உட்கார்ந்து காலை மடியில் தூக்கி வைத்து முள்ளைப் பார்க்காமலே பிடுங்கினான். சதைக்குள் முனை முறிந்து விடாமல் முள்ளை எடுத்தான். வாச்சி போலக் கூரான முள். ரத்தம் வடிந்தது. முறியவில்லை. காலை நொண்டிக்கொண்டே பழங்களோடு கரைக்கு வந்தான். தரையில் ஊன்றுவது அவ்வளவு சிரமமாக இல்லை. தடி நன்றாக உதவியது. நொண்டிக் கொண்டே வருவதைப் பார்த்த செல்வன் "என்னடா என்னடா" என்று பதறிக்கொண்டு வந்தான்.

"ஒன்னுமில்லய்யா. ஒரு முள்ளேறிருச்சு. புடுங்கிட்டன்."

போகிற வழியில் எங்காவது எருக்கலையைப் பார்த்துப் பால் வைத்துவிட்டால் சரியாகப் போய்விடும். மத்தியானத்திற்கு வெயிலில் காய்ந்து கிடக்கும் பாறையில் காலை வைத்து ஒத்தடம் கொடுத்துக் கொள்ளலாம். கூளையனுக்கு முள்ளுக்குள் மாட்டிக்கொண்டு கிடக்கும் பனம்பழம் உறுத்திக்கொண்டே யிருந்தது. கண்ணில் கண்டுவிட்ட பின், அதை எடுக்காமல் அப்படியே விட்டுவிட அவனுக்குப் பிரியமில்லை. ஏதாவது முயற்சி செய்து பார்த்தபின் முடியாமல் போனால்கூடப் பரவாயில்லை.

"இன்னொரு பழம் முள்ளுக்குள்ள சிக்கிக்கிட்டு இருக்கு தய்யா. அத எடுத்துக்கிட்டு வர்றன்."

பழங்களைச் சாக்குக்குள் போட்டுக்கொண்டே செல்வன் திரும்பி "டேய்... இந்தச் செருப்பத் தொட்டுக்கிட்டுப் போடா" என்றான்.

"வேண்டாய்யா" சட்டென்று மறுத்தான்.

"இந்தாடா" செல்வன் மறுபடியும் அழைத்தான். காலில் இருந்த செருப்பைக் கழற்றியும் விட்டான். அருகே வந்த கூளையன் செருப்பைத் தொடச் சற்றே தயங்கினான். வார் செருப்பு. "தொட்டுக்கடா" செல்வன் வற்புறுத்தினான். செருப்பைத் தொட்டுக்கொண்டு நடக்கையில் தான் உயரமாகிவிட்டது போலத் தோன்றியது. காலில் பெரும்பாரத்தைக் கட்டி இழுத்துக் கொண்டு நடப்பதுபோலவும் இருந்தது. திம்திம் என்று சத்தம் காதுகளில் ஒலித்தது. சந்தோசமாகவும் மெதுவாகவும் நடந்தான். முள்ளுக்குள் இருந்து அந்தப் பழத்தை எடுக்காமல் வரக்கூடாது என்று கங்கணம் கட்டிக்கொண்டான். செருப்பு பெருந்துணையாய் அவன் கூடவே இருப்பதாய் உணர்ந்தான்.

●

13

செல்வன் தயாரிப்புகளோடு வந்திருந்தான். போட்டிருந்த ட்ராயரே போதும் என்று சட்டை ஒன்றை மட்டும் சுருட்டிக் கையில் வைத்திருந்தான். கசங்கிய இரண்டு ரூபாய் நோட்டு ஒன்று சட்டைப்பைக்குள் இருந்தது. பெரு முயற்சி செய்து அந்தப் பணத்தை அவன் சேர்த்திருந்தான். பட்டிக்கு வரும்போது சட்டையை எடுத்துவரத்தான் முன்கூட்டி யோசித்துத் தந்திரம் பண்ண வேண்டியிருந்தது. அம்மா பார்க்காதபோது சாயங்காலமே சட்டையை எடுத்து வந்து பட்டிக்கு வரும் வழியில் கல்லுக்கடியில் வைத்துவிட்டான். இருவரும் நாய்ச் சோற்றோடு புறப்பட்டு வருகையில் கல்லருகே நின்று செல்வன் சட்டையை எடுத்தான். அப்போதுகூடக் கூளையனிடம் சொல்லவில்லை. அவன் கேட்டான்.

"என்னத்தய்யா எடுக்கற?"

"இதுக்குள்ள பாம்புச்சட்டையொன்னு உட்டி ருந்திச்சு. அதத்தான் எடுக்கறன்."

"ம்... அதெதுக்கய்யா."

சிரிக்காமல் செல்வன் சொன்னதும் உண்மை என்று நம்பி அதிர்ச்சியோடு கூளையன் கேட்டான். ஏடாகூடமாக ஏதாவது செல்வன் செய்வதுண்டு.

"பாம்புச் சட்டையக் கையில தேச்சுக்கிட்டு உன்னய ஒருஅறை உடப்போறன்டா."

பாம்புச் சட்டையைத் தேய்த்துக்கொண்டு அறைந் தால் அறை பளாரென்று விழும். வாங்கியவன் உயிர் கூடப் போய்விடும். உறுதியான குரலில் கூளையன் பதில் கொடுத்தான்.

“பாம்புச் சட்டையும் வேண்டாம் ... ஒன்னும் வேண்டாம். சும்மாவே எங்கையப் பாக்கறயா.”

“என்னடா கொழுப்பேறிப் போச்சா.”

செல்வனின் கேள்விக்கு எதுவும் சொல்லவில்லை. இரண்டு பேரும் கொஞ்ச தூரம் பேசாமலே நடந்தார்கள். கூளையனின் நாக்கு கொஞ்சம் தடித்துவிட்டது. அவனுக்குக் கூடுதலாக இடம் கொடுத்து விட்டதாகப் பட்டது செல்வனுக்கு. நேருக்கு நேராய் கொஞ்சம்கூட அச்சமில்லாமல் பேசுகிறான். போகப் போக ‘வாடா போடா’ன்னுகூடக் கூப்பிடத் தொடங்கிவிடலாம். செல்வன் முகம் சிவந்து இறுகிப்போனான். கூளையனே பேச்சைத் தொடங்கட்டும். தூக்குப்போசிச் சோற்றின் தண்ணீர் அலம்பும் சத்தம் மட்டும் கேட்டது. கூளையனுக்குத் திரும்பவும் பேசுவதில் தயக்கம். இன்றைக்குக் காரியம் கெட்டுவிடுமோ என்கிற அச்சம் சூழச் செல்வனே பேசினான்.

“என்னடா ஆயிப் போச்சு. உம்முனு வர்ற.”

“நீ பாம்புச் சட்டையத் தேச்சுக்கிட்டு அடி. அப்பறம் பேசறன்.”

“நாஞ் சொன்னன் ... அதுக்கு நிய்யுஞ் சொன்ன. செரியாப் போச்சு. உடு.”

“செரி. என்ன எடுத்த ... சொல்லுய்யா.”

கூளையன் கேட்டதும் செல்வன் அவன் காதருகே வந்து “இன்னக்கிப் படத்துக்குப் போறம்” என்று கிசுகிசுப்பாகச் சொன்னான். கூளையனுக்கு மனசு திடுக்கிட்டது. சட்டென்று “வேண்டாய்யா” என்றான்.

கூளையன் மனதில் பண்ணயக் காரர் முகமும் வீசிக் கொண்டு வரும் பண்ணயக்காரி கைகளும் தோன்றின. பட்டி இருக்கும் பகுதியை விட்டு வேறொரு பக்கம் போவதில் அவனுக்கு விருப்பமில்லை. என்ன விளையாடினாலும் ஏது செய்தாலும் கண்ணுக்குப் பட்டி தெரிந்துகொண்டே இருக்க வேண்டும். காற்றும் மழையும் வந்து பட்டியைப் பிரித்து வீசியது போல நடக்காது என்பதில் என்ன நிச்சயம்? ஆள் இருந்ததால் தான் ஆடுகளைத் தேடிப் பிடிக்கவும் படல்களை எடுத்துக் கட்டவும் முடிந்தது. முகம் தெரியா இருளில் யாரும் இல்லாதிருந்தால் என்னவாகியிருக்கும்? கூளையனுக்குச் செல்வனின் திட்டம் துளிகூடப் பிடிக்கவில்லை.

“நா மாட்டய்யா. நீ வேண்ணாப் போய்ட்டு வாய்யா ... நாம் படுத்திருக்கறன்.”

உறுதியான குரலில் சொன்னான். செல்வனுக்கு உற்சாகம் முழுதும் குறைந்துபோய்விட்டது. கூளையன் இப்படி ஒரேயடியாக மறுத்துச் சொல்வான் என்று நினைக்கவில்லை. கூளையன் மனதுக்குள் கணக்குப் போட்டுப் பார்த்தான். வேலிகாட்டுக்குள் புகுந்து சுமைதாங்கிக்கல் வழியாகக் குறுக்குத் தடத்தில் போவது என்றால்கூடப் பட்டிக்குப் போன உடனே புறப்பட்டாக வேண்டும். கொட்டாய்க்குப் போய்ச் சேரவும் ஆட்டம் ஆரம்பிக்கவும் அப்போதுதான் சரியாக இருக்கும். என்ன படமோ தெரியவில்லை. விட்டுத் திரும்பிவர நடுச்சாமம் ஆகிவிடும். அவ்வளவு நேரத்திற்கும் ஆள் இல்லா அனாதிக் காட்டில் பட்டியைத் தனியாக விட்டுவிட்டுப் போனால் என்னாவது? பட்டியோடு இருபது உருப்படிகளையும் ஓட்டிக் கொண்டு போனாலும் கேட்க நாதியில்லை. காலத்துக்கும் உழைத்தால்கூடக் கடன் கட்டி முடியாது. எப்படிக் கட்டாயப் படுத்தினாலும் செல்வனின் இந்தத் திட்டத்திற்கு உடன்படவே கூடாது. அவனுக்கென்ன எந்த வகையிலேனும் தப்பித்துக் கொள்ள முடியும்.

செல்வன் அடங்கிய குரலில் சொன்னான்.

“காசெல்லாம் எடுத்துக்கிட்டு நா தயாரா வந்திருக்கறன்டா.”

“காட்டுக்குள்ளயே எந்த வெளையாட்டுக்குன்னாலும் வர்றன். வெளிய வேண்டாய்யா.”

“தலைவர் படம் ‘நாடோடி மன்னன்’ போட்டிருக் கறான்டா. உனக்கும் புடிக்குமேன்னுதான் . . .”

கூளையனுக்குக் கொஞ்சம் சபலம் தட்டிற்று. அந்தப்படம் முந்தியே ஒருமுறை போட்டபோதும் பார்க்க முடியாமல் போய்விட்டது. தலைவர் பாடும் ‘தூங்காதே தம்பி தூங்காதே’ பாட்டைப் பற்றியும் படத்தின் கதையையும் மொண்டி சொல்லியிருக்கிறான். அப்பவே ஏதாவது காரணத்தைச் சொல்லிவிட்டு வீட்டுக்குப் போய் அம்மாவை நச்சரித்துக் கூப்பிட்டால் படம் பார்த்துவிடலாம் என்று தோன்றியது. மேலோட்டமாக ஏதாவதொரு பொய்யைச் சொல்லிப் பண்ணயக்காரரிடம் தப்பித்துக்கொள்ள முடியாது. கண்களை இமைக்காமல் அவர் பார்க்கும் ஒரு பார்வையிலேயே பொய் பொலபொலவென்று கொட்டிப் போகும். சொல்வதற்கு என்னென்னவோ காரணங்களை யோசித்தும் ஒன்றைச் சொல்வதற்குக்கூட நெஞ்சில் பலம் கூடவில்லை.

“எந்தக் கொட்டாயில போட்டிருக்கறான்யா?”

கூளையன் அப்படிக் கேட்டது செல்வனுக்கு நம்பிக்கையைக் கொடுத்தது. அவனை வரவைக்க மனத்தில் சொற்களைக் கூட்டினான்.

"அமரான் கொட்டாயிலதான் போட்டிருக்கறான். பக்கத்துலதான். போய்ட்டுச் சீக்கிரம் வந்தர்லாம். படம் பாக்கற நேரந்தான்."

"அதுக்கில்லய்யா. பட்டி தன்னப்பால கெடக்குமே."

"அதான் நம்ப நாய் இருக்குதே."

"எத்தன சத்தம் கேட்டாலும் ஏன்னு எட்டிப் பாக்க ஒரு நாதியும் கெடையாதுய்யா."

தெற்கே ஏரிப்பள்ளம் தாண்டி மேலேறி ஒருகாடு தூரம் போனால் செங்காட்டுப் பட்டி உண்டு. இருப்பதில் அதுதான் பக்கம். கிழக்கே செங்கங்காட்டில் நான்கைந்து வீடுகள் உண்டு. அங்கிருந்து யாரும் வந்து பார்ப்பவர்கள் கிடையாது. நாய் குரைக்கும் சத்தம் இடைவிடாமல் கேட்டால் மறுநாள் காலையில் 'ராத்திரி என்ன அந்தப் பக்கம் ரவுசு கெடந்துச்சு' என்று விசாரிப்பார்கள். அவ்வளவுதான். மேற்கே ஏரிக்கரைக்கு நேராகக் கந்தனின் நிலக்குடுசு இருக்கிறது. ராத்திரி ஒருபுரடை கள்ளை முட்டிவிட்டால் ராவெல்லாம் மல்லாந்து கிடப்பான். குடுசுக்கே தீ வைத்தால்கூட 'த்தூ' என்று காறித் துப்புவானே தவிர எழுந்து வரமாட்டான். வடக்கே பண்ணயக்காரர் வீடும் தொண்டுப்பட்டியும். அங்கே எந்தச் சத்தமும் அவ்வளவு சீக்கிரம் போய் எட்டிவிடாது. ஏரியே உடைந்து கரைந்து போனால்கூட 'அப்படியா' என்ற சாவகாசமாகக் காலையில் கேட்பார் அவர். எதை, யாரை நம்பிப் பட்டியை விட்டுவிட்டுப் போவது?

"நாம இல்லைங்கறது யாருக்குடா தெரியப்போவுது. இருக்கறாப்பல காட்டீட்டுப் போயரலாம்."

"அதுக்கில்லய்யா."

"என்னடா நொல்ல . . . வருவானாமா . . . இப்பத்தான் பிகு பண்ற. ஆருக்குந் தெரியாத அலுங்காம போய்ட்டு வந்தர்லாம். தலைவரும் பானுமதியும் செயிலுக்குள்ள பேசிக்கறது அவ்வளவு நல்லா இருக்குதாமா. எங்க பள்ளிக் கொடத்துல பசங்க சொல்றப்ப எனக்குக் கஷ்டமா இருக்குதுடா."

"அப்பங்கிட்டச் சொல்லீட்டு மொத ஆட்டத்துக்கே நீ போலாமில்லய்யா. எதுக்கய்யா என்னயத் தொந்தரவு பண்ற. எனக்கென்னமோ பயமாத்தான் இருக்குது."

"எதுக்குடா பயப்படற. நானிருக்கறன். எந்த விங்கனமும் இல்லாத பண்ணீட்டுப் போயரலாம்."

"நல்லா யோசிச்சுட்டு நாளைக்குப் போலாம்யா."

"இதுல என்ன யோசிக்க வேண்டிக் கெடக்குது. படம் போட்டு ஒருவாரத்துக்கு மேல இருக்கும். இன்னக்கி ஓடுது. நாளைக்கு ஓடுமான்னு சொல்ல முடியாதுடா. நெனச்சமா செஞ்சமான்னு இருக்கோணும். நா இவ்வளவு சொல்றன் . . . கேக்க மாட்டீங்கறயே."

"உனக்கென்னய்யா சொல்லீட்டுப் போயிருவ. நாளக்கி எதாச்சுமுன்னா எனக்குத்தான கஷ்டம்."

"என்னடா கஷ்டம் வந்திரும். எது வந்தாலும் உன்னயத் தனியா உட்ருவனா."

"இப்பச் சொல்லுவ. நாளக்கிப் பொச்சத் தொடச்சுப் போட்ட கல்லாட்டம் போட்டுட்டுப் போயிருவ. நா என்னய்யா பண்ணுவன்."

அழுதுவிடும் குரலில் கூளையன் சொன்னான். எப்படி மறுத்தாலும் அவனை இணங்க வைத்துவிட முடியும் என்று செல்வனுக்குத் தோன்றிற்று. மீண்டும் மீண்டும் தைரியம் சொன்னான். "நீ வாடா . . . நாம் பாத்துக்கறன். பயப்படாத." அரைமனதோடு தலையாட்டினான் கூளையன். அவ்வளவுதான். செல்வன் பறந்து பறந்து வேலைகளைச் செய்தான். நாய்க்குச் சோற்றை ஊற்றிப் படலோரத்தில் சங்கிலியை இழுத்து இழுத்துப் பார்த்துக் கட்டினான். பட்டிப்படலின் திறப்புக் கயிற்றை உள்சுருக்குப் போட்டுக் கட்டினான். கூளையன் விசுவுகயிறுகளை இழுத்துப் பார்த்துச் சரி செய்தான். அதன்பின் கட்டிலுக்கு இரண்டு மூன்று பனம்பட்டைகளைக் கொண்டு வந்து வைத்துப் போர்வையைப் போர்த்தினான். பக்கத்தில் நின்று பார்த்தால்கூடச் செல்வன்தான் கால் நீட்டி மல்லாக்கப் படுத்திருக்கிறான் என்று தோன்றும். அத்தனை பொருத்தமாக உருவாக்கியிருந்தான்.

சாக்கின்மேல் கூளையனை எப்படிப் படுக்க வைப்பது என்பதில்தான் யோசனை கூடவில்லை. சாக்குக்குள்ளாகப் பட்டைகளைத் திணித்து ஒருவாறு சமாளித்தான். அது பெரிய மூட்டை போலத்தான் இருந்தது என்றாலும் பரவாயில்லை. செல்வன் சட்டையைப் போட்டுக் கொண்டான். கூளையனுக்குச் சட்டையோ ட்ரவுசரோ எதுவுமில்லை. கோவணம்தான். கோவணத்தோடு இந்தக் காட்டுக்குள் திரியலாம். நகரம் வரைக்கும் போகமுடியாது. வேடைகாலம். காற்று. இப்போது

போர்வையைப் போர்த்திக்கொண்டு போனாலும் சரிப்படாது. கேட்பவர்களுக்குப் பதில் சொல்ல முடியாது. முன்னாலேயே கூளையனுக்குத் தெரிந்திருந்தால் தொண்டுப்பட்டியிலிருந்து பண்ணயக்காரருக்குத் தெரியாமல் துணி எடுத்துக்கொண்டு வந்து வைத்திருப்பான். தேருக்கு எடுத்த பச்சைச் சட்டையைப் போட்டுக்கொள்ளலாம்.

கடைசியாகக் கோவணத்தின் மேல் துண்டைக் கட்டிக் கொள்வது என்று முடிவாயிற்று. ராத்திரியில் யாரும் பார்க்கப் போவதில்லை. தரை டிக்கெட் வாங்கி மண்ணைக் குவித்து வைத்து உட்கார்ந்துகொண்டால் துண்டுகூட வேண்டியதில்லை. கோவணமே போதும். பட்டியைத் திரும்பித் திரும்பிப் பார்த்துக்கொண்டே கூளையன் போனான். முழுமனதோடு படம் பார்க்க முடியுமா என்று தெரியவில்லை. இருளில் பட்டி சீக்கிரம் மறைந்துவிட்டது.

படுத்த படுக்கையாகக் கிடக்கும் பெரிய பண்ணயக்காரர் படம் பார்ப்பதில் ரொம்பவும் விருப்பமுள்ளவர். உடம்பு தெம்பாக இருந்தபோது மாதத்திற்கு ஒருபடம் பார்த்து விடுவார். இரண்டாவது ஆட்டத்திற்குத்தான் போவார். கூடக் கூளையன், மொண்டி, செல்வன், நெடும்பன் என்று யாரையாவது கூட்டிக்கொள்வார். பெரும்பாலும நெடும்பனும் கூளையனும்தான் போவார்கள். செல்வன் எப்போதாவது வருவான். அவனுடைய அம்மா விடாது. ‘இந்தக் கெழவனுக்குச் சினிமாப் பாக்காத இருக்க முடியல. பசவளயெல்லாம் வேற கெடுக்கறான்’ என்று கத்துவாள். கூளையனுக்கும் நெடும்பனுக்கும் டிக்கெட் காசு அவரே போட்டுக்கொள்வார். இருந்து கொடுத் தால் வாங்கிக்கொள்வார். அவரோடு போவது ஆனந்தமாக இருக்கும். நல்ல நிலா வெளிச்சமாக இருக்கும் நாட்களைத்தான் அவர் தேர்ந்தெடுப்பார். பொழுது மறைந்து இருட்டத் தொடங்கியதுமே சாப்பிட்டுவிட்டுத் தயாராகிவிடுவார்.

தலையில் துண்டு. கழுத்துவரைக்கும் போர்வை. கையில் தடி. அப்போதே கிளம்பினால் நான்கைந்து மைல் நடந்து கொட்டாய்க்குப் போய்ச் சேரவும் அங்கே சீட்டுக் கொடுக்கவும் சரியாக இருக்கும். எந்த அவசரமும் இல்லாமல் மெதுவாக நடப்பார். வேகமாக நடந்தால் ‘என்னடா தலபோற காரியத்துக்குப் போறாப்பல ஓடறீங்க’ என்பார். சாலையின் மையத்தில் நிலா வெளிச்சம் விழுந்து கிடக்கும். இருபக்கத்துப் புளியமர நிழல்கள் அடர்ந்து சாலையின் பாதிவரை ஆக்கிரமித்துக் கொள்ளும். அதிலே நடந்து போகப் போகச் சாலை நீண்டு கொண்டேயிருந்தால் நன்றாக இருக்குமென்று தோன்றும்.

சாலை எங்கே முடிகிறதோ அதுவரைக்கும் நடந்துகொண்டே இருக்கலாம். சாலைக்கு முடிவே இல்லை என்று கூளையன் நினைத்துக்கொள்வான். சாலையின் நடுவே கைகளை விரித்துக் கொண்டு 'கூகூ' என்றோ 'ஆ' என்றோ கத்துவான். நெடும்பனும் கத்தினால் புளியமரப் பறவைகள் எல்லாம் பயந்து விழித்துக் கொள்ளும். அவர் சொல்வார்.

'காக்கா குருவியெல்லாம் நம்பள என்ன பண்ணுது. பாவம். பகலெல்லாம் எர தேடி அங்க இங்க அலஞ்சிட்டு வந்து அக்கடான்னு தூங்குதுங்க. அதுவளப் போயித் தொந்தரவு பண்ணலாமாடா. மெதுவாக் கத்துங்கடா.'

அவர் படம் பார்க்கத் தொடங்கிய கதையை எத்தனை முறை என்றாலும் அலுப்பில்லாமல் சொல்வார். மாடுகளுக்குத் தீவனம் வாங்குவதற்காக வண்டி கட்டிக்கொண்டு போவார்கள். பெரிய பெரிய போர்களாக வைக்கோல் குறைச்சலான விலைக்குக் கிடைக்கும். விலை பேசி வாங்கிவர ஒன்றிரண்டு நாட்கள்கூட ஆகும். அங்கே தங்கும்போது பக்கத்தில் இருக்கும் கொட்டாய்களுக்குப் படம் பார்க்க மற்றவர்களோடு போவதுண்டு. அப்படித்தான் பழக்கம். முதல்முறை போனபோது ஆட்களே நேராக வந்து ஆடுவார்கள் என்று நினைத்துக் கொண்டாராம். பொம்மைகள் பெரிது பெரிதாக உருவாகி வருவதைக் கண்டு பயந்து அலறியதைச் சொல்லிக்கொண்டு சிரிப்பார். படத்தின் கதையைக் கவனித்துப் புரிந்துகொள்ளவே ரொம்ப நாள் ஆனதாம். எந்தெந்த ஊர்களில் என்னென்ன படம் பார்த்தார் என்பதையும் சொல்வார். கதையை விலாவாரியாக விவரிப்பார்.

புளிக்காலத்தில் கண்டிப்பாக இரண்டு மூன்று படங் களுக்குக் கூட்டிப் போவார். காற்றுக்குச் சாலை மரங்களில் எல்லாம் புளி உதிர்ந்து கிடக்கும். காலையில்தான் ஏலம் எடுத்த ஆட்கள் பொறுக்க வருவார்கள். இனிப்புப் புளி எந்தெந்த மரத்தில் என்பது அவருக்குச் சரியாகத் தெரியும். அந்த மரங்களில் மட்டும் பொறுக்கச் சொல்வார். காற்று விசுவிசு வென்று அடித்து உடம்பைப் புரட்டும். தடியை ஊன்றிக் கொண்டு நிற்பதைப் பார்த்தால் நாள் தவறி வந்துவிட்ட பேய் திரும்பிப் போக வழி தெரியாமல் பேந்தப் பேந்த முழித்துக் கொண்டிருப்பதைப் போலிருக்கும். கூளையனையும் நெடும் பனையும் 'சீக்கிரம் சீக்கிரம்' என்று முடுக்குவார். முன்னெச் சரிக்கையாக இரண்டு பெரிய மழைக்காகிதப் பையையும் கொண்டு வந்திருப்பார். போகும்போது பொறுக்குபவை அனைத்தையும் பையில் போட்டு பேரிட்டேரிக்கு அடியில்

வைத்துவிட்டுப் போவார்கள். பேரிட்டேரிக்குப் பக்கத்தில் போகும்போதே பயமாக இருக்கும். அந்த இடத்தில் பேய்களின் நடமாட்டம் அதிகம். அவர் அங்கேதான் ஒளித்து வைப்பார்.

'இங்க வெச்சாத்தான்டா எவனும் எடுக்கமாட்டான். அப்பிடியே பாத்தாக்கூட என்னமோ ஏதோன்னு பயந்துக்கிட்டு ஓடிருவான். என்னாட்டம் கட்டுமந்தரம் தெரிஞ்ச ஆளுங்களப் பேயி ஒன்னும் பண்ணாது.'

படம் விட்டு வரும்போது அவரே கீழே போய் எடுத்து வருவார். புளி பொறுக்கினால் கிட்டத்தட்ட இரண்டு அரைச்சாக்குகள் வந்துவிடும். படம் பார்ப்பதை விடவும் புளி பொறுக்குவதும் சாலையில் அகால வேளையில் எந்தப் பயமும் இல்லாமல் பேசிக்கொண்டு வருவதும்தான் ரொம்பவும் பிடித்த விஷயம். கருஞ்சாரைபோல் நெளிந்து போகும் சாலையில் எந்த அரவமும் இருக்காது. படுத்து உருளலாம் போல ஆசையாக இருக்கும். அவர் மெல்ல நடந்து வருவதற்குள் இரண்டு பேரும் வெகுதூரம் ஓடி நின்று கொள்வார்கள். அவர் வரும்வரை சாலையில் உட்கார்ந்து கொண்டோ படுத்துக்கொண்டோ பேசிக்கொண்டிருப் பார்கள். அவர் வருவது தெரிந்தால் புளியமரத்துக்குப் பின்னால் ஒளிந்துகொள்வார்கள். திடீரென்று 'பேஎ பேஎ' என்று கத்திக்கொண்டு வெளிப்படுவார்கள். அவர் மனம் திடுக்கிட்டாலும் சட்டென்று சமாளித்துக்கொண்டு 'மனுஷப் பேய்களா என்னய பயப்பெருத்த முடியும்' என்று சிரிப்பார். செல்வன் கூட வந்தால் கொஞ்சம் கஷ்டம். இனுக்புனுக்கென் றால் கோபித்துக்கொண்டு அதே இடத்தில் உட்கார்ந்து கொள்வான். அவனைச் சமாதானப்படுத்தி எழுப்பிக் கூட்டிவரப் பெரும்பாடாகப் போகும். அவருக்கே பிடிக்காது. 'நச்சுப் புடுச்ச நாயி... இவன் எங்கடா வந்து சேந்தான்' என்று சலித்துக்கொள்வார்.

ஒருமுறை ஜெமினிகணேசன் நடித்த 'கணவனே கண்கண்ட தெய்வம்' படத்திற்குக் கூட்டிப் போனார். அது புளிக்காலம்தான். ஆனால் போகும்போது துளிகூடக் காற்றே இல்லை. திரும்பி வரும்போதும் மரங்கள் எல்லாம் அசைவேதும் இல்லாமல் அடித்துவைத்த மாதிரி அப்படியே நின்றன. வாயில் சப்பிப் பார்ப்பதற்கு ஒன்றிரண்டு புளிகூட விழவில்லை. அவர் தவித்தார். படம் பார்ப்பதற்குப் போட்ட பணமே வீண் என்ற தோன்றிற்று. 'என்னடா இது... என்னடா இது' என்று வார்த்தைக்கு வார்த்தை புலம்பிக் கொண்டே வந்தார். புலம்பல் தாங்காமல் நெடும்பன்தான்

'ஏறி உலுக்கீரலாமா' என்று கேட்டான். அது அவருக்கு ரொம்பவும் சந்தோசம் கொடுத்தது. 'ஏறுங்கடா' என்று அனுமதி கொடுத்துவிட்டார்.

சுமைதாங்கிக் கல்லில் இருந்து ஐந்தாறு மரங்கள் தாண்டி ஒருமரம். நல்ல கூடாக அடர்ந்திருந்தது. நிலா வெளிச்சத்தில் புளியங்காய்கள் நீளநீளமாகத் தெரிந்தன. நெடும்பன் ஏறிக் கீழாக இருந்த ஒரு வாதை உலுக்கினான். உடனே மரத்தில் இருந்த பறவைகள் எல்லாம் 'காச்மூச்' சென்று கத்திக்கொண்டு பறக்கத் தொடங்கிவிட்டன. நடுராத்திரியில் அவற்றின் தூக்கம் முற்றிலுமாகக் கலைந்து விட்டது. இந்த அகாலத்தில் வெகுதூரம் பறந்து போவதும் முடியாது. உலுக்கல் கொஞ்சம் குறைந்த நேரம் மரத்தில் வந்து உட்கார்வதும் பின் மரத்திற்கு மேலேயே பறந்து கொண்டிருப்பதுமாக அலைக்கழிந்தன. காற்றில்லா விட்டாலும் அவற்றின் கத்தல் பரிதாபமாக வெகுதூரம்வரை ஒலித்திருக்கும். எதிர்ப்பக்கத்து மரத்தடியில் உயரமாக இருந்த கல்லொன்றின் மேல் அவர் உட்கார்ந்துகொண்டிருந்தார்.

நெடும்பனின் உலுக்கலில் புளிகள் சிதறிக் கொட்டின. நல்ல காய்ந்த புளிகள். ஒருகாற்று வேகமாக அடித்தால் மரமே காலியாகியிருக்கும். திடீரென்று 'டேய்' என்ற சத்தமும் கலரவமும் கேட்டன. கூளையன் நிமிர்ந்து பார்த்தான். நீளத்தடியோடு ஓராள் மரத்தை நோக்கி ஓடி வந்துகொண் டிருந்தான். மரம் ஏலம் எடுத்தவன் போட்டிருக்கும் காவலாளி. எப்போதும் காவலாளி இருக்க மாட்டான். புளி திருட்டுப் போவதைப் பார்த்துச் சந்தேகப்பட்டுக் காவலுக்கு ஆள் போட்டிருக்கிறார்கள். கூளையன் எடுத்தான் ஓட்டம். புளியாவது ஒண்ணாவது. நேர் சாலையில் வெகுதூரம் ஓடி வந்துதான் நின்றான். நின்றபின்தான் யாருமற்ற தனிமை உறுத்தியது. இரண்டு பேரையும் விட்டுவிட்டு வந்துவிட்டோமே என்று குற்றவுணர்வு கொண்டான். இங்கேயே நிற்கலாமா கொஞ்ச தூரம் போய்ப் பார்க்கலாமா என்று யோசித்தான். எந்த முடிவுக்கும் வர முடியவில்லை. தனியாக நிற்கவும் அச்சமாக இருந்தது. எங்கிருந்தாவது சின்னக் கல்லொன்று வந்து விழுந்தால் கூட காலோடு கழிந்துவிடுவான். அப்படிப்பட்ட நிலையில் தான் இருந்தான். கொஞ்சநேரத்தில் நெடும்பன் வந்து சேர்ந்தான். அவனுக்கு மூச்சிரைக்கவில்லை. நிதானமாகத்தான் வந்திருக் கிறான். காவலாளை ஏமாற்றிவிட்டு வந்த சந்தோசம் அவன் முகத்தில் இருந்தது.

'பேயா பூதமா ... இப்பிடிப் பயந்துக்கிட்டு ஓடியாந்துட்ட' என்றான்.

கூளையன் ஓடிவரும்போது நெடும்பன் மரத்தின் மேலிருந்தான். கீழிறங்கி வரும்போது சிக்கிக்கொண்டிருப் பான் என்றுதான் நினைத்தான்.

'கீழ்வாதுலதான இருந்தன். ஈஹிஹி . . . ஈஹிஹின்னு சிரிச்சுக்கிட்டே குதிச்சன். அவங் கொஞ்சம் மெரண்டு போயிட் டான். இதுதான் சமயம்னு ஒரே ஓட்டமா வந்துட்டன்.'

காவலாள் பயந்து வெளிறிப்போனதை நினைத்துச் சிரித்தார் கள். பெரிய பண்ணயக்காரர் என்ன ஆனாரோ தெரியவில்லை. அவரால் வேகமாக நடக்கவே முடியாது. இந்த லட்சணத்தில் ஓடித் தப்பிக்க முடியுமா. எப்படியும் மாட்டிக்கொண்டி ருப்பார் என்றுதான் பட்டது. கைகள் இரண்டையும் கயிறு போட்டுக் கட்டிக் காலைவரைக்கும் மரத்தடியிலேயே உட்கார வைத்துவிடுவானோ என்னவோ. அவர் சிக்கியிருந்தால் காலையில் பெருத்த அவமானமாகப் போய்விடும். வயதான காலத்தில் இந்த வேலை எதற்கு என்று ஆளாளுக்குத் திட்டுவார்கள்.

"பெரிசு இன்னக்கி மாட்டிக்கிருச்சாட்டந்தான் இருக்குது. டொக்குடொக்குன்னு வெச்சு நடக்கற அந்தத் தடியவே புடுங்கி நாலு சாத்துச் சாத்தியிருக்கோணும். கெழடு 'அய்யோ நானில்ல சாமின்னு' கத்தறதப் பாக்காத போயிட்டமேடா."

நெடும்பன் சொல்லிக்கொண்டு சிரித்தான். நடக்கமாட்டாத சீவனைத் தனியாகத் தவிக்கவிட்டு வந்தது கூளையனுக்குக் கஷ்டமாகவே இருந்தது. 'பாவம்டா. போய்ப் பாக்கலாம் வாடா' என்று கூப்பிட்டான். அவரைக் காவலாள் என்னவெல்லாம் கேட்டு விசாரித்துத் துளைத்தெடுப்பான் என்று சொல்லிக்கொண்டே வந்தான் நெடும்பன். இந்தமுறை மரம் ஏலம் எடுத்திருப்பவன் தூரத்து ஏவாரி ஒருவன். காவலாளை அவருக்குத் தெரிந்திருக்காது. தெரிந்த ஆளாக இருந்திருந்தால் நைச்சியமாக நாலு வார்த்தை பேசிவிட்டு நழுவி வந்திருப்பார்.

'கெழட்டுத் தாயோலி . . . இந்த வயசுல உனக்குத் திருட்டுக் கேக்குதான்னு பொக்கவாயப் பாத்து நாலு குத்து உட்ருக் கோணும்.'

இரண்டு பேரும் சுமைதாங்கிக்கல் வரைக்கும் போய் நின்றுகொண்டார்கள். அதற்கு மேல் போகக் கால் வரவில்லை. ஆள் இருந்தால் மறுபடியும் மாட்டிக்கொள்ள வேண்டி வருமே என்ற நினைத்தார்கள். கொஞ்சநேரம் கல்லின்மேல் உட்கார்ந்து பார்க்கலாம் என்று தோன்றிற்று. நேரம் ஆக ஆகக் கூளையனுக்குக் கண் சொக்கியது. தலை ஊசலாடத்

தொடங்கிற்று. நெடும்பன் 'டேய் வர்றாருடா' என்று கத்தினான். கண்ணுக்கெட்டிய தொலைவில் சாலை யோரமாக அவர் பம்மிப் பம்மி வருவது தெரிந்தது. ஏற்கனவே அவர் நடை மந்தம். இப்போது இன்னும் மெதுவாகத் தடி ஓசை கேட்காமல் பூனை போல வந்தார். இரண்டு பேரும் அவரை நோக்கி ஓடியதும் சற்றே அரண்டு போனார். அப்புறம் சுதாரித்துக்கொண்டார்.

"இன்னக்கி வசமாச் சிக்கியிருப்பன்டா. ஆளு உக்கோந்தி ருந்ததப் பாக்குல. உங்க பக்கம் வர்ற சத்தம் கேட்டொடன அலுங்காத மரத்துக்குப் பொறத்தாண்ட போயி ஒட்டி நின்னுக்கிட்டன். நெடும்பன் சிரிச்ச சிரியில எனக்கே கொல நடுங்கிப் போச்சு. அவன் நெசமாலுமே பயந்து போயிருப்பான். பிதுமாரு கெட்டாப்பல சுத்தியும் முத்தியும் பாத்தான். அப்பறம் கெழக்கால போயிட்டான். திரும்பிக்கிரும்பி வருவானோன்னு நெனச்சுக்கிட்டு அங்கயே கொஞ்சநேரம் நின்னன். வந்தானா வக்காலோலி போர்வையைத் தலையோட போத்திக்கிட்டு நேரா முன்னால போயி நிக்கலாம்னு நெனச்சன். வர்ல. தப்பிச்சுக்கிட்டான். ஆனாக் கருமம்... இன்னமே இந்த வேல ஆவாதுடா."

அன்றைக்கு மூன்று பேரும் வீட்டுக்கு வந்துசேரக் கோழி கூப்பிடும் நேரமாகிவிட்டது.

படம் முடிந்து திரும்புகையில் காட்டு வேலியைத் தாண்டிப் பெரியகாட்டுக்குள் இறங்கும்போது சரசரவென்று சத்தம் கேட்டது. கூளையன் அப்படியே நின்றான். செல்வனை யும் பிடித்திழுத்து நிறுத்தினான். பெரிய சீவன் ஒன்று புரண்டு நெளிந்து வேலிப்பக்கமாய்ப் போயிற்று. நிலவொளி யில் அதன் மடிப்புகள் மினுங்கின.

"பாம்புடா" செல்வன் கத்தினான். அவன் வாயைக் கையால் பொத்திக்கொண்டே "பேர் சொல்லக்கூடாது" என்றான் கூளையன். மனதுக்கு எதுவோ சரியாகப்படவில்லை. பாம்பு கண்ணில் படுகிறது. தலைக்கு என்ன வந்து தீருமோ என்று நினைத்தான். வயிறு முழுக்கக் காலியாகி எரிவது போலிருந்தது. வேலிக்குள் அது ஓடி மறைந்ததும் நடையைத் தொடர்ந்தார்கள். காட்டுக்குள் கால்வைத்து நடக்க ரொம்ப வும் சுகமாயிருந்தது. எங்கெங்கோ என்னென்னவோ இன்பங்கள் கொட்டிக் கிடந்தாலும் இருப்பிடம் கொடுக்கும் பாதுகாப் போடு கூடிய இன்பத்திற்கு ஈடில்லை. செல்வன் இன்னும் அதிர்ச்சியிலிருந்து மீளவில்லை. அவனை மீட்க விரும்பிக் கூளையன் சகஜமாகப் பேசினான்.

“பானுமதிகிட்ட எனக்குப் புடிச்சதே அந்தக் குண்டுக் கன்னந்தான்யா. ‘சம்மதமா’ அப்படீன்னு தலைய ஒரு ஆட்டு ஆட்டறா பாரு. அடேங்கப்பா … அசத்தீர்றாய்யா.”

“அவ பாடறது சொந்தப்பாட்டுடா.”

“சரோஜாதேவி பாரு … இவ ரொம்பச் சின்னப்பிள்ளையா இருக்கறா.”

“பானுமதி, சரோஜாதேவின்னு பொம்பளைங்களையே பேசறியேடா. ஆம்பளைங்கள யாரையும் உனக்குப் புடிக்க லயாடா?”

“புடிக்குதுய்யா. இருந்தாலும் பொம்பளைங்கள எச்சாப் புடிக்குது.”

“ஏன்டா அது?”

“உனக்கும் அப்பிடித்தானய்யா.”

“கெடையாது.”

“பின்ன ஆரப் புடிக்குது.”

“எல்லாரையுந்தான் புடிக்குது.”

செல்வன் இறுக்கமாகிவிட்டான். “உன்னாட்டம் எனக்கு மறச்சுப் பேசத் தெரியாது” என்று சொல்லிவிடப் பார்த்தான். அது இன்னும் விபரீதமாகிவிடும் என்று பேசாமல் மெதுவாகச் சிரித்தபடி சொன்னான்.

“எனக்குப் புடிக்கறது ஏன்னு எனக்கே தெரியிலய்யா.”

“வவுறிகிட்டக் கேட்டுப் பாருடா.”

செல்வன் குரலில் அழுத்தமும் வன்மமும் கூடியிருந்தன. அதே தொனியில் கூளையன் கேட்டான்.

“உனக்குன்னு கேட்டுப் பாக்கட்டா …”

“தாயோலி … உனக்குக் கொழுப்புடா.”

செல்வன் அடிக்கக் கையை ஓங்கிக்கொண்டு வந்தான். தப்பித்துக் காட்டுக்குள் ஓடினான் கூளையன். சிரித்து அதை ஒரு தொடற விளையாட்டுப் போல மாற்ற முயன்றான். இரண்டு அடியாவது வைக்காமல் செல்வனின் வெறி தீராது. ரொம்பநேரம் போக்குக் காட்டினாலும் இன்னும் வெறி கூடும். அவனுக்கு வாகாக முதுகைக் காட்டிச் சிக்கினான். முதுகில் ஓங்கி அறைந்து தன்னுடைய கையே வலிக்க ஆவென்று பிடித்துக் கொண்டான். எட்டி உதைத்தான்.

"போதும். உட்ருய்யா."

கூளையன் கெஞ்சுவது போலக் கேட்டது செல்வனுக்குத் திருப்தியாயிருந்தது. இட்டேரிக்கு ஓரமாய் நடந்துகொண்டிருந்தார்கள். பட்டி மங்கலாகத் தெரிந்தது. உயிர் வந்தது போலிருந்தது. நிலாவை முகில் துணுக்கொன்று வந்து மூடிற்று. சட்டெனக் காடெங்கும் இருள். நிலாவைக் கடந்து முகில் ஏகும் கணம் முடிவதற்குள் பெரிய மலையைக் கடப்பதுபோல் தவித்துப்போனான். நிலா வெளியே வரவர வெளிச்சம் விரிந்தது. மனதுக்கு நிம்மதியாய் இருந்தது. பட்டி கொஞ்சம் கொஞ்சமாய்த் துலக்கம் பெற்றது. கூளையன் ஆவேசம் வந்தவனாய்ப் பட்டியை நோக்கி ஓடினான். பலநாள் பிரிந்திருந்து பட்டியைக் கட்டி அணைத்துக்கொள்ள ஆவல் கொண்டவனைப்போல் தோன்றினான். செல்வன் "என்னடா என்னடா" என்று பின்னாலேயே ஓடினான்.

அவர்களைப் பார்த்ததும் குழியை விட்டு எழுந்து நாய் வாலை ஆட்டிற்று. அதன் முனகலில் அன்பு பெருகிற்று. நாயைக் கண்டதும் எல்லாம் சரியாய் இருப்பதான நிம்மதி வந்திருந்தது. கட்டிலைப் பார்த்ததும் நிம்மதி போய் பக்கென்றது மனது. செல்வன் படுத்திருப்பதுபோல் அமைத்திருந்த போர்வை விலகிப் பட்டைகள் கலைபட்டிருந்தன. வேகமான காற்று வந்து எல்லாவற்றையும் சிதைத்திருக்குமோ. பட்டியைச் சுற்றிலும் பார்த்தான். விசுவுகயிறுகள் கடமை தவறாமல் விண்ணென்று படலை இழுத்துப் பிடித்திருந்தன. திறப்புக் கயிற்றைப் போய்ப் பார்த்தான். கட்டின் தன்மை மாறியிருந்தது. அவிழ்த்துக் கட்டியிருப்பது தெளிவாகத் தெரிந்தது. அவன் மனது 'அய்யோ அய்யோ' என்று அலறிற்று. செல்வனும் வந்து கட்டிலைப் பார்த்தான். பதற்றத்தோடு "என்னடா ஆச்சு" என்று படலுக்கருகே வந்தான். அரவம் கேட்டு உள்ளே ஆடுகள் பயந்து எழுந்து நின்றன. குட்டிகள் தாயைத் தேடும் குரலில் கத்தின.

"போச்சாட்டம் இருக்குதுய்யா..."

அதற்குமேல் பேச்செதுவும் வராமல் திரும்பத் திரும்ப அதையே சொல்லியபடி அரற்றினான். அவன் கைவிரல்கள் நடுங்கின. படல் கயிற்றை அவிழ்க்கவே வரவில்லை. செல்வன் உருவி அவிழ்த்தான். இரண்டு பேரும் திமுதிமுவென்று உள்ளே நுழையவும் ஆடுகள் புதிதாக யாரையோ காண்பது போலப் பயந்து ஒருபக்கமாய் ஒதுங்கின. என்னவோ நடந்திருப்பது தெளிவாயிற்று. ஆடுகள் மிரண்டு போயிருக்கின்றன. கூளையன் 'ஹோ ஹோ' என்று குரல் கொடுத்தான். ஆடுகள் தைரியம்

பெற்று ஓடாமல் நின்றன. கூளையன் எண்ணினான். பதினேழுதான் வந்தது. மொத்தம் பதினெட்டு இருக்க வேண்டும். ஒன்று குறைகிறது. மறுபடியும் மறுபடியும்... மூன்று நான்கு முறை. பதினேழுதான்.

செல்வனை எண்ணச் சொன்னான். பதினேழுதான் வந்தது. எதைக் காணோம்? வீரன்... இருக்கிறான். நெடும்பி... வத்தல்... மூடுகள்... குட்டிகள்... நெடும்பியினுடைய குட்டி வெள்ளை? அதைக் காணோம். கிடா அது. பால்குடி மறந்து ஒரு மாதம் இருக்கும். கொழுகொழுவென்று இருக்கும். போனவாரம் ஏவாரி வந்து தொண்ணூறு ரூபாய்க்குக் கேட்டான். பண்ணயக்காரர் நூற்றியிருபது சொல்லிக்கொண்டிருந்தார். எப்படி இருந்தாலும் நூறு, நூற்றுப்பத்துக்குப் போகும். உற்றுப் பார்க்கும் பண்ணயக்காரர் முகம் அவன்முன் வந்து நின்றது. 'அய்யோ அய்யோ' என்று கதறினான். குடுசுக் குத்துக்காலைக் கட்டிக்கொண்டு புரண்டான். படலில் முகம் மோதி விழுந்தான். ஓடை அடிக்கும்போது கதறும் கிடாயைப் போலிருந்தது அவன் குரல்.

"அய்யோ நா என்ன பண்ணுவன்... என்ன பண்ணுவன்."

செல்வன் பக்கத்தில் வந்து "கத்தாதடா கத்தாதடா" என்று தோளைத் தொட்டு உலுக்கினான். அது கூளையனைச் சாந்தப் படுத்தவில்லை. அழுவதைத் தவிர அவனுக்கு வேறு எதுவுமே தெரியவில்லை. செல்வன் குரல் வெற்றொலியாய்க் கரைந்து போயிற்று. திடீரென்று "உன்னாலதாய்யா" என்று அவனைப் பிடித்துப் பலமாகத் தள்ளினான். புழுக்கைக்குள் போய் விழுந்த செல்வன் அதே வேகத்தில் எழுந்துகொண்டான். கூளையன் படலைத் திறந்து வெளியே ஓடி உள்ளேயே பார்த்து நின்றுகொண்டிருந்த நாயை எட்டி உதைத்தான். வயிற்றில் விழுந்த உதையில் 'வவ்' என்று கத்திக்கொண்டு சுருண்டு விழுந்தது நாய். மீண்டும் அதை எட்டி உதைத்தான். நாய் அவனைத் திருப்பிக் கடிக்க முயலவில்லை. அடி வாங்க வாங்கப் பரிதாபமாய் ஓலமிட்டது. திடீரென்று ஒப்பாரி வைப்பது போல ஊளையிடத் தொடங்கியது.

செல்வன் வந்து கூளையனின் மயிரைக் கொத்தாகப் பற்றியிழுத்துக் கன்னத்தில் அறைவிட்டான். "என்னடா பைத்தியம் புடிச்சிருச்சா" என்று அதட்டினான். அப்புறம் தான் கூளையன் ஒரு நிலைக்கு வந்தான். ஆனாலும் அழுகை அடங்கவில்லை. குரலின் வேகம் தணிந்திருந்தது. அப்படியே படலோரம் சாய்ந்து அழுதான். பண்ணயக்காரரின் முகம், அவர் கை விளாறு, கையெடுத்துக் கும்பிடும் அப்பன், ஒப்பாரி வைக்கும் அம்மா என்று யார் யார் முகமோ நினைவுக்கு

வந்தது. துள்ளிக் குதித்துக்கொண்டு பாலூட்டும் கிடா. அதன் உடல் முழுவதும் செம்மி நிறம். முகத்தில் மட்டும் தேமல் மாதிரி வெண்ணிறம். பார்க்க அழகாயிருக்கும். பறி கொடுத் தாயிற்று. நினைக்க நினைக்க அழுகை கூடிக்கொண்டே இருந்தது.

செல்வன் நிதானமாகவே இருந்தான். "அழுவாதடா" என்று கெஞ்சிப் பார்த்தான். பின் அதட்டும் விதத்தில் சொன்னான். "பேசாத இருக்கறயா என்னடா." மிரட்டினான். கூளையன் அழுகை கிட்டத்தட்ட நின்றுவிட்டது என்றாலும் உடல் நடுக்கம் தீரவில்லை.

"போனது போயிருச்சு. இப்ப என்ன பண்ணலாம். அழுதுக்கிட்டே இருந்தா வந்துருமா?" செல்வனின் பேச்சில் கூடியிருந்த தோரணை எரிச்சல் படுத்தியது.

"உன்னாலதாய்யா. நா வரவே மாட்டன்ன. இப்ப எந் தலயில கல்லே உழுந்திருச்சு."

"செரிடா என்ன பண்ணலாம்."

"மயிரப் பண்ணு." வெறி கொண்ட நாயாய் விழுந்தான்.

கூளையனின் சொற்களைத் தன்மேல் துப்பப்பட்ட எச்சில்போல் உணர்ந்தான் செல்வன். அவனுடைய முகத்தில் மொத்தையாய் விழுந்து நழுவிற்று. அவமானத்தைக் கஷ்டப் பட்டுப் பொறுத்துக்கொண்டு நிதானமாகப் பேச முயன்றான்.

"சும்மா குதிக்காதீடா. நாஞ் சொல்றதக் கேளு. குட்டி காணாம போனத எங்கப்பங்கிட்டச் சொல்ல வேண்டாம். அவுரு பட்டிப்பக்கம் வரப்போறதில்ல."

"உனக்கு என்னய்யா தெரியும். அவரு ஒரு நோட்டம் உட்டாப் போதும். எது இருக்குது இல்லைன்னு தெரிஞ்சுக்கு வாரு. இந்த வெள்ளைய ரண்டு மூனு தடவ வெல சொல்லி ஏவாரிங்க வந்து பாத்துட்டுப் போயிருக்கறாங்க. காத்தாலக்கே கூட இன்னொரு ஆள் வந்தா குட்டியப் பாக்க வருவாரு."

"இதென்னமோ ... இந்தக் குட்டிய மட்டும் திருடறதுக்குக் கட்டிச்சோறு கட்டிக்கிட்டுத் திருடன் வந்திருக்க முடியாது. பக்கத்து ஆள்தான்டா."

"நீ ஆருகிட்டயாச்சும் படம் பாக்கப் போறமின்னு சொன்னயா?"

"நா ஒரு மயராங்கிட்டயும் சொல்லலீடா."

"அப்பறம் ஆரு வந்திருப்பா. நாம போனத ஆருன்னாப் பாத்திருக்கோணும்."

“அதுக்கெல்லாம் வழி இல்லைடா. சத்தம் கீது ஒன்னு மில்லயேன்னு ஆராச்சும் பாக்க வந்திருப்பாங்க. ஆளு இல்லைன்னதும் வசமாப் போச்சு.”

“இன்னக்கி ராத்திரி குட்டிய அறுத்து இந்நேரம் கறி தின்னுருப்பாங்க.”

“சந்தக்கிக் கொண்டோனாலும் கொண்டோயிருப் பாங்கடா.”

“இல்லய்யா. நாளக்கித் தெரிஞ்சிரும் பாரு. எவெவன் தின்னு வவுத்துல அறுத்துதோ.”

“நாஞ் சொல்றதக் கேளுடா. எங்கப்பங்கிட்டச் சொல்ல வேண்டாம். அப்பறம் எப்பிடீன்னா சமாளிச்சுக்கலாம்.”

கூளையனுக்கு அதில் சுத்தமாக உடன்பாடில்லை. அவரின் மோப்பம் பிடிக்கும் நாசி பற்றிச் செல்வனுக்கு என்ன தெரியும்? அப்பனைக் கண்டாலே காலோடு கழிந்து கொண்டு ஓடும் எருவுகாலி. அவருக்கு முன்னால் நின்று கூளையனால்கூட நாலு வார்த்தை பேச முடியும். செல்வனால் முடியாது. அம்மாவின் முந்தானைச் சேலைக்குள் ஒளிந்து கொள்கிற பயந்தாங்கொள்ளி. அவரிடம் மறைத்துவிட்டால், தெரிய வந்தபின் கூடுதலாக அடி கூளையனுக்குத்தான். முதுகுத்தோலைக் கழற்றிவிடுவார்.

“இப்பவே போயி அவர எழுப்பி இப்பிடி நடந்து போச்சுன்னு சொல்லீரலாம். அவரு என்னதான் செஞ்சாலும் ஏத்துக்க வேண்டியதுதான். நா என்னோட ஒடம்ப இறுக்கி வெச்சுக்குவன்.”

“அட ... மடத்தாயோலி எனக்குமல்லடா அடி உழுவும்.”

“அதுக்கு ... அடியோட மட்டுமா நிப்பாரு. குட்டிக்குப் பணத்தயும் என்னயத்தான்யா கட்டச் சொல்வாரு. எங்கப்பன் என்ன செய்யும். அதுங்கிட்டயும் அடி வாங்கோணும்.”

“பணத்தக் கட்டச் சொன்னா செரின்னு ஏத்துக்க லாம்டா. நா அப்படியே ஒன்னு ரண்டா எங்கம்மாகிட்ட யிருந்து புடுங்கியாந்து உனக்குக் குடுத்தர்றன்.”

“இப்பச் சொல்லுவ. எல்லாம் எந்தலயில வெடியறதுதான்.”

“இன்னும் ரண்டு நாள் கழிச்சுப் பள்ளத்துல மேச்சுக் கிட்டு இருந்தப்ப நரி கொண்டோயிருச்சுன்னு சொல்லிச் சமாளிச்சரலான்டா.”

“அடப் போய்யா. இப்பப் பள்ளத்துல எந்த நரீய்யா இருக்குது. எல்லாம் அவருக்குத் தெரியும். அவர ஏமாத்த முடியாதுய்யா. தெரியாதது எதுவுமில்ல.”

“எருவுகாலி நாயி... எனக்குஞ் சேத்து அடிவாங்கி வெக்கறதுன்னு முடிவு செஞ்சிட்டயா?”

“அடியப் பத்தி என்னய்யா. எப்பிடியிருந்தாலும் அவர்கிட்டச் சொல்லத்தான் வேணும்.”

“வேண்டான்டா.”

“சொல்லீரலாம்யா.”

முடிவில் செல்வனிடம் இறுகிய மௌனம் சூழ்ந்தது. கூளையன் அவரிடம் ஏதாவது நைச்சியமாகப் பேசி அடியைக் குறைத்துக்கொள்ள முடியுமா என்றும் பனங்கிழங்குப் பணம் வந்தால் கொடுத்துவிட்டு இந்த விசயம் அப்பனுக்குத் தெரியாமலே செய்துவிடலாமா என்றும் யோசித்துக்கொண்டிருந்தான். அவன் மனம் முழுவதும் அவரின் பலவிதமான முக பாவனைகள் நிறைந்திருந்தன. ஒவ்வொன்றுக்கும் முன்னால் தான் எப்படி நிற்பது என்பது பற்றியும் என்னென்ன வார்த்தைகளைப் பேசலாம் என்றும் தேடிக்கொண்டிருந்தான். அவன் மனதில் சொற்கள் கூடக்கூடக் அவரின் உருவம் பெரிதாகிக்கொண்டே வந்தது. அவனுக்கு முன்னால் பண்ணயக்காரர் பெரும் மலைபோல் நின்றார்.

●

பகுதி மூன்று

வறள்

14

காடுகளில் விதைப்பு விழுந்துவிட்டது. கம்மம் பயிர்கள் அடர்பச்சையாய்க் கை உயரத்திற்கு ஒரே மாதிரியாக நிற்கின்றன. தட்டைச் செடிகளும் அவரைக் கொடிகளும் இனம் கண்டுகொள்ளும் விதத்தில் இலை விட்டுத் தலைநீட்டுகின்றன. நிலக்கடலைச் செடிகள் எங்காவது ஓரிரு அணப்புகளில் மட்டும் குத்துக்குத்தாய் நிற்கின்றன. நிலக்கடலைக்கு இடையே கொட்டைச்செடிகளும் துவரையும் உந்தி எழுகின்றன. சோளத்தைத் தேடித்தான் கண்டுபிடிக்க வேண்டும். ஓரக்கால்களில் இரண்டு மூன்று விலாக்கள் வரை சோளம் தெரிகிறது. நிலத்தின் செந்நிற மேனி முழுவதுமாய் மறைந்து விட்டது. மொட்டையாய்க் கிடந்த காட்டுக்குள் இத்தனை வளமைகளும் கர்ப்பமாய் ஊறிக்கொண்டிருந்தன போலும். பாறை இருக்கும் இடம் மட்டும் தனியாய்த் தெரிகிறது. காடு காவலுக்காய்ப் படுத்துக்கொண்டி ருக்கும் பெரும் உருவம் அது. எல்லா இடங்களிலும் குதித்தாடிய கால்களுக்கு இப்போது இடமேயில்லை. அணப்புகளுக்கிடையே கோவணம் போல நீண்டு செல்லும் வரப்புகள். அவையும் புற்களால் மூடுண்டிருக் கின்றன. பொழுது கிளம்பும் வேளையில் செழுமை கூடிப் பயிர்கள் சந்தோசமாய் அசைகின்றன. பனை களின் தலைகள்கூட வாட்டம் மறைந்து பச்சை சேர்ந் திருப்பதாகப் படுகிறது. ஆடுகளும் இல்லை, ஆடு மேய்ப் பவர்களும் இல்லை.

எல்லோரும் ஏரிப்பள்ளத்தை நோக்கிப் போய் விட்டார்கள். மரங்களும் புதர்ச்செடிகளும் நிறைந்த ஏரிப்பள்ளம் ஆடுகளுக்கான புல்வெளியையும் கொண் டிருந்தது. இடைவிடாமல் கொட்டுகிற மழை இல்லை. தவித்த வாய்க்கு நாக்கை நனைத்துக்கொள்ளத் துளி

நீர் கிடைத்தது போலத்தான் மழை. ஏரி முழுவதும் வெறுமனே பரந்து கிடக்கிறது. அதனிடையே அங்கங்கே இருக்கும் குழிகளில் மாத்திரம் நீர் தேங்கி நிற்கிறது. மதகுக்குப் பக்கத்தில் ஓர் அணப்பு அளவுக்குத் தண்ணீர். மற்ற இடங்கள் எல்லாம் பலவகை அருகுகள் வேரோடியிருக்கின்றன. ஆவாரஞ்செடிகள் நாற்று நட்டது போலக் கொஞ்சம் கொஞ்சம் இடைவெளிவிட்டுக் குத்தாய் நிற்கின்றன. ஏரியின் எதிர்ப்புறக் கரடு பனை உயரத்திற்கு இருக்கும். கரும்பாறை. மழைத்தாரைகள் விழுந்த தடங்கள் அதன் மேலெங்கும். பால மரங்களும் ஊஞ்ச மரங்களும் அங்கங்கே தலை நீட்டிக்கொண்டிருக்கும் கரட்டில் புற்களும் செடி செத்தைகளும் நிறைய உண்டு. அங்கே மேய்வ தென்றால் ஆட்டுக்குட்டிகளுக்கு மிகுந்த சந்தோசம். பாறை களில் தாவித் தாவி ஏறுவதும் உயரமான பாறையிலிருந்து கீழ்ப்பாறைக்குக் குதிப்பதும் என அவை விளையாடுவதற்கு ஏற்ற இடம். பண்டம்பாடிகளை விட்டுவிட்ட ஆட்டுக்காரர் களும் ஏதாவது மர நிழலில் உட்கார்ந்து விளையாடிக்கொண் டிருக்கலாம்.

பாதி ஆடுகள் ஏரியின் நீரற்ற பரப்பில் அருகம்புற்களைக் கரண்டுகொண்டிருந்தன. மீதி ஆடுகள் கரட்டின் மேலே மேய்ந்தபடியே ஏறிக்கொண்டிருந்தன. வவுறி, கூளையன், நெடும்பன் மூன்று பேர் மட்டும்தான் இருக்கின்றனர். மொண்டி இது மாதிரியான வேலைச் சமயங்களில் ஆடோட்டி வருவதில்லை. காட்டு வேலையே சரியாக இருக்கும். ஏரோட்டவோ களை வெட்டவோ செய்வான். வண்டி கட்டிக்கொண்டு பண்ணயக்காரர் போகும்போது அவரோடு போவான். கல்லோ மண்ணோ எற்றிக்கொண்டு எங்காவது போய்க் கொட்டவேண்டும். அவர் அவனைக் கொஞ்ச நேரமும் சும்மா இருக்கவிடமாட்டார். அவன் ஆடு மேய்க்கப் போனால்கூட அது சும்மா இருப்பதுதான் என்பது அவர் நினைப்பு. அங்கே என்ன உடல் வளைந்து வேலை செய்ய வேண்டியிருக்கிறது என்பார். ‘குச்சிய ஆட்டிக்கிட்டு ஆட்டும் பொறத்தாண்ட போறது ஒரு வேலையா? அதுக்கொரு ஆளா?’ என்று கேட்பார். ‘குச்சிய ஆட்டிக்கிட்டு’ என்று சொல்லும்போது இரண்டு கைகளையும் ஒன்றன்மேல் ஒன்றாய் வைத்துக்கொண்டு ஒரு விரலை மட்டும் ஆட்டி ஒருமாதிரியாய்ச் சிரிப்பார். அவருடைய கண்களை விட்டு அகலாமல் மொண்டியை வைத்திருப்பார். அவரும் கோவணத் தோடு திரிவார். எப்போதாவது சந்தைசாரிக்குப் போகும்போது அந்தக் கோவணத்தின் மேலேயே வேட்டியைக் கட்டித் துண்டொன்றை மேலே போட்டுக்கொள்வார். அவ்வளவுதான். வெள்ளாமைச் சமயத்தில் எந்தப் பக்கமும் அசங்கமாட்டார்.

காடு எக்கச்சக்கமாய் இருக்கிற மகராசன். கடலைக் கொடிப்போரே சிறுகுன்று மாதிரி இருக்கும். அதில் ஐம்பது உருப்படி ஆடென்ன, நூறு உருப்படிகளையே விட்டால்கூட அவ்வளவு சீக்கிரத்தில் தீர்ந்து போகாது. ஆடுகள்தான் பாவம். ராத்திரி முழுவதும் அடைந்து கிடப்பதல்லாமல் பகலிலும் பாதிக்குமேல் உள்ளேயே கிடக்க வேண்டியதுதான். பொழுது மேற்கே கொஞ்சமாவது சாய்ந்த பின்னால்தான் ஆடுகளை வெளிவிடுவார்கள். பசித்துக் கிடந்ததற்கு வெறி எடுத்தாற் போல் போரில் வப்புவப்பென்று உருவி உருவித் தின்னும். கடலைப் புண்ணாக்கு ஊற வைத்த தண்ணீர்த் தாழிகள் இரண்டு மூன்று இருக்கும். ருசியான அந்த நீரை உறிஞ்சினால் அவற்றின் வயிறு கொஞ்சம் அடங்கிவிடும். வெயில் தாழும் நேரத்தில் அவரும் வந்துவிடுவார். அவர்களுடைய காட்டி லேயே வரப்புகள் அகல அகலமாக விரிந்து கிடக்கும். தண்ணீர் நிறைந்தோடும் வாய்க்கால் போல. அவற்றில் மொண்டி ஒரு பக்கமும் அவர் ஒருபக்கமும் நின்றுகொள்வார்கள். நடுவே ஆடுகள் மேய்ந்துகொண்டே போகும். வரப்பைத் தாண்டி வெள்ளாமைக்குள் ஒருஆடும் வாய் வைத்துவிட முடியாது. இரண்டு பேரின் கைகளில் இருக்கும் நீளத் தடிகள் இரண்டு பக்கமும் கரை போட்டுவிடும். கரைக்கு அடங்கி ஒடுங்கி ஓடும் நீர் போலத்தான் ஆடுகளும். நெட்டாகச் செல்லும் ஒரு கரையில் ஒருநாள் மேய்த்தால் போதும். வயிறு நிரம்பி விடும். ஆடு மேய்ப்பதற்காகவே வாணியாக விட்டுக் கரைகளை அமைத்திருப்பார். அதனால் விதைப்பு விழுந்த பின்னால் மொண்டியைக் கூட்டத்தில் எதிர்பார்க்க முடியாது.

ஆடுகளோடு சேர்ந்து செவிடியின் ஆடுகளும் மேய்ந்து கொண்டிருந்தன. செவிடியைக் காணோம். காடு விதைப்புத் தொடங்கும்போது உடம்பு சரியில்லை என்று சொல்லிவிட்டு அவளுடைய அம்மா மட்ட மத்தியானத்திலேயே வந்து கூட்டிப் போனாள். அதற்கப்புறம்தான் செய்தி தெரிந்தது. செவிடி பெரிய மனுஷியாகிவிட்டாள். பத்துப் பதினைந்து நாட்களுக்கும் மேலிருக்கும். செவிடியின் ஆடுகளையும் சேர்த்து இவர்கள் மூன்று பேரும்தான் மேய்க்கிறார்கள். பொழுதோட ஓட்டிக் கொண்டுபோய் அடைக்கையில்தான் கொஞ்சம் கஷ்டமாக இருக்கும். பொழுது இருக்கவே செவிடி வீட்டுப் பண்ணயக்காரர் வந்து ஆடுகளைப் பிரித்து ஓட்டிக்கொண்டு போவார். அவர் வராத நாளுக்குக் கூளையனோ நெடும்பனோ முதலில் அந்த ஆடுகளை ஓட்டிப்போய் அடைத்துவிட்டுப் பின் தங்களுடைய ஆடுகளை நோக்கி வருவார்கள். செவிடியின் ஆடுகளை மேய்ப்பதில் யாருக்கும் பிரியமில்லை. இரண்டு பட்டி ஆடுகளைப் பார்த்து மேய்ப்பது சாதாரணமல்ல. ஆனால்

இது பண்ணயக்காரர்களுடைய ஏற்பாடு. ஆளில்லாத சமயத்தில் ஒருவருக்கொருவர் உதவிக்கொள்வது. நெடும்பன்தான் அடிக்கடி சொல்லிக்கொண்டிருந்தான்.

"செவிடி நாளைக்கே ஆடு மேய்க்க வர்ட்டும் . . . எதுனா போக்குக் காட்டிப்புட்டு மொண்டி ஆடுகள இங்க ஓட்டிக்கிட்டு வர்றானா இல்லயான்னு பாரு . . ."

வவுறி பக்கத்தில் இல்லாதபோது நாறச்சிரிப்போடு சொல்வான்.

"செவிடி இனிமேதான் உசாரா இருக்கோணும். கொஞ்சம் ஏமாந்தான்னா மொண்டி போட்டுத் தள்ளீருவான்."

"மொண்டி மட்டுமா . . . நிய்யுந்தான்."

கூளையன் வெட்கம் கொப்பளிக்கச் சொல்வான்.

"நீ மட்டும் மணப்பயா . . . அவ வான்னு கூப்பட்டா கோமணத்த இறுக்கிக் கட்டிக்கிட்டு ஓடிப் போயிருவியா . . . நாம இப்பிடிப் பேசிக்கிட்டுத் திரியறம் . . . அது ஆராருக்குக் குடுத்து வச்சிருக்குதோ."

"ஏன்டா ?"

நெடும்பன் காதருகில் வந்து பெண்கள் போலக் குசுகுசு வென்று சொன்னான்.

"ரண்டு நாளைக்கு முன்னால மணி இங்க வந்தான். மொட்ட வெய்யில்ல பொய்யேரிப் பக்கம் நா ஆடு மேச்சுட்டு இருந்தன் . . . வந்தொடன அதட்டலா 'செவிடி எங்கடா ஆடு மேய்க்கறா'ன்னான். அவங் கேக்றதுல என்னமோ காரணம் இருக்குதுன்னு தெரிஞ்சிச்சு. காட்டிக்காத 'எதுக்கய்யா'ன்னு கேட்டன். 'அடேங்கப்பா . . . பெரிய புளுத்தி நீ . . . உங்கட்டச் சொன்னாத்தான் அவ எங்கீன்னு சொல்லுவியா' அப்பிடீங்கறான். எனக்குனா கோவமா வந்திருச்சு. பேசாத மூஞ்சியத் திருப்பிக்கிட்டன்."

மணி முன்னால் நிற்பது போலப் பாவனை செய்துகொண்டு நெடும்பன் முகத்தைத் திருப்பிக்கொண்டான். இப்போதும் அவன் முகத்தில் கோபம் பொரிந்தது. மெதுவாகவே கூளையன் கேட்டான்.

"செரிடா . . . எதுக்குக் கேட்டான் ?"

"ஆமா . . . பொட்ட நாயத் தேடிக்கிட்டு எதுக்குவரும் ? பொரட்டாசி மாசத்துல நாக்கத் தொங்கப் போட்டுக்கிட்டு அலையுதுவளே . . . எதுக்கு ? அதுக்குத்தான். அவன்லாம்

பெரிய கை. என்ன செஞ்சுன்னாலும் காரியத்த முடிச்சுருவான். கையில அப்பிடி இப்பிடிக் காசு பெரளுது. கண்டதயும் வாங்கித் தருவான். அதப் பண்ணிப்புடுவன் ... இதப் பண்ணிபுடுவம்னு மெரட்டுவான். நம்மளச் சொல்லு ... செவிடி எங்கிட்டயெல்லாம் மூஞ்சி குடுத்தே பேச மாட்டீங்கறா."

நெடும்பன் குரலில் மிகுந்த வருத்தம். முகம் சிறுத்து அழுது விடுபவனைப்போல் தோன்றினான். செவிடி நெடும்பனிடம் கொஞ்சம் நல்லவிதமாகப் பேசியிருக்கலாம் என்று நினைத்தான். ஏனோ அவனைப் பார்த்தாலே அவ்வளவாகச் செவிடிக்குப் பிடிக்காது. நெடும்பனும் தன்னாலான முயற்சிகளைச் செய்து பார்த்துத் தோற்றுப் போய்விட்டான். கூளையன் பேச்சை மாற்றினான்.

"மணிகிட்ட அப்பறம் என்னதான் சொன்ன?"

"தெக்க கைகாட்டி உடலாமுன்னுதான் பாத்தன். நாளைக்கு எதுனா ஒன்னுன்னா நம்மகிட்டச் சண்டைக்கு வருவான். அப்பறம் சொன்னன். செவிடி வர இன்னம் ஒருவாரத்துக்கு மேலாவும்னு. அலுங்காம பக்கத்துல வந்து 'செவிடி வர்றன்னக்கி எங்கிட்டச் சொல்லு' அப்படீங்கறான். நா உடுவனா. 'செரி சொல்றனய்யா'ன்னுட்டு நேராவே 'அதுக்குத்தான' அப்டீன்னு கண்ணச் சிமிட்டிக்கிட்டே கேட்டன். பாக்கோணுமே அவனுக்கு வெக்கத்த. 'என்னடா இப்பிடிக் கேக்கற'ன்னான். 'செரி உங்கப்பங்கிட்டச் சொல்லட்டுமா'ன்னன். ஆளு மூஞ்சியப் பாக்கோணுமே இத்தினியூண்டா ஆயிப்போச்சு. 'வேண்டான்டா வேண்டான்டா'ங்கறான்."

"நிய்யும் பெரிய ஆளுதான்டா. எங்கிட்டயெல்லாம் எவனும் வந்து கேக்றதில்லயே."

"நைசாப் பேசிப் பாரு ... செல்வனுக்குக்கூட எண்ணம் இருக்கும்."

"போடா ... அவன் ஒன்னும் அப்பிடிக் கெடையாது."

"ஆமாமா. எவனுக்குத்தான் ஆசையிருக்காது ..."

"செரி. மணி என்னன்னான்?"

"என்னங்கறான். அப்பிடியே தோள்ல கைபோடாத கொறதான். என்னயச் சினிமாவுக்குக் கூட்டிக்கிட்டுப் போறன்னு வேற சொல்லியிருக்கறான்."

அதற்குள் வவுறி அந்தப் பக்கமாக வரப் பேச்சு மாறிப் போயிற்று. வவுறி எருமையை மேய்ச்சல் தாவில் கட்டிவிட்டு வந்தாள். ஏரிப்பக்கம் ஆடோட்டி வரும்போது பண்ணயக்காரி

எருமையையும் கையில் கொடுத்து விட்டுவிடுவாள். அது தலையீத்துக் கிடாரி. பயிராகி இரண்டு மூன்று மாதமிருக்கும். சாயங்காலம் வரைக்கும் நான்கு கட்டுத்தரை மாற்றிக் கட்டினால் மேய்ந்து வயிறு ரொம்பிவிடும். ஏரித்தண்ணீரில் மத்தியான நேரத்துக்கு விட்டால் குடித்துவிட்டுப் புரண்டு சேறு கலக்கும். ஆட்டோடு சேர்த்து இழுத்துக்கொண்டு போவதற்குள் கை அறுந்துவிடும். ஆடுகள் திமுதிமுவென்று ஓடும். எருமை நாலு சாத்துச் சாத்தினால்கூட அசையாது. வவுறி கூளையனைப் பார்த்துச் சொன்னாள்.

“ஏரிக்குள்ள இருக்குதே அந்த மொட்ட மரத்துல கிளிக்குஞ்சு இருக்குது.”

“எந்தெடத்துல.”

“இங்கருந்து பாத்தாலே தெரியுது பாரு. எருமயக் கட்டலாம்னு அந்தப் பக்கம் போனனா. கீகீன்னு கத்திக்கிட்டு என்னயக் கொத்த வருது.”

“எடுக்கலாம்டா” என்றான் நெடும்பன்.

“எடுத்து என்னடா பண்ணப் போறம். வேறெதாச்சுனா வறுத்துத் திங்கலாம். இத வளக்கவா முடியும். பாவம்டா.”

“எடுத்துக் குடுடா. நானொன்னு வளத்தறன்.”

வவுறி ஆவலாகக் கேட்டாள். நெடும்பனுக்குக் கோபம் வரப் பழித்துக் காட்டிக்கொண்டே சொன்னான்.

“நீ பெரிய்ய மகாராணி . . . கிளியக் கூண்டுல வெச்சுப் பாலும் பழமும் நேரா நேரத்துக்குக் குடுத்துக்கிட்டு . . . கிளிய எடுத்துக் கொஞ்சப் போற.”

“ம்க்கும். போடா . . . எங்க பண்ணயக்காரர் ஊட்ல வெங்காயம் போட்டு வெக்கற இரும்புக்கூட பிஞ்சு போச்சுன்னு எறிஞ்சிட்டாங்க. அத எடுத்துப் பத்தரமா வெச்சிருக்கறன். கிளிய அதுல வெச்சு வளக்கலாம். நல்லா இருக்கும்.”

“செரி வளத்து என்ன செய்வ?”

“பறக்க உடுவன்” என்று சிரித்தாள் வவுறி. நெடும்பனும் கூளையனும் சேர்ந்து சிரித்தார்கள்.

கிளிக்குஞ்சைப் பற்றி வவுறி சொன்னதுமே கூளையனுக்குச் சினிமா கொட்டாயின் முன்னால் கிளிஜோசியம் பார்க்கும் தாத்தாவின் முகம் நினைவில் வந்தது. இரண்டாவது ஆட்டம் சினிமாக் கூட்டத்தில் அவருடைய ஜோசியம் மும்முரமாக நடக்கும். கூளையனுக்கு அந்த ஜோசியம் பார்க்க ரொம்பவும் பிடிக்கும். அந்தத் தாத்தா நாலு வார்த்தை

சொன்னாலும் புரியும்படி சொல்வார். மனதுக்குப் பிடித் தமானதாக இருக்கும். அதைவிடவும் ஜோசியம் பார்க்க ஆள் வந்து எதிரில் உடகார்ந்ததுமே கிளி படபடக்கும். கூண்டுக் கம்பிகளுக்கிடையே கோண மூக்கை நீட்டிக்கொண்டு கத்தும். வெட்டப்பட்ட றக்கையைத் தூக்கித் தூக்கி அடித்துக்கொண்டு வெளியே ஓடி வருவதைப் பார்க்கச் சிரிப்பாக இருக்கும். ஏதாவதொரு அட்டையை எடுத்துக் கையில் கொடுத்த உடனே தாத்தாவின் கையைத்தான் பார்க்கும். அந்தக் கிளியின் செயல்களைப் பார்க்கவே தாத்தாவுக்குப் பக்கத்தில் போய் உட்கார்ந்துகொள்வான். எல்லோருக்கும் பத்துப்பைசா வாங்குவார். கூளையனுக்கு மட்டும் சலுகை. அஞ்சு பைசாக் கொடுத்தால் போதும். சிலசமயம் 'அஞ்சு பைசாத்தான் தாத்தா இருக்குது' என்றால் தாடியைச் சொறிந்துகொண்டே சும்மாவே பார்த்துச் சொல்வார். போனமுறை படத்துக்குப் போகும்போது சொல்லியிருந்தார்.

'எங்கனாச்சும் கிளிக்குஞ்சு இருந்தாக் கொண்டா தம்பி. குஞ்சுக்கு எட்டணா வாங்கிக்கலாம்.'

அவர் வார்த்தை மனதில் ஓட நெடும்பனிடம் கூறினான். "கிளிக்காரத் தாத்தா கேட்டாருடா . . . குஞ்சுக்கு எட்டணா குடுக்கறம்னாரு."

"கிளிக்குஞ்சு வித்துத் திருட்டுப்போன ஆட்டுக் கடனக் கட்டீரலாம்னு பாக்கறயாடா."

நெடும்பன் கேலியாகச் சொன்னாலும் கூளையன் நெஞ்சில் இடித்தது. கிளிக்காரத் தாத்தா கேட்ட நாள் இரவில் படம் பார்த்துவிட்டுத் திரும்பும் போது மனமெல்லாம் கிளிக்குஞ்சுகள் நிறைந்திருந்தன. எப்போதோ ஏதோ ஒரு மரப்பொந்தில் பார்த்திருந்த கிளிக்குஞ்சுகள் கண்ணுக்கு முன்னால் நின்றன. அவற்றைப் பலவகையாகத் திட்டமிட்டுப் பிடித்தான். பிடிக்கப் பிடிக்கக் குஞ்சுகள் பெருகிக்கொண்டேயிருந்தன. அவன் கிளிக் குஞ்சுகளைத் தாத்தாவிடம் தரவும் அவர் சிரித்துக்கொண்டே காசுகளைத் தந்தார். காசு சேர்ந்துகொண்டே இருந்தது. வெகு சீக்கிரத்தில் நூறு ரூபாய் சேர்ந்துவிட்டது. அதைப் பண்ணயக்காரர் முகத்தில் வீசிவிட்டுச் சந்தோசமாகக் கைகளை உயர்த்திக் கொண்டு பாட்டுப் பாடியபடி ஓடினான். அந்தக் குறையிரவின் தூக்கம் முழுக்கக் கிளிக்குஞ்சுகள் கீகீயென்று கத்தியபடியே வலம் வந்து ஆக்கிரமித்துக்கொண்டன. மறுநாள் ஆடு மேய்க்கும் போது கிளிகளைத் தேடினான். விதம்விதமாகப் பறவைகளைப் பார்க்க முடிந்தது. கிளிகளை மட்டும் காணோம். கிளிதான் கத்துகிறது என்று தலையுயர்த்திப் பார்த்தால் அது வேறு ஏதோ பறவையாக மாறி அவனை ஏமாற்றும். சோர்ந்து

போனான். கிளிக்குஞ்சுகள் மூலம் கடனடைக்க முடியாது என்பது தெளிவாயிற்று. மறுநாள் இரவில் ஓரிரு கிளிகளே கனவில் வந்தன. அவை கீகீயென்று கத்துவது அவனைக் கேலி செய்வதுபோல் தெரிந்தது. மிகுந்த கோபத்தோடு அவற்றைத் துரத்தினான்.

கூளையன் சோர்ந்து போனதைக் கண்டு நெடும்பன் சமாதானமாகச் சொன்னான்.

"சும்மா சொன்னன்டா. புடிக்கலாம் வாடா. இத வெச்சா கடனடைக்க முடியும்? தாத்தாவ சும்மா வெச்சுக்கச் சொல்லி குடுத்தர்லாம்டா."

வழுக்கும் பாறையில் பதனமாகக் கால் வைத்துக் கீழே இறங்கினார்கள். பாறைச் சந்துகளில் மேய்ந்துகொண்டிருந்த ஆடுகளின் மேல் மட்டும் கவனம் வைத்துக்கொண்டால் போதும். கரட்டைத் தாண்டியதும் வெள்ளாமைக்காடுகள் இருக்கின்றன. வவுறி ஆடுகளையும் கீழே முடுக்கிக்கொண்டு வந்தாள். சந்துகளில் துளிர்த்திருந்த பூடுகளை ஆவலாய் மேய்ந்துகொண் டிருந்த ஆடுகளை விரட்டுவது அவ்வளவு சுலபமாயில்லை. விளாறில் இரண்டு அடிகள் விழுந்த பிறகுதான் வேறு வழியில்லாமல் கீழே இறங்கின. வவுறிக்குக் கஷ்டமாக இருந்தது. கிளிக்குஞ்சுகளைப் பார்க்கும் ஆவல் அவளை உந்திற்று.

நீர் நின்றிருந்த இடங்களில் அதன் சுவடுகள் மாத்திரம் இருந்தன. பாசிகள் படர்ந்திருந்த இடங்கள் காய்ந்தபின் கரும்பச்சையாகத் தோன்றின. வெயிலில் வெடிபட்டு மண் சிறுசிறு கையகல விளக்குகள் செய்து வைத்ததைப் போலக் காணப்பட்டது. கால் வைத்து நடப்பதற்குக் குளுமை கூடி யிருந்தது. அங்கே நின்று சுற்றிலும் பார்த்தால் பெரும் பள்ளத்திற்குள் நிற்பதைப் போலிருந்தது. மீனின் கழிவுகள் காலில் பட்டுத் தேய்ந்தன. கரடு பெரும் மலையாக உயர்ந்து தெரிந்தது. ஏரிப்பள்ளத்திற்குள் அங்கங்கே பனைகள் நின்றன. பல பனைகளில் ஓலை வெட்டப்படாமல் காய்ந்து தொங்கிற்று. நீர் அதிகம் தேங்கி நிற்கும் பகுதிகளில் இருந்த பனைகளில் பல தலை காய்ந்து உயிர்விட்டிருந்தன. சிலவற்றின்மேல் இடி விழுந்திருக்கவும் கூடும். ஏரியின் விரிந்த பரப்பின் ஓரங்களில் இருந்த முள் மரங்களிலெல்லாம் நாரைகளும் கொக்குகளும் உட்கார்ந்திருந்தன. அவர்களைப் பார்த்ததும் தரையில் உட்கார்ந்திருந்தவை எல்லாம் பறந்தோடின.

வவுறி கரையோரமாய் அவ்வளவாக நடமாட்டம் இல்லாத ஒருபகுதியில் மொட்டையாய் நின்றிருந்த மரத்தைக் காட்டினாள். மரம் ரொம்பவும் உயரமில்லை. மூன்று ஆள்

உயரம் இருக்கும். தலைப்பக்கம் ஒரே ஒரு ஓலை மட்டும் விழாமல் தொங்கிக்கொண்டிருந்தது. தூரத்தில் இருந்து பார்க்கும் போதே கிளிகள் தெரிந்தன. அவற்றின் கத்தல் சத்தம் மாறிமாறி ஒலித்தது. ஏழெட்டுக் கிளிகள் தெரிந்தன. பறந்துபோய் மொட்டை மரத்தில் உட்கார்வதும் பின் பறந்து அங்கிருந்த மரங்களுக்கு வருவதுமாக இருந்தன. எப்படியும் இரண்டு மூன்று பொந்துகள் இருக்கும். எதெதில் குஞ்சுகள் வைத்திருக்கின்றனவோ தெரிய வில்லை. அதில் போய்க் குஞ்செடுக்க முடியும் என்பதில் நெடும்பனுக்கு நம்பிக்கை வரவில்லை.

"இத்தன கிளிவ கத்திக்கிட்டு இருக்குது. மரத்துல ஏறுனா சதையவே கொத்தி எடுத்திரும்."

"ரண்டு மூனு குஞ்சாச்சும் இருக்கும். ஒன்னாச்சும் எடுங்கடா." வவுறி கெஞ்சுவதுபோல் கேட்டாள்.

"ரண்டு மூனையும் எடுத்தர்லாம். நீ ஒன்னு வெச்சுக்க. கிளிக்காரத் தாத்தாவுக்கு மத்ததக் கொடுத்தர்லாம்." கூளையன் வாக்குறுதி கொடுத்தான்.

அதைக் கண்டதும் நெடும்பனும் 'சரி பாக்கலாம் வா' என்றான். கீழிருந்து இரண்டுபேர் கற்களை எடுத்து இட்டுக் கிளிகளை விரட்டிக்கொண்டிருந்தால் மேலேறி ஒருவர் எடுத்துவிடலாம் என்று கூளையனுக்குத் தோன்றிற்று. வவுறி வேறுமாதிரி சொன்னாள்.

"பெரிய தடிய ரண்டு பேரு வெச்சுக்கிட்டு நிக்கலாம். கல்லெறிஞ்சா ஆளு மேல கீது பட்டுரும்."

அந்தப்படியே ஆயிற்று. கரட்டோரமாகத் தேடி இரண்டு பெரிய கொட்டக்கோல்களை எடுத்து வந்தார்கள். தடிமனாக வும் நல்ல நீளமாகவும் இருந்தன. எதற்கோ யாரோ கொண்டுவந்து போட்டிருக்க வேண்டும். மழைக் காலத்தில் வெள்ளம் வரும் போது எங்கோ காட்டுப்பகுதியில் இருந்து அடித்துவரப்பட் டிருக்கும். நுனியில் கிளைவிட்டு வளர்ந்திருந்த கோல்கள் மொட்டைப்பனையின் உயரத்திற்கு இருக்கும். வவுறியும் நெடும்பனும் மரத்தின் இருபுறமும் தடியை உயர்த்திக்கொண்டு நின்றார்கள். கூளையன் மரம் ஏறுவதில் கில்லாடி. சரசரவென்று ஏறிவிடுவான். உயரம் குறைவாக இருந்ததால் கால்கயிறுகூட இல்லாமல் ஏறினான். கிளிகளின் கத்தலில் பதற்றமும் பயமும் கூடின. மரத்தை நோக்கிப் பறந்து அந்தரத்தில் மிதந்தன. தடி அந்தப்பக்கமும் இந்தப்பக்கமும் அசைந்துகொண்டேயிருந்தது. அதன் தீண்டலுக்குப் பயந்து கிளிகள் வருவதும் விலகுவது மாக இருந்தன. விட்டிருந்தால் கூளையன் உடம்பைப் பழம்போல் கொத்திச் சுவைத்துவிடும்.

மொட்டைக் கட்டையாக இருக்கும் மேனி, கிளிகளின் சத்தத்தில் கூசிச் சிலிர்த்தது. கனவில் கண்ட கிளிகளைப்போல் இவை சாதுவாக இல்லை. குஞ்சுகளை அன்போடு வாரிக் கொடுத்துப் 'போய் வா மகனே' என்று வாழ்த்தும் மனம் அவற்றிற்கு இல்லை. கம்பரக்கத்தி போன்ற மூக்கை வளைத்துக் கொண்டு அவை மேலாகப் பறப்பது நடுக்கத்தை உண்டாக்கிற்று. நெடும்பன் அசைத்துக்கொண்டிருந்த தடி நுனியில் ஒரு கிளி நின்று பறந்து உள்ளே நுழையப் பார்த்தது. இயலாமல் உயரப் பறந்து கத்திற்று. தீப்பிடித்த வீடுகளைப் பார்த்துக் கதறும் மக்களின் கூக்குரல் போலிருந்தது அவற்றின் கூச்சல். மூன்று பொந்துகள் இருந்தன. ஒன்றில் இப்போதுதான் வேலை நடந்துகொண்டிருந்தது. மற்றதில் வேலை முடிந்துவிட்டது. ஆனால் குடும்ப வாழ்க்கை தொடங்கவில்லை. மூன்றாவதில் இரண்டு பூங்குஞ்சுகள் இருந்தன. செக்கஞ்செவேரென்று இறக்கை முளைக்காத குஞ்சுகள். சத்தம் கேட்டதும் தாய்தான் இரை கொண்டுவந்துவிட்டதென்று குஞ்சுகள் இரண்டும் வாயைத் திறந்துகொண்டு 'ஆ' காட்டியதைப் பார்க்கக் கூளையனுக்குப் பாவமாக இருந்தது. அதற்குமேல் மேலே இருக்கவில்லை. சரசரவென்று கீழிறங்கி வந்தான். ஆவலோடு எதிர்பார்த்த வவுறியின் முகம் களையற்றுப் போயிற்று.

"ரண்டும் பூங்குஞ்சுவ. இன்னம் பத்துநாள் போவட்டும்... எடுக்கலாம்."

மூன்று பேரும் அந்த இடத்தை விட்டு அகன்றதும் கிளிகள் பரபரவென்று மரத்தை மொய்த்தன. குஞ்சுகளைக் கண்ட கிளிகள் நிம்மதியடைந்து கூடிக் குலாவும் சந்தோசக் கத்தல்கள் காதுகளில் ஒலிக்க வெகுதூரம் வந்துவிட்டார்கள். வவுறியைச் சந்தோசப்படுத்தும் விதமாகத் திரும்பத் திரும்பப் "பத்துநாள் கழிச்சு எடுக்கலாம்" என்று சொல்லிக்கொண்டே இருந்தான். கரட்டில் ஏறி மேலே போய் ஊஞ்ச மரத்தினடி யில் உட்கார்ந்துகொண்டார்கள். பாறை நல்ல அகலமாகப் படுத்து உறங்கலாம் போலிருந்தது. அங்கிருந்து பார்க்க ஏரிப்பள்ளம் முழுவதும் தெரிந்தது. மதகுப்பக்கம் கிடக்கும் தண்ணீரில் அலையோடிற்று. ஆடுகள் ஒவ்வொன்றாய்க் கரட்டை நோக்கி நகர்ந்துகொண்டிருந்தன. வவுறி ஊஞ்சத்தழையை உருவிப் பாறையின் ஒருபக்கமாய்க் குவித்துக்கொண்டிருந் தாள். அதைக் கொட்டிப் பாறையில் வைத்து அரைத்து ஏரி நீரில் தலைக்குத் தேய்த்து மத்தியானம் குளிக்க நினைத்தாள்.

"உங்க ரண்டு பேருத்துக்கும் சேத்துப் பொறிக்கட்டுமா." கூளையன் சிரித்துக்கொண்டே 'தலையில என்ன இருக்குது' என்றான். நெடும்பன் "நானெல்லாம் எப்பவாச்சும் ஊட்டுக்குப்

போனாத்தான் தலக்கி ஊத்திக்குவன்" என்று சொல்லிவிட்டுச் செம்பட்டைத் தலையை அளைந்துகொண்டான். கழுத்து வரைக்கும் வளர்ந்து கூடு போலத் தெரிந்த தன் தலையை ஆட்டிக்கொண்டே மேலும் தழையைப் பறிக்க அண்ணாந்த வளின் பார்வையில் ஏரிப்பள்ளத்தில் மெல்ல நடந்துவரும் உருவம் தென்பட்டது. கண்களைச் சுருக்கிப் பார்த்தும் சட்டென்று அடையாளம் பிடிபடவில்லை. பின் அறிந்து கொண்ட சந்தோசத்தில் "அட செவிடி" என்று கத்தினாள். 'எங்க எங்க' என்று இரண்டுபேரும் எழுந்து பார்த்தார்கள். பள்ளத்தில் மேயும் ஆடுகளைத் தாண்டித் தொலைவில் செவிடி தெரிந்தாள். சுற்றிலும் எதுவுமற்ற நிலப்பரப்பில் செவிடி மட்டும் தன்னந்தனியாக நடந்து வந்தாள். வெயில் அவள்மேல் விழுந்து அழகூட்டிற்று. ஓரே சமயத்தில் இரங்கத் தக்கவள் போன்றும் அழகானவளாகவும் தோன்றினாள். நெடும்பன்தான் முதலில் கையை உயர்த்தி "ஏய்" என்று கத்தினான். அவனைத் தொடர்ந்து இருவரும் கத்தினார்கள். செவிடி முதலில் கவனிக்கவில்லை. எங்கே இருந்து சத்தம் வருகிறது என்பதைக் கணிக்க முடியாமல் சுற்றிலும் கண்ணோட்டினாள். நெடும்பன் துண்டை அவிழ்த்துக் காற்றில் வீசிக்கொண்டு "இங்க... இங்க பாரு" என்று கத்தினான். மேலே பார்த்ததும் அவள் முகத்தில் சிரிப்பு பளீரிட்டது மங்கலாகத் தெரிந்தது. மூன்று பேரும் சறுக்கும் பாறையைப் பற்றிய கவனமின்றிச் சரசரவென்று கிழிறங்கி ஓடினார்கள். செவிடியும் ஓடிவந்தாள். வெகுகாலமாகப் பார்த்துக்கொள்ளாதவர்களின் சந்திப்புப் போலிருந்தது.

அவர்கள் சிரிக்க, அவள் சிரிக்க என்று ஓரே சிரிப்பு மயமாக இருந்தது. நிறையப் பேச வேண்டும் என்று ஒவ்வொரு வருக்கும் தோன்றியது. ஆனால் எதைப் பேசுவது என்பது குழப்பமாக இருந்தது. செவிடி கிச்சத்தில் பையொன்றை இடுக்கியிருந்தாள். செவிடியின் துணிகளைத் தொட்டுத் தொட்டுப் பார்த்து வவுறி சிரித்தாள். செவிடியைப் பார்க்கப் பார்க்க ஆசையாயிருந்தது. பன்னாடைத் தலையோடு கிழிந்த துணிகளைப் போட்டுக்கொண்டு ஆடுகளின் பின்னால் காடு மேடெல்லாம் அலைந்து திரிந்த செவிடியா இவள்? தலை முழுக்க வழிய வழிய எண்ணெய் தேய்த்து நீளமாகச் சடை பின்னியிருக்கிறாள். முதுகைக் கடந்து இடுப்பில் உரசும் சடையில் மஞ்சள் ரிப்பன் பூவாய் விரிந்திருக்கிறது. கத்தரிப்பூ நிறமும் மஞ்சளும் கலந்து பெரும்பெரும் பூக்கள் நிறைந்த பாவாடையும் ரவிக்கையும். பூக்கள் ஊமத்தை போல வாய் விரிந்து பின் சுருங்கியிருக்கின்றன. தாவணி கத்திரிப்பூ நிறத்தில் எடுப்பாயிருக்கிறது. புதுப்பொலிவு கலையாத உடை.

சட்டென்று இந்தப் பத்திருபது நாட்களில் வளர்ந்து பெரிய பொம்பளையாகத் தெரிகிறாள். முகத்தில் ஒருமயிர்கூட மோத வில்லை. முகம் வெகுதிருத்தம். பவுடர் வெயிலில் கலைந்து போயிருக்கிறது. வட்டப்பொட்டு நெற்றியில் ஜொலிக்கிறது. செந்நிறச் சாந்து. கண்கள் இரண்டும் மை தீட்டப்பட்டிருக்கின்றன. செவிடிக்கு இத்தனை பெரிய அழகான கண்களா என்ற வியக்கும்படி இருக்கிறது. வெயிலில் வதங்கித் துவண்டு கிடந்த அழகு சட்டென்று துலக்கம் பெற்று விட்டது போலும். கைகளில் நிறையக் கண்ணாடி வளையல். கருநிறத்தில் ஒற்றைப்பாசி. மாநிறமாக இருந்தவள் தீப்போலத் தகதகக்கிறாள்.

வைத்த கண் வாங்காமல் மூன்று பேரும் அவளைப் பார்ப்பதைக் கண்டு வெட்கம் கொண்டு சிரித்தாள். அவள் எப்போதும் இந்த அளவு வெட்கப்பட்டதில்லை. வெயில் பட்டு ஏற்கனவே கனிந்திருந்த முகம் கன்றிச் சிவந்தது. நெடும்பனும் கூளையனும் ஒருவரை ஒருவர் பார்த்துச் சிரித்துக் கொண்டதில் கூச்சம் நிறைந்திருந்தது. செவிடிக்கு முன்னால் அரைக் கோவணத்தோடு உடம்பெல்லாம் கறுத்து மண்படிய நிற்கும் நிலை அவர்களுக்குப் பெருத்த தாழ்வுணர்ச்சியை உண்டாக்கியது. அவளுக்கு முன்னால் நின்று பேசத் தாங்கள் அருகதையற்றவர்கள் என்பதாய் உணர்ந்தார்கள். தங்களை விட்டு விலகி அவள் வெகுதொலைவு போய்விட்டது போலிருந்தது. இந்தக் கோலத்தோடு பிறகும் ஆட்டின்பின் திரிய வரப்போகிறாளா? வவுறி அவளை ஒவ்வொரு இடமாகத் தொட்டுப் பார்த்தாள். தலையின் இருபுறத்திலும் செருகியிருந்த பின்களையும் சடையில் வைத்திருந்த ஒற்றைச் சாமந்தியையும் பார்க்கப் பார்க்க ஆசையாயிருந்தது. அவளை இறுகக்கட்டி முத்தம் பதிக்க வேண்டும் போலிருந்தது.

"என்ன எல்லாரும் இப்பிடிப் பாக்கறீங்க . . ." வெட்கப் புன்னகை மாறாமல் நெளிந்துகொண்டே செவிடிதான் பேச்சைத் தொடங்கினாள். குரலில்கூடப் புதிதாய் எதுவோ கூடியிருப்பது தெரிந்தது. உடல் செழுமை குரலில் சேர்ந்து பூரிப்பாய்ப் பேச்சு வெளிப்பட்டது. வவுறிக்கு அவளிடம் பேசுவதில் சட்டெனப் பிரச்சினை ஒன்று உருவாயிற்று. அவளை 'வா, போ, செவிடி, டீ' என்று வரிசை வைத்து அழைத்தது போலவே இப்போதும் பேசலாமா, இல்லை, எப்போதாவது அதிசயமாய்க் கூப்பிடுவதுபோல அக்கா என்று கூப்பிட்டுவிட லாமா. சட்டெனத் தீர்மானித்துப் பேச முடியவில்லை. நெடும்பன் சாதாரணமாகப் பேசுவது போல முயன்றான்.

"இப்பச் செவிடின்னு கூப்பட்டாக் கோவிச்சுக்க மாட்டயே."

"எப்பவும் கோவிச்சுக்க மாட்டேன்."

அவள் பயன்படுத்தும் சொற்களுக்கும் மெருகு கூடிவிட்டிருந்தது.

"இங்கயே உக்காரலாமா... மேல போலாமா?"

மேலே போய்ப் பாறையில் உட்கார்ந்து பேசுவதுதான் பொருத்தமாக இருக்கும் என்று எல்லோருக்கும் பட்டது. பாறையில் ஏறும்போது செருப்பைக் கையில் எடுத்துக் கொண்டாள் செவிடி. தைத்த செருப்பு இல்லை. கடைச்செருப்பு. வழவழவென்று கண்ணில் ஓடியது. பாறையில் ஏறும்போது பாவாடை தடுக்குவது போலத் தோன்றவே பதறிக் கூளையன் கை நீட்டினான். அவள் மறுத்துவிட்டுச் சொன்னாள்.

"நானென்ன புதுசா. இது எத்தன நாளக்கி போ."

பாறைக்குப் போய் உட்கார்ந்ததும் அவள் பையைப் பிரித்தாள். காகிதத்தில் சுருட்டியிருந்த பொட்டலத்தை எடுத்தாள். காகிதம் முழுக்கவும் எண்ணெய் படிந்து ஊறிப் போயிருந்தது. எல்லோருக்கும் முன்னால் பொதுவாக வைத்து "எடுத்துக்கங்க" என்றாள். ஆவலோடு ஆளுக்கொன்றை எடுத்துக் கடித்தார்கள். அரிசிக் கச்சாயம். பல்லுக்கு இதமா யிருந்தது. பொட்டலத்தில் பத்துக்கு மேலிருந்தது. செவிடி எடுத்துக்கொள்ளவில்லை. "நீயொன்னு எடுத்துக்க" என்றாள் வவுறி சகஜமாக.

"நாந்தான் பத்துப் பதனஞ்சு நாளா அதயும் இதயும் தின்னு சலிச்சுப் போயிக் கெடக்கறன். நீங்க தின்னுங்க." என்றவள் பின்னும் வருத்தமாகக் கூறினாள். "நெறையக் கொண்டாரலாமின்னு பாத்தன். எல்லாம் மூஞ்சு போச்சு. அந்தச் சமயத்த உட்டா அவ்வளவுதான்."

பேசும்போது லேசாக முகம் அசைகையில் ஒற்றைக்கல் மூக்குத்தி பளிச்பளிச்சென்று மின்னித் தன் இருப்பைக் காட்டிக்கொண்டது. கூளையனும் நெடும்பனும் ஒரே சமயத்தில் கேட்டார்கள்.

"உனக்குச் சடங்கு பண்ணுனாங்களா?"

"ஆமா. எங்கம்மா வேண்டாமின்னுதான் சொல்லிச்சு. எங்கப்பந்தான் ஊட்டுக்கு மூத்த பிள்ள இதுக்காச்சும் பண்ணோனுமின்னு ஒரேடியாச் சொல்லீருச்சு. அப்பறம் எங்க பண்ணயக்காரரூட்டுலதான் நூறுரூவா வந்து வாங்கிக்கிட்டுப் போயிச் செஞ்சாங்க."

"பதனோராவது நாளா" வவுறி கேட்டாள்.

“ம். எனக்கென்னமோ கஷ்டமாத்தான் இருந்தது. ஒரொரு சமயத்துக்கு நம்புளுக்கா இத்தனயும் செய்றாங்கன்னு சந்தோசமாவும் இருந்திச்சு. நெறையாப் பேரு ரவிக்கத் துணி வாங்கியாந்து வெச்சாங்க. அதுல ஒன்ன வவுறி … உனக்குத்தான் கொண்டாந்தன். புடிச்சிருக்குதா பாரு.”

பைக்குள்ளிருந்து செவிடி ரவிக்கையை எடுத்தாள். அடர் பச்சைநிறம். பெரியவர்கள் போடுவதைப் போலிருந்தது. தைத்தே கொண்டு வந்திருந்தாள். அதைப் பார்த்ததும் வவுறியின் முகம் பொங்கிப் பூத்தது. தன்னுடைய வெற்றுமார்பை ஒருமுறை நோட்டம் விட்டுக்கொண்டாள். சாறு வடிந்து உப்புப் படர்ந்து கிடந்தது. முலைகள் வீக்கம்போல் லேசாகத் தடித்திருந்தன. பண்ணயக்காரர் வீட்டில் எடுத்துத் தரும் பாவாடை சட்டையை ஒருநாள் இரண்டு நாளுக்குப் போடுவாள். அவ்வளவுதான். அப்புறம் அது எங்கே போகிறதென்றே அவளுக்குத் தெரியாது. பழைய படி இடுப்பில் ஒரு சேவேறிய துண்டைத்தான் கட்டிக் கொள்வாள். அவளுடைய மேலுடம்பைப் பார்த்துக்கொண்டே ரவிக்கையைப் பிரித்துப் “போட்டுக்க” என்றாள்.

“எந்தங்கச்சி அளவு வெச்சு உனக்குத் தெச்சம். இன்னமே ரவிக்க போட்டுக்க. ஒவ்வொருத்தரும் ஒவ்வொரு மாதிரி பாப்பாங்க.”

சொல்லிவிட்டு அவள் கூளையனையும் நெடும்பனையும் பார்த்தாள். அவர்களுக்கு முகம் தொங்கிப் போயிற்று. வவுறி ரவிக்கையைக் கையுயர்த்திப் போடும்போது கவனித்தார்கள். பொட்டுப் போல இருந்தாலும் முலைகளின் சிறுவளர்ச்சி கண்களை ஈர்த்தது. இப்படிப் போட்டுடைத்துவிட்டாளே செவிடி என்ற ஆதங்கத்தில் தலையைக் குனிந்துகொண்டார்கள்.

“நா உங்களச் சொல்லுல … நெடும்பா … எதுக்கு உர்ரன்னு இருக்கற. பொதுவாத்தான் சொன்னன். வவுறி ரவிக்கயப் போட்டதும் எப்படி இருக்கறா பாரு.”

ரவிக்கைக் கொக்கிகளைப் போட்டுக்கொண்டு வவுறி வெட்கத்தோடு சிரித்தாள். ரவிக்கை கொஞ்சம் பெரிதாக இருந்தது. தண்ணீரில் ஒருமுறை போட்டால் சுருங்கவும் செய்யும். செவிடி தனக்காக இத்தனை அக்கறையோடு தைத்துக்கொண்டு வந்திருப்பதை நினைக்கவும் வவுறிக்கு ரொம்பப் பெருமையாயிருந்தது. முன்னும் பின்னும் திருப்பித் திருப்பிக் காட்டினாள்.

“கொழந்தப்பையன் கைல இல்லாத செவிடிய இன்னக்கித்தாம் பாக்கறம்.”

கூளையன் சொன்னதும் எல்லோருக்குமே சரியென்று பட்டது. செவிடியின் முகத்தில் துயரக்களை படிந்தது. தவறாகச் சொல்லிவிட்டோமோ என்று கூளையன் நாக்கைக் கடித்துக்கொண்டான்.

"கொழந்தய வெச்சிக்கிட்டு எங்க பண்ணயக்காரி பாவம் ... படாத சிரமப்படுது ... இன்னக்கிப் பாத்துட்டு எனக்கே பாடாப்போச்சு ... கண்ணீர் உடாத கொறையா எங்கிட்டப் பேசிச்சு."

"நீ இன்னக்கிப் பண்ணயத்துக்கு வல்லியா." நெடும்பன் கேட்டான்.

"ம்கூம். இன்னமே வரமாட்டன்'' செவிடி சொல்லவும் யாரும் பேசவில்லை. எங்கோ பனையிலிருந்து காகம் கரையும் ஒலி. என்ன காரணத்திற்காகவோ நெடும்பனுக்கு மனதில் சந்தோசம் ஊறியது. வவுறி அழுதுவிடுவது போலிருந்தாள்.

"நெசமாவா" என்றான் கூளையன்.

"சம்பளப்பணம் எப்படிக் கட்டுவீங்க?" நெடும்பன்.

"எங்க பண்ணயக்காரி என்னய உடவே மாட்டம்னுச்சு. இன்னக்கி எங்க அப்பனும் அம்மாளும் வந்திருக்கறாங்க. அது சொல்லுது, 'ஆட்ட வேண்ணாக்கூட வித்துப்புடறம். செவிடி இங்க ஊட்டுக்கிட்டயே பையனப் பாத்துக்கிட்டுக் கட்டுத்தரையில வேல செய்யட்டும்'கிது. எனக்கே அவுங்க இவ்வளவு சொல்றாங்களே, செரின்னு சொல்லீரலாம்னு இருந்திச்சு. எங்கப்பன்தான் என்ன சொன்னாலும் வயசுக்கு வந்த பிள்ளயப் பண்ணயத்துக்கு உடமாட்டம்னு சொல்லீருச்சு. பண்ணயக்காரருக்குக் கோபம்னா கோபம். 'பணத்த இப்பவே எடுத்து வெய்யி'ன்னு கேட்டாரு. எங்கப்பன் 'நாங்க உங்க காலக் கட்டிக்கிட்டுக் கெடக்கறவங்க சாமீ ... நீங்களே இப்பிடிச் சொன்னா எப்பிடி'ன்னு தணிஞ்சு பேசுனாரு.''

"அதுக்குச் சரீன்னு உட்டுட்டாரா?"

"ம். உடுவாரு ... 'செரி. பணத்துக்கு என்ன செய்யப் போற'ன்னு எங்கப்பனக் கேட்டாரு. எங்கப்பன் சொல்லிச்சு 'எம்பையனுக்குப் பத்து வெருசம் ஆவுது. பள்ளிக்கொடத்துக்குப் போறான். அவனப் பண்ணயத்துக்கு உட்றம்'ன்னு சொல்லிச்சு. அவுங்க ஒத்துக்கவே இல்ல. பையனெல்லாம் வேண்டாம்னிரிச்சு. அப்பறம் எந்தங்கச்சிய உடறம்ன்னு சொன்னதும் சரீன்னுட்டாங்க."

"உந்தங்கச்சியா?"

"ஆமா. அவளுக்கும் இப்ப எட்டு வருசமாவுது. பாத்தாப் பெரிசாவே தெரீவா. வர்ற வருசம் எங்காச்சும் பண்ண

யத்துக்குத்தான் உடோனுமின்னு சொல்லிக்கிட்டிருந்தாங்க. அதுக்கு இப்பவே நேரம் வந்திருச்சு."

"நீ இன்னமே என்ன செய்வ?"

"காட்டுவேலக்கிப் போவன். இல்லைனா, நெல்லுக்குடோன் வேலக்கி எங்கம்மா அனுப்பறமின்னு சொல்லியிருக்குது."

"கலியாணம் எப்ப?"

"அது எனக்கெப்படித் தெரியும்."

"உந்தங்கச்சி என்னைக்கிருந்து வருவா?"

"நாளைக்கே வந்துருவா."

"அவளும் பையனத் தூக்கிக்கிட்டுத்தான் வருவாளா?"

எல்லோரும் சிரித்தார்கள். சட்டென்று செவிடி எழுந்தாள். "செரி. நா போய்ட்டு வர்றன். எங்கப்பனும் எங்கம்மாளும் பாத்துக்கிட்டு இருப்பாங்க. சீக்கிரம் வந்தர்றமின்னு சொல்லீட்டு வந்தன்."

"மொண்டியப் பாக்கப் போவுலியா?" நெடும்பன் கேட்டதும் செவிடி ஒன்றும் வருத்தப்பட்டுக்கொள்ளவில்லை. அவனை ஆதரவான பார்வையால் வருடினாள். ரொம்பவும் பெருந்தன்மை கொண்டவள்போல் தோன்றினாள்.

"மொண்டியப் பாத்தா நீங்களே சொல்லீருங்க." சொல்லி விட்டுக் கீழே இறங்கினாள். மூவரும் மேலே நின்றார்கள். திடீரென நினைவு வந்தவன் போல நெடும்பன் வேகமாக இறங்கி ஓடி அவளோடு சேர்ந்துகொண்டான். அதிசயமாக அவனைப் பார்த்தாள்.

"எம்மேல கோபமில்லயே" என்று அவன் கேட்டுக் கொண்டே அவளுடன் இறங்கினான். செவிடி போனதும் அந்த இடம் முழுவதும் வெறுமை சூழ்ந்துவிட்டதாகப் பட்டது. அவள் ஒரு மின்னலைப் போலத் தோன்றி மறைந்துவிட்டதாகக் கூளையன் நினைத்தான். வவுறி அவனைப் பார்த்துச் சிரித்தாள்.

"வயசுக்கு வந்துட்டா நானும் பண்ணயத்த உட்டு நின்னுக்குவன்." அவள் சந்தோசமாகச் சொன்னாள். உணர்ச்சி யற்ற முகத்தோடு அவளைப் பார்த்தான். "நானு?" என்றான். அவனிடம் இருந்து பெருமூச்சு ஒன்று வெளிப்பட்டது.

●

15

எல்லோரும் அவனைத் தனியாக விட்டுவிட்டுப் போய்விட்டதாக உணர்ந்தான். நடுப்பகல் பொழுது தலைக்கு நேராக உறைத்தது. எந்தப் பாறை மேலும் உட்கார்ந்து நிலைகொள்ள இயலவில்லை. ஏரியில் காலளவு நீர் அவனை விழுங்கிக்கொள்ள அழைப்பது போலிருந்தது. கரட்டுப் பாறைகளின்மேல் தாவித் தாவி இறங்கிப் பின் அதேபோல் மேலேறினான். உடல் கொஞ்சமாய்ச் சுறுசுறுப்புப் பெற்றுவிடும் என்று நம்பினான். ஏதாவது வேலையில் ஈடுபட்டால் எல்லாச் சுமைகளையும் தூசிபோல் ஓட்டிவிட முடியும். ஆடுகள் கரட்டடியில் இருந்த வேம்பினடியில் படுத்துக் கிடந்தன. ஆட்டுக் கூட்டத்தைப் பார்க்கவே அவனுக்குப் பிடிக்க வில்லை. திடீரென்று ஆடுகள் பாதிக்குமேல் குறைந்து போய்விட்டதுபோல் பட்டது. ஏரி நீரைத் தாண்டி ஆள் வரும் தடத்தைக் கண் அவ்வப்போது நோட்டமிட்டு மீண்டது. எல்லா முறையும் ஏமாற்றம். வவுறி இருந்திருந்தால்கூட இத்தனை கஷ்டம் இருக்காது. நெடும்பனாவது வந்திருக்கலாம். ஆளுயரம் வளர்ந்து நிற்கும் பயிர்களுக்கிடையே எல்லோர் தலைகளும் மறைந்துபோய்விட்டன. மைனாக்கள் கூட்டம் கூட்ட மாய்க் கத்தித் திரிகின்றன. ஏரிக்குள் கொக்குகளும் நாரைகளும் முகாமிட்டிருக்கின்றன. நீர்க்கோழிகள் முங்கு நீச்சல் போட்டு ஏரி முழுவதையும் வலம் வந்து கொண்டிருக்கின்றன. என்ன சத்தம் என்றே அறிய இயலாத வகையில் ஏதேதோ ஒலிகள். சில சமயம் பாம்புகள் தவளையை விழுங்கும் சத்தம் என்று தோன்றுகின்றது. இல்லை, தவளைகளின் உயிர் ஓலம். முகமறியாத பறவை ஒன்றின் அழைப்பொலி. இந்த ஏரிக்குள் இத்தனை ஜீவன்களா என்று தோன்றுகிறது.

ஏனோ எல்லாம் இன்று கண்ணில் படுகின்றன. அவை சிலசமயம் பயமுறுத்தவும் செய்கின்றன. இணக்கமாக இருப்பதாகவும் படுகின்றது. கூளையனால் நிலைகொள்ள முடியவில்லை.

என்ன செய்வதென்று தெரியாமல் கிளுவ மரத்தை மூடிப் படர்ந்து கிடந்த குன்றிமணிக் கொடியை நோக்கிப் போனான். அது கருப்பு மூக்கும் சிவந்த உடலும் கொண்ட குன்றிமணி. காய்கள் கொத்துக் கொத்தாக இருந்தன. காய்ந்து வெடித்த காய்களில் கீழே விழாமல் ஒட்டிக்கொண்டிருந்த மணிகளைப் பறித்துக் கை நிறையச் சேர்த்தான். சேர்ந்ததைப் பாறைமேல் போட்டுவிட்டு மீண்டும் பறிக்கத் தொடங்கினான். எவ்வளவு நேரம் போயிற்று என்பதே தெரியவில்லை. பாறைமேல் குன்றிமணி குவிந்திருந்தது. கொடியே காலியாகிப் போனது. இனிமேல் பச்சைக்காய்களைப் பறித்தால்தான். சுடுபாறையில் அப்படியே உட்கார்ந்தான். பொச்சுக்குட்டில் சூடேறிற்று. ஆடுகள் கத்தும் சத்தம் கேட்டது. திரும்பிப் பார்த்தான். நிழலில் சில படுத்துக்கொண்டும் சில நின்று கொண்டுமிருந்தன. வீரன் இல்லாத ஆடுகள். நினைக்கவே அழுகையாய் வந்தது. வீரன்தான் பட்டிக்கே அழகு சேர்ப்ப வனாக இருந்தான். நிதானமும் கம்பீரமும் கொண்டு அவன் நடக்கும்போது இன்னும் கொஞ்சம் பார்க்கலாம் என்றிருக்கும். அவனுக்குப் பேச்சு வராததுதான் குறையே தவிர எதையும் சட்டென்று புரிந்துகொள்வான். கூளையனின் குரல் ஏற்ற இறக்கம் வீரனைக் கட்டுப்படுத்திவிடும். மற்றவர்களுடைய கிடாய்கள் எதையும் அண்டவிடமாட்டான். வீரனுக்கு மூன்று வயதுக்கு மேலிருக்கும். அவனுடைய தாய் தலையீத்துப் பிரவை. குட்டி போட முடியாமல் அதுபட்ட சிரமம். பனிக்குடம் உடைந்து ஒருநாளாகியும் குட்டி வெளியே வரவில்லை. இரண்டு பின்னங்கால்கள் மாத்திரம் குளம்புகள் தெரியுமளவுக்கு வெளியே நீட்டிக்கொண்டிருந்தன. தலைதான் முதலில் வரவேண்டும். தலை குறுக்கே விழுந்து மாட்டிக் கொண்டது போல. ஆடு படாதபாடு பட்டுவிட்டது. படுக்கவும் எழவும் முக்கிப் பார்க்கவும் என்று அதுவும் இடைவிடாமல் எவ்வளவோ முயன்றது. பின் சோர்ந்து தலைகுனிந்துகொண்டு நின்றபடியே இருந்தது. அவ்வப்போது நின்றபடியே ஒருகுரல் மட்டும் பரிதாபமாகக் கொடுக்கும். குட்டி பிழைத்திருக்க வாய்ப்பில்லை என்றுதான் எல்லோரும் நினைத்தார்கள்.

மாடக்காட்டுப் பெரியவர் ரொம்பவும் வயதானவர். நூற்றுக்குமேல் இருக்கும் என்று சொல்லிக்கொண்டார்கள். அவர் இந்த மாதிரி எத்தனையோ குட்டிகளை வெளியே

கொண்டு வந்தவர். அவரைப் போய்க் கூப்பிட்டதற்கு வரமுடியாது என்று சொல்லிவிட்டார். அவரைச் சொல்லியும் பலனில்லை. கண் மங்கிப்போய்விட்டது. தடியை ஊன்றிக் கொண்டுதான் நடந்தார். அங்கே இங்கே போய்க் கீழே விழுந்து கைகால் போய்விட்டால் படுத்த படுக்கையாகக் கிடக்க வேண்டும். பார்ப்பதற்கு யார் இருக்கிறார்கள். கட்டிலில் படுகிடையாகக் கிடக்கும் கிழவனுக்குப் பீ, மல் வார யாருக்குத் தலையெழுத்து? அதனால் எந்தப்பக்கமும் போவதில்லை என்று சொல்லிவிட்டார். கூளையனுடைய பண்ணயக்காரர் ரொம்பவும் கேட்டபிறகு 'ஆட்ட இங்க கொண்டாங்க. முடிஞ்சளவுக்குப் பாக்கறன்' என்று இறங்கி வந்தார். ஆட்டுக் கழுத்தில் கயிறு போட்டதேயில்லை. கயிறு போட்டு இழுக்கவும் மிரண்டு போய்த் திமிறியது. தனியாக வரவும் பயந்தது. பண்ணயக்காரர் கயிற்றைப் பிடித்துக்கொள்ளக் கூளையன் தூக்கிக்கொள்ளாத குறையாகத் தள்ளிக்கொண்டே போனான். ஆட்டைப் பார்த்ததும் அவர் சொல்லிவிட்டார்.

"குட்டி பொழச்சிருக்கறது கஷ்டந்தான். எதோ உங்க நேரம் நல்லாயிருந்திச்சின்னா ஆடும் குட்டியும் தனித்தனியா ஆயிரும். எதுக்கும் மினிச்சாமிக்கு வேண்டிக்க. நல்ல படியா வந்து கெடாயா இருந்ததுன்னா உனக்கே உட்றன்னு வேண்டு."

பண்ணயக்காரர் முனிச்சாமி கோயில் இருக்கும் மேற்குப் பக்கம் திரும்பிக் கும்பிட்டார். வாய் ஏதோ முணுமுணுத்தது. பின் நெடுஞ்சாண்கிடையாகக் கிழவருடைய வாசலிலேயே விழுந்தார். அவர் அப்படி வேண்டிக்கொண்டதுதானோ என்னவோ, கிழவர் கையை விட்டு ஏதோ செய்தார். குட்டியின் தலை படக்கென்று திரும்பிக்கொண்டது. கை முழுக்கத் தடவிக்கொண்ட விளக்கெண்ணெய்யோடு சேர்ந்து குட்டி வெளியே வந்தது. சொன்னது போலவே கிடாக்குட்டி. செழுசெழுப்பாக இருந்தது. சொன்னபடியே முனிச்சாமிக்கு நேர்ந்து விட்டார். வயிற்றிலேயே நாள் முழுக்க இருந்தும் உயிர் பிழைத்துக்கொண்டதால் அதற்கு 'வீரன்' என்று கூளையன் பெயரிட்டான். அவருக்கு அந்தப் பெயர் பிடிக்கவில்லை. 'என்னடா வீரன்' என்பார் முகத்தைச் சுளித்துக்கொண்டு. அவர் இருக்கும்போது அந்தப் பெயரைச் சொல்லிக் கூப்பிடாமல் நாக்கைக் கட்டுப்படுத்திக்கொள்வான்.

வீரன் குட்டியாக இருந்தபோது தன் தாயோடு திரிந்ததை விடவும் கூளையனின் பின்னால்தான் அதிகமாகத் திரிந்தான். ஆடுகளோடு சேராமல் கைப்பழக்கமாகவே வளர்ந்தான். கூளையனும் வீரனுக்காக நல்லநல்ல தீனியாகப் பொறுக்கிக் கொண்டுவந்து தருவான். வளர்ந்து, ஆட்டு மல்லின் கவிச்சி

அவனுக்குப் பிடித்துப்போகும் வரைக்கும் கூளையனிடம்தான் இருந்தான். தன்னை விட்டுவிட்டு ஆடுகளின் பொச்சுக்குப் பின்னால் மல்லை மோந்து மேலுதட்டைத் தூக்கி மோப்பம் பிடித்துக்கொண்டு போவதைப் பார்த்துக் கூளையனுக்குத் தாங்கவில்லை. 'வீரா வீரா' என்று எத்தனை அதட்டல் போட்டாலும் கொஞ்சநேரம்தான். திரும்பிப் பார்த்தால் ஆடுகளோடு இருப்பான். மகனை இழந்தது போலக் கூளையன் தவித்துப்போவான். பேசுவதற்கே ஆளில்லாமல் போய்விட்டதாகவும் தனியாளாகத் தான் நிற்பதாகவும் உணர்வான். ஆனால் மனசு கொஞ்சம் கொஞ்சமாகத் தேறிக் கொண்டது. வீரனின் கொடி நீள்வதையும் ஆடுகள் ஒவ்வொன்றையும் அவன் சினையாக்குவதையும் ஆவலோடு பார்த்துத் தன்னை மீட்டுக்கொண்டான். எவ்வளவு கோபம் வந்தாலும் வீரனை அதட்டல் போடுவானே தவிரக் கை வைத்ததில்லை.

அடேங்கப்பா ... வீரன் எப்பேர்ப்பட்டவன். முனிச்சாமி வேட்டைக்குப் போகும் தடத்தில் பட்டி போட்டுப் படுத்திருந்தபோது, வீரனில்லாவிட்டால் உயிர் தப்பிப் பிழைத் திருக்க முடியாது. சாமியின் சுண்டுவிரல் நீண்டிருந்தால் போதும். கூளையன் ரத்தம் கக்கி மல்லாந்திருப்பான். வீரன் அப்போது சாமியிடம் என்னமாய்ப் பேசினான். பிடரியைச் சிலிர்த்துக்கொண்டு ஓடும்போது சிங்கம் போலல்லவா இருந்தான். சாமியும் வீரனின் பேச்சைக் காது கொடுத்துக் கேட்டதுதான் அதிசயம். அடுத்த நாள் காலையிலேயே பட்டியை வேறு தாவுக்கு மாற்றியாகிவிட்டது. அந்த வீரன் இப்போது சாமியோடே போய்ச் சேர்ந்து கொண்டான். சாமிக்கு அடிமை வேலை செய்யும் எத்தனையோ உயிர்களில் வீரனும் ஒன்று.

நேற்று ராத்திரி முழுக்கவும் பொட்டுத் தூக்கமில்லை. முனிச்சாமி பொங்கல். ஆண்டுக்கு ஒருமுறை நடக்கும் பொங்கலின்போது மட்டும்தான் கிடா வெட்ட முடியும். மற்ற சாமிகளாக இருந்தால் விரும்பும் சமயத்தில் பூசைக்குக் கொடுத்துத் தனியாகக்கூட வெட்டலாம். இந்தச் சாமிக்குக் காவுஞ்சோறு போட்டாக வேண்டும். அதற்குப் பொங்கலின் போது மட்டும்தான் முடியும். பொங்கலின்போது பார்க்க வேண்டுமே. சுற்றுவட்டாரத்தில் உள்ள நான்கைந்து ஊர்களில் இருந்து எல்லோரும் பொங்கல் கொண்டு வருவார்கள். காட்டுக்குள் எந்தத் துணையும் இல்லாமல் தன்னந்தனியாக இருமுனிகளும் உட்கார்ந்திருக்கும் இடமா இது என்று தோன்றும். வாசலில் ஒரே ஒரு பூவரசு மட்டும் கிழடு தட்டிப்போய்ப் பரந்து விரிந்திருக்கும். அப்புறம், நடப்பட்ட வேல்கள்.

காற்றடிக்கையில் வேல்களின் மணியிலிருந்து ஒலிக்கும் டிங்டிங் சத்தம். மண் குதிரைகள் இரண்டும் முனிகளின் தோள் உயரத்திற்கு நிற்கும். பகலில் யாரும் இல்லாத நேரத்திற்குப் போனால் பயந்துவிட நேரும். அந்த அனாதிக் காட்டில் சாமி எப்படித்தான் இருக்கிறாரோ என்று கூளையன் நினைத்துக்கொள்வான். பொங்கலன்று பகலிலும் இரவிலும் ஒரே கூட்டம்தான். பொங்கல் வைக்க அடுப்புச் சிக்காது. ஒவ்வொரு வருசமும் ஐம்பது கிடாய்களுக்குக் குறையாது.

ஐப்பசி மாதம். அடைமழைக் காலம். இந்த வருசம் பரவாயில்லை. சிணுங்குத் தூறலாய் மழை இருந்தது. அது ஒன்றும் கஷ்டமாக இல்லை. சாமி பன்னீர் தெளித்து அனைவரையும் வரவேற்பது போலத் தோன்றிற்று. ஒவ்வொரு வருசத்திற்குப் பெரும்பாடாகப் போய்விடும். மழை நிற்காமல் பெய்துகொண்டே இருக்கும். ஐப்பசி மாதத்தில் போய் பொங்கல் வைக்கச் சொல்லி இந்தச் சாமி எதற்குத்தான் கேட்கிறாரோ என்று நினைப்பார்கள். ஓலைகளைத் தலைக்கு மேல் வைத்துக்கொண்டு சாக்குகளைப் போட்டுக்கொண்டு வந்துவந்து எப்படி எப்படியோ பொங்கலை வைத்துவிட்டுப் போவார்கள். அந்தச் சமயத்தில் எல்லாம் எத்தனைதான் வேடிக்கைகளுக்கு ஏற்பாடு செய்திருந்தாலும் ஒன்றும் நடத்த முடியாது. வாணம் விடுவது மட்டும் இடைவிடாமல் நடக்கும். இந்த வருசம் ஜோடி ஆட்டம் போட்டிருந்தார்கள். பெண்ணாக வேசம் கட்டியிருந்தவன் நன்றாக ஆடினான். அவன் கால் அடவுகள் கூடி வந்திருந்தன. அவன் புடைத்துத் தெரிவது போல பெரிய மார்களைக் கட்டிக்கொண்டிருந்தான். ஒவ்வொருவரும் போய் அதன்மேல் பணம் குத்தி வைத்து விட்டு வரும்போது 'நீ நல்லாக் குத்துவியா' என்று கேட்டுச் சிரிக்க வைத்தான். அவன் பேச்சுக்குக் கொஞ்சம்கூடக் குறையாமல் ஆணும் ஈடு கொடுத்தான். முன்னால் போய் நின்றுகொண்டிருந்த ஒருகிழவரைக் காட்டி 'இவருங்கூட நல்லாக் குத்தவாரு' என்றதும் அவர் முகத்தில் வெட்கம் கூடிச் சிரித்ததைப் பார்த்ததும் எல்லோரும் சிரித்தார்கள். அவன் மேலும் சொன்னான். "குத்துவாருன்னா . . . ஏழூருச் சனங்களும் எங்க ஜோடி ஆட்டத்தப் பாக்க வந்திருக்கற பொம்பள மார்களும் . . ." பொம்பள மார்களும் என்பதைப் பிரித்து மார்களும் என்பதை இரண்டு முறை அழுத்திச் சொன்னான்.

". . . மகாமுனிக்குக் கெடா வெட்டப் போற ஆம்பள மார்களும் . . ."

யாரோ கூட்டத்திலிருந்து 'ஆம்பள மார்களா' என்று கேட்டதும் அவன் மாற்றிக்கொண்டான். "இல்லஇல்ல... ஆம்பளைகளுக்கு மாரில்ல... ஆம்பளைகளும்... தப்பா நெனச்சிக்கக் கூடாது... இவரு... பெரீய ஆளு... நெல்லுக் குத்துவாரு... கம்பு குத்துவாரு... சோளங் குத்துவாரு... ஆமா... நல்லாக் குத்துவாரு... பெரிய்ய ஒலக்க வெச்சிருக் காருல்ல..."

பொம்பளைகள் எல்லோரும் சேலையால் வாயை மூடிக்கொண்டு சிரித்தார்கள். பையன்கள்தான் கெக்கலி யிட்டுச் சிரித்தார்கள். கூளையனும் நெடும்பனும் கோயி லுக்குக் கொஞ்சம் தள்ளி உழுது போட்டிருந்த காட்டுக்குள் உட்கார்ந்துகொண்டிருந்தார்கள். பட்டப்பகல் போல நிலவொளி. அருகில் இருந்த ஆவாரஞ்செடி ஒன்றில் வீரனைக் கட்டியிருந்தான். பட்டியில் இருந்து பிடித்து வருவதற்குள் வீரன் படாதபாடு படுத்திவிட்டான். கயிற்றைக் கட்டி இழுத்துக் கொண்டுவர, ஓராள் பின்னாலிருந்து தடியால் அடித்துத் துரத்த வேண்டியிருந்தது. இதுவரைக்கும் கயிறு படாக் கழுத்து. வீரனுக்குப் பழக்கமில்லை. பண்ணயக்காரர், பண்ணயக்காரி, செல்வன் எல்லோருமே வந்திருந்தார்கள். அவர்கள் பொங்கல் வைத்துக்கொண்டும் வேடிக்கை பார்த்துக் கொண்டுமிருந்தார்கள். கூளையனோ நெடும்பனோ கோயில் வாசலுக்குப் போக முடியாது.

ஆடு மேய்க்கும்போது எத்தனையோ முறை வந்து சுற்றிய கோயில்தான். அப்போதெல்லாம் அந்தப்பக்கம் வர நாதியிருக்காது. அணில்களும் ஓடக்கான்களும் சரசரத்து ஓடி விளையாடும் இடம். பூவரசம் இலைச்சருகுகளும் காற்று அள்ளிவந்து போட்ட செத்தைகளுமாய்க் கோயிலும் வாசலும் நிறைந்து கிடக்கும். வேல் மணிகளைப் பிடித்து ஆட்டுவார்கள். ஒவ்வொரு வேலில் ஐந்தாறு மணிகள் இருக்கும். சில மணிகளைக் கழற்றிக் கொண்டுபோய் ஆடுகளுக்கும்கூடக் கட்டுவதுண்டு. கோயில் வாசலில் இருக்கும் கல்தூரி எண்ணெய் கண்டு பல நாட்கள் ஆனதால் காய்ந்து சடை விட்டுக் கிடக்கும். உட்கார்ந்து தூரி ஆடியிருக்கிறார்கள். அதற்கு மட்டும் கொஞ்சம் பயம். யாராவது பார்த்துவிட்டால் நரம்பை உருவிவிடுவார்கள். அது மட்டுமில்லாமல் தூரி தரையிலிருந்து ஒருசாண் உயரம்தான் இருக்கும். அதில் உட்கார்ந்து காலை மடக்கிக் கொண்டு ஆடுவது கஷ்டம். வவுறி சம்மணம் போட்டு உட்கார்ந்துகொண்டு ஆட்டிவிடச் சொல்வாள். ஒருமுறை கூளையனும் வவுறியும் சாமி உட்கார்ந்திருக்கும் மேடை மேல் ஏறிக்கொண்டு சாமியின் மீசையை முறுக்கி விட்டார்கள். கறுத்து நகநகவென்று மினுங்கிய மீசை மேல்நோக்கி நேராக

நின்றது. முறுக்கிவிடும்போது உருட்டிய கண்களில் சாமி பார்ப்பது போலத் தோன்றவும் பயந்துகொண்டு இறங்கி விட்டார்கள். அதுவெல்லாம் யாருக்குத் தெரியப்போகிறது? பொங்கலின்போது கோவணத்தை ஆட்டிக்கொண்டு ஏதாவது வாங்கித் தின்னலாம் என்று கட்டில் கடைப்பக்கம் போனாலே போதும். யாராவது வந்து விரட்டி விடுவார்கள்.

“ஆளுக்காரப் பசவளுக்குப் பன்னாட்டப் பாரு . . . அப்பிடி ஓரமா உக்கோந்தா ஆவாதா.”

காட்டுக்குள் சாக்கைப் போட்டு உட்கார்ந்துகொள்ளலாம். கூளையன் வீரனுக்குக் காவல். நெடும்பன், அவனுடைய பண்ணயக்காரர் அறுக்கவிட்டிருந்த கோழிச்சேவல் பறந்துவிடாத படி கால்களைக் கட்டிப் பிடித்து வைத்திருந்தான். அவர்களைப் போலச் சில பையன்கள் காட்டுக்குள் அங்கங்கே உட்கார்ந் திருந்தார்கள். அங்கிருந்து பார்க்கப் பெட்ரோமாக்ஸ் விளக்கு வெளிச்சம் பிரகாசமாய்த் தெரிந்தது. சுற்றிக் குழுமியிருந்த கூட்டத்தின் கால் சந்துகளில் அவ்வப்போது ஆட்டம் தோன்றி மறைந்தது. அவர்களுடைய குரல்கள் மட்டும் கணீரென்று கேட்டன. காட்டுக்குள் உட்கார்ந்திருந்த பண்ணயத்துப் பையன்கள் எல்லோரும் விழுந்து விழுந்து சிரித்தார்கள். ஒவ்வொருவருடைய கையிலும் கிடாயோ கோழிச்சேவலோ இருந்தது. அவன் ‘குத்து’ப் பேச்சு நெடும்பனுக்கு ரொம்பவும் பிடித்திருந்தது. கூளையனைச் சீண்டினான்.

“உனக்குக் குத்தத் தெரீமாடா.”

“உனக்குத் தெரீற அளவுக்கு எனக்குந் தெரீன்டா”

“நீ . . . இப்பவெல்லாம் பெரீய்ய பேச்சுப் பேசறீடா . . . செரி . . . அந்தப் பெரியவர் அளவுக்குக் குத்துவியாடா . . .”

சொல்லிவிட்டு அடக்க முடியாமல் சிரித்தான். எழுந்து போய் யாரிடமோ பீடி வாங்கிப் பற்ற வைத்துக்கொண்டு வந்தான். கூளையனிடம் ஒன்றை நீட்டி “இந்தாடா” என்றான். கூளையனுக்குத் தயக்கமாக இருந்தது. பீடி பிடிப்பதைப் பண்ணயக்காரர் பார்த்துவிட்டால் அவ்வளவுதான். எந்த இடம் என்றுகூடப் பார்க்காமல் முகத்திலேயே மிதித்து விடுவார். “வேண்டான்டா” என்று மறுத்தான்.

“உங்க பண்ணயக்காரரொன்னும் பாத்தரமாட்டாரு . . . பயந்து சாவாதீடா . . . எதெதுக்குத்தான் பயப்படறதுன்னு இல்ல . . . அவன் பாட்டக் கேட்ட உங்க ஆளு வெடச்சிக்கிட்டு நிப்பாரு . . . புடி.”

அவன் நின்று பாடினான்.

கொம்புல பழுத்த பழம் என்னடி குட்டி
அடி சொல்லடி குட்டி

அவள் பதில் கொடுத்தாள்:

கொம்புல பழுத்த பழம் கொய்யாப்பழன்டா
மாமா கொய்யாப்பழன்டா

அவன் தொடர்ந்தான்:

உட்டு உட்டு இழுக்கறது என்னடி குட்டி
அடி சொல்லடி குட்டி

இளைஞர் கூட்டம் ஓவெனக் கத்திச் சிரித்தது. அவன் அதையே திரும்ப இரண்டு மூன்று முறை அழுத்தமாகப் பாடினான். 'உட்டு உட்டு' என்ற சொற்களைப் பாடும்போது கைகள் ஒருமாதிரி முன்பின் போய் வந்தன.

அவள் சாதாரணமாகப் பதில் பாட்டுப் பாடினாள்:

உட்டு உட்டு இழுக்கறது ஈருவலிடா
மாமா ஈருவலிடா

சீழ்க்கையும் கெக்கலியும் ஒலிக்க சலங்கை கட்டி ஆட்டம். கூளையன் பீடியை வாங்கிப் பற்றவைத்துக்கொண்டு எதிர்ப் புறமாகத் திரும்பி உட்கார்ந்தான். "பயந்தாங்கொள்ளி நாயி" என்று திட்டிக்கொண்டே பொச்சாங்குட்டில் இரண்டு உதை விட்டான் நெடும்பன். கூளையன் எதிர்ப்பெதுவும் காட்டாமல் கப்கப்பென்று பீடியை உறிஞ்சிப் புகையை விட்டுவிட்டு முன்போல் திரும்பி உட்கார்ந்துகொண்டான். பெட்ரோ மாக்ஸ் விளக்கு அணைந்து போய்க் கோயிலருகே கசாமுசா வென்று சத்தம் கேட்டது. யார் யாரோ விளக்கைத் திரும்பவும் பற்ற வைக்க முயன்றுகொண்டிருந்தார்கள். நிலா வெளிச்சம் எங்கும் வீசிக்கொண்டிருந்ததால் வேலைகள் எதுவும் தடைப் படவில்லை. யாருடனோ பேசிக்கொண்டிருப்பதற்காக நெடும்பன் போய்விட்டான். ஓரிடத்தில் அவனுக்குக் கால் தரிக்காது. கட்டில் கடைக்குக்கூடப் போவான். படுத்து அசை போட்டுக்கொண்டிருந்த வீரனின்மேல் அப்படியே சாய்ந்து படுத்தவன் எந்நேரம் தூங்கிப் போனானோ தெரியவில்லை. அவர் வந்து உதைத்துத்தான் எழுப்பினார். திடுக்கிட்டு எழுந்தவன் தன் தலைக்கு அணை கொடுத்துப் படுத்திருந்த வீரனைப் பார்த்தான். இவ்வளவு நேரமும் கொஞ்சம்கூட அசங்காமல், கூளையனுடைய தூக்கத்தைக் கலைக்காமல் அப்படியே வீரனும் படுத்திருந்திருக்கிறான். வீரன்மேல் அன்பு

மீதூரக் கூளையனுக்குக் கண்ணீர் வந்தது. அவர் அவசரப் படுத்தினார்.

"என்னடா மசமசன்னு... அவுத்துக் கெடாய எழுப்புடா."

ஆவாரங்கோலில் போட்டிருந்த முடிச்சை உருவி எழுப்பினான். 'வீரா... வீரா.' அவனுடைய குரல் என்ன சொல்கிறதென்று வீரனுக்குத் தெரியும். ஆனால் எழவில்லை. தலையை நீவி "எழுந்திரிடா" என்றான். அவர் வந்து "என்னடா கொஞ்சலு" என்று அதட்டிவிட்டு வீரனைத் தட்டி எழுப்பினார். மிகவும் சோம்பல் கொண்டவனைப் போல மெல்ல எழுந்தான். வீரனின் கண்களைப் பார்த்தான். ரொம்பவும் தெளிவாயிருந்தது. ஒருச்சாய்வில் நிலவொளி பட்டு மினுங்கித் தீர்ந்தது. அவற்றில் எந்த உணர்ச்சியையும் கண்டுணர இயலவில்லை. வீரனுடைய கழுத்தைக் கட்டிக்கொண்டு கதறித் தீர்க்க வேண்டும் போலிருந்தது. அவர் அவனையோ வீரனையோ கவனிக்கவில்லை. வீரனைப் பிடித்து இழுத்தார். அவன் நகரவில்லை. "முடுக்கி உடேன்டா... எருமயாட்டம் நிக்கற" என்று கத்தினார். வீரனைத் தள்ளிவிட்டுப் "போ... போ" என்றான். அதற்குள் செல்வன் வந்துவிடவும் கூளையன் அந்த இடத்திலேயே நின்றுகொண்டான். அப்பனும் மகனும் வீரனை இழுத்துக்கொண்டு போவது ஏதோ கனவு போலத் தெரிந்தது. அவர் தூரத்திலிருந்து சத்தம் கொடுத்தார்.

"கூளையா... நீ தொண்டுப்பட்டிக்குப் போய்ப் படுத்துக்க. அப்புறம் நாங்க வர்றம்."

கெடாவெட்டு ஆரம்பமாவதைக் கலாமுலாச் சத்தம் உணர்த்தியது. கெடாயைப் பிடித்துக்கொண்டு போவோரும் சேவல்களைக் கொண்டு செல்வோரும் எனக் கோயிலைச் சுற்றிலும் களேபரம். ஏதோ ஒரு சேவல் 'கொக்கரக்கோ' என்று கூவியது. யாரோ 'கூவு கூவு... கடைசியா' என்றார்கள். கிடாய்களும் கத்தின. அதில் வீரன் குரல் எங்காவது கேட்கிறதா என்று உற்றுக் கேட்டான். முதலில் ஒருகுரலும் வீரனுடைய தல்ல என்று தோன்றியது. பின் ஏதோ ஒருகுரல் திரும்பத் திரும்பக் கத்துவது வீரனுடையது போலவே இருந்தது. கவனிக்கக் கவனிக்க வீரனுடைய குரல் பெருகிக்கொண்டே வந்தது. எல்லாக் குரலும் வீரனுடையதே. குரல் பெருகிப் பெருகி வளர்ந்து அவனைச் சூழ்ந்தது. அதற்குமேல் அங்கே நிற்க முடியவில்லை. கோயிலின் பின்புறம் போய்த் தடத்துக்கு வந்தான். யாரோ அவசர அவசரமாகக் கிடா ஒன்றைப் பிடித்துக்கொண்டு வந்தார்கள். "கெடாய்க்கெல்லாம் தீத்தம்

போட்டுட்டாங்களா தம்பி ...” என்றார்கள் அவனைப் பார்த்து. “தெரியலீங்க” என்ற ஒரே வார்த்தையோடு முடித்துக்கொண்டு நடந்தான். கிடாயை முடுக்கிக்கொண்டு பின்னால் நடந்து போன பொம்பளை யாரையோ திட்டிக்கொண்டே போனாள்.

“பொழுதோடவே புடுச்சாரலாம்னு சொன்னா எந்த நாய் கேக்குது. கெடா வெட்டற நேரத்துக்குத் தூங்கீட்டமுன்னா என்ன பண்றதுன்னு சொன்னா ... காதுல ஏறுனாத்தான ... வேற சாமியா ... இன்னக்கி உட்டுட்டா இன்னொரு நாளக்கி வெட்டலாம்கறதுக்கு ... அடுத்த வெருசம் வரைக்கும் கெடாய ஆரு மேச்சுத் தொலைக்கிறது.”

இன்னும் ஒரு வருசமென்ன ... பல வருசங்களுக்கு என்றாலும் வீரனை மேய்க்க முடியும். அவனால் என்ன தொந்தரவு இருக்கிறது. அவனில்லாமல் இருப்பதுதான் கஷ்டம். நடக்க நடக்கத் தடம் தீரவே இல்லை. நிலா வெளிச்சத்தைப் பற்றிக்கொண்டு நடந்தபடியே இருந்தால் மனசுக்குக் கொஞ்சம் தெம்பாக இருக்கும். இந்நேரம் தீர்த்தம் போட்டிருப்பார்கள். கிடாய்கள் தலையசைத்துத் துலுக்கும். பலியாகத் தெரிவிக்கும் சம்மதம் அது. குற்றங்குறை இருப்பவர்களுடைய கிடாய்கள் துலுக்காமல் சண்டித்தனம் பண்ணும். கிடாய்க்கு உரியவர்கள் கீழே விழுந்து ‘என்ன தப்பு இருந்தாலும் நீதான் சாமி பொறுத்துக்கோணும் ...’ என்று வேண்டுவார்கள். பின் கிடாய்கள் துலுக்கும். வீரன் ஒருபோதும் மறுக்கமாட்டான். உடனே துலுக்கியிருப்பான். அத்தோடு அவனுடைய குரல் அடங்கிவிடும். துலுக்கியபின் கத்துவதற்கு இல்லாமல் குரல்வளையை இறுக்கிப் பிடித்துக்கொள்வார்கள். எல்லாச் சத்தமும் அடங்கிவிட்டது. காதில் எந்த ஒலியும் இல்லை. ரத்தம் சிதறியிருக்கும். முனிச்சாமி வீரனைப் பலி கொண்டு விட்டார்.

தொண்டுப்பட்டிக் கடவு வழியாக உள்ளே நுழைந்ததும் நாய் முறுகியது. ஆடுகளில்கூட ஏதோ ஒன்று சத்தம் கொடுத்தது. பட்டியைப் பார்க்கவே தோன்றவில்லை. மாடுகளுக்குத் தட்டுப் போடவில்லை என்றால் அவர் வந்து கத்துவார் என்பது நினைவு வந்தது. கடனே என்று தட்டுக் கத்தைகளைத் தூக்கிப் பிரித்து மாடுகளுக்கிடையே போட்டுவிட்டுச் சாக்கில் விழுந்தான். தூக்கம் வரவில்லை. இமைகளை மூடினால் வீரனின் உருவம் வந்து நிற்பது போலிருந்தது. வானம் வெளுத்து வெறுமையாகக் காணப்பட்டது. அதையே பார்த்துக்கொண்டிருந்தான்.

விடிகாலையில் அவர் வந்து எழுப்பினார். நேரம் வரை தூங்கிவிட்டோமே என்னும் பயத்தில் அரக்கப்பரக்க

எழுந்தான். கட்டுத்தரை வேலைகள் எல்லாம் முடிந்துவிட்டன. அவர் ஏதாவது சொல்வாரோ என்று எதிர்பார்த்தான். விடியும் முன்பே கிடாயின் தோலுரித்துக் கறி அரிந்து கொடுத்துவிட்டு வந்திருப்பார். கொஞ்சநேரம் தூங்கியவர் எழுந்து மாடுகளுக்குத் தட்டுப் போட்டுக்கொண்டிருந்தார். அவனுக்கான சோறு வந்து சேர்ந்துவிட்டதா என்பது தெரியவில்லை. படலோரத்தில் வைத்திருந்த தூக்குப்போசியை எடுத்தான். கனமாக இருந்தது. எப்போதும் விடிகாலை யிலேயே சோற்றைக் கொண்டுவந்து போசியில் ஊற்றி வைத்துவிடுவார். குச்சி ஒன்றை எடுத்துப் போசி மூடியின் பிடியில் மாட்டி இழுத்துத் திறந்து அதே போலப் போட்டும் வைப்பார். இன்றைக்கும் அதே போலவே போட்டும் வைத்தி ருந்தது. திறந்து பார்த்தான். பொங்கல் சோறும் ஒன்றிரண்டு பழங்களும் இருக்கும் என்று நினைத்தான். ம்கூம். நீத்தண்ணி யோடு கம்மஞ்சோறு மணந்தது. நேற்றைய சோறு. அதற்கு மேல் அவர் ஏதாவது சொல்வார் என்று எதிர்பார்க்க என்ன இருக்கிறது? என்றாலும் மனம் கேட்கவில்லை.

படலை அவிழ்த்துச் சத்தம் வரும்படி திறந்தான். ஆடு களை என்றும் இல்லாதபடி சத்தமிட்டு அதட்டினான். அவர் நிமிர்ந்து எதுவும் பேசவில்லை. இன்று வீட்டுக்கு ஒரம்பரைக் கூட்டம் நிறைய வரும். அவர்களை உபசரிப்பது பற்றிய நினைவில் ஆழ்ந்துபோய்விட்டாரோ என்று தோன்றிற்று. அவர் கவனத்தைத் திருப்பப் பார்த்தான்.

‘மத்தியானத்துக்கு ஆடோட்டிக்கிட்டு வந்திரு . . . ஊட்டுக்கு வந்து சோறு தின்னுட்டுப் போவ’ என்று அழைப்பார் என ஆடுகள் தொண்டுப்பட்டியைத் தாண்டி வெளியே வரும்வரை காத்திருந்தான். அவரிடம் “ஆடோட்டிக்கிட்டுப் போறனுங்கோ” என்று கத்திச் சொன்னான். எதற்கும் பலனில்லை. “ம்ம்” என்றதோடு சரி.

கூளையன் பாறைமேல் உட்கார்ந்துகொண்டு அழுதான். குன்றிமணிகள் பாறையெங்கும் சிதறிக் கிடந்தன. தனக்கு இப்படி ஏன் வாய்த்தது என்று தோன்றியதும் அழுகை கூடிற்று. யாரும் இல்லாமல் இருப்பது மனம்விட்டு அழுவதற்காவது வாய்ப்பாக இருக்கிறது. நின்று பார்த்தான். ஆடுகள் இன்னும் நிழலில்தான் படுத்திருந்தன. சட்டென்று தன்மேல் வெறுப்பு கூடிற்று. ராத்திரி எல்லாம் வீரனைப் பற்றி நினைத்துக் கொண்டிருந்துவிட்டுப் பகலெல்லாம் வீரனின் கறியைப் பற்றி யோசித்துக்கொண்டிருக்கிறோமே என்று பட்டது. கறி தின்று இரண்டு மூன்று மாதங்களுக்கு மேல் இருக்கும். தொண்டுப்பட்டியில் மேய்ந்துகொண்டிருந்த வெடைக்கோழி

ஒன்றைப் பிடித்து அடித்திருந்தார்கள். அன்றைக்கு மத்தியானம் நெல்லஞ்சோற்றோடு கறிக்குழம்பும் ஊற்றி அவள் போட்டாள். அதில் கால் துண்டுகளும் ஒன்றிரண்டு எலும்புகளும் கிடந்தன. அதற்குப்பின் ஒரே ஒருமுறை வெள்ளெலி ஒன்றைப் பிடித்து நெடும்பனும் அவனும் தின்றார்கள். அதனால்தான் கறியை நினைத்து நாக்கு ஊறிக் கிடக்கிறது. ஓரம்பரைகள் கூடியிருக்கும் பொழுதில் அவனைப் பற்றிய எண்ணம் யாருக்கு வரப்போகிறது? எப்போதும் கிடா வெட்டினால் ஒரு சப்பையை எடுத்துப் பழைய கறிக்காக வைப்பார்கள். நாளைக்குப் பழைய கறி போடலாம் என்று விட்டுவிட்டார்களோ என்னவோ. என்னதான் இருந்தாலும் வீரனைக் குட்டியிலிருந்து வளர்த்து ஆளாக்கிய அவனுடைய நினைவு வராமல் போகுமா. வீரனாவது ஒன்னாவது. அவர்களுடைய மனதில் இருப்பது ஒருகிடா. நன்கு கொழுத்து வளர்ந்திருக்கும் பெரிய கிடா. அதில் சேர்ந்திருக்கும் கொழுப்பின் அளவு பற்றிப் பேசுவார்கள். கிடாயை ஒடையடித்து விட்டிருந்தால் இந்தக் கவுச்சி கறியில் வந்திருக்காது என்பார்கள். மூன்று வருசம் ஆன கிடா. அதனால்தான் கறி வேகக் கொஞ்சம் நேரமாகிறது என்று யோசிப்பார்கள். வீரன் என்கிற பெயர் யாருக்கு நினைவு வரும்? செல்வன்.

செல்வனாவது கூளையனைக் கறிக்கு வரச் சொல்லலாம் என்று நினைக்கவில்லையே. மறந்துவிட்டிருந்தால்கூட மறுபடியும் செல்வன் வருவான் என்றுதான் நினைத்தான். ஏரிக்கு அந்தப்பக்கம் காட்டுக்குள் தொடங்கிப் போகும் தடத்தையே எத்தனை முறை கண்கள் தொட்டுத் தொட்டு மீண்டுவிட்டன. செல்வனின் தலை தெரியும் என்றும் அவன் வந்தால் அவனிடம் என்ன பேசுவது என்றும் யோசித்து வைத்திருந்தான். கோபத்தை அவன் ஏற்றுக்கொள்ளும் வகையில் காட்டி முகத்தைத் திருப்பிக்கொள்ள வேண்டும் என்றும் நினைத்திருந்தான். செல்வனும் வருவதாகக் காணோம். வேண்டுமென்றே செல்வன் வராமல் இருப்பான். யாராவது அவனைப் போகச் சொல்லியிருந்தாலும் ‘கூளையனப் போயி அழைக்கறாங்களா . . . பொழுதோடத்திக்கு வந்து தின்னுக் கட்டும்’ என்றுதான் கூறியிருப்பான். அவனுடைய புத்தியைப் படத்துக்குப் போய்வந்த அன்றைக்கே கண்டுகொண்டாகி விட்டது. ராத்திரியில் எவ்வளவு நம்பிக்கை கொடுத்தான். கிடா திருட்டுப் போனதை மறைக்கவும் இல்லாவிட்டால் சமாளிக்கவும் தந்திரங்கள் வகுத்தான். அதையெல்லாம் நம்பாமல் இருந்தது நல்லதாகிவிட்டது.

அன்றைக்கு இரவிலும் கூளையன் தூங்கவே இல்லை. கிடா இல்லை என்று தெரிந்து கொஞ்சநேரம் பதறியதோடு

சரி. பேசிக்கொண்டிருந்துவிட்டுக் 'காத்தாலக்கிப் பாத்துக் கலாம்' என்று கட்டிலில் படுத்துக் குறட்டை போட்டான். கூளையன் படுத்துப் பார்த்தான். அவன் மனதிலும் கண்களிலும் காட்சிகள் மாறிமாறி ஓடின. எப்படியிருந்தாலும் கிடா திருட்டுப் போன விவரம் கசிந்து அவர் காதுக்குப் போய்விடும். மறைப்பதெல்லாம் நடக்காது. அடி பட்டை கிளப்பிவிடுவார். கோபம் வந்துவிட்டால் என்ன செய்வார் என்றே சொல்ல முடியாது. ஊஞ்ச விளாறும் சாட்டை வாரும் சாதாரணம் அவருக்கு. அதைத் தாண்டிப் போய்விட்டால் தாங்கவே முடியாது. அப்புறம் அப்பனோ அம்மாவோ ஓடிவந்து எதுவும் செய்யமுடியாது. நினைக்கும்போதே அவனுக்கு உடல் கூசியது. எப்படியாவது அவரிடமிருந்து தப்பித்துக் கொள்ள வேண்டும் என்னும் ஒரே எண்ணம்தான் அவனுக்கு. செல்வன் தூங்கட்டும் என்று அப்படியே விட்டுவிட்டு இரண்டாம் கோழி கூப்பிடும் நேரத்திற்கே கிளம்பிவிட்டான்.

பச்பச்சென்று விடியும்போது ஊர் போய் தம் வளவுக்குள் நுழைந்துவிட்டான். அவனுடைய அம்மா அடுப்பில் என்னத்தையோ கிளறிக்கொண்டிருந்தவள் அவனைப் பார்த்ததும் திடுக்கிட்டுப் போனாள். கொஞ்சநேரம் எதுவுமே புரியவில்லை. திடீரென்று மகன் வந்து இப்படி முன்னால் நிற்கிறானே, என்னவோ ஏதோ என்று பயந்துபோனாள். அம்மா ஏறிட்டுப் பார்த்ததும் மூக்குத்தி ஒளி வீசிற்று. விசும்பிக் கொண்டிருந்த மனம் குரலெடுத்து அழத் தொடங்கிவிட்டது. அம்மாவுக்கு என்னவென்று கேட்க வாய் வரவில்லை. அவனுக்கும் சொல்ல முடியவில்லை. அவன் தலையை மடியில் கிடத்திக்கொண்டு அழுதாள். கணவனை எழுப்பினாள். ராத்திரி கொஞ்சம் அதிகமாகிவிட்டது போல. கண்விழிக்க இயலாமல் புரண்டார்.

"ராத்திரி எவ தூமையக் குடிச்சுப்புட்டு வந்தானோ . . . த்தூ . . . பையன் வெடியல்ல எந்திரிச்சு அழுதுக்கிட்டு ஓடியாந்தி ருக்கறான் . . . உனக்கென்ன தூக்கம் . . ."

"ஆரு . . . பெரியவனா." உடனே எழுந்துகொண்டார். "என்னடா" என்று எரிச்சலோடு கேட்டவர், அவனுடைய அழுத முகத்தைப் பார்த்ததும் சட்டென்று நிறுத்திக் கனிவோடு "என்ன ஆச்சு" என்றார். அப்பனும் அடிப்பாரோ என்னும் பயம் இருந்தாலும் நடந்ததை அப்படியே சொன்னான்.

"அந்தப் பசங்களோட பேச்சக் கேக்கலாமாடா . . . அவனுங்களுக்கு என்ன மயரா போவுது. நாமதான இப்பப் பதில் சொல்லியாவோணும்."

“நிய்யொன்னும் பயப்படாத ... போனாப் போவுது. கெடாய்க்கு உள்ள காசக் கட்டறமின்னு ஒத்துக்கலாம்” என்றாள் அம்மா.

கொஞ்சநேரத்தில் அவனுடைய அப்பனும் அம்மாவும் ஊரிலிருந்து இன்னும் இரண்டு பேரையும் கூட்டிக்கொண்டு புறப்பட்டார்கள். அவர் வீட்டுக்குப் போய்ச் சேருகையில் பொழுது நெற்றிக்கட்டுக்கு வந்துவிட்டது. கூளையன் தாயின் தோளைப் பற்றியபடி மறைந்து நின்றுகொண்டான். அவர்களைப் பார்த்ததும் அவர் எகிறினார்.

“எங்கடா உம் பையன் ... ஒரு வேல செய்யறதுக்குத் துப்பு இருக்குதா. எச்சக்கல நாயி ... இன்னக்கி அநியாயமா கெடாயத் தொலச் சுப்புட்டானேடா ...”

இதுதான் சமயமென்று அவளும் வந்து நின்றுகொண்டு கூளையன்மீது ஏகப்பட்ட குறைகளைச் சொன்னாள். அவனுக்குக் கொடுக்கிற சம்பளமே வீண் என்பது போலப் பேசினாள். கூளையன் மிகவும் ஆக்ரோசப்பட்டான். ஆனால் முகத்தை மறைத்துக்கொண்டு அம்மாவின் பின்னாலேயே ஒளிந்து நின்றான். கூட வந்த ரம்பன் சொன்னான்.

“சாமீ ... உங்க பையன் ... சின்னச்சாமிதானுங்களே இவன வக்குபறுத்திக் கூட்டிக்கிட்டுப் போயிருக்கறாங்க ...”

அவருக்கு இதைக் கேட்டதும் வந்த கோபத்திற்கு அளவில்லை.

“என்னடா ... எல்லாஞ் சேந்துக்கிட்டுக் கச்ச கட்டலாம்னு வந்திருக்கறீங்களா ... பட்டி காவல் ஆரோட பொறுப்புடா ... எம் பையனா ... அவன் பள்ளிக்கொடம் போய்க்கிட்டு இருக்கறவன் ... அவனுக்கு என்ன மசுரா தெரியும். என்னமோ கொஞ்சம் தூரக்காட்டுல பட்டி போட்டிருக்கறமே ... ராத்திரி வேறயாச்சேன்னு தொணைக்கு எம் பையன அனுப்புனன் ... அவனுக்கு ஆட்டப் பத்தி என்ன தெரியும் ... பட்டியப் பத்தி என்ன தெரியும் ... அவஞ் சொல்றான்னு இவன் போயிருக்கறானே ... பிய்யத் தின்னுடான்னு சொல்றான் ... கூளையன் தின்னுருவானா ... என்னடா பேச்சுப் பேசறீங்க.”

“கூளையனும் சின்னப்பையன்தானுங்களே ...” என்று அவனுடைய அப்பன் மெல்ல இழுக்கவும் அவருக்கு மேலும் ஏறியது. ஒரே ஒரு கேள்விதான் கேட்டார்.

“செரி. சின்னப் பையன் ... அப்பறம் என்ன மயித்துக் குடா பண்ணயத்துக்கு உடறீங்க?”

யாரும் எதுவும் பேசவில்லை. கூளையன் அம்மாவின் விசும்பல் மட்டும் கேட்டது. கொஞ்சம் இடைவிட்டு இந்த மௌனத்தைப் பயன்படுத்திக்கொண்டு அவர் பேசினார்.

"இன்னக்கி எங்கையில சிக்கியிருந்தானாப் பிச்சுப் பிச்செடுத்தி ருப்பன் ... அவனுக்கென்னடா சின்னப் பையன் ... அஞ்சாறு வெருசமாப் பண்ணயத்துல இருக்கறானே ... தெரியாது அவனுக்கு ... உம் பையன் பால் குடிக்கற கொழந்தைன்னு நெனச்சிக்கிட்டு இருக்கறயா ... நாளைக்கே கலியாணம் பண்ணி வெய்யி ... பிள்ளப் பெத்துத் தர்றானா இல்லயான்னு பாரு ..."

அவரின் பேச்சு சத்தமானதாகவும் எகத்தாளம் கூடியதாக வும் இருந்தது. எல்லாவற்றுக்கும் அவர் எதிர்வாதம் வைத்திருந்தார். அவர் பேசுவதே சரியானதாகவும் மற்றவர்களுடையவை எல்லாம் அர்த்தமற்றவை போலும் தோன்றின. கூளையனைச் சார்ந்தவர்களுக்குக் கடைசியில் கெஞ்சுதல் ஒன்றுதான் வழியாயிற்று. எப்படியிருந்தாலும் அவரிடம் இருந்து தப்பித்துக்கொண்டோம் என்னும் நிம்மதி அவனுள். செல்வனின் பேச்சைக் கேட்காமல் தானாக எடுத்த முடிவு சரிதான் என்ற திருப்தி உண்டானது. எல்லோரும் "சாமீ ... பையன் ஏதோ தப்புப் பண்ணீட்டான் ... சின்னப் பையன் ... நீங்க பெரீய மனுசரு ... படி அளக்கற கூட்டம் மாப்புக் காட்டோணும் சாமீ ..." என்று வேண்டினார்கள்.

"நானதுக்கு நட்டப்பட முடியுமாடா ... இன்னக்கி ராத்திரிச் சினிமாவுக்குப் போறவன் ... நாளக்கி மட்ட மத்தியானத்துலயே ஆட்ட உட்டுட்டுப் போவமாட்டானா ... எப்பிடி நம்பறது ..."

"இல்லீங்க சாமீ ... இன்னமே கண்டிச்சு வெச்சரலாம்ங்க."

"கெடாய நூத்திருபது ரூவாயிக்கு இந்தப் பாஞ்சா நாளுச் செவ்வாக்கெழம வந்து கேட்டாங்க. நாங் குடுக்க மாட்டம்னுட்டன். இப்ப வித்தா இன்னம் பத்து சேந்து வரும். அதெல்லாம் இருக்கட்டும் ... போனாப் போவுது ... நூறு ரூவா மட்டும் கட்டீருங்கோ ..."

நூறு ரூபாயிலிருந்து குறைக்கச் சொல்லி எவ்வளவோ கேட்டுப் பார்த்தார்கள். அவர் மனம் இளகவில்லை. வேறு வழியற்று ஒத்துக்கொள்ள வேண்டி வந்தது. பங்குனி மாதத்திற்குள் பணம் கொடுத்துவிட வேண்டும். இவ்வளவு நடந்தும் செல்வன் ஒருவார்த்தை பேசவில்லை. அவர் முன்பே மிரட்டியும் வைத்திருக்கலாம். அதற்குப்பின் அவர் இரண்டு பேரையும் ஒன்றுசேர விடாமல் எச்சரிக்கையாகப்

பார்த்துக்கொண்டார். செல்வன் ஒருமுறை கூளையனிடம் தனியாக வந்து சொன்னான்.

"நீ கவலப்படாத. பணத்துக்கு எப்பிடியாச்சும் நா ஏற்பாடு பண்றன்."

ஆனால் ஒன்றும் நடந்தபாடில்லை. ஆடு திருட்டுப் போனதைப் பற்றி மட்டும் சாடைமாடையாகத் துப்புக் கிடைத்தது. அதனால் பலன் எதுவுமில்லை. செந்தாழங்காட்டுக் காரர் இரண்டு பேர் எழவு சோலியாகக் கிளியூர் போய்விட்டு வந்திருக்கிறார்கள். இளவயதுப் பையன். யாரோ அடித்துத் தூக்கிக் கட்டிவிட்டார்களாம். பெரிய பிரச்சினையாகி எல்லாம் முடியக் கானக்காட்டிலேயே இருட்டி வெகுநேரம் ஆகிவிட்டதாம். நிலா வெளிச்சம் தானே பேசிக்கொண்டே போய்விடலாம் என்று வந்திருக்கிறார்கள். பெரியகாடு, ஏரிப்பள்ளம் தாண்டி செங்காட்டுக்கும் மேலே செந்தாழங்காடு. போனவர்கள் பட்டியைப் பார்த்துவிட்டுப் பண்ணயக்காரர்தான் படுத்திருப்பார் என்று நினைத்துக் கொஞ்சம் புகையிலை வாங்கிக்கொண்டு காலார உட்கார்ந்து பேசிவிட்டுப் போகலாம் எனப் பட்டிக்கு வந்திருக்கிறார்கள். கட்டிலை உலுக்கிப் போர்வையை உதறிப் பார்த்தால் வெறும் பனம்பட்டைகள். நாய்க்குப் பழகிய குரல்கள். இல்லாவிட்டால்தான் என்ன. நாயின் குரைப்பைக் கேட்டு யார் வரப் போகிறார்கள்? ஆளில்லை என்றதும் ஒருவன் 'ஒரு குட்டியப் புடிடா . . . இன்னக்கிப் போட்ரலாம்' என்க, காரியம் நடந்துவிட்டது. ஒருவாரத்திற்கே கறியைக் கோத்துப் போட்டுக்கொண்டு தின்றதாகத் தகவல்.

ஆடுகளை ஏரிக்கரைமேல் மேயவிட்டிருந்தான். பூளைப் பூடுகள் அதிகமாக வளர்ந்திருந்தன. கரைமேல் நெடுக நீளவாக்கில் நடப்பது பிடித்திருந்தது. அடி அகண்டு மேலே வரவரச் சிறுத்துக் குறுகியிருந்த கரை நல்ல உயரம். அதன் மேலிருந்து பார்க்க ஊர் முழுக்கவும் தெரிந்தது. வீரன், கறி, செல்வன் எல்லாவற்றையும் மறந்தவனாய்க் கரைமேல் நடந்தும் ஓடியும் விளையாடிக்கொண்டிருந்தான். ஏரித் தண்ணீரில் இருந்து பட்டைமீன்களைக் கவ்விக் கொண்டோடிய கொக்குகள் கூளையன் இருந்ததால் விலகிப் பறந்தன. மொண்டியும் வருகிற ஒருநாளில் மீன் பிடித்துச் சுட்டுத் தின்ன வேண்டும் என்று நினைத்துக்கொண்டான். பூளைப்பூக்களை உருவிக் காற்றில் பறக்கவிட்டான். பஞ்சுபோல் அது வெகுதூரம் சென்று கீழே விழுந்தது. முடிந்த மட்டும் பலம் கூட்டி வானில் மிக உயரத்தில் வீசினான். சிதறிய பூக்கள் குடைபோல் விரிந்து பல பக்கங்களிலும் பரவி உதிர்ந்தன. பார்க்கப் பார்க்க இன்பமாய்

இருந்தது. திரும்பத் திரும்ப அதேபோல் செய்தான். மெல்லக் காற்றில் நழுவிக் கீழே இறங்கும் பூங்கொத்தொன்றைப் பார்வை பின்தொடர்ந்து இறங்கியபோது, ஏரியின் வடக்குப் பக்கத்தில் நீரையொட்டி நடந்துவரும் செல்வனைக் கண்டான். அவன் கையில் குண்டா ஒன்று தட்டம் போட்டு மூடப்பட்டிருந்தது. பொழுதைப் பார்த்தான். மேற்குத் திசையில் எவ்வளவோ கீழிறங்கிவிட்டது. கூளையன் உற்சாகம் இழந்து முகம் இறுகிப்போனான். இந்த நேரத்தில் செல்வன் வராமல் இருந்தால் நன்றாக இருக்கும். செல்வன் ஏரிக்கரையில் கால் சறுக்க நிதானமாய் அடிவைத்து மேலேறி வந்தான். வேர்வை மேலெங்கும் துளிர்த்திருந்தது.

"அய்யாவுக்கு ஒராளு சோறு கொண்டுக்கிட்டு வரோணுமா. கெடாவெட்டு நாளும் அதுமா ஏன்டா இப்பிடி அழிம்பு பண்ற. ஆடோட்டிக்கிட்டு வர வேண்டியதுதானடா . . ." செல்வன் குரல் உயர்த்திச் சொன்னது என்னவோ போலிருந்தது. கூளையன் அதற்கு நிகரான குரலில் கேட்டான்.

"உன்னய ஆருய்யா கொண்டாரச் சொன்னா."

"இந்த எகத்தாள மயிருதான வேண்டாங்கறது. மத்தியானம் ஆடோட்டிக்கிட்டு வருவின்னு பாத்தம்டா. காணாம். எங்கம்மாகிட்டச் சொன்னன். கெடா மேச்சான் . . . பாரு ஒருவா சோறு திங்க வர்லயேன்னு போட்டுக் குடுத்துச்சு . . ."

"ரண்டு வேள சோறும் நா காத்தலயே கொண்டாந்துட்டனே . . . அப்பறம் எதுக்கு வர்றன்?"

"மறந்தாப்பில எப்பவும் போல சோறு ஊத்தி குடுத்திட்டாங்கலாம்டா . . . அதான் கோவிச்சுக்கிட்டு வர்லயா?"

"மறக்கும் மறக்கும்" என்று வாய்க்குள்ளேயே சொல்லிக் கொண்டான்.

"போய்ப் போசிய எடுத்தாடா . . . சோறு போடறன்."

"எனக்கு வேண்டாம்யா." கூளையன் திடமாக மறுத்தான்.

"என்னடா வேண்டாம். இதுக்கல்லாம் கோவிச்சுக்கிட்டா முடியுமாடா. வேண்ணா வவுறிய வரச்சொல்லி ஊட்டச் சொல்லட்டா." செல்வன் கேட்கக் கேட்கக் கூளையனுக்கு வைராக்கியம் கூடிற்று.

"வீரனோட கறியத் திங்கறதுக்கு எனக்குப் புடிக்கலய்யா. வேண்டாம்."

"அடேங்கப்பா. எப்ப இருந்து இந்தப் பாசம்."

அதற்குக் கூளையன் எதுவும் பேசவில்லை.

"கறி திங்காட்டிப் போவுது. நெல்லஞ்சோறும் கொழம்பும் தின்னுடா."

"அதென்ன ... சாத்துல பீ இறுத்தாப்பல ... வேண்டாய்யா."

செல்வன் மேற்கொண்டு என்ன சொல்வதென்று தெரியாமல் பேசாமல் நின்றான். கூளையன் முகம் இளக வில்லை. சோற்றுக் குண்டாவைப் பூடொன்றின் அடியில் வைத்துவிட்டுச் செல்வன் கேட்டான். "எதுனா வெளயாட லாமாடா ..."

●

16

வவுறி வந்து கூளையனுக்குச் சொன்னாள். "நெடும்பனப் புடுச்சாந்துட்டாங்க."

பதறிக்கொண்டு கேட்டான் கூளையன். "எப்பொ?"

"ராத்திரியேவாமா."

"எங்கிருந்து?"

"அதெல்லாம் தெரீல."

கூளையன் முகத்தில் களையே இல்லை. இரண்டு நாட்களாகப் பூரித்துக் கிடந்த முகம் சட்டென்று வாட்டம் கொண்டது. பேச்சே வரவில்லை. நெடும்பனுக்கு என்னவிதமான அடிகள் விழுந்ததோ தெரியவில்லை. இங்கேயே இருந்திருந்தால் அடியிலிருந்து தப்பித் திருக்கலாம். அப்படியும் சொல்ல முடியாது. உடனே கைக்குச் சிக்கியிருந்தால் உயிரோடு விட்டிருப்பார்களா என்பதே சந்தேகம்.

செவிடியின் தங்கச்சி பொட்டி ஆடு ஓட்டிக் கொண்டு வந்தாள். அவள் இடுப்பில் குழந்தையில்லை. குழந்தையைத் தூக்கிக்கொண்டு காடெல்லாம் அலைகிற அளவுக்குத் திராணியில்லாத பூஞ்சை உடம்பு. முகம் வெளுத்துக் கிடந்தது. அவளைக் கேட்டால் தெரியலாம்.

"ஏ . . . பிடா . . . நெடும்பனப் பாத்தயா." வவுறி கேட்டாள்.

"அதென்னமோ . . . அவுங்க ஊட்டுல கூட்டமா இருந்திச்சு. எனக்குத் தெரீல."

பெரிய பொம்பளையைப் போல முகத்தை வைத்துக்கொண்டு தலையை அசைத்துப் பதில்

சொன்னாள். அவளுடைய தோரணை பண்ணயக்காரி யுடையதைப் போலவே இருந்தது. கூளையனுக்குப் போய்ப் பார்த்துவிட்டு வரலாமென்று தோன்றியது. நெடும்பனைப் பற்றி ரொம்பவும் கவலைப்பட வேண்டியதில்லை. எவ்வளவு பெரிய நெருக்கடி என்றாலும் சமாளிக்கிற திறம் உள்ளவன். ஏரிக்கரையின் இருபுறச் சரிவுகளிலும் ஆடுகள் மேய்ந்துகொண் டிருந்தன. கரையோடு அப்பிக் கிடந்தன சாணிப்புற்கள். அங்கங்கே பூடுகள் இடுப்புயரத்திற்கு நின்றன. வால் போல நீண்டு செல்லும் கரையில் ஆடுகள் அமைதியாக மேயும். இரண்டு நாட்களுக்கு விட்டாலும் கரையைத் தாண்டிப்போக வாய்ப்பில்லை. வவுறியையோ பொட்டியையோ பார்த்துக் கொள்ளவும் சொல்லலாம்.

"நாம் போயிப் பாத்துட்டு வரட்டுமா." வவுறி அவனைக் கூர்மையாகத் துளைத்துவிடும்படி பார்த்தாள்.

"என்ன பாத்துட்டு வருவ."

அதற்கு அவனால் பதிலொன்றும் சொல்ல முடியவில்லை. ஆனால் இந்தச் சமயத்தில் நெடும்பனுக்குப் பக்கத்தில் நின்று கொண்டிருந்தால் அவனுக்குத் தைரியம் கொடுத்த மாதிரி இருக்கும். நெடும்பனுக்காக எதுவும் பேசக்கூட வேண்டிய தில்லை. அவன் பார்வையில் பட்டால் போதும். எப்போதும் விறைத்துக்கொண்டு நிற்கிற கிடாய் போல இருப்பான். இப்போதும் அதே போல நிற்பானா, முகம் தொய்ந்துபோய் இருளடைந்து தலைகுனிந்துகொண்டிருப்பானா. அவன் மிகப்பெரிய அளவு மனவலிமை கொண்டவன். இல்லா விட்டால் ஓடியிருப்பானா. அன்றைக்குச் சாயங்காலம் அவனுடைய பண்ணயக்காரர் வீட்டுக்கு அருகிலேயே காட்டுக்கரைகளில் ஆடு மேய்த்துக்கொண்டிருந்திருக்கிறான். தூங்கிப் போய்விட்டானோ, வெளிக்கி இருப்பதற்கென்று மறைவாகப் போய்விட்டானோ தெரியவில்லை. பக்கத்தில் இருந்த காட்டுக்குள் ஆடுகள் புகுந்துவிட்டன. சோளக்காடு. தட்டு அறுத்தபின் பொடங்குப்பயிர்கள் முழங்கால் உயரம் வளர்ந்து செழுசெழுவென்று நின்றிருந்தன.

ஆடுகள் கரும்பைக் கடித்துத் தின்பது போல மறுக்மறுக் கென்று தின்றுவிட்டன. எவ்வளவோ காட்டை நாசம் பண்ணும் வரைக்கும் நெடும்பன் பார்க்காமல் விட்டுவிட்டான். பொடங்குப்பயிரை ஒன்றிரண்டு வாய்கள் கடித்துத் தின்றாலே ஆட்டுக்குச் சேராது. சொக்கிப்போய் ஆடுகள் சுருண்டு விட்டன. மூன்று ஆடுகள் மாண்டுபோய்விட்டன. அதில் ஒன்று இன்னும் பத்துப்பதினைந்து நாட்களில் குட்டிபோட்டு விடும் நிலையில் இருந்த சினையாடு. ஆடுகளை அப்படியே

போட்டுவிட்டு ஏரிப்பள்ளத்துக்குள் புகுந்து யாருக்கும் தெரியாமல் எங்கோ ஓடிப்போய்விட்டான். ஏரிப்பள்ளத்துப் புதர்களுக்குள் பொந்துவால் நரி போல எங்காவது புகுந்து ஒளிந்துகொண் டிருப்பான்; ரொம்பதூரம் எங்கேயும் போயிருக்க முடியாது என்று நினைத்து ராத்திரி வெகுநேரம் வரைக்கும் லாந்தரை வைத்துக்கொண்டு தேடிப் பார்த்தார்கள். பண்ணயக்காரரின் குரல் இருளில் வெகுதூரம் கேட்டுக்கொண்டிருந்தது. "டேய்... நெடும்பா... நெடும்பா... டேய்..." "உன்னய ஒன்னும் பண்ண மாட்டன் வாடா..." "பூச்சி கீச்சி கடிச்சித் தொலஞ்சி போயிராதடா." "பயப்படாதீடா... நெடும்பா... வாடா..." எத்தனையோ நைச்சியம் செய்யும் விதத்தில் குரல் ஒலித்தது. ஆனால் எதிரொலிதான் பதில். மூன்று ஆடுகளையும் மாட்டுவண்டியில் ஏற்றிக்கொண்டு போய் ஏதோ கசாப்புக் கடைக்காரனுக்குச் சும்மா கொடுப்பதுபோல் கொடுத்துவிட்டு வந்திருக்கிறார்கள். மறுநாள் காலையில் ஏரிப்பள்ளத்தின் நெடுக இரண்டு பக்கமும் தேடியிருக்கிறார்கள். கிழக்கே சந்தூர் வரைக்கும் மேற்கே நங்கூர் வரைக்கும் ஆட்கள் போயும் கூப்பிட்டுப் பார்த்தும் ஆளைக் கண்டுபிடிக்க முடியவில்லை. பயந்துபோய் எங்காவது கிணற்றில் விழுந்து செத்துக்கித்துத் தொலைந்திருக்கப் போகிறான் என்று கிணறு குட்டைகள் எல்லாம் பார்த்தார்கள். முழங்கால் அளவு தேங்கி நிற்கும் ஏரி நீருக்குள்ளும் பார்த்தார்கள். எங்கும் இல்லை. கைக்கு அகப்படுகிற திக்கில் ஆள் இல்லை என்று முடிவானதும் அவனுடைய பாட்டனைக் கூப்பிட்டுச் சொன்னார்கள்.

"என்ன செய்யலாண்டா" என்று கேட்டதற்கு ஒன்றும் சொல்லாமல் நின்றார். அவனுடைய பாட்டிதான் "அய்யோ... எம்பையன் என்ன ஆனானோ" என்று கத்திக்கொண் டிருந்தாள். அவர் கறாராகச் சொல்லி அனுப்பினார்.

"ஆளத்தேடிக் கண்டுபிடிச்சாங்க. ஆளுச் சிக்கலீனா வாங்கியிருக்கற பணத்துக்கும் செத்துப்போன ஆட்டுக்கும் என்ன வழி பண்ணலாமின்னு பாக்கலாம்."

அவனுடைய பாட்டனும் பாட்டியும் தேடினார்களோ இல்லையோ, அவர் நாலாப்புறமும் ஆட்களை அனுப்பித் தேடிக்கொண்டுதான் இருந்தார். ஆடுகள் போனதில்லாமல் இருக்கிற ஆடுகளை மேய்க்க ஆளும் இல்லாமல் போய் விட்டான். நெடும்பனை நம்பிக் கொடுத்திருக்கிற பணத்தை வேறு எந்த வழியில் வாங்க முடியும்? அயராது தேடி எங்கிருந்தோ பிடித்து வந்துவிட்டார்கள்.

நெடும்பன் ஓடிப்போய்விட்ட இரண்டு நாளும் கூளையன் நெஞ்சு முழுக்கப் பயம்தான் நிரம்பியிருந்தது.

வயிற்றுப் பசிகூடத் தெரியவில்லை. கூளையனிடமும் அவர் வந்து விசாரித்தார். "உனக்குத் தெரியாத அவன் எங்கயும் போயிருக்க முடியாது." "சொல்லீரு... ஆளப் புடிச்சிட்டன்னா ஒத அவனுக்கில்ல... உனக்குத்தான்." "சேர்க்க சேந்துக்கிட்டுச் சினிமாவுக்குப் போவீங்கல்ல. அப்ப எங்கயாச்சும் எடம் பாத்து வெச்சுட்டு வந்திருக்கறீங்களா." கேள்விக்குமேல் கேள்வி போடவும் கூளையன் ஒன்றும் பேசாமல் அழுதான். "அழுது ஏமாத்தலாமுன்னு பாக்கறயாடா... கூளத்தாயோலி..."

கெண்டைக்கால் சதையில் விளாறால் ஓங்கி ஒன்று வைத்தார். சுரீர் என்று பிடித்தது. சதையைக் கவ்வி எடுத்துக் கொண்டது மாதிரி வலி. அப்படியே கீழே உட்கார்ந்து ஓங்கி அழுதான். அவனுடைய பண்ணயக்காரர் வந்து சொன்னார்.

"இவனுக்கு ஒன்னும் தெரியாது மாப்பள... மத்தியானத்துல இருந்து இங்கதான் இருக்கறான்."

அவர் சொல்லிய பிறகுதான் நெடும்பனுடைய பண்ணயக்காரரின் வேகம் தணிந்தது. நெடும்பனை நினைக்கையில் கூளையனுக்கு ஆச்சரியமும் சந்தோசமும் கூடின. தன்னுடைய வீட்டுக்குக்கூடப் போகாமல் வேறு எங்கோ ஓடியிருக்கிறான் என்றால், அவனுக்கு என்னவோ எண்ணம் இருந்திருக்கிறது. எங்கே போனாலும் இங்கிருந்ததை விட நன்றாகவே இருப்பான் என்று பட்டது. நாலு இடத்திற்குப் போகவும் நாலு பேரோடு சட்டென்று பழகிக்கொள்ளவும் அவனால் முடியும். எங்கே போயிருந்தாலும் பிழைத்துக் கொள்வான். இரண்டு நாட்களாகத் தேடியும் ஆள் கிடைக்க வில்லை என்றதும் இனிமேல் அவனைப் பிடிக்க முடியாது என்றுதான் நினைத்தான். ஆள் அவ்வளவு எளிதாகச் சிக்கமாட் டான். ஆடுகளுக்குப் பின்னால் திரிந்துகொண்டிருப்பதை விடவும் நல்ல வேலையைத் தேடிக்கொண்டிருப்பான்.

அவனை வைத்து என்னென்னவோ கனவுகள் கண்டான் கூளையன். நெடும்பன் உடல் முழுக்க உடுத்திக்கொண்டு எதிரில் நின்று சிரித்தான். ஒரு தோற்றத்தில் தலைவர் போலக் கண்ணாடி போட்டுக்கொண்டு வந்திருந்தான். அந்தச் சமயத்தில் அடையாளமே கண்டுபிடிக்க முடியவில்லை. 'ஆள் யாரோ' என்று கண்களைச் சுருக்கிச் சுருக்கிப் பார்த்தும் தெரியவில்லை. சட்டென்று ஒற்றைக் கையால் அதைக் கழற்றிக்கொண்டு நெடும்பன் சிரித்தான். கூளையனுக்கு வெட்கமாகப் போய் விட்டது. நெடும்பனுடைய தலைமயிர் வெட்டியிருக்கும் விதமும்கூட. அமரன் கொட்டாயிக்குச் சினிமாப் பார்க்கப் போயிருந்த சமயத்தில் நெடும்பன் வந்து தோள்மேல் கை போட்டான். அப்புறமென்ன, ஒரே பேச்சும் சிரிப்பும்தான்.

நெடும்பனே எங்கெங்கோ அழைத்துக்கொண்டு போனான். எல்லாம் புதுப்புது இடங்கள். புதுப்புது ஆட்கள். கூளையனுக்கு ஆடுகள் எல்லாம் மறந்தே போய்விட்டன. நெடும்பனுக்குப் பெண்கள்கூடத் தெரிந்திருந்தார்கள். அவர்களோடு அவன் ஏதேதோ செய்தான். அதையெல்லாம் நினைக்க நினைக்க ஒரே சந்தோசம். எப்போதாவது எங்கேயாவது நெடும்பனைச் சந்திக்க முடியும் என்று நம்பிக்கை துளிர்த்திருந்தது.

வவுறியும் பொட்டியும் சொன்னதிலிருந்து நெடும்பனைப் பற்றிய எண்ணங்களெல்லாம் தகர்ந்துபோய்விட்டன. அவனுக்கும் தவறும் என்பதையே யோசிக்க முடியவில்லை. எங்கே போய்ப் பதுங்கியிருந்தானோ எந்த வசத்தில் சிக்கிக் கொண்டானோ. வவுறியும் பொட்டியும் ஏரிக்கரைமேல் இருந்து கீழே சறுக்கல் விடும் விளையாட்டை விளையாடிக் கொண்டிருந்தனர். மேலிருந்து நின்ற நிலையில் சட்டென்று காலை உந்தி ஓடத் தொடங்கினால், பின் நிற்கவே முடியாது. கரை முடிந்த பின்னாலும் நிலத்தில் வெகுதூரம் ஓடித்தான் நிற்கலாம். வவுறிக்கு அதில் நல்ல பயிற்சி. கீழிருந்து ஒரே வேகத்தில் ஓடிவந்து கடகடவென்று மேலேறிவிடுவாள்.

எந்த ஆட்டத்திலும் கலந்துகொள்ள மனமற்று ஆடுகளோடு போய் நின்றான். பிரவைக்குட்டி ஒன்று வந்து அவன் காலை மோந்தது. அங்கங்கே வெள்ளைத் திட்டுக்கள் படர்ந்த உடல். உட்கார்ந்து மடியில் தூக்கி வைத்துக்கொண்டு நீவினான். அது வாகாகத் தலையைக் கொடுத்து மடியில் படுத்துக்கொண்டது. 'வெள்ளச்சி' என்று அதற்குப் பெயர் வைத்திருந்தான். வீரனுக்குப் பிறகு இனிமேல் கிடாக் குட்டி களுக்குச் செல்லம் கொடுத்து வளர்க்கக் கூடாது என்று நினைத்திருந்தான். பிரவைக்குட்டிகள் என்றால் பிரச்சினை இல்லை. 'வளர்க்கலாம்' என்று அவர் சொல்லி விடுவார்.

இந்தக் குட்டி கைப்பழக்கத்திற்கு ரொம்பவும் சாதுவாக இருக்கிறது. அதனுடைய நிறம்தான் பார்த்ததும் எடுத்துக் கொஞ்ச வேண்டும் என்று நினைக்க வைக்கிறது. ஆடு குட்டியை நினைத்துக் கத்தியதும் மடியிலிருந்த குட்டி திடுக்கிட்டு எழுந்து நின்று பதில் குரல் கொடுத்தது. அதனுடைய பிடியை உதறிக்கொண்டு ஆட்டை நோக்கி ஓடிற்று. அவனைச் சட்டென்று வருத்தம் பீடித்தது. கைக்குள் இருப்பது எல்லாம் இப்படித்தான். எழுந்து கரைமேல் நடைவிட்டான். பொட்டி, வயிற்றைப் பிடித்துக்கொண்டு சிரித்தபடியே ஓடிவந்தாள். "அண்ணா அண்ணா" என்று அவன் கையைப் பற்றிக் கீழே காட்டினாள். அங்கே வவுறி குனிந்து காலில் என்னவோ பார்த்துக்கொண்டிருந்தாள். கூளையனுக்கு ஒன்றும் புரிய வில்லை.

"வவுறி அக்கா... கால் தடுக்கி... நாலு குட்டியாக் கரணம் அடிச்சிச்சு..."

முகத்தை உர்ரென்று வைத்துக்கொண்டு வவுறி மெதுவாக மேலேறி வந்தாள். முகமெல்லாம் மண்புழுதி அப்பிச் சிவந்து கிடந்தது. ஒரு காலை லேசாக மொண்டுவது போலிருந்தாள். கூளையனுக்குச் சிரிப்பு வரவில்லை. ஆதரவாகக் கேட்டான்.

"என்ன ஆச்சு பிள்ள."

"ஒன்னுமில்ல" என்று சிரித்தாள். வழக்கமான சிரிப்பு. "மீன் புடிக்கலாமா" என்றாள்.

கூளையனுக்கு அதிலொன்றும் விருப்பமில்லை. உறைக்கும் வெயிலில் ஏரிக்கரைமேல் அப்படியே படுத்துக் கிடக்கலாம் என்று நினைத்தான். எதில் ஈடுபடவும் லாயக்கற்றுப் போனதாய் உடம்பு வலுவிழந்திருந்தது. நெடும்பனைப் பற்றி நினைக்காமல் இருக்க முடியவில்லை. அவன் முகக்குறிப்பை உணர்ந்தவளாய் வவுறி சொன்னாள்.

"நெடும்பனுக்கு ஒன்னும் ஆவாதுடா. அவன அவுங்க உடமாட்டாங்க. பாரேன்... இப்ப ரண்டு நாளா ஆடு மேய்க்க ஆளில்லாத கல்லக்கொடிப் போர்லயே திங்க உடறாங்க... மத்தியானத்துக்கெல்லாம் நெடும்பன் இங்க ஆடோட்டியாரானா இல்லாயான்னு பாரேன்..."

"அதுக்கில்ல..." என்ற இழுத்தான் கூளையன்.

தன்னுடைய சந்தோசங்கள் வடிந்துபோன துயரத்தை வவுறியால் புரிந்து கொள்ள முடியாது என்று நினைத்தான். இதுபோல் வவுறிக்கு நேர்ந்திருந்தால் அவளால் ஓடிப்போயிருக்க முடியுமா? மிஞ்சிப் போனால் அவளுடைய வீடுவரைக்கும் ஓடுவாள். தன்னாலும் அதுதானே முடியும் என்ற எண்ணம் வரவும் வெட்கத்தோடு வவுறியைப் பார்த்தான். அவள் ரொம்பவும் பூரிப்பாக இருப்பதாகத் தோன்றிற்று.

"வாடா... என்னமோ இன்னக்கி மீன் பிடிச்சுத் திங்கலாம்னு ஆசயா இருக்குது."

அவள் கெஞ்சுவது போலச் சொன்னாள். உடனே கூளையன் "சரி" என்று சொல்லிவிட்டான். பொட்டியிடம் ஆடுகளைப் பார்த்துக்கொள்ளும் படி விட்டுவிட்டுத் தண்ணீர் இருந்த பக்கமாய் இறங்கினார்கள். பொட்டிக்கு முகம் சுண்டிப்போயிற்று. மீன் பிடிக்கிற சாக்கில் நீருக்குள் குதித்து விளையாடலாம் என்று சந்தோசமாக இருந்தாள். அவளுக்கு நீச்சல் தெரியாது. கொஞ்சமாக நீர் இருக்கும் பக்கத்தில் தவழ்ந்து விளையாடலாம். 'நானும் வருகிறேன்' என்று சொல்லி

விட்டால் வவுறி சண்டைக்கு வந்துவிடுவாள். அவளே கஷ்டப்பட்டுக் கூளையனைக் கூப்பிட்டுக்கொண்டு போகிறாள். ஆடுகளை விட்டு எல்லோரும் போய்விட்டால் அதுவேறு பிரச்சினை. ஏரிக்கரை மேலிருந்து எங்கும் போகாது என்றாலும் எதற்கு வம்பு? இப்போதுதான் நெடும்பனுடைய ஆடுகள் செத்துப்போய் அவன் படாதபாடு பட்டுக்கொண்டிருக்கிறான். மனசை அடக்கிக்கொண்டு பொட்டி, அவர்கள் போவதையே பார்த்துக்கொண்டிருந் தாள். கரை இறங்கி நீரோரமாகவே நடந்து வடக்குப்பக்கம் போனார்கள்.

வடக்குப்பக்கம் கடைசியில் சதுரக் குழிகள் நிறைய உண்டு. அதற்குள் நிறைந்து கிடக்கும் நீரில் சிறுசிறு மீன்கள் உழன்றுகொண்டிருக்கும். ஒவ்வொரு சமயம் பெரிய மீன்களே கூடத் தடம்மாறி அதற்குள் வந்து சேர்ந்துவிடும். தொடையளவு பெருத்த அவுரிமீன் ஒன்றை மொண்டி பிடித்திருக்கிறான். அன்றைக்கு ஒரே குதியாளமாக இருந்தது. மற்றபடி எப்போதும் கிடைப்பது பட்டை மீன்கள்தான். அவற்றைச் சுத்தம் செய்வதற்குள் போதும்போதுமென்றாகிவிடும். கண்ணாடி போல் மினுங்கும் வட்ட வட்டமான செதில்கள் எக்கச் சக்கமாக அவற்றின் உடம்பில் இருக்கும். சொரசொரப்பான கல்லில் போட்டுத் தேய்த்துத்தான் எடுக்கவேண்டும். ஆனால் ருசி அருமையாக இருக்கும்.

மீன்கள் நிறையச் சுழன்றுகொண்டிருந்த குழி ஒன்றைத் தேர்வு செய்து இறங்கினார்கள். கூளையனின் தலைத்துண்டு விரிந்து இருவரின் கைகளிலும் நேராக நின்றிருந்தது. ஒருமுறை துண்டோடு சேர்த்து அரித்துக்கொண்டு வந்ததில் ஐந்தாறு மீன்கள் சிக்கியிருந்தன. துண்டிலிருந்த நீர் வடிந்ததும் அவை முழு உடலையும் சேர்த்து எகிறித் துள்ளின. அதற்குள் துண்டை மடக்கிக்கொண்டார்கள். கூளையன் மேலே கொண்டுபோய்க் கையால் பிடிக்கிற மாதிரியான சிறுகுழி ஒன்றில் விட்டான். இன்னும் இரண்டு மூன்றுமுறை துண்டை விரித்துத் துழாவியதும் பத்திருபது மீன்களுக்குச் சேர்ந்து விட்டன. இரண்டு பேரும் அங்கேயே மீன்களைச் சுத்தம் செய்தார்கள். வவுறியோடு பேசிக்கொண்டு மீன்களைத் தேய்ப்பது ஆனந்தமாக இருந்தது. வவுறிக்கு மட்டும் இடை விடாமல் பேசவென்று எப்படியோ விஷயங்கள் ஊறிக் கொண்டேயிருக்கும். வளவில் தினமும் நடக்கிற விஷயங் களைச் சோர்வு தட்டாமல் அப்படியே விவரித்துக் காட்டுவாள். அவையெல்லாம் கதைகள் போலவே இருக்கும்.

புருசங்காரன் ஒருவன் ராத்திரி வெகுநேரம் வீட்டுக்கு வரவில்லையாம். அவனுடைய பொண்டாட்டி, பிள்ளைகளுக்

கெல்லாம் சோறு போட்டுவிட்டுத் தானும் தின்று படுத்துத் தூங்கிவிட்டார்களாம். சாமத்திற்கு மேலிருக்குமாம். வந்து கதவைத் தட்டினானாம். அது தகரக்கதவு. அவன் தட்டிய சத்தம் ஏதோ நாய்தான் வந்து கதவின்மேல் மல்லுவது போலிருக்கவும் 'ச்சுடாய் ... ச்சுடாய்' என்று படுத்துக்கொண்டே விரட்டியிருக்கிறாள். அவனுக்குக் கோபம். கதவை எட்டி உதைக்கவும் பிய்ந்து விழுந்துவிட்டதாம். உள்ளே நுழைந்ததும் அவளுடைய மயிரைப் பிடித்துத் தூக்கி 'நா வரங்காட்டி உனக்கு என்னடி தூக்கம்' என்று உதைத்தானாம். இவனுக்கு என்ன பித்துப் பிடித்துவிட்டதா என்று நினைத்துக்கொண்டே 'ஒக்காந்து சாப்புடு' என்றாளாம். 'போடுடி' என்று கத்தியவன் 'இன்னமே எனக்கு முன்னாடி நீ சாப்படக் கூடாது' என்று முகத்தை ஒருமாதிரி வைத்துக்கொண்டு சொன்னானாம். பட்டைச் சாராய நாத்தம் குடலைப் பிடுங்கும்படி இருந்ததாம். இந்தச் சாமத்தில் இந்த நாயோடு நமக்கென்ன சண்டை என்று நினைத்துக்கொண்டு அவனுக்கேத்த மாதிரி வினயமாக 'செரீங்க, பிள்ளைங்களாச்சும் சாப்படலாமா' என்று கேட்டாளாம். 'ம்ம்' என்று பண்ணயக்காரரைப் போல முகத்தை இறுக்கிக் கொண்டு ஆமோதித்தானாம். சோற்றைப் போட்டுக் கடுப்பானை அள்ளியிட்டு வட்டிலைக் கொடுத்தாளாம். ஒருவாய் பிசைந்து தின்றவன் 'என்னடி இது ... மயராட்டம் இருக்குது' என்று கடுப்பானை அள்ளிச் சுவரில் எறிந்தானாம். சுவரில் ஒட்டிக் கடுப்பான் வழிந்ததாம். அவள் எதுவுமே பேசாமல் போய்ப் பிள்ளைகளோடு படுத்துக்கொண்டாளாம். பேந்தப் பேந்த விழித்துக்கொண்டு வீடு முழுக்கப் பார்த்தவன் 'கடுப்பான் போடுடி' என்றானாம். 'இருந்ததே அவ்வளவுதான்' என்று சொல்லிவிட்டு அப்படியே முடங்கிக்கொண்டாளாம். வெறுஞ்சோற்றைப் பிசைந்து அளைந்துகொண்டிருந்தவன் முனகிக்கொண்டே எழுந்துபோய்ச் சுவரில் வழிந்த கடுப் பானைத் தடவி எடுத்துக் கொண்டுவந்து போட்டுப் பிசைந்து தின்றானாம். மறுநாள் அவள் புருசங்காரன் இப்படி என்று ஊர் முழுக்கச் சொல்லிவிட்டாளாம். அவனுக்கு நிமிர்ந்து நடக்கவே தலை இல்லையாம்.

வவுறி சொல்லச் சொல்லக் கூளையனுக்குச் சிரிப்பு அடங்கவில்லை. சத்தம் கேட்டு நீர்க்கோழிகள் பயந்து அலறிக் கத்தின. இப்படி எதையாவது சொல்லி மனதையே மாற்றி விடுவாள். கூளையனுக்குச் சுத்தமாக நெடும்பனைப் பற்றிய எண்ணம் எல்லாம் மறந்துபோயின. மீன்களின் செதில்கள் சிதறி மின்னின. பிடுங்கிப் போட்ட குடல்களின் நாற்றம் கொஞ்சமும் உறைக்கவில்லை. மீன்கள் வெகு சீக்கிரம் தீர்ந்து விட்டதைப் போலிருந்தது. துண்டில் அவற்றைப் போட்டுக்

கொண்டு நடக்கும்போது வவுறியின் தோளைப் பற்றிக் கொண்டு நடந்தால் தெம்பாக இருக்குமென்று தோன்றியது. ஆவாரங்கோல் ஒன்றை ஒடித்து வீசிக்கொண்டே ஓடினாள். மீன் கிடைத்துவிட்ட உற்சாகம் அவள் துள்ளலில் தெரிந்தது. அவள் ஓடுவதைப் பார்த்தபடியே மெல்ல நடந்தான். உயரமான கரைமீது ஏணியில் ஏறுவது மாதிரி சரசரவென்று ஏறி ஓடினாள். கூளையன் நிதானமாக நடந்து வருவதைக் கண்டு கையசைத்து வேகமாக வரும்படி சைகை காட்டினாள். அவள் இப்படியே பலமுறை அழைக்க வேண்டும் என்று நினைத்தான்.

கையில் தொங்கிய துண்டிலிருந்து நீர் சொட்டிக் கொண்டேயிருந்தது. மீன்களின் ரத்தமும் சேர்ந்து சேறு கலக்கி ஓடும் மழைநீரின் நிறம் அதற்கு வந்திருந்தது. ஏரிக்கரை மண் மிகுந்த குளுமை கொண்டிருந்ததாகக் கால்கள் உணர்ந்தன. கரையேற ஏற அண்ணாந்து பார்த்தான். கரை முடிவில் வெயில் பட்டு எதிரொளிப்பது பொழுதே உதிப்பது போலிருந்தது. கரைக்குமேல் எதுவுமே அற்ற வெளி விஸ்தாரமாகத் தெரிந்தது. புள்ளி போல ஒருபறவை பறந்தால்கூடப் போதும். வெளி நிரம்பிவிடும் என்று பட்டது. பறவை ஏதேனும் வந்துவிடாதா என்று ஏங்கினான். மேலே ஏற ஏறக் கனம் குறைந்து லேசாகினான். முடிவில் நின்று வவுறி கைகொடுத்தாள். அவனும் கையை நீட்டினான். அவள் சிரித்தபடி மறுத்து "ம்கூம் . . . மீனு" என்றாள். துண்டோடு அவளிடம் கொடுத்ததும் எல்லாப் பாரங்களும் உதிர்ந்து உடம்புக்கு இறக்கை முளைத் திருப்பதாகத் தோன்றிற்று. கரைமேல் ஒரே இடத்தில் நின்றுகொண்டு சுற்றிலும் பார்க்கப் பார்க்க அந்த வெளியை நிரப்பிவிடும் பறவையாகத் தானே மாறவேண்டும் என்னும் வெறி கிளம்புவதையும் உடம்பெங்கும் துள்ளல் வந்து குவிவதை யும் கண்டு சந்தோசம் கொண்டான். வானம் முழுக்க வெண் மேகங்கள். அவை ஊர்ந்துகொண்டிருந்தன. அங்கங்கே மேகமற்ற வானம் சுண்ணாம்பு அழிந்த சுவர் போலத் தோன்றிற்று. எகிறி அவன் மனம் அதனோடு கடந்தது. உடம்பையும் தூக்கி விசிறிவிட மெல்ல மெல்ல முயன்றான்.

"கூளையா . . . கூளையா . . ." வவுறி கூப்பிடுவது திடுக்கிடல் போல எழுந்தது. பார்த்தான். கண்ணுக்கெட்டும் தூரத்தில் கரைமேல் தீ எரிந்துகொண்டிருந்தது. வெயிலில் தீ தன் நிறம் கெட்டு வெளிறிப் போய்விட்டதாகத் தோன்றிற்று. இருளில் எழும் தீதான் ஆற்றல் மிக்கதென்று எண்ணிக்கொண்டான். வவுறியும் பொட்டியும் அதன்முன் குளிர் காய்பவர்களைப் போல உட்கார்ந்துகொண்டு குச்சியில் குத்திய மீன்களைத் தீக்குள் நீட்டிக்கொண்டிருந்தார்கள். தீயில் மிதந்த மீன் உடல்கள் நீருக்குள் அசைவதைப் போலவே பட்டது.

“டேய் . . . கூளையா . . .” வவுறியின் குரலில் கோபம் சிதறிற்று. ஆனால் சிரித்துக்கொண்டே அவளை நோக்கிப் போனான். சுட்டுத் தனியாக வைத்திருந்த மீனொன்றை அவன் கையில் போட்டாள். சூடு பொறுக்க முடியாது கை மாற்றி மாற்றிப் போட்டு ஊதினான். மீனுடல் பஞ்சுபோல் பற்களில் அழுந்திற்று.

தூரத்தில் நெடும்பன் ஆடோட்டிக் கொண்டு வருவதை வவுறி காண்பித்தாள். பொழுது நேர்உச்சியில் நின்றிருந்தது. ஏரிக்கு வடபுறம் பனைகள் மட்டும் நிறைந்திருந்த பகுதியில் ஆடுகளுக்குப் பின்னால் நெடும்பன் தெரிந்தான். கரை மேலிருந்து பார்க்க அவனிடம் எந்த மாற்றமும் தென்படவில்லை. தலைத்துண்டு எப்போதும் போல் இறுக்கமாகப் படிந்திருந்தது. முன்கோவணம் பட்டையாகவும் பின்கோவணப்பகுதி கால் சந்தில் வால் போலவும் அசைந்தன. அதே ஆடுகள். அதே நெடும்பன். நெடும்பன் எப்படித் தப்பித்து வந்தான் என்பதைப் பற்றிக் குழப்பமாக இருந்தது. வவுறி சொன்னது போலவே நடந்துவிட்டது. அவளைப் பொறாமையோடு பார்த்தான். பொட்டிதான் முதலில் கையசைத்துக்கொண்டு “அண்ணா” என்று கூப்பிட்டாள். அவனும் வெற்றி வீரனைப் போலக் கைகாட்டிச் சிரித்தான். கரையருகே வரவர மூவரும் கீழிறங்கி ஓடினார்கள். பொட்டி அவனுடைய கைகளைப் பிடித்துக் கொண்டாள். கூளையனுக்குக் கண்ணீர் வழிந்தது. “என்னடா இது” நெடும்பன் அவன் முதுகில் தட்டவும் உடைந்து போனவனாய்க் கதறி அழுதான்.

“டேய் . . . எதுக்குடா அழுவுற . . .” கூளையன் அழுவதைக் கண்டு வவுறியும் சிரித்தாள்.

“எனக்கொன்னுமில்ல . . .” திரும்பத் திரும்பச் சொன்னான். நெடும்பனின் ஆடுகள் மற்ற ஆடுகளோடு கலந்துகொண்டன. கூளையனின் தோளில் கைவைத்துத் தேற்றுவதுபோல் நெடும்பன் தட்டினான். நெடும்பனின் உடல் முழுக்கவும் பசுமைப்பட்டி ருந்தது. அதனடியே உற்றுப்பார்த்தால் மட்டும் கன்றிப் போயிருந்த விளாறின் தடங்கள் தெரிந்தன. காயம் ஆறுவதற் காகப் கிணற்றுப்பூண்டுச் சாற்றைத் தடவியிருக்கிறான்.

“அடிச்சாங்களா” கூளையன் வெகுளியாகக் கேட்டான்.

“அடிக்காத இருப்பாங்களா.”

நெடும்பன் எல்லாம் அனுபவித்துவிட்டவனைப் போல உச்சத்தில் இருந்து பதில் சொல்வதைக் கண்டதும் வவுறி சிரித்துவிட்டாள். சிரித்தது தப்போ என்றெண்ணித் தலையைக் குனிந்துகொண்டாள். நெடும்பன் உடம்பு முழுவதையும்

சுற்றிக் காட்டினான். கால் சதையில் விளாறு பதிந்து எழுந்தபோது உருவான புண் கசகசவென்று நொதித்துப் போயிருந்தது. ராத்திரி முழுக்கவும் அடி விழுந்திருக்கும் போல.

"எப்பிடீண்ணா ஆட்ட உட்ட?"

கொஞ்சநேரம் மௌனமாக இருந்த நெடும்பன் சொன்னான்.

"நா எப்பவும் போல சாயங்காலத்துல கரையோரமாக் குறுக்காட்டி மேச்சுக்கிட்டிருந்தன். ஒருபக்கம் வெறுங்காடு. ஒருபக்கம் மட்டும் ஓரத்துல சோளப்பயிரு பொடங்கு தழஞ்சிருந்தது. அதத் தாண்டிக் கல்லக்காடு. பட்டி ஆடு முழுக்கக் கரையில மேயுது. சோளக்காட்டோரமா நா நின்னுக்கிட்டிருந்தன். ஓராடுகூடப் பயிர்ல வாய் வெக்கல. என்னோட குரலக் கேட்டா ஆடுவ அப்படியே நடுங்கும். கரைல நீளமா மேஞ்சாலும் பில்லத்தான் மேஞ்சுது. கல்லக் காட்டுக்குள்ள பண்ணயக்காரி பில்லுப் புடுங்கிக்கிட்டு இருந்தாங்க. வவுறு மத்தியானத்துல இருந்து கலக்கிக்கிட்டே இருந்துச்சு. என்னத்தத் தின்னு தொலச்சனோ தெரீல. நிக்கவே முடியில. அவுங்க வேற இருக்கறாங்க. என்ன பண்றது. ஒரே நிமுசத்துல வந்துரலாமுன்னு ஏரிப் பள்ளத்துக்குள்ள எறங்குனன். போயிட்டு வர்றதுக்குள்ள ஆடுவ காட்டுக்குள்ள பூந்திடுச்சு . . ."

"அவுங்க பாக்கலியா."

"அவுங்க பாட்டுக்குக் கல்லக்காட்டுல பில்லுப் புடுங்கிக் கிட்டு இருந்தாங்க. ஆடுவள எதுக்குப் பாக்கறங்க. பூந்தது தெரிஞ்சதும் கோமணத்தக்கூடச் செரியாக் கட்டாத நா ஓடுன. அதுக்குள்ள பட்டியாடு பூராவும் பூந்து பயிர மூட்டோட வெடுக்வெடுக்குனு கடுச்சுப்புடுச்சு. வெளிய தொரத்துனன். அப்பவெல்லாம் ஒன்னும் வித்தியாசம் தெரீல. கொஞ்சநேரம் மேச்சுப்புட்டுப் பட்டிக்கு ஓட்டிக்கிட்டுப் போனன். பட்டிக் கிட்டப் போவப் போவ ஆடுவ தவங்குச்சு. சொக்கிப் போச்சுன்னு தெரிஞ்சுது. ஆடுவளப் பட்டிக்குள்ள ஓட்டிப்புட்டு ஆருகிட்ட யும் சொல்லுல . . . காட்டுக்குள்ள பூந்தடிச்சு மொண்டிகிட்டப் போனன் . . ."

"அவன் இருந்தானா?"

"இருந்தான். காட்டுக்குள்ள கொட்டத்தழ ஒடிச்சிக்கிட்டு இருந்தான். நா போன ஒடனே அவன் நின்னு பாடம் போட்டான். இன்னம் நா பாடம் போட்டுக்கிட்டே இருக்கறன். நீ ஆருகிட்டயும் பேசாத பட்டிக்குப் போன்னான். அதே மாதிரி ஒரு சின்னப் பேச்சுக்கூடப் பேசுல. வாய் எச்சயக்கூடக்

கீழ துப்புல . . . ஒரே ஓட்டமா ஓடியாந்தன் . . . வந்து பாத்தா எல்லாம் நல்லா நிக்கிது. மூணு மட்டும் மயங்கிக் கீழ உழுந்து கெடக்குது . . .”

“மொண்டியோட பாடம் இல்லீன்னா பட்டி ஆடு முழுக்கப் போயிருக்கும் . . .”

“ஆமா. அதும் அவன் மனசுக்குள்ள பாடம் போட்டுக் கிட்டே இருந்தான். எவ்வளவு நேரம் போட்டானோ தெரீல. அது இல்லீன்னா அவ்வளவுதான் . . . செத்துப்போன மூனு ஆடுவளையும் பாக்கோணுமே. ஒன்னு நெறஞ்ச செனை. மொழுக்கி மொழுக்கீன்னுதான் கூப்புடுவன். எங்க பட்டியிலயே பொறந்து வளந்த ஆடு அது. அதோட அம்மா கெழ்டாயிப் போயித்தான் வித்தம். பாலு அப்பிடி இருக்கும். அது மல்லாந்து கெடந்ததப் பாக்கப் பாக்க எனக்கு மனசே தாங்கல . . . மத்தது ரண்டுல ஒன்னு பிரவ . . . இப்பத்தான் பயராகி ஒருமாசம் இருக்கும். இன்னொன்னு கெடாக்குட்டி . . . இன்னும் பாலூட்டிக்கிட்டுத் தளதளன்னு இருந்துச்சு. என்ன செய்யறது. கொஞ்சநேரம் கண்ண மூடித் தொறக்கறதுக்குள்ள நடந்து போச்சு. எனக்குனா என்ன பண்றதுன்னே தெரீல . . . கொஞ்ச நேரம் அவத்தயே விருமித்தி புடுச்சாப்பல உக்கோந்துட்டன் . . .”

“எங்களுக்குக் கேக்கறதுக்கே இப்பிடி இருக்குதே . . . நேர்ல பாக்கறதுக்கு எப்பிடி இருந்திருக்கும் . . .”

“அப்பறந்தான் நெனச்சுப் பாத்தன் . . . போனது போயிருச்சு . . . அவுங்கூட்டுக்குப் போயிச் சொன்னா . . . அப்பிடியா ஆயிருச்சு அடடா . . . ன்னு பரிதாபமாவா கேக்கப் போறாங்க. மொதலுப் போயிருச்சுன்னு திகீர்ங்கும். அந்தக் கோபமெல்லாம் எம்மேலதான் பாயும். சும்மா உடுவாரா . . . மரத்துல கட்டி வெச்சுத் தோல உரிச்சுப்புடுவாங்க.”

“எங்க மாமமூட்டு ஊர்ல . . . ஒரு பையன எதுக்கோ அடிச்சே கொன்னூட்டாங்களாம் . . .”

“எனக்கும் அப்பிடித்தான் பயமாயிப் போச்சு. செரி. உன்னாட்டம் ஊட்டுக்குப் போயிப் பாட்டன் பாட்டிகிட்டச் சொல்லிப் பாக்கலாமின்னு நெனச்சன். காட்டுக்குள்ள பூந்து ஓடறப்பத்தான் ஓசன வந்துச்சு. பாட்டங்கிட்டச் சொல்லி என்ன பிரயோசனம். அவுங்க வந்து கெஞ்சுவாங்க. சாமீம் பாங்க. எப்படி இருந்தாலும் திரும்ப இங்கதான் வரோணும். அதான் கால் போன போக்குல போயரலாமின்னு முடிவு பண்ணிக் காட்டுக்குள்ள உழுந்து அப்பிடியே போனன்.”

“இவ்வளவு தெகிரியமாகப் போயிருக்கறயே . . .”

“தெகிரியமென்ன ... அதவுடப் பயந்தான்டா. இன்னமே பண்ணயத்து வேலயும் ஆவாது. இந்த ஆடு மேக்கற பொழப்பும் வேண்டான்னு பட்டுச்சு. நீ சொல்லுவியே ... கரட்டு மேல இருக்கற சாமி காப்பாத்துவான்னு ... அவன மனசுல வெச்சுக்கிட்டுத்தான் போனன். இங்க மாதிரி அது வரக்காடா ... அது கெடக்குது வையாபுரிப் பட்டணமாட்டம் ... கரட்டுக்கு வர்ற கூட்டத்தயும் போற கூட்டத்தையும் பாத்துக்கிட்டு நின்னாலே போதும். பொழுதோடிப் போயிரும் ...”

“கரட்டுலதான் ஒளிஞ்சிருந்தயா ...”

“ஒளிஞ்சிருந்தா வவுத்துக்குச் சோறு ஆரு போடுவா ... அடிவாரத்துல வாசப்படியிலதான் போயி உக்கோந்து கெடந்தன். அங்க நாலஞ்சு பிச்சக்காரனுவ இருந்தானுங்க. அதுல ஒருத்தனப் பாத்தாப் பெரிய சாமியாராட்டம் தெரிஞ்சுது. வவுறுவெரைக்கும் தாடி வெச்சுக்கிட்டு காவி வேட்டி கட்டிக் கிட்டு இருந்தான். அவன் என்னயவே ரொம்ப நேரமாப் பாத்துக்கிட்டு இருந்திருப்பானாட்டம் ...”

“ராத்திரீல எப்பிடித் தெரிஞ்சுது ...”

“அங்கெல்லாம் பெரிய பெரிய லாந்தரு கட்டியிருக் கறாங்கடா ...”

“நாம பட்டியில வெச்சிருக்கறமே ... அத்தாப் பெரிசு ...”

“இதெல்லாம் பொடுசு. அது இத்தாப் பெரிசு. சீமெண்ண ஊத்திக் காத்தடிச்சு உடறாங்க.”

“காத்துல எரியும்?”

“எரியுது. செரி. அந்தச் சாமியார் கெழவன் எங்கிட்ட வந்து ‘பசிக்குதா’ அப்டீன்னான். நானும் ‘ஆமா’ன்னன். அவனோட குண்டாவுல இருந்து கொஞ்சம் எடுத்து ஒரு எலயில போட்டுக் குடுத்தான்.”

“அது பிச்ச எடுத்த சோறால்ல இருக்கும்.”

“பின்ன. பிச்ச எடுத்த சோறுன்னா கசக்குமா. எனக்கு ருசியும் தெரீல ஒன்னுந் தெரீல. அள்ளித் தின்னம். இன்னங் கொஞ்சம் குடுத்தான். வவுறு நம்பிப் போச்சு.”

“பாத்துக்க. இப்பிடியும் ஆளுவ இருக்கறாங்க.”

“எங் கோமணத்தயும் துண்டயும் பாத்துட்டு ‘நீ ஆளுக்காரனா’ன்னு கேட்டான். ஆமான்னன்.”

“எதுக்கு வந்தயின்னு கேக்கலயா?”

“நாஞ் சொல்லப் பாத்தன். அந்தச் சாமியாரு வேண்டான்னுட்டான். ‘எல்லாருத்துக்கும் ஒரு கத இருக்கும். எல்லாக் கதயும் ஒன்னுதான்’ அப்படிங்கறான்.”

“அடேங்கப்பா ... பெரிய சாமியாருதான்.”

“அவந்தான் எனக்கொரு வேல வாங்கிக் குடுத்தான்.”

“ராத்திரியேவா? என்ன வேல.”

“மறுநா காத்தாலக்கித்தான். பன்னிக்கறி விக்கிற கடைல ...”

“பன்னிக்கறி விக்கறதுக்குக்கூடக் கடை இருக்குதா?”

“ஆமாண்டா. அந்தக் கடைல பன்னிக்கறி மட்டுந்தான் விக்கறது. காப்பிளேட்டு ஒரு ரூவா. அதுக்கு எத்தன கூட்டம் வந்து மோதுது தெரீமா.”

“அங்கயும் கோமணத்தோடவா வேல செஞ்ச.”

“காதக்குடு சொல்றன் ... கோமணத்த அவுத்துப்புட்டுத் தான் வேல செய்யோணும்.”

“போடா ... எத்தன ஒத வாங்குனாலும் உனக்குக் கொழுப்பு அடங்காது.”

“இல்லடா ... அந்தச் சாமியாருதான் ஒரு கிழிஞ்ச வேட்டி குடுத்தான். காவி. அதத்தான் கட்டிக்கிட்டு இருந்தன். இந்த வருசம் தேருக்குத் துணி எடுத்துத் தரும்போது வேட்டி எடுத்துத் தரச் சொல்லோணும்.”

“அங்க போயி வேல செஞ்சுட்டு இன்னம் இந்தப் புத்தி போவுல பாரு.”

“சாயங்காலமாயிட்டா ஆளுங்க வந்து வந்து எனக்கொரு காப்பிளேட்டு, அரப்பிளேட்டுன்னு கேக்கறாங்க. வறுத்து வெச்சிருக்கற கறியப் போட்டுக் குடுக்கோணும். கோட்டு சூட்டுப் போட்டவனெல்லாம் வந்து திங்கறான். இத்தனைக்கும் கட அடிவாரத்துல ஒரு சந்துக்குள்ள இருக்குது. என்னயக் கூட்டிக்கிட்டுப் போன சாமியாரும் திங்கறான்.”

“அப்புறம் எப்பிடி மாட்டுன?”

“கடைய உட்டு வெளிய வராததான் ரண்டு நாளா இருந்தன். எப்பிடியும் தேடுவாங்க. கைல சிக்குனமின்னா அவ்வளவுதான்னு நெனச்சுக்கிட்டுத்தான் இருந்தன். ஒரு வாரத்துக்கு அங்க வேல செஞ்சா எதுனா காசு கெடச்சுதுன்னா பட்டணம் போயரலாமுன்னு பாத்தன்.”

“அங்கெல்லாம் பஸ்சுலயில்ல போவோணும்.”

“ஆமா. பஸ்சுலதான்.”

“நா இன்னம் பஸ்ஸே ஏறுனது இல்ல.”

“அதுக்குள்ள சிக்கிக்கிட்டன். எங்க பண்ணயக்காரரோட அக்கா பையன் ஒருத்தன் அச்சூர்ல இருக்கறான். அவன் அங்க அப்பப்ப வந்து பன்னிக்கறி திம்பானாட்டம் இருக்குது. எனக்கு மொதல்ல அடையாளம் தெரீல. அவன் என்னயப் பாத்தொடன கண்டுபுடிச்சிட்டான். எட்டித் தலமயிரப் புடுச்சு இழுத்தாந்தான் ...”

“...”

“என்னைக்காச்சும் ஒருநாளைக்கி எங்கிட்டச் சிக்காதயா போயிருவான். நல்ல இருட்டுல சிக்கோணும். அப்பிடியே கொட்ட மேலயே எட்டி ஒதக்கோணும் அவன ...”

“ ...”

“ராத்திரியே இங்க கொண்டாந்துட்டாங்களா?”

“ஆமா. வெளாறுல ஆளுக்கு நாலு வெச்சாங்க. மொதல்ல வலிச்சுது. அப்பறம் வலி தெரீல.”

“இப்ப என்னதான் சொன்னாங்க.”

“மூணு ஆட்டுக்குங் காசு குடுக்கோணும் ... இல்லீனா ஒரு வெருசத்திக்கிச் சும்மா பண்ணயத்து வேல செய்யோனுங் கறாங்க. எங்கபாட்டன் சரீன்னு சொல்லீருமாட்டம் தெரிஞ்சுது. அவுங்களுக்கென்ன சொல்றவங்களுக்கு ... நாஞ் சொன்னன் ‘நாஞ்செய்ய மார்ட்டன்னு.’ அதுக்குக் அவுரு அடிக்க எகிறிக்கிட்டு வர்றாரு ... ‘என்ன ஆனாலும் சும்மா மட்டும் வேல செய்யமாட்டம்’னு சொல்லீட்டன்.”

“உனக்குத் தெகிரியம் கூடத்தான். அப்பறம் என்னதான் ஆச்சு?”

“செரி. அப்பறம் பேசிக்கலாம் ... போயி ஆட்ட வெளி யுடுன்னாங்க. என்ன ஆனாலும் நா சும்மா மட்டும் வேல செய்யமாட்டன் ...”

●

17

ஏரியில் நீர் குறைந்துபோனது. ஆண்டுக்கொரு முறை வந்துசேரும் இன்பத்தின் ஆயுள் ரொம்பவும் குறைவான நாட்கள்தான். குறைவான நாட்களாக இருக்கும் காரணத்தாலேயே அது இன்பமாகத் தோன்றுகிறதோ என்னவோ. நீரால் ஆக்கிரமிக்கப் பட்டிருந்த பகுதிகள் எல்லாம் அதன் சுவடுகளை மாத்திரம் தக்கவைத்துக்கொண்டிருந்தன. விஸ்தாரம் மிக்க சமுத்திரம்போல் தோன்றிய ஏரி, வெறும் குட்டையாகச் சுருங்கிப்போயிற்று. சுற்றிலும் காடுகளில் அறுவடை அங்கொன்றும் இங்கொன்றுமாக நடந்துகொண் டிருந்தது. கம்மம்பூட்டை பொறுக்கும் காடுகளில் பெண்கள் மடி கூட்டிக்கொண்டு நுழைந்தார்கள். கடலைக்கொடி வெட்டிப் பறிக்கிற வேலையும் சில காடுகளில். சோளத்தட்டைகளை அறுக்கும் கூட்டம். எங்கு பார்த்தாலும் முற்றிப்போன, காய்ந்துபோன தோற்றத்தோடு காடுகள். கதிர் புடை கட்டும்வரை காட்டைப் பார்க்க ஆசையாயிருக்கும். அதன்பின் கொஞ்சம் கொஞ்சமாய்ச் சோகை படிந்த முடிவின் தொடக்கம் நிகழும். எங்குமே அழிவு இன்பத்தை உண்டாக்குவதில்லை. எல்லா அழிவுகளும் வேதனை களைப் பரப்புகின்றன. பயிர்களின் வளர்ச்சி புடை கட்டும் பருவத்தோடு நின்றுபோய்விடக் கூடாதா என்று மனம் ஏங்கும். காடு மொட்டையாக நிற்கும் போது மண்ணின் குளுமை ஈர்த்துக்கொள்கிறது. இரண்டுக்கும் இடைப்பட்ட இந்தக்காலம்.

கிள்ளி வந்த கம்மம்பூட்டைகளை உதிர்த்து ஊதி ஊதித் தின்றார்கள் வவுறியும் பொட்டியும். பழுத்த மொச்சை விதைகளை எங்கிருந்தோ அள்ளி வந்தான் நெடும்பன். கூளையன் கைகளில் ஒன்றுமில்லை. ஏனோ

எதுவும் பிடித்தமானதாக இல்லை. சூழலே பெருத்த சோகத்தை அவனுக்குள் கிளறிவிட்டிருந்தது. ஏரிக்கரைகளில் காய்ந்த புற்கள் ஆடுகளுக்கு உவப்பாக இல்லை. வெகுநேரம் நின்று மேயக்கூடிய ஆடுகள் நடந்துகொண்டேயிருந்தன. கடக்க முடியாத நீளமாகத் தோன்றிய கரை குறுகிப்போயிற்று. கரையிறங்கி வெள்ளதாரையின் ஓரங்களில் துளிர்த்திருக்கும் புற்களைக் கடித்துக்கொண்டே ஆடுகள் நகர்ந்துபோயின. கரைக்கு ஓட்டி வந்துவிட்டாலும் அவை நிற்பதில்லை. ஒருபக்கமாக உட்கார முடியவில்லை. ஆடுகளின் காலுக்குப் பின்னாலேயே குட்டிகளைப் போலத் திரிந்துகொண்டிருந்தால் கொஞ்சநேரம் ஓரிடத்தில் நிறுத்தலாம். ரொம்ப அடக்கி ஒடுக்கினால் மேயாமல் ஓரிடத்திலேயே கூடிப் படுத்துக் கொள்கின்றன. சாயங்காலமானால் ஒட்டிப்போன வயிற்றுடன் ஆடுகளைப் பார்க்க யாருக்குப் பொறுக்கும்? ராத்திரியில் ஆடுகள் கூப்பாடு போடத் தொடங்கிவிடும். நான்கைந்து முறை ஓடி ஓடி ஆடுகளை விரட்டி வந்தபின் நெடும்பன் சொன்னான்.

“மணற்காடு கொற கெடக்குதே . . . அங்க ஓட்டிக்கிட்டுப் போலாம்.”

“ஆரும் ஒன்னுஞ் சொல்ல மாட்டாங்களா?”

“கொற கெடக்கற காட்டுல மேக்கறதுக்கு ஆரு என்னடா சொல்லப் போறாங்க. போன வாரத்துல ஒருநாளு நா ஓட்டிக்கிட்டுப் போனன். சாயங்காலத்துல . . . அப்பப் பாக்கோணுமே . . . அச்சூரு ஆடுவ அஞ்சாறு பட்டி மேயுது . . . மேவும் நல்லாக் கெடக்குது.”

அவனுடைய ஆலோசனைப்படி ஆடுகளை ஓட்டிப் போனார்கள். பள்ளத்தோரத்திலேயே கொஞ்சதூரம் ஓட்டிப்போனபின் மண்தடம் வந்தது. மண்தடம் வண்டிகள் போய்ப்போய் வெளுத்துக் கிடந்தது. மண் முழுக்கத் திருநீறு கொட்டிக் கிடப்பது போலிருந்தது. இரண்டுபக்கக் காடு களிலும் ஆடுகள் புகுந்துவிடாமலிருக்க வேகமாக விரட்டி னார்கள். கத்திக்கொண்டே ஓடின. பொட்டிக்குச் சந்தோசம் பீறிட்டு ஆடுகளோடு ஒன்றாக அவளும் ஓடினாள். அவள் இதுவரைக்கும் இந்தப்பக்கத்திற்கு வந்ததில்லை. புது இடம் என்றதும் என்னென்னவோ இருக்கும் என்று கற்பனை செய்துகொண்டாள். வடக்குப் பக்கமாக இரண்டு காடு தூரம் ஓட்டிப்போனதும் கொறங்காடு தோன்றிற்று. அந்தக் காடும் ஏரியளவுக்கு விஸ்தாரமாக இருந்தது. பத்து ஏக்கருக்கு மேலிருக்கும். காடு முழுக்கக் கொளுஞ்சி மூடிக் கிடந்தது.

அதில் காய்கள் கொத்துக்கொத்தாகத் தொங்கின. மூக்குத்தி போலச் சின்னதாய்ச் செஞ்சிவப்புப் பூக்கள். அருகம்புற்களும் சாணிப்புற்களும் அடர்ந்து கிடந்தன. நெரட்டைக் கொடிகளும் புண்ணாக்குப் பூடுகளும் எங்கு பார்த்தாலும் தெரிந்தன. அவற்றுக்கிடையே அங்கங்கே பனைமரங்கள் நின்றிருந்தன. ஓலை வெட்டிச் சீர்செய்யப்படாமல் தலை நிறையக் கூடை மயிர்களைக் கொண்டிருந்தன. அணப்புகள் ஏத்தியும் தாத்தியுமாய் இருந்தது ஒன்றுதான் குறை. காட்டுக்கு நடுவில் அகலமான பாறை. அந்தப் பாறை கருநிறத்தில் இருந்தது. தானியப் பூட்டைகளைக் குவிக்கவும் தாம்பு கட்டவும் ஏற்ற அகலம். மண்ணாக இருந்தால் அதுவே ஒரு பெரிய அணப்பு அளவுக்கு வரும். எள்ளுக்கோல்கள் ஒருபுறம் மக்கிப்போய்க் கருஞ்சாந்தாய்க் குவிந்து கிடந்தன. கொட்டமார்கள் கத்தைகளாக அடுக்கி வைக்கப்பட்டிருந்தன. காட்டின் மேற்கோரத்தில் பெரிய வாகையொன்று கிளை பரப்பி நின்றிருந்தது. வளமான நிலம் என்பதற்கான அடையாளங்கள் காடு முழுக்கச் சிதறிக் கிடந்தன. இவ்வளவு அருமையான பூமியை அனாதை போலப் போட்டுவிட யாருக்கு மனசு வந்ததோ தெரியவில்லை. கை வைத்தால் விளைவதற்குத் தயாராய் இருக்கும் மண். காட்டுக்காரர்கள் சோம்பேறிகளாக இருந்தாக வேண்டும். இல்லாவிட்டால், இதை உழுவதற்குத் தேவையில்லாத அளவு வசதியும் வளமும் பெற்றவர்களாக இருக்கலாம். ஆனால் எவ்வளவு வசதியும் செல்வமும் பெற்றிருந்தபோதும் உழுது விதைக்காவிட்டால் பண்ணயக்காரனை இன்னொரு பண்ணயக்காரன் மதிக்க மாட்டான். காட்டைக் கொறையாகப் போட்டு வைத்திருப்பதும் பெண்ணை மூளியாக வீட்டில் வைத்திருப்பதும் ஒன்றுதான் என்று நினைக்கக் கூடியவர்கள் கேட்பார்கள்.

“மண்ணக் கொற போட்டு வெச்சா மனசன் உருப்படி ஆவுவானா”

கூளையன் சந்தேகத்தோடு நெடும்பனைக் கேட்டான். “எதுக்குடா கொற போட்டு வெச்சிருக்கறாங்க?”

நெடும்பன் விலாவாரியாகச் சொன்னான்.

காடு அச்சூர் அத்தப்பருடையது. அவருக்கு இரண்டு மகன்கள். எல்லாம் கல்யாணமாகிக் குழந்தை குட்டிகளோடு இருக்கிறார்கள். ஒன்றாகத்தான் வேலையும் குடும்பமும். பெரியவர் ‘நானிருக்கற வெரைக்கும் ஒண்ணா இருங்க. அதுக்கப்பறம் ஆண்டவன் உட்ட வழி’ என்ற சொல்லிவிட்டார். காடு முழுக்க அவருடைய சொந்தச் சம்பாத்தியத்தில் வாங்கியது. அவரே அந்தக் காலத்தில் இன்னொரு பண்ணயக்காரரிடம் பண்ணயத்தில் இருந்தவராம். பண்ணயத்தில் இருந்த வீட்டில்

சோறு வாங்கித் தின்னும்போதெல்லாம் மனம் புழுங்கித் தவிப்பாராம். 'அவனும் செரி நானும் செரி. ஆனா நா எரந்து குடிக்கறன். என்னைக்கிருந்தாலும் நானு காடு ஊடுன்னு சொந்தமா வாங்கியே தீருவன்' என்று அவருக்குள்ளேயே சொல்லிக்கொள்வாராம். அந்தப்படியே வாயைக் கட்டி வயிற்றைக் கட்டிக் காடு வாங்கிவிட்டாராம். போன வருசம் இன்னாக்காலத்தில் செத்துப்போய்விட்டார். சவத்தை எடுக்கும் முன்னாலேயே மகன்களுக்குள் சண்டை வந்துவிட்டதாம். அவருடைய மடிப்பையில் வைத்திருந்த பணத்தை எடுத்தது யார் என்று தகராறு. அது முற்றிக் காடு பிரிவினையில் வந்து நின்றிருக்கிறது. மூத்தவன் 'எனக்குத்தான் மேல் பாகம். எப்பவும் அண்ணந்தான் மேல இருக்கோணும். தம்பி கீழதான்' என்றானாம். தம்பி 'அதெப்படி அப்பிடி உடமுடியும். நானும் செரியாப் பொறந்தவன்தான' என்று சொல்ல ஒரே வேச்சியம். கடைசியில் அடிதடியில் முடிந்து இப்போது காடு கொறையாகக் கிடக்கிறது. காட்டுக்காரர்கள் இரண்டு பேரும் கூலி வேலைக்குப் போய்க்கொண்டிருக்கிறார்களாம்.

அந்தக் காட்டின் பெரியவர் பண்ணயத்தில் இருந்தவர் என்பது கூளையனுக்குச் சந்தோசம் தந்தது. பொட்டியும் வவுறியும் காடுகளுக்குள் ஓடிக்கொண்டிருந்தார்கள். குதித்துத் தீராத காடு. இனிமேல் தினந்தோறும் இங்கே ஓட்டி வந்து விடலாம் என்று தோன்றியது. ஆடுகள் பொறுமையாக மேய்ந்துகொண்டிருந்தன. நடுவில் விட்டுவிட்டால் மேய்ந்து ஓரத்து அணப்புகளுக்குப் போய்ச் சேரவே பொழுது சாய்ந்து விடும். காடு முழுக்கவும் ஒரு வட்டம் அடித்து வர விரும்பி நெடும்பனும் கூளையனும் நடந்தார்கள். கிழக்கே ஒருஆள் குறுக்காக நீட்டிப் படுக்கும் அகலத்தில் வண்டித்தடம். தெற்குப் பக்கம் கரை சற்று உயர்ந்திருந்தது. நெருஞ்சி முட்கள் பழுத்துக் கிடந்த கரைமேல் பார்த்துக் காலடி வைக்க வேண்டி இருந்தது. கரைமேல் நடப்பதற்குப் பதிலாகக் காட்டுக்குள்ளேயே நடந்துவிடலாம். கரைக்குக் கீழ்க்காட்டில் கம்மம்பூட்டை பொறுக்கியபின் தட்டைகள் காவி நிறத்தில் நின்றன. பூட்டை அறுத்ததும் மொட்டையான காம்பு வேல்போல் வானைப் பார்த்து நீட்டிக்கொண்டிருந்தது. தட்டைகளை இன்னும் பிடுங்க ஆரம்பிக்கவில்லை. அவரைக்கொடிகளும் தட்டைக்கொடிகளும் கம்மந்தட்டை களின்மேல் படர்ந்து கிடந்தன. காய்கள் மணிமணியாய்க் காய்த்திருந்தன. அவற்றைத் தின்று தின்று நாக்கு செத்துப் போய்விட்டது. ஏனோ அந்தக் காய்களைத் தின்னவே பிரியமாயில்லை. எல்லோரும் சொல்லிவைத்தது போல இவற்றையே ஏன்தான் போட்டுத் தொலைக்கிறார்களோ.

தெற்குப் பக்கத்தின் மூலை குறுகி வால்போல் ஓடிக் கிடந்தது. அந்தப் பக்கம் கொஞ்சம் பள்ளமும்கூட. அங்கே நின்று பார்த்தால் கொறங்காடு பெரிய சேலையை விரித்துக் காயப்போட்டிருக்கிறாற் போலத்தான் தெரிந்தது. நீர் நிற்கும் பகுதியாதலால் குரமத்தஞ்செடிகள் தழைந்துக் கிடந்தன. கூளையன் ஓடிப்போய் இலைகளை விலக்கி விலக்கிப் பார்த்தான். உருண்டையாய்க் குரமத்தங்காய்கள் சடிந்து கிடந்தன. ஒன்றிரண்டு காய்கள் லேசாக மஞ்சளோடி இருந்தன. நன்றாகப் பழுக்காவிட்டால் இது பிரயோசனம் இல்லை. கசக்கும். ஏமாந்து போய்த் திரும்பினான். அவன் முகபாவனை நெடும் பனைச் சிரிக்கத் தூண்டிற்று. 'வேறேதாச்சும் பாக்கலாம் வாடா' என்றான். காலையில் குடித்த கம்மஞ்சோறு வயிற்றில் கரைந்து போன மாயம் தெரியவில்லை. ஏதாவது கொஞ்சம் உள்ளே போனால்தான் வயிற்றை அடக்க முடியும் என்று பட்டது. மேற்குப் பக்கம் திரும்பி நடந்தார்கள்.

அந்தப்பக்கம் இருந்தது தோட்டம். பருத்திச் செடிகள் காலுயரம் நின்றன. கொஞ்சதூரத்தில் ஆரியப் பயிர்கள் தெரிந்தன. உள்ளே தள்ளித் தோட்டத்தின் மையத்தில் கிணறும் அதைச் சுற்றிப் பத்துப்பதினைந்து தென்னைகளும் தென்பட்டன. கிணற்றில் நீர் நிறைந்திருக்கும். பயிர்களும் தென்னைகளும் செழுமையாகத் தோன்றின. தென்னைகள் ரொம்பவும் உயர மில்லை. குலைகள் சடிந்திருந்தன. செந்நிறக் காய்கள்தான் தூரத்திலிருந்து பார்க்கப் பளிச்சென்று பட்டன. பொழுது உச்சிக்குக் கொஞ்சம் கீழே இருந்தது. கூளையன் தென்னை மரங்களையே பார்த்துக்கொண்டிருந்தான். கைகளை நீட்டிக் கொண்டிருப்பதுபோல் மட்டைகள் நெடிக்கமாக இருந்தன. மரம் வழவழவென்று நெஞ்சைக் கொடுத்து ஏற அழைப்பது போலிருந்தது. கூளையன் மிகுந்த ஆவலாய்க் கேட்டான்.

"தேங்காய் பறிக்கலாமாடா."

நெடும்பனுக்கும் அதே எண்ணம் தான்.

"பறிக்கலாம்டா. ஆனா புதுஎடம். பாத்துக்கோணும்."

"பாத்துக்கலாம்டா."

தேங்காய்த் தண்ணீர் நாக்கில் சுரந்தது. தேங்காய்ப் பருப்பின் பால் சுவை வாய் முழுக்கவும் நிறைந்துவிட்டிருந்தது. நல்ல நெத்துத் தேங்காய். வாயை அசை போட்டான். தேங்காய் தின்று எவ்வளவோ நாளிருக்கும். போன வருசம் தேருக்குக் கோயிலுக்குப் போனபோது சாமிக்கு உடைத்த ஒருமூடித் தேங்காயை அம்மா அவனுக்குக் கொடுத்தாள். அதுதான். இது போல எங்காவது ஒன்றிரண்டு காடுகளில் மட்டும்தான்

தென்னைமரம் இருக்கும். இருந்தாலும் பண்ணயக்காரர்களுக்குத் தேங்காய் கிடைப்பதே பெரும்பாடு. ஒரு வருசம் சுத்தமாக மழையில்லாவிட்டால் காப்பாற்றுவது சாதாரணமல்ல. தென்னம்பிள்ளையையும் கருவேப்பிலைக் கன்றையும் காப்பாற்றி வளர்ப்பது அவ்வளவு சுலபமில்லை. கூளையனுடைய பண்ணயக்காரர் வீட்டுத் தோட்டத்தில் இரண்டே தென்னைகள் உண்டு. வெயில் காலத்தில் அந்த இரண்டு மரங்களுக்குதான் கிணற்றுத் தண்ணீர் வரும். அதற்காக மெனக்கெட்டு மாடுகளைப் பூட்டி ஏற்றம் இறைப்பார். அந்த மரங்களிலும் தேங்காய், குருவி முட்டைகள் போலக் காய்க்கும். ஒருகுலை விட்டுவிட்டால் அதைக் கண்காணித்துக் கொண்டேயிருப்பார். முற்றுவதற்குள் பத்துத் தடவையாவது மேலேறி ஆட்டிப் பார்ப்பார். முதிர்ந்து தண்ணீர் ஆடிவிட்டால் போதும். பறிக்கச் சொல்லிவிடுவார். எப்படியோ வருசம் முழுவதற்கும் அந்தத் தேங்காய்களையே வைத்துக்கொள்வார்கள். நோம்பி வரும்போது எப்படியும் ஒருகுலை பறிப்பார். பின் தீபாவளி வரும்போது ஒன்று. அந்த இரண்டு தடவைதான் வீட்டில் இட்லி சுடுவார்கள். மூன்று நான்கு நாட்களுக்குச் சட்னி ஆட்டத் தேங்காய் ஆகிவிடும். மொண்டியின் பண்ணயக்காரர் வீட்டில் நிறையத் தென்னைகள் உண்டு. காய்ந்து தானாக விழுந்த காயை அவருக்குத் தெரியாமல் எப்போதாவது அவன் எடுத்து வருவான். அதிலும் சின்னத் துண்டுத் தேங்காய் தருவான். அவ்வளவுதான்.

இரண்டு பேரும் கரைமேல் நின்று பார்த்தார்கள். பயிர்களும் செடிகளும் அசைவற்று நின்றன. வெயில் மண்ணைத் தொடுவதற்கு ரொம்பவும் சிரமப்பட்டுக்கொண்டிருந்தது. தோட்டம் முடிந்து மேட்டுக்காடு தொடங்குவது வரையிலும் எவரையும் காணோம். மேட்டுக்காட்டுப் பக்கமிருந்தும் தலை எதுவும் தெரியவில்லை. கிணறும் கிணற்றைச் சுற்றிய பகுதியிலும் நிழலசைவுகூட இல்லை. சரியான நேரம். நெடும்பனுக்குத் தயக்கமிருந்தது. கூளையனுக்குத் தெம்பு கூடிற்று.

“ஒருத்தரையும் காணாம்டா.”

“எதுக்கும் புதுஎடம்டா. உசாராத்தான் இருக்கோணும்.”

“ஆளையே காணான்டா. ஊட்டுக்குப் போயிருப்பாங்க. வர நேரமாவும்டா.”

“காட்டுக்குள்ளயா இருந்தா ஆளுச் சத்தம் கேட்டொடன ஓடியாந்தரலாம். இல்லீனா, அப்படியேகூட உக்கோந்துக்கலாம். மரத்துமேல ஏறோனுமேடா . . .”

"உனக்குப் பயமாயிருந்தா நீ வராத."

கூளையன் நெடும்பனிடம் வெறுப்பாகச் சொன்னான்.

"பயமொன்னும் இல்லீடா ... அதுக்குனு குருட்டாம் போக்குல போயி மாட்டிக்கக் கூடாதுடா."

நெடும்பனின் நிதானமான பேச்சு கூளையனுக்கு எரிச்சல் கொடுத்தது. முகத்தைத் தூக்கிக்கொண்டு கரை தாண்டித் தோட்டத்துக்குள் கால் வைத்தான். நெடும்பனும் அவனைத் தொடர்ந்தான்.

"ஆராச்சும் திடீர்னு வந்துட்டா ... கெணத்துக்கிட்டத் தண்ணி குடிக்க வந்தம்னு சொல்லுடா."

"நிய்யே சொல்லு."

"எதுக்குடா இப்பிடிப் பொட்டத்தனமா கோவிச்சுக்கற. நா வேண்டாண்னா சொன்னன்? பாத்துப் போலாம்னு சொன்னன்டா."

"செரி செரி வாடா."

தோட்டத்து வரப்புகள் மிக நேர்த்தியாக இருந்தன. செதுக்கிச் சரி செய்யப்பட்ட வரப்புகளில் அருகம்புற்கள் மொசுமொசுவென்று வளர்ந்திருந்தன. பருத்திச் செடிகள் ஒவ்வொன்றும் ஓராள் வெளிக்கி உட்கார்ந்திருப்பதைப் போலிருந்தன. எல்லாப் பக்கமும் வழிகளைக் கொண்ட கூடுதான் அந்த இடம். அடர்ந்த நிழல். தென்னைகள் கிட்டக்கிட்டவே வைக்கப்பட்டிருந்தன. கிணற்றைச் சுற்றிலும் வாய்க்கால்கள் ஓடிக் கிளைகிளையாகப் பிரிந்தன. ஏற்றம் இறைக்க மாடுகள் ஓடிச்செல்லும் வாரி, கிணற்று மேட்டிலிருந்து தொடங்கிக் குழிக்குள் போய் இறங்கிற்று. மாடுகளின் குளம்புத் தடங்கள் வாரியில் பதிந்திருந்தன. மதகிலிருந்து ஓடிவந்து தேங்கிச் செல்லும் நீர்க்குழியில் கொஞ்சம் போல நீர் கிடந்தது. நெடும்பன் கலக்கிவிடாமல் அலுங்காமல் இருகைகளிலும் நீரள்ளிக் குடித்தான். நல்ல தண்ணீர். தேங்காய்த் தண்ணீர் போலவே ருசியாக இருந்தது. கூளையனையும் குடிக்கக் கூப்பிட்டான். அவனும் அள்ளிக் குடித்துவிட்டுப் புருவத்தை உயர்த்தித் திருப்தி காட்டினான். தென்னைகளுக்கு இடையே தெற்குப் பக்கமாய் ஒரே ஒரு கொலுமிச்சை மரம் மட்டும் நின்றது. மாடுகளையோ ஆடுகளையோ காணவில்லை. மேட்டுக்காட்டில் வேலைக்காக எல்லாவற்றையும் ஓட்டிக்கொண்டு போயிருப் பார்கள். வேலை முடிந்து பொழுது சாயத்தான் வருவார்கள். கூளையனுக்கு நம்பிக்கை கூடிற்று.

அவன் பார்வை தென்னைகளைச் சுற்றிச் சுற்றி வந்தது. இளநீர்கள் இருக்கும் மரம் வேண்டாம். முற்றிய காயாக இருந்தால்தான் உடைத்துத் தின்ன முடியும். சுற்றி வரும்போது பார்வையில் ஒருதென்னையின் அடியில் கிடந்த கயிறுபட்டது. ஓடி எடுத்து வந்தான். அப்படியே கொட்டகைக்குள் போய்ப் பார்த்தான். நெடும்பன் தூரத்திலேயே நின்றுகொண்டு யாரும் வருகிறார்களா என்று கவனித்தான். கொட்டகைக்குள் தேங்காய் மட்டைகள்தான் குவிந்து கிடந்தன. ஒன்றிரண்டு தேங்காய்கள் கிடந்தால் போதும். எடுத்துக்கொண்டு போய்விடலாம். மரத்தில் ஏறுகிற சிரமம் இல்லை. மூலை முடுக்கெல்லாம் பார்த்தான். ஒன்றையும் காணோம். கீழே போட்டிருந்த கட்டிலை எட்டி ஓர் உதைவிட்டான். நெடும்பன் சத்தமில்லாமல் "டேய் டேய்" என்ற கூப்பிட்டான். "என்னடா" என்று கூளையன் கேட்டது மரங்களில் எதிரொலித்தது. தென்னையிலிருந்து காக்கையொன்று கத்திக்கொண்டே ஓடிற்று.

"மெதுவாப் பேசுடா. எதுக்குக் கட்டல ஒதைக்கற. ஓடிஞ்சு கிடிஞ்சு போச்சுனா ஆரோ வந்திருக்கறது தெரிஞ்சு போயி ரும்டா."

நெடும்பன் கடிந்து சொன்னான்.

"போதும் வாடா" என்றுவிட்டு மரங்களை மீண்டும் பார்த்தான். மரங்கள் இரண்டு தரமாகத் தெரிந்தன. குள்ளமாக இருந்தவற்றில் தேடினான். சிலதில் பாளைகள். சிலதில் குரம்பைகள். இளநீர்க் காய்கள். பெரிய மரங்களில்தான் குலைகள் பெரிது பெரிதாகக் காணப்பட்டன. அவற்றில் குள்ளமாக இருந்த ஒன்றைத் தேர்வு செய்தான். அதில் காய்கள் கீழாகவே தொங்கின. குருத்துக்கு ஏற வேண்டியதில்லை என்று பட்டது. கால் கயிற்றை மாட்டிக்கொண்டு சரசரவென்று மரத்தில் ஏறினான். பனையைப்போல் இது நெஞ்சைத் துளைக்காது. கையும் காலும் வழுக்காமல் இருந்தால் போதும். தேங்காய் கைக்கு எட்டும்படி தென்னையின் கழுத்துப் பகுதியில் நின்று கொண்டான். ஒருகை மரத்தைப் பற்றிக்கொண்டது. மறு கையால் எட்டித் தேங்காயைப் பறித்தான். இழுப்புக்கு வரவில்லை. காய் இன்னும் முற்றவில்லை. நடுத்தரம். திருகித்தான் இழுக்க வேண்டும். நுனியில் தொங்கிய காயைத் திருகினான். நான்கைந்து திருகலில் கையோடு வந்துவிட்டது. கீழே பார்த்தான். வாய்க்கால் கரைமண் பொதுபொதுவென்று இருந்தது. அதன் மேல் விழும்படி வீசினான். அவ்வளவு சத்தமில்லாமல் மண்ணில் போய் உட்கார்ந்துகொண்டது. அடுத்த காயையும் அதேபோல் திருகி வீசினான். நெடும்பன் கீழிருந்து "போதும் வாடா" என்று அதட்டலாகச் சொன்னான். குனிந்து பார்த்தான்.

நெடும்பன் இருக்குமிடம் தெரியவில்லை. தொடை நடுங்கி. ஏதாவது மரத்தின் பின்னால் ஒளிந்து நின்றுகொண்டிருப்பான்.

ஆளுக்கு இரண்டு காய்களாவது கொண்டு போனால்தான் பரவாயில்லை. நான்கு பேருக்கும் ஒவ்வொன்று கிடைக்கும். மூன்றாவது காயைத் திருகிப் போட்டான். அந்தக் குலையில் பத்துக் காய்களுக்கும் மேலிருந்தது. நான்காவதைத் திருகிக் கொண்டிருக்கையில் “எறங்கி வாடா” என்னும் குரல் கேட்டது. அது நெடும்பனுடையது மாதிரி இல்லை. காயைத் திருகுவதைப் பாதியில் நிறுத்திவிட்டுக் கீழே பார்த்தான்.

“அந்தக்கொல இன்னும் முத்துல ... நல்லா வரத் தேங்காயாப் பாத்துப் புடலாம்லொ.” கேலியான தடித்த குரல். உள்ளங்கை வியர்த்தது. மரத்தை விட்டுவிடாமல் இறுக்கமாகப் பற்றினான். நெடும்பனைக் காணவில்லை. “அடச்சீ ... திருட்டு நாயே ... எறங்கி வாடா” குரலின் முகத்தைப் பதற்றத்தோடு தேடினான்.

கூளையனுடைய பண்ணயக்காரர் கன்றுக்குட்டி ஒன்றை ஆசையாக வளர்த்து வந்தார். அவரிடமே வெகுநாட்களாக இருந்த மாடு போட்ட கன்று. அந்த மாட்டின் பால் நன்றாக இருக்கும். எருமைப்பால் போலவே கெட்டியாக இருக்கும். தொட்டு நெற்றியில் வைத்துக் கொண்டால் கீழே விழக் கொஞ்ச நேரம் யோசித்து நிற்கும். கன்றுக்குட்டிக்குப் போக வீட்டுக்குத் தாராளமாகப் பீச்சிக்கொள்ளலாம். மாடு வேலைக்கும் சளைத்ததில்லை. ஏற்றத்திற்கும் சரி, ஏருக்கும் சரி எருதுகளுக்கு நிகராகப் போகும். அதனுடைய கொம்புகளே மாட்டைப் பற்றிச் சொல்லிவிடும். பூமாலை போலக் கொம்புகள் இருக்கும். அவர் சொல்வார். “இந்த மாடு வந்ததுக்கப் பறந்தான் பட்டி பெருகுச்சு. பால் பான பொங்குச்சு.”

அந்த மாட்டுக் கன்றுகளை எப்போதுமே ஆசை ஆசையாக வளர்ப்பார். அவர் கட்டுத்தரை எருதுகளெல்லாம் அந்த மாட்டுக் கன்றுகள்தாம். கிடாரிகளையும் வளர்த்து மாடாக்குவார். அவற்றை விற்கும்போதெல்லாம் அந்தத் தாய்மாட்டைப் பற்றிப் பேசாமல் அவர் வாய் ஓயாது. அந்த மாட்டுக்குப் பல்லெல்லாம் போய்த் தீனி கடிப்பதே முடியாது என்னும் நிலை வருகிறவரை வைத்திருந்தார். தட்டுக்களைக் கடிக்க முடியாமல் அதன் தோகைகளை மட்டும் கொறிக்கும். கட்டுத்தரை முழுக்கத் தோகை இழந்த தட்டுக்கள் நீள நீளக் குச்சிகளாய்க் கிடக்கும். அவருக்கே பரிதாபமாகப் போய்விட்டது. இந்தப் பாவத்தை இனிமேலும் பார்த்துக் கொண்டிருக்க முடியாது என்று சொல்லி வந்த விலைக்கு

விற்றுவிட்டார். அந்த மாடு போட்ட கடைசிக் கன்று கிடாரி. அதைத்தான் அப்படிச் செல்லமாக வளர்த்து வந்தார்.

முகமெல்லாம் தாயையே உரித்து வைத்த மாதிரி இருக்கிற தென்பார். கொம்பு அழகும் அப்படியே இருந்தது. மாடு நல்ல நெடிக்கம். தீனி போடுவதும் தண்ணி வைப்பதும் அதற்கென்று எப்போதும் தனிதான். தாயுடைய இடத்தை இதுதான் நிரப்பப் போகிறது என்று நம்பிக்கை வைத்திருந்தார். கன்றும் செழுசெழுவென்று வளர்ந்தது. காளைக்குப் போட்டார். ஒரே முறையில் சினை நின்றுகொண்டது. எல்லாமே சரியாக இருந்தது. காளைக்குப் போட்ட நாளை அப்படியே நினைவில் வைத்திருந்து இந்த மாசம் இத்தனாம் தேதி கன்று போடும் என்று சொல்வார். ஒன்பதாவது மாதம் முடிந்தது. மாடு நல்ல நிறை சினை. தலையீத்துக் கிடாரிக்கே உள்ள பொலிவோடு இருந்தது. திடீரென்று ஒருநாள் வயிற்றுப்போக்குத் தொடங்கி விட்டது. அப்போதுகூட வித்தியாசமாகத் தோன்றவில்லை. காளைக்கன்று போடும் மாட்டுக்கு இப்படித்தான் வயிற்றால் போகும். முதல் கன்றே காளையாகப் போடப் போகிறது என்று சந்தோசமாகச் சொல்லிக்கொண்டு திரிந்தார். அவர் அனுமானம் தவறிப்போய்விட்டது.

கிடாரிக்கு வயிற்றெடுப்பு நிற்கவேயில்லை. அவருடைய கணக்குப்படி கன்று ஈன இன்னும் இருபது நாட்களுக்கு மேல் இருந்தது. காளைக்கன்று போடும் மாடு ஓரிரு நாட்களுக்கு வயிற்றால் போகும். மாதத்திற்கு என்றால்? மனிதனுக்கே ஒன்றிரண்டு முறை போனால் கால் கை ஓய்ந்து போகிறது. எழச் சக்தியில்லாமல் வீழ்ந்துவிடுகிறான். மாடும்தான் எத்தனை நாளைக்குத் தாங்கும்? தின்பதெல்லாம் செரிப்பதேயில்லை. மல்லுவது போலத்தான் சாணி போடுவதும். கொடகொட வென்று ஊற்றும். நாற்றம் குடலைப் பிடுங்கும். பக்கத்தில் நிற்க முடியாது. தாட்ரிக்கமாக இருந்த கிடாரி எலும்பும் தோலுமாக இளைத்துப் போய்விட்டது. வயிறு மட்டும் கொஞ்சம் புடைத்துக் கொண்டிருந்தது. கண்கள் ஒளியிழந்து வேதனைக் குழிகளாகிவிட்டன. அவருக்கென்றால் பார்க்கப் பார்க்கத் தாங்கவில்லை. ஆளாளுக்கு என்னென்னவோ வைத்தியம் சொன்னார்கள். வாழைக்காயைக் கொடுத்தார்கள். பன்றி நெய் கொடுத்துப் பார்த்தார்கள். சோற்றுக் கற்றாழை கொடுத்தார்கள். அவரும் எந்தெந்த வைத்தியகாரரிடமோ கேட்டு வந்து அவர்கள் சொன்ன மருந்துகளைக் கொடுத்துப் பார்த்தார். எதுவும் பலிக்கவில்லை.

கண்ணால் பார்த்துச் சகிக்க முடியாது என்னும் நிலை வந்தபோது விற்கச் சம்மதித்தார். ஒரு நல்ல வர்க்கம். கடைசிக்

கன்றை நினைவாக வைத்திருந்து கட்டுத்தரையில் அந்த வம்சத்தை நிலைநிறுத்திக்கொள்ள முடியவில்லையே என்ற ஏக்கம். கை மாறினாலாவது வயிற்றெடுப்பு நின்று மாடு தெளிச்சி அடையலாம். எத்தனையோ பேர் வந்துவந்து பார்த்துவிட்டுக் 'காலோட கழிஞ்சிக்கிட்டுக் கெடக்குது' என்று விலையே கேட்காமல் போய்விட்டார்கள். ஏவாரக்காரர் களுக்கும் வாங்கிப்போய்க் கைமாற்றுவது எப்படி என்று தயக்கம். கட்டுத்தரையிலேயே கிடக்கட்டும்; கன்று ஈனி நல்லபடியாக இருந்தால் வைத்துப் பார்க்கலாம்; இல்லா விட்டால் தோட்டத்து மூலையில் குழி வெட்டிப் புதைத்து விடலாம் என்று சொல்லிக்கொண்டிருந்தார். இந்த மாடு இருக்கிற விஷயத்தைக் கேள்விப்பட்டு அச்சூர் வயக்காட்டார் பார்க்க வந்தார். வந்தவருக்கு மாடு பிடித்துவிட்டது. மாடு நல்ல அமைப்பாக இருந்தது. கெட்ட சுழி எதுவுமில்லை. கொம்பு, அடுத்த ஈத்துக்கெல்லாம் மாடு பலத்துவிடும் என்பதை உணர்த்திக்கொண்டிருந்தது. வயிற்றெடுப்பும் இளைத்துப் போனதும்தான் குறை.

"ஒரு வெலச் சொல்லுங்க மாப்பள்ள" என்றார்.

விலை கேட்பதைப் பார்த்ததும் அவருக்குத் திகைப் பாகத்தான் இருந்தது. விட்டுக் கொடுக்காமல் சொன்னார்.

"மாடு நல்ல வர்க்கம் மாமா. உங்களுக்குத் தெரியாததா. அடுத்த ஈத்துக்கெல்லாம் மாடு பெலத்துப் போகும். சொன்ன வெலக்கிப் போவும்."

"அதெல்லாம் செரிதான் மாப்பள. இப்ப இருக்கறதச் சொல்லு. தள்ளுனா உளுந்திருமாட்டம் இருக்குது. செனம் பேரு. கன்னும் தாயும் தனியாவரதுக்குள்ள பெரும்பாடாப் போயிரும்."

வயிற்றெடுப்பை நிறுத்துவதற்கு ஏதோ உபாயம் கைவசம் வைத்துக்கொண்டுதான் அவர் கேட்டார்.

கூளையனுடைய பண்ணயக்காரர் சொன்னார். "ஐநூறு கொடுத்திருங்க மாமா."

"மாப்பள ... நிய்யே சொல்லு. இது ஞாயமா. குடுக்கற வெலயச் சொல்லு."

"செரி மாமா ... நானூறுதான் குடுங்க." சட்டென்று நூறு ரூபாய் இறங்கி வந்தார். வயக்காட்டார் அடுத்து ஒரே விலைதான் கேட்டார். "அதெல்லாம் இல்ல ... எர நூறுன்னா புடிச்சுக்கரன் மாப்பள ... இல்லைன்னா வெச்சிரு."

“முந்நூறுன்னா புடிச்சுக்கங்க மாமா . . . இல்லீனா இருக்கட்டும்.”

எவ்வளவோ நேரம் ஓரியாட்டம் நடந்தது. வயக் காட்டார் இருநூறைத் தாண்டவில்லை. கடைசியில் அந்தப் படியே ஒத்துக்கொள்ள வேண்டியதானது. ஆனால் அவர் சொல்லித்தான் கையில் பிடித்துக் கொடுத்தார். “என்னோட கட்டுத்தரையில இருந்த மவராசிய உங்களுக்குக் குடுக்கறன். உங்ககிட்ட வந்து இதோட வம்சம் பெருகோணும். நானே எனக்கொரு கன்னுக்குட்டி தாங்கன்னு வந்து கேக்கோணும்.”

“அப்பிடிச் சொல்லு மாப்பள.”

“ஆனா மாமா . . . உங்க கையில ஒப்படச்சதுக்கப்பறம் இது சரியில்ல . . . அது சரியில்ல . . . இந்தக் கன்னுப் போட்டுது . . . அந்தக் கன்னுப் போட்டுது . . . அப்பிடி இப்பிடின்னு நம்மகிட்ட வரக்கூடாது. எதானாலும் உங்க பொறுப்புத்தான்.”

“அதாரு மாப்பள இல்லீம்பா . . . உங்கட்ட எதுக்கு வர்றன். எங்கையில வந்ததுனா எப்பேர்ப்பட்ட மாடும் தேறிக்கும்.”

“அதுக்கில்லீங்க மாமா . . . நாளைக்கி ஒரு பேச்சு வந்தரக் கூடாதில்ல.”

“அதெல்லாம் வராது . . . கவலையே படாதீங்க.”

வயக் காட்டார் மாட்டைப் பிடித்துக்கொண்டு போய் விட்டார். கட்டுத்தரையில் இரண்டு எருதுகள், பால்மாடு, கன்றுக் குட்டிகள் என்று ஐந்தாறு உருப்படிகள் இருந்தன. என்ன பிரயோசனம்? கட்டுத்தரை காலியாகிவிட்டது போலிருந்தது. அவர் முகம் கறுத்துப்போய் களையே இல்லாமல் நான்கைந்து நாட்களுக்குத் தெரிந்தார். அப்புறம் சரியாகிவிட்டார்.

வாங்கிப்போன வயக்காட்டார் தனக்குத் தெரிந்த என்னென்னவோ வைத்தியங்களை இடைவிடாமல் செய்து பார்த்தார். மாட்டின் வயிற்றுக்குள் புகுத்துகொண்டது எதுவோ. தட்டோடு சேர்த்துப் பாம்புச் சட்டையை விழுங்கியிருக்கும் என்றார்கள். அதற்கான வைத்தியமும் செய்து பார்த்தார். வயிற்றோட்டம் நிற்கவில்லை. இதற்கிடையே மாடு கன்று ஈனிவிட்டது. ஈனுவதற்குள் பெரிய சிரமம். தலை முதலில் வருவதற்குப் பதிலாகக் கால்கள் வந்தன. மாடு முக்கி முக்கிப் பார்த்தது. கன்று வெளியே வந்து விழுகிறபாடில்லை. கைக்கு விளக்கெண்ணெய்யைப் பூசிக்கொண்டு அவரே உள்ளே விட்டுக் கன்றை வெளியே கொண்டுவந்தார். நஞ்சுக் கொடியை அகற்றுவதற்கும் அவரேதான் முயற்சி செய்ய வேண்டியிருந்தது.

தனக்குத் தெரிந்த வைத்தியத்திற்குப் பெரிய சவாலாக அந்த மாட்டை எடுத்துக்கொண்டார். எதைச் செய்தும் பலனில்லை. கன்றுக்குட்டிக்குக்கூட மடி சுரந்த மாதிரி தெரியவில்லை. பச்சைத்தீனி போடாமல் வரத்தீனியாகப் போட்டுப் பார்த்தார். கன்று ஈனி ஒருமாதம் வரைக்கும் பொறுமை காத்த அவருக்கு அதற்குமேல் எரிச்சலும் சலிப்பும் தோன்றிவிட்டன. மாட்டைப் பற்றி யார் பேசினாலும் அவருடைய பேச்சு கடைசியில் கூளையனுடைய பண்ணயக்காரரை வந்து தொட்டது.

“அந்தத் தாயோலி . . . மாமா மாமான்னு எங்கிட்டயே ஏமாத்திக் காசு வாங்கீட்டான். சீக்குப்புடிச்ச மாட்ட எந்தலயில கட்டிப்புட்டான்.”

கேட்ட ஓரிருவர் வந்து சொன்னார்கள். அவர் தலையை ஆட்டிக்கொண்டார். கை மாறிய பின்னும் மாட்டுக்குச் சரியாகவில்லை என்பதில் அவருக்கும் வருத்தம்தான். ஆனால் அவரிடம் பொய் சொல்லி விற்கவில்லையே. உள்ளது உள்ளபடி சொல்லித்தானே கையில் பிடித்துக்கொடுத்தார். வாங்கியவர் அப்போதே வேண்டாம் என்று சொல்லியிருக்க லாமே. மனதுக்குள் பலவிதமான தன்பக்கத்து நியாயங்களை யோசித்துக்கொண்டார். கொஞ்சம் குறுகுறுப்பாக இருந்ததை யும் மற்றவர்கள் பேச்சு சரி செய்தது.

“தெரிஞ்சுதான வாங்கிக்கிட்டுப் போனான். வைத்தியம் பண்ணி மாட்ட ஆயரத்துக்கு வித்துப்புடலாம்னு நெனச்சிக் கிட்டான். ஆச . . . இப்ப எல்லாம் புட்டுக்கிட்டுப் போச்சு. அதுக்கு வித்தவன் என்ன பண்ணுவான்.”

“வாங்கறவன் ஓசன பண்ணித்தான வாங்கினான்.”

“நீ எல்லா வெவரமும் சொல்லித்தான குடுத்த.”

ஆக அவருக்குத் தன்மேல் தப்பில்லை என்பது உறுதியாயிற்று. வாங்கிப் போனவனுக்கும் அதே அம்சம் இருக்கும் போல. தன்னுடைய கட்டுத்தரையில் பத்துக் கன்றுகள் ஈன்று போட்ட மாட்டின் வம்ச முடிவு இப்படியா ஆக வேண்டும் என்பதுதான் அவருடைய இடைவிடாத யோசனை. மாடு வாங்கிப்போன பின்னால் வயக்காட்டாரும் அவரும் சந்தித்துக்கொள்ளவேயில்லை. எதிர்பாராமல் ஒருமுறை இரண்டு பேரும் நேருக்கு நேர் பார்த்துக்கொள்ள வேண்டியதாகிவிட்டது. ஆட்டூரில் ஒரு திரட்டி. அவர் கட்டிலில் உட்கார்ந்திருந்தார். பெட்ரோமாக்ஸ் விளக்கு வெளிச்சம் கண்ணைப் பறித்தது.

“சீக்கு மாட்ட வித்துப் பணம் சேக்கறவனுக்கெல்லாம் கட்டலுக் கேக்குதா.”

குரல் வயக்காட்டாருடையது. அவர் அப்போதுதான் வந்துகொண்டிருந்தார். சிரித்துக்கொண்டே கேலி போலச் சொன்னாலும் அவருடைய மனதின் கோபம் வெளிப்பட்டது. அவரும் விடுகிறவரில்லை.

“சீக்குனு தெரிஞ்சு வாங்குனீங்க. உங்க வைத்தியத்த வெச்சி லாபம் கொட்டுமினு பாத்தீங்க. என்ன மாமா ஆச்சு. இன்னமே ஆரும் உங்ககிட்ட வைத்தியம்னு வரமுடியாத பண்ணீட்டீங்ளே.”

வைத்தியத்தைப் பற்றிப் பேச்செடுத்ததும் வயக் காட்டாருக்குக் கோபம் பொத்துக்கொண்டு வந்தது. “வைத்தியத்தப் பத்தி உனக்கு என்ன மயராடா தெரியும்.”

“வார்த்தைய அளந்து பேசுங்க மாமா . . . அடா புடா வெல்லாம் வேண்டாம்.”

“ஏமாத்துத் தாயோலிக்கு என்னடா வரிச வேண்டிக் கெடக்குது.”

“பேராச புடிச்ச நாய்க்குப் பேச்சப் பாரு.”

திரட்டி வீட்டில் கலவரம்போல் ஆகிவிட்டது. பேச்சு தடித்து ஒருவரை ஒருவர் அடித்துக்கொள்ளும் அளவுக்கு ஓங்கிப் போயிற்று. ஆட்கள் பிடித்து விலக்கி விட்டார்கள். இரண்டு பேரையும் சமாதானப்படுத்தவே முடியவில்லை. திரட்டி வீட்டுக்காரர்களுக்கே ஒருமாதிரியாகிப் போனது.

“எரநூறு என்ன மயிரு . . . பிச்சக்காசு . . . போனாப் போவுது . . .”

“சும்மாவா குடுத்தான் . . . எச்சக்கலத் தாயோலி.”

சாப்பிடாமலே இருவரையும் தனித்தனியாக வீட்டுக்கு அனுப்பி வைத்தார்கள். அந்தப் பேச்சுக்கு அப்புறம் இரண்டு பேருக்கும் எல்லாம் அறுந்துபோயிற்று.

வயக்காட்டாருடைய தோட்டத்தில்தான் கூளையன் தேங்காய் திருடத் தென்னை ஏறி மாட்டிக்கொண்டான்.

●

18

கூளையன் தலை நட்டு உட்கார்ந்திருந்தான். திடீர் திடீரென்று அவன் உடல் சிலிர்த்து மயிர்கள் குத்திட்டு நின்றன. கண்ணீர் தேங்கி நின்றது. நிமிர்ந்து வெளிச்சத்தைப் பார்க்கும் போதெல்லாம் கூசினான். மனம் படபடவென்று துடித்து மெல்ல அடங்கிற்று. கண்களைத் திறந்து எதைப் பார்ப்பதற்கும் அவனுக்கு விருப்பமில்லை. மனதின் நடுக்கம் எல்லாவற்றிலும் புகுந்து அசைத்தது. தன்னைச் சிறுபூச்சியாய் உணர்ந்தான். மிதித்துத் தேய்த்துவிடச் சுற்றிலும் கால்கள் நடமாடிக்கொண்டிருந்தன. எந்தப் பக்கத்துச் சந்தில் புகுந்து தன்னைக் காப்பாற்றிக்கொள்ள முடியும் என்று தெரியாமல் அலைபாய்ந்தான். ஏதோ ஒருகால் சாதாரணமாக மிதித்துக்கொண்டு போய்விடும் எனப் பயந்தான். உடலைக் குறுக்கி மண்ணுள் புகுந்து தற்காத்துக் கொள்ள முடியுமென்று கருதினான். உடல் சுருங்கிச் சுருங்கிப் புள்ளி போலானது. ஆனால் கண்களின் நிழல்கள் விடாமல் துரத்தின. அண்ணாந்து பார்க்கும்போது கறுத்த வானம் அவனை நோக்கி இறங்கிற்று. அச்சத்தால் விசும்பி அழுதான். சோற்றுப்போசியைக்கூடத் திறக்க முடியவில்லை. திறந்தால் சலனமற்றிருக்கும் நீத்தண்ணியில் நீண்டு தொங்கும் கயிற்றின் மேல்நுனி தெரிகிறது. குடிக்கத் தண்ணீர் மொண்டால் அதற்குள்ளிருந்து தவளை வாயைப் பிளந்து விழி பிதுங்கிப் பார்க்கிறது. ஆடுகளின் கண்களில் கருநிற நீர் திரண்டு அலைப்பது போலிருக்கிறது. எந்தப்புறம் திரும்பினாலும் அவனால் தன்னிச்சையாக நடக்க இயலவில்லை. கற்கள் நீட்டிக்கொண்டிருக்கும் சொரசொரத்த சுவர்கள் நாற்புறமும் சூழ்ந்து அவனோடு வருகின்றன. கொஞ்சம் கொஞ்சமாக நெருக்கி அவனை அழுத்துவதுதான் நோக்கம். எவ்வளவு தூரம் ஓடினாலும்

அவையும் நெருக்கிக்கொண்டே கூடவருகின்றன. நாற்புறமும் ஒன்றோடொன்று இணையும் இடுக்கில் அவன் சிக்கிச் சிதறுகிறான். கத்திக்கொண்டே தூக்கத்தில் புரண்ட பிறகுதான் எல்லாம் மாயம் என்பது தெரிகிறது. இரவில் படுத்திருக்கும்போது திடீரென்று நேர்வாக்கில் நின்று கொண்டே தூங்குவதாய்த் தோன்றுகிறது. பயந்துபோய் எதையாவது பற்றிக்கொள்ளத் தவிக்கிறான். எந்தப் பக்கமும் பிடிப்பு எதுவுமில்லை. அந்தர வெளியில் தனியாக மிதப்பது போலிருக்கிறது. அவனுடைய உடல், பாரம் தாங்காமல் கீழே கீழே வெகுவேகமாக விழுகிறது. போகிறபோக்கில் எதையாவது பற்றிக்கொள்ளக் கைகள் நீண்டு துடிக்கின்றன. ஒன்றும் கிடைக்கவில்லை. படாரென்று பெரும்பாறையில் மோதிச் சிதறுகிறான். அனைத்துத் திசைகளிலும் அச்சம் நிழல் விரித்துப் படுத்திருக்கிறது. எங்கு திரும்பினாலும் அவனைக் கடித்துத் குதற அதன் வாய் தயாராய்த் திறந்திருக்கிறது. அவன் வழிகளற்றவன். பற்றித்தூக்கும் துணைகளற்றவன். இரக்கம் தரும் சொற்களைப் பேசும் வாய்களற்றவன். ஆதர வற்றவன். எதுவுமற்றவன்.

வவுறியின் கைகள் அவன் தோள்மீது சில்லென்று பட்டன. மிரண்டு சடக்கென்று திரும்பிப் பார்த்தான். அதிர்ச்சி ஓடிய உடல் முறுக்கிச் சமநிலை கொண்டது. பார்வையில் வவுறி தெரிந்ததும் அழுகை கூடிற்று. என்ன சொல்வதென்று தெரியாமல் அவளுக்கும் அழுகை வந்தது. கண்ணீர் அவனுடைய கன்னங்களில் கயிறாய் ஓடிற்று. வெறும் விசும்பல் மட்டுமே அவனுள்ளிருந்து வந்த ஒலி. நேற்றுக்குப் பிறகு அவன் நாக்கு உள்ளிழுத்துக் கொண்டது. பேச்சே வரவில்லை. அழுகையே அவன் மொழி. இடைவிடாமல் அதையே பேசினான். மனதில் சுமைகள் எல்லாம் கண்ணீராய்க் கரைந்து ஓடிவிட்டால் அமைதி கிடைக்கலாம். வவுறியின் மடியில் தலை புதைத்துக் கொண்டான். வானம் வெளிறிக் கிடந்தது. காற்று இருப்பதற் கான சுவடே இல்லை. வெயில் மட்டும் கொளுத்திக்கொண் டிருந்தது. வெயிலின் வீசலில் வாடி மரங்கள் சோர்வு அடைந்திருந்தன. ஆடுகள் நிழல் பகுதியாய்ப் பார்த்து மேய்வதும் ஒன்றுக்குள் ஒன்று தலைமாட்டிக் கூட்டமாய் நின்றுகொள்வதுமாய் இருந்தன.

நேற்று இரவெல்லாம் கூளையன் சாக்கு விரிப்பில் பிணமாய்க் கிடந்தான். கண்கள் வெறுமனே திறந்து கிடந்தன. மனம் யோசனைகளற்று அடங்கிப் போயிற்று. உடல்மேல் வந்தமரும் சூலான்களின் கடிகூட உறுத்தவில்லை. திடீர் திடீரென்று குலுங்கி அழும் ஒலி மட்டும். நாய் பூச்சி அவனுடைய

மனதின் குரலாய் ஊளையிட்டு அழுதது. இருள் அவனுக்கு நெருக்கமாக வந்து தனக்குள் அவனை இழுத்துக்கொண்டது. வெகு அடர்த்தியான இருள். நட்சத்திரங்களெல்லாம் உதிர்ந்து விட்ட வானம். இருள் பூச்சிகள் ஒரே ராகத்தில் ரீங்கரித்தன. சோறு அவனுக்கருகில் வட்டலில் அப்படியே கிடந்தது. இரவில் எப்போதோ வந்த பண்ணயக்காரர் அவனை ஓர் உதை விட்டு 'அய்யாவுக்குச் சோத்த முழுங்கீட்டுத் தூங்க முடியாதா. திருடித் தின்னாத்தான் எறங்குமா' என்று இன்னும் ஏதேதோ பேசிக்கொண்டே போனார். அவருடைய கோபம் குறைந்ததாகத் தெரியவில்லை. இன்னொருமுறை கிணற்றுக்குத் தூக்கிக்கொண்டுபோய் விடுவார் போலிருந்தது. என்னென்னவோ முனகிக்கொண்டிருந்தார்.

"மானத்த வாங்கறதுக்குன்னு நம்முளுக்கு ஆளுக்காரன் வந்து வாச்சிருக்கறான். இவனுக்கென்ன சோறு போடாத பட்டினியா போடறம். ஆப்ப ஆப்பயா வெண்ணெயாட்டம் கம்மஞ்சோறும் களியும் மூணு வேளையும் முழுங்கீட்டுத் தாயோலிக்கு . . . வேலயப்பாரு. நம்புளுக்கு ஒருவேளைக்குச் சோறில்லாட்டாலும் நாய்க்கும் ஆளுக்காரனுக்கும் வேணு மேன்னு ஆக்கித் தள்ளறா . . . தின்னூட்டுக் கொழுப்பப் பாரு . . . கண்டந்துண்டமா வெட்டிப்போட்டிருக்கோணும் நாய . . ."

அவனுடைய காதுகளில் சொற்கள் விட்டுவிட்டு விழுந்தன. அவன் எதையும் தெளிவாக உணரவில்லை. அவருடைய முனகல் வெகுநேரம் கேட்டுக்கொண்டிருந்தது. திடீரென்று எழுந்து வந்து "டேய் . . . டேய் . . ." என்று கத்தினார். அவர் குரலின் விளி அவனுள் ஏறவேயில்லை. வெறி கொண்டவர் போல அவனைப் பிடித்து உலுக்கினார். "டேய் . . . டேய் . . ." அவன் அச்சத்தோடு எழுந்து உட்கார்ந்தான். "ம் . . . நானு . . . இல்ல . . . தண்ணி . . . தவக்கள . . . நானு . . . இன்னமே செய்யல . . . இன்னமே செய்யல . . ." அவன் பிதுமாறு கெட்டவன் போலக் கதறினான். கைகளும் கால்களும் விறைத்துக்கொண்டன. விழிகள் பிதுங்கி நிலைகொண்டன. அவர் "சும்மா . . . கத்தாதடா . . ." என்றாலும் அவரும் கூடப் பயந்துதான் போயிருந்தார். பட்டிக்குள் போய் திருநீறு கொண்டுவந்து என்னவோ முணுமுணுத்துக்கொண்டு கூளையன் தலையில் படீர் படீரென்று போட்டார். திருநீறு தலையில் வந்து விழும்போதெல்லாம் அவன் திடுக்கிட்டு விழித்தான். அவன் நெற்றியிலும் கொஞ்சம் இட்டார். உட்கார்ந்திருந்தவன் தோளைப் பற்றிச் 'சோறு தின்னுடா' என்று அவனுக்கு முன்னால் சோற்றுக் குண்டாவைத் தூக்கி

வைத்தார். அவன் அசையவேயில்லை. அவன் கையைப் பிடித்துக் குண்டாவுக்குள் வைத்துத் "தின்னுடா" என்றார். அவன் கை அனிச்சையாகப் பிசைந்தது. சோற்றின் ருசி எதுவும் தெரியவில்லை. பிசைந்துகொண்டே இருந்தான்.

'திருட்டு நாயே ...' என்ற தடிக்குரல் தெற்குப் பக்கமிருந்து வந்தது. கொட்டாய்க்கு முன்னால் நின்றுகொண்டு கத்தியவர் வயக்காட்டர். தலையில் சிறுதுண்டும் கோவணமும் கட்டிக்கொண்டிருந்தார். கூடையைக் கவிழ்த்து வைத்தது போன்ற வயிற்றோடு என்னென்னவோ சொல்லிக் கத்தினார். மூச்சை இழுத்துப் பிடித்துக்கொண்டு கூளையன் மெதுவாக இறங்கினான். ஓர்ஆள் அளவு உயரம் இருக்கும்போது சட்டென்று எட்டிக் குதித்து ஓடிவிடலாம் என்று எண்ணமிட்டான். அவர் மரத்தடியில் வந்து நின்றுகொண்டார். 'எறங்குடா சீக்கரம்' என்று மரத்தைப் பார்த்துக் கத்தினார். சிக்கிக்கொண்டோம் என்பது உறுதியாயிற்று. நெடும்பன் சிக்காமல் ஓடிவிட்டான் என்பது நிம்மதியாக இருந்தது. இறங்க இறங்க மனம் அமைதியாகி மேற்கொண்டு நடக்கப்போவதை யோசித்தது. நல்ல விளாறாகப் பார்த்து எடுத்து வந்து முதுகிலும் காலிலும் விளாசுவார். சாட்டைகூட எடுத்துவரலாம். தென்னைமரத்திலோ வேறு மரத்திலோ கட்டி வைப்பார். கூளையனுடைய பண்ணயக்காரருக்கு ஆள் விடலாம். எப்படி இருந்தாலும் அடி உறுதி. அவன் உடம்பு விறைத்துக்கொண்டது.

திடீரென்று வேகமாக இறங்கி மண்ணில் எட்டிக் குதித்தான். அவன் கால்கள் வாய்க்கால் கரையில் பதிந்தன. மண் பெயர்ந்து கால்கள் சறுக்கி விழப்போனான். எட்டிக் குத்தாக அவன் மயிரை அவர் பிடித்துக்கொண்டார். மயிர் முழுவதையும் இழுத்தே பிடுங்கிவிடுவதைப் போல இறுக்கமாக இருந்தது பிடி. தலையை உயர்த்திக்கொண்டான். ஓரளவுக்கு மேல் உயர்த்த முடியவில்லை. விழி பிதுங்கிற்று. கன்னத்தில் ஓங்கி அறைந்து இழுத்தார். வலி தெரியவில்லை. தலையில் ஏதோ பாரம் ஏறியது மாதிரி இருந்தது. கொட்டாய்க்கு அருகே இழுத்து வந்தார். கீழே கிடந்த குச்சி ஒன்றை எடுத்துக் காலில் அடித்தார். இரண்டு அடியில் குச்சி உடைந்து போயிற்று. வேறு குச்சி எதுவும் உடனே கைக்குச் சிக்கவில்லை. மயிரை முன்னும் பின்னும் ஆட்டிக்கொண்டே கேட்டார். 'ஆரு பண்ணயத்துல இருக்கறடா?'

வலியில் அவனுக்குப் பேச்சு வரவில்லை. கண்ணீர் முட்டியது. பற்களைக் கடித்தபடி கெஞ்சினான்.

"இன்னமே பண்ணுலீங்க ... சாமீ ... உட்ருங்க ..."

மயிரை ஓர் இழுப்பு இழுத்து முன்னே வேகமாகத் தள்ளினார். முகத்தை அவர் பக்கமாகத் திருப்பி "இல்லீங்க ... தெரியாத செஞ்சிட்டன்'' என்று கைகளை எடுத்துக் கும்பிட்டான். "எதுடா தெரியாத செஞ்ச" என்று கேட்டு மறுபடி ஓர் உதைவிட்டார்.

"மரத்துல ஏறுனது உனக்குத் தெரியாது ... தேங்காயில கை வெச்சது தெரியாது ... புட்டுக் கீழ போட்டது தெரியாது ... எதுடா தெரியாத செஞ்ச ..." அங்குமிங்கும் தேடினார். அவர் கைக்கு வாகாக எதுவும் கிடைக்கவில்லை. "ஐயா ... இல்லீங்க ... இன்னமே செய்ய மாட்டங்க ..." என்று திரும்பத் திரும்பச் சொன்னான். முதுகில் உதைத்துக் குப்புறத் தள்ளினார். அவன் முகம் மண்ணில் அழுந்திற்று. உடல் முழுக்க மண். வாய்க்குள்ளும் மண். துப்பிக்கொண்டே அழுதான். அழுகையைத் தவிர வேறொன்றும் இவரிடம் இருந்து காப்பாற்றப் போவதில்லை. இன்னும் கொஞ்சம் பலமாக அடித்து "ஓடு நாயே ... இன்னமே இந்தப்பக்கம் கால் வெக்கக்கூடாது" என்று சொல்லி விரட்டிவிடுவார் என நினைத்தான். அவர் கைக்குக் கிடைக்கும் குச்சிகள் எல்லாம் மெலிதாகவே இருந்தன. அவனை விட்டுவிட்டுப் போய் எடுத்து வரவும் முடியவில்லை. விட்டால் ஆள் ஓடிவிடுவான் என்று எண்ணினார் போல.

"ஆரு பண்ணயத்துலடா இருக்கற ... உங்கொப்பன் பேரு என்ன?" சொல்லாமல் அவன் அழுதான்.

"அழுதா ... உட்ருவன்னு பாக்கறயா ... மரத்துல கட்டி வெச்சுத் தோல உரிச்சிப்புடுவன் ... பாத்துக்க ... ஒழுங்கு மரியாதையாச் சொல்லீரு ... இல்லைனா உசுரோட பொழச்சிப் போவமாட்ட ..."

அவனுக்கு அழுகை கூடிற்று. வாயைப் பார்த்து உதைத்தார். உதடு கிழிந்து எரிந்தது.

"சொல்லுடா ... ஆரு பண்ணயத்துல இருக்கற ..."

"பெரியகாட்டு ..."

அவர் ஆவேசமாகக் கேட்டார். "பெரியகாட்டுல ஆரு பண்ணயத்துலடா ..."

கூளையனுக்குப் பண்ணயக்காரர் பெயர் தெரியவில்லை. அவருடைய பட்டப்பெயர்தான் நினைவுக்கு வந்தது. அதைச் சொன்னால் 'அவருக்குப் பேரு கெடையாதா' என்று மேலும் அடிக்கலாம். 'அவருக்கே நீ பேரு வெச்சுக் கூப்படறயா'

என்பார். தயங்கினான். 'சொல்லுடா...' என்று காலை உயர்த்திக்கொண்டு வந்தார்.

"பெரிய காட்டுல... அவர மச்சருன்னு..."

"ஓகோ... அப்பிடியா. மச்சரூட்டுப் பண்ணயத்துலதான் இருக்கறையா."

" ... "

அவர் கொஞ்சம் நிதானத்துக்கு வந்திருந்தார். அவனை நேராகப் பார்த்துக்கொண்டு கேட்டார். "உங்க பண்ணயக்காரந் தான் தேங்கா புட்டுக்கிட்டு வரச் சொன்னானா..."

கூளையன் அவசரமாக மறுத்தான். "அய்யோ... இல்லீங்க... நாந்தான்..."

"எனக்குத் தெரியும்டா. சொல்லீரு... அவந்தான பறிச்சுக்கிட்டு வரச் சொன்னான்..." அவரின் முகத்தில் குரூரப் புன்னகை தோன்றிற்று.

"கொலையா வெட்டிக்கிட்டு வரச் சொல்லுலியா... எத்தன தேங்கா புட்டுக்கிட்டு வரச் சொன்னான்..."

கீழே கிடந்த அவனை நோக்கிக் குனிந்துகொண்டு கேட்டார். அவன் தலையை அசைத்து மறுத்தான். சட்டென்று குனிந்து தலைமயிரைப் பற்றித் தூக்கி இழுத்துக்கொண்டு அவன் ஏறிய தென்னை மரத்தடிக்குப் போனார். அவன் பறித்துப் போட்டிருந்த தேங்காய்கள் திக்காலுக்கொன்றாய்க் கிடந்தன. கரையைக் குழியாக்கிப் புதைந்திருந்த தேங்காய்க்கு அருகில் போய் 'எடுரா அத' என்று மயிரை விட்டார். குனிந்து தேங்காயை எடுத்துக்கொண்டான். அதேபோல் காட்டுக்குள் கிடந்த இன்னொரு தேங்காயையும் எடுத்துக்கொள்ளச் சொன்னார். இரண்டு தேங்காய்களையும் நெஞ்சோடு சேர்த்து அணைத்துப் பிடித்துக்கொண்டான்.

"நடடா... உங்க பண்ணயக்காரனையே கேட்டுட்டு வந்தர்லாம்..."

"அய்யா... சாமீ... வேண்டாங்க. இன்னமே செய்லீங்க..."

தேங்காய் இரண்டையும் கீழே போட்டுவிட்டு அவருடைய காலில் விழுந்தான். முழங்கால் கொண்டு நெற்றியில் ஓங்கி முட்டிய அவர் அவனுடைய மயிரைத் திரும்பவும் பிடித்துக் கொண்டார்.

"தேங்காயக் கையில எடுத்துக்கிட்டு நட... இல்லைனா... வெட்டிப் புடுவன்டா... தாயோலி..."

அழுதுகொண்டே திரும்பவும் தேங்காய்களை எடுத்துக் கொண்டான். அதற்குமேல் அவரிடம் கெஞ்சியோ அழுதோ பயனில்லை என்று தோன்றிற்று. நடக்கிறபடி நடக்கட்டும். இவரிடம் வாங்கிய மாதிரியே அவரிடமும் அடிவாங்க வேண்டியிருக்கும். கூளையன் தலைகுனிந்து நடந்தான். இரு தேங்காய்களும் பெரும்பாரமாக நெஞ்சை அழுத்தின. உடலே சுமையாகிவிட்டதாகவும் ஒவ்வொரு காலடி வைப்பதும் மிகக் கஷ்டமாகவும் பட்டன. ஆடு போல அவனை முன்னால் விட்டு அவர் பின்னாலேயே வந்தார். தோட்டம் கடந்து கொறங்காட்டுக்குள் காலடி வைத்துக் கொஞ்சதூரம் நடந்தார் கள். நெடும்பன், வவுறி, பொட்டி மூன்று பேரும் அவர்களை நோக்கி ஓடி வந்தார்கள். யாரையும் கூளையன் நிமிர்ந்து பார்க்கவில்லை. ஆனால் அதே இடத்தில் நின்றான்.

“சாமீங்களே ... அவன ஒன்னும் பண்ணீராதீங்க ... உட்ருங்க.” வவுறியின் குரல்தான் காதில் விழுந்தது. மூன்று பேருமே அழுதுகொண்டு அவரை என்னென்னவோ விதமாகக் கேட்டுப் பார்த்தார்கள். நெடும்பன் ஓடிவந்து அவருடைய காலை இறுகக் கட்டிக்கொண்டான். ‘ச்சீ ... உட்ரா’ என்று புழுவை உதறித் தள்ளுவது போல அவனைத் தள்ளினார். “பாத்தயா ... நீங்களுந்தான் ஆடு மேக்கறீங்க ... ஒருத்தருக்காச்சும் தென்னமரத்துல ஏறோனும்னு பட்டுச்சா ... இந்த நாய்க்கு அவுங்க பண்ணயக்காரன் சொல்லி உட்ருக்கறான் ... அதான் வந்து ஏறிருக்கறான் ...”

“அய்யோ ... அப்பிடி எல்லாம் இல்லீங்கொ ... அவனே தான் வந்து ஏறுனான் ...”

நெடும்பன் கதறியபடி சொன்னான். எதையும் அவர் கேட்பதாகத் தெரியவில்லை. ‘நடடா ... நீ’ எனக் கூளையனைத் தள்ளினார். கூளையன் மெதுவாக அடி எடுத்து வைத்தான். மூவரின் அழுகையும் காதில் கொஞ்சம் கொஞ்சமாகத் தேய்ந்து கொண்டே வந்தது. வழியில் கிடந்த ஊஞ்சக்கோல் ஒன்றைக் எடுத்து முதுகில் ஒன்று வைத்தார். சுரீர் என்று தேள்கடி போல ஏறியது. கணு தோலைக் கிழித்துச் சென்றது.

“வேகமா நடடா ... உங்க பண்ணயக்காரன் சோறுகீது போடுவானா மாட்டானா ... அங்க இங்க நீ திருடிக் கொண்டாறதுலதான் அவனும் தின்னுக்கறானா ... அவனுக்குத் தக்க ஆளுக்காரன்தான்டா வாச்சிருக்கற.”

அவரைப் பற்றி வாய்க்கு வந்தபடி திட்டிக்கொண்டே வந்தார். கூளையன் நடக்க நடக்க அவ்வப்போது ஓர் அடி சுரீர் என்ற விழும்படி போடுவார். ஆட்டை விரட்டுவது

போல "நடடா" என்பார். தடமேறிக் காட்டுக்குள் எங்கோ கூட்டிக்கொண்டு போனார். அது குறுக்குவழி. யாரோ இருவர் புல் கத்தையைத் தலைமேல் வைத்துக்கொண்டு வந்தனர். கூளையனைப் பார்த்ததும் என்னவோ பிரச்சினை என்பது அவர்களுக்குத் தெரிந்துபோயிற்று. அவள் கேட்டாள்.

"ஆருங்க இவன் . . . எங்கீங்க கூட்டிக்கிட்டுப் போறீங்க . . ."

"இவன் . . . ஆட்டூரு பெரியகாட்டு மச்சரூட்டு ஆளுக்காரன் . . . மச்சரு இவன உட்டுத் தேங்கா திருடியாரச் சொல்லிருக்கறான் . . . ஊரு தாண்டி ஊரு வந்து எந் தோட்டத்துல தேங்கா திருடறான்னா எவ்வளவு தெகிரியம் பாத்துக்கவே . . . அவனோட சப்போட்டு இல்லாத செய்வானா . . ."

"அதும் அப்பிடீங்களா . . ."

"பின்னென்ன . . . மட்ட மத்தியானத்துல வந்து மரத்துல ஏறறானாப் பாரேன் . . . அவந்தான் சொல்லியிருப்பான் . . . நீ செய்டா . . . வர்றத நா பாத்துக்கறன்னிருப்பான் . . ."

வழியில் பார்த்த ஐந்தாறு பேர்களிடமும் அவர் இதேமாதிரிதான் சொல்லிக்கொண்டு வந்தார். கேட்டவர் அவர் சொல்வதை ஆமோதிக்கவும் முடியாமல் மறுக்கவும் முடியாமல் "அப்பிடியா" என்று மட்டும் கேட்டுக்கொண்டனர். ஓரிருவர் மட்டும் "ஆளுக்காரப் பசவ முந்தி மாதிரியெல்லாம் இல்ல . . . இப்பத் திமிரெடுத்துத் திரியுதுங்க . . ." என்று சொன்னார்கள். அதற்கும் அவர் விடவில்லை. "இவன் என்ன பண்ணுவான் . . . அவஞ் சொல்றதத்தான கேப்பான் . . ."

கூளையனுக்கு அடி கூட்டி வைக்கத்தான் இப்படிப் பழி போடுகிறார் இவர் என்று தோன்றியது. எதையும் அவரிடம் மறுத்துப் பேசவில்லை அவன். ஏதாவது பேசவந்தால் "மூடிக்கிட்டு நடடா" என்று பின்னிலிருந்து தடியால் விளாசுகிறார். எதிரில் வந்த யாரையும் அவன் தலைநிமிர்ந்து பார்க்கவில்லை. குரல்கள்தான் காதில் விழுந்தன. நான்கைந்து காடுகளைக் கடந்து கூளையனின் பண்ணயக்காரர் வீட்டுத் திசையில் நடந்தார்கள். பாதி வழியில் அவருடைய கோபம் தீர்ந்து 'செரி போ' என்று சொல்லி அனுப்பிவிடுவார் என்று நினைத்தான். ம்கூம். அவருக்குக் கோபம் போய் நிதானம் வந்திருந்தது. அவனைத் திட்டும் சொற்கள் குறைந்து அவனுடைய பண்ணயக்காரரையே இடைவிடாமல் பேசிக் கொண்டு வந்தார். வீட்டு வாசலுக்குப் போனபோது கூளையனுக்கு நடுங்கிற்று. தேங்காய்கள் பிதுங்கிக் கீழே விழுந்துவிடுவது போலிருந்தன. வீட்டில் யாரும் இல்லை. எதிரே கொட்டாய்க்குள் செல்வன் படுத்திருப்பது தெரிந்தது.

அவர் உடனே கொட்டாய்ப் பக்கம் திரும்பி, "ஆளுக்காரப் பையனத் திருட அனுப்பீட்டு ஆருடா தூங்கறது உள்ள" என்றார். அவர் குரல் கெட்டியாகக் காற்றில் அப்பிக்கொண்டது. செல்வன் படக்கென்று எழுந்து வெளியே வந்தான். கூளையனையும் அவரையும் அவன் மாறி மாறிப் பார்த்தான். முகத்தில் திகில் பரவ "என்ன" என்றான்.

"எங்கடா உங்கப்பன்." அவர் குரல் கடுமை செல்வனையும் பயமுறுத்திவிட்டது. "தொண்டுப்பட்டியில இருக்கும்" என்றான்.

உடனே அவர் கூளையனை முன்னால் பிடித்துத் தள்ளிப் "போடா" என்றார். கூளையன் திண்திண்ணென்று வலியோடு கால்களை எடுத்து வைத்தான். செல்வன் "என்னாச்சு என்னாச்சு" என்று கேட்டுக்கொண்டே பின்னால் வந்தான். அவர் "ம். உனக்குக்கூடத் தெரியாதா" என்று மட்டும் கேட்டாரே தவிர எதுவும் சொல்லவில்லை. அவர்களுக்கு முன்னால் ஓடிய செல்வன் விவரத்தை அப்பனிடம் சொல்லவும் அவர் வேலி கடந்து வெளியே வந்துவிட்டார். கூடவே அவளும் வந்தாள். ஆளைப் பார்த்ததும் வயக்காட்டார் நேரடியாக இறங்கிவிட்டார்.

"தேங்கா வாங்கக் காசில்லைனா எங்காச்சும் போயிப் பிச்ச எடுக்க வேண்டீதுதான."

"என்னன்னு சொல்லீட்டுப் பேசுங்க . . . அநாவசியமா எதும் சொன்னா நடக்கறதே வேறயாப் போயிரும்."

அவரும் காரசாரமாகப் பதில் கொடுத்தார்.

"என்னடா நடந்துரும். உன்னோட மயிரப் பத்தி எனக்குத் தெரியாது. சீக்குமாட்ட ஏமாத்தி வித்த நாயி . . . உன்னய இந்த ஊருக்கே தெரியுமேடா."

"மரியாதயாப் பேசு. நானும் அப்புறம் வயசுன்னு பாக்காத பேசீருவன்."

"என்னத்தடா பேசுவ. பேசு. உன்னோட ஆளுக்காரன் ஊரு உட்டு ஊருக்கு ஆடு மேக்க ஓட்டியாந்ததப் பேசு. தேங்கா திருடச் சொல்லி நீ சொல்லி உட்டதப் பேசு. தென்ன மரத்துல இருக்கையிலயே எங்கைக்குச் சிக்கிக்கிட்டானே அதப்பேசு . . . பாக்கலாம் . . ."

"ஏன்டா எச்சக்கலத் தாயோலி . . . எங்கடா திருடப்போன . . . உனக்கு இங்கதான் மூனு வேளையும் மூக்குப்புடிக்கக் கொட்டறமே . . . பத்துலியா . . ."

கூளையன் முதுகில் ஓங்கிக் குத்தினார் பண்ணயக்காரர். தேங்காய்கள் சிதறக் கூளையன் வேலிக்காலில் போய் விழுந்தான். குப்புறக் கிடந்தவனின் பொச்சுக்குட்டில் மிதித்தார்.

"அவன அடிச்சி என்ன பண்றது ... நீ சொன்னத அவஞ் செஞ்சிருக்கறான்."

"நாங்கதான் சொல்லி உட்டம்னு அவஞ் சொன்னானா." பண்ணயக்காரி வயக்காட்டாரைப் பார்த்துக் கத்தினாள்.

"அவஞ் சொல்லுலீன்னாத் தெரியாதா ... கொறங்காட்டுல எத்தனையோ பசவ ஆடு மேக்க ஓட்டியாராங்க. எவனும் எந் தோட்டத்துல காலெடுத்து வெக்கமாட்டான். இவன் வந்து மரத்துல ஏறறான்னா என்ன அர்த்தம்."

"ஆமா ... தோட்டம் ... பெரிய தோட்டம் ... ஊருல இல்லாத தோட்டம் ..." இரண்டு கைகளையும் விரித்துக்கொண்டு அவள் சொல்லவும் வயக்காட்டாருக்கு வேகம் கூடிற்று.

"ஆமாண்டி ... ஊருல இல்லாத தோட்டந்தான். அத ஊம்பறதுக்குத்தான ஆளுக்காரன அனுப்புனீங்க ..."

"என்னடா நாயே ... எச்சக்கல நாயி ... எடுபட்ட நாயி ... போயி உம் பொண்டாட்டிய டீப் போட்டுக் கூப்புடு. எவளாச்சும் சீலயத் தூக்கிக்கிட்டு வருவா ... அவளப் போயிக் கூப்புடு ..."

"பொம்பளகிட்டப் போயி என்னடா வீரத்தக் காட்டற ... பொட்டத் தாயோலி ..."

இருவரும் சேர்ந்துகொண்டு வரவும் வயக்காட்டா ருக்குக் கொஞ்சம் பயம் பிடித்துக்கொண்டது. பக்கத்தில் வேறு யாரும் இல்லை. புருசனும் பொண்டாட்டியும் சேர்ந்து எதையாவது எடுத்துப் போட்டுத் தள்ளிவிட்டால் என்ன செய்வது? நாலு எட்டுப் பின்வாங்கி நின்றுகொண்டார். சத்தமாகப் பக்கத்துக் காட்டுக்குக் கேட்கும் குரலில் கத்தினார்.

"தேங்கா வேணுமின்னா எங்கிட்ட வந்து ஒருவார்த்த ... ஒருவார்த்த கேட்டிருந்தாப் போதும். உனக்கு ஒரு கொலையே வெட்டிக் குடுத்திருப்பன். செரி. நீதான் எம் மொகத்துல முழிக்கமாட்ட. ஆளுக்காரங்கிட்டயே சொல்லி உட்ருந்தாக் கூடப் போதுமே. தரமாட்டனா நானு. திருடிக் கொண்டாறச் சொல்லி ஆள உட்டுட்டு இங்க வந்து புருசனும் பொண்டாட்டி யும் தொண்டுப்பட்டியில மட்ட மத்தியானத்துல கொஞ்சிக் கிட்டுக் கெடக்கறீங்களா ..."

"டேய் ... வவுத்துத் தாயோலி ... இருடா உன்னய இன்னைக்கு ரண்டுல ஒன்னு பாத்தர்றன் ..."

அவர் தொண்டுப்பட்டிக்குள் ஓடி மண்வெட்டிக் காம்பு ஒன்றைத் தூக்கிக்கொண்டு வந்தார். அவர் வருவதற்குள் வயக்காட்டார் ஒரு அணப்புத் தாண்டிப் போய்விட்டார்.

"உங்களுக்கெல்லாம் மத்தவனுத எப்பிடியாச்சும் தின்னாத்தான்டா செரிக்குது" என்று அவர் சொல்லிக் கொண்டே போவது கேட்டது. அந்தச் சொற்கள் காதுகளில் விழுந்ததும் வெறி கூடி மண்வெட்டிக் காம்பால் கூளையனின் குதியங்காலில் ஒன்று போட்டார். கீழே உட்கார்ந்திருந்த அவன் ''அய்யோ'' என்று துடித்துக் காலைப் பிடித்துக் கொண்டான்.

"கண்டாரோலி பையன... உன்னால எவன் எவங் கிட்டயோ நா வார்த்த கேக்க வேண்டியிருக்குது. உன்னய இப்பிடியே உட்டாக் கம்முனு இருக்கமாட்ட. திருட்டுப் புத்திய இன்னியோட நீ உட்ரோணும்."

வயக்காட்டுக்காரர் பிடித்திருந்ததைப் போலவே கூளையனின் மயிரைப் பற்றித் தூக்கி இழுத்துக்கொண்டு போனார். கையிலிருந்து நழுவிய தேங்காய் ஒன்றை எட்டி உதைத்தார். அது எதிரே இருந்த அணப்புக்குள் பாதிதூரம் போய் விழுந்தது. செல்வன் வந்து ''வேண்டாம்ப்பா... வேண்டாம்ப்பா'' என்று கையைப் பிடித்தான். ஆனால் அவரின் வேகத்திற்கு ஈடு கொடுக்க முடியாமல் கூளையன் ஓட வேண்டியதாயிற்று. கிணற்றுமேட்டுக்கு இழுத்துக் கொண்டு போனார். ஏத்த வண்டியில் கிடந்த சேந்துகயிற்றின் நுனியை எடுத்துக்கொண்டு வந்தார். அவனை மதகுக்குள் இழுத்துப் ''படுடா'' என்றார். கூளையன் உடல் முழுக்க வியர்வை. அவன் கைகள் படபடவென்று நடுங்கின. கால்கள் மடிந்து விழுந்தன. வெறுமனே ''அய்யோ அய்யோ'' என்று கத்தினான். 'கத்தறயாடா தாயோலி' என்று அவன் வாய் மேலேயே அறைந்தார். கிழிந்திருந்த உதடுகளில் ரத்தம் கொட்டிற்று. உதடுகள் வீங்கிக் குப்பைப்புழுப் போலப் புடைத்துக் கொண்டிருந்தன. தலையை இழுத்துக் கால்களைத் தட்டி விட்டார். அவன் பொத்தென்று மதகில் விழுந்தான். சேந்து கயிற்றைக்கொண்டு அவன் உடலைக் கட்டினார்.

செல்வனும் அவன் அம்மாவும் ஓடி வந்தார்கள்.

"உனக்கென்ன பைத்தியமா புடிச்சிருக்குது. என்ன பண்ற." அவளின் கத்தலுக்கு அவர் பதில் பேசவில்லை. கூளையனின் உடலைச் சுற்றிக் கயிறுகளால் பின்னிக்கொண்டிருந்தார்.

"அந்த நாய்க்கு என்னாச்சும்னா ஆரு பதில் சொல்றது. எதுக்கு இப்ப இந்தக் குதி குதிக்கற."

“மூடிக்கிட்டுப் போடி. எனக்குத் தெரியும்.”

நிமிர்ந்து அவளிடம் சொல்லிவிட்டு அவர் கயிறுகளை முடி போட்டார்.

“அந்த நாயி என்னமோ சொல்லீட்டானு உனக்குத் தாங்கலியா. இவன என்ன பண்ற. அவஞ் சொன்னானாம் மயிருலருந்து.”

அவள் சொல்வதொன்றும் பலிக்கவில்லை.

“எம் மானத்தயே வாங்கீட்டான் தாயோலி. இதுநாள் வரைக்கும் ஒரு நாய்கிட்டப் போயிக் கை நீட்டியிருப்பனா. எவனாச்சும் கேட்டாக் கையில இல்லீனாலும் தொண்டைக் குள்ள போனதத் தோண்டி எடுத்துக் குடுப்பன். என்னய ஒரு வார்த்த கேக்க வெச்சுட்டானே ... எந்தக் கையிடா திருடுச்சு ...”

கூளையனின் கைகளை மிதித்தார். கத்த வாயில்லை. வெறுமனே “ஆ ஆ” வென்று மட்டும் ஒலி வந்தது. துவண்டு கிடந்த உடலைச் சுற்றிக் கயிறு இறுக்கியது. அதன் நார்கள் காயங்களில் பட்டு உறுத்தின. உடலெங்கும் வலி. ஒரு மூட்டை போலக் கிடந்தான். தோளிலிருந்து கயிறு போட்டு நெஞ்சு, வயிறு, கால் ஒன்றையும் விடாமல் சுற்றிச் சுற்றிக் கட்டினார். நீச்சல் பழகச் சுரைக்குடுவைக்குக் கயிறு வரிவது போல அவன் உடலை வரிந்தார். தலை மட்டும்தான் அசைய முடிந்தது. அவள் வந்து அவர் கைகளைப் பிடித்தாள். தள்ளிவிட்டார். வாரியில் போய் மல்லாக்க விழுந்தவளைத் தூக்கச் செல்வன் ஓடினான்.

“கண்டாரோலி ... வாடி ... உன்னயும் தூக்கிக் கெணுத்துல போடறன், சாவு. நீ செத்தொழிஞ்சாத்தான் எங் குடும்பத்தப் புடுச்ச பூடை தீரும் ...”

“சொல் பேச்சுக் கேக்காத ஆடாத. அப்பறம் நா இல்லைனா நீ இருந்த எடம் புல்லு மொளச்சுப் போயிரும். ஆமா ...”

“போடி. இவனுக்குச் சப்போட்டுக்கு வர்ரயாடி. இவன் உனக்கு ... ஊம்பக் குடுக்கறானாடி. அந்த நாயி சொன்னாப்பல இவனத் திருடிக்கிட்டு வரச் சொல்லி நீ சொல்லியிருந்தாலும் சொல்லியிருப்ப ...”

அவர் இப்படிச் சொல்லவும் அவள் அவிழ்ந்த மயிரை அள்ளி முடிந்துகொண்டு “என்ன பேச்சுப் பேசறாம் பாரு. இவன் வாயில புழுவு வெக்க” என்று கத்திக்கொண்டே “எப்பிடியோ போ. தலயில நடந்தாத் தத்தேரியாத்தான்

போவோணும்” சொல்லிவிட்டு அவள் முன்னால் நடந்ததாள். “நீ வாடா” என்ற செல்வனைக் கூப்பிட்டாள். அவன் போவதா வேண்டாமா என்று தயங்கினான். “வந்து தொலைடா. அந்தக் கருமத்த நீ கண்ணுல பாக்கறியா” என்றதும் செல்வன் திரும்பித் திரும்பிப் பார்த்துக்கொண்டே அம்மாவின் பின்னால் போனான்.

அவர் எருமையைப் போலப் பெருமூச்சு விட்டுக் கொண்டு கட்டும் வேலையைத் தொடர்ந்தார். “வேண்டாங்க. என்னய உட்ருங்க. இன்னமே இப்பிடிச் செய்யமாட்டன் . . . இன்னமே செய்ய மாட்டன்.” கூளையனின் குரல் பலவீன மாக ஒலித்தது. அதுவொன்றும் அவர் காதில் ஏறவில்லை.

“திருடலாங்கற எண்ணமே உனக்கு வரக்கூடாது பாத்துக்க.”

கட்டி முடித்ததும் அவன் உடலை இழுத்துக் கொண்டுபோய் மதகு உருளைக்கு அருகே வைத்தார். தலையை அவன் வேகமாக அசைத்தான்.

“கவுத்த இழுக்கப் போறன். தலயக் கிலய ஆட்டுன படீர்னு போயி முட்டிக்கும். மண்ட ஒடஞ்சா அவ்வளவுதான். போன. சாயந்தரம் வெரைக்கும் இப்பிடியே தொங்கிக்கிட்டுக் கெட . . . அப்பத்தான் புத்தி வரும் . . .”

பயந்து தலையை அசைப்பதைக் கூளையன் நிறுத்திக் கொண்டான். அவர் கயிற்றை மெதுவாக இழுத்தார். கூளையனின் உடல் மெல்ல மேலேறி மிதக்கத் தொடங்கிற்று. கிணற்றில் அவன் தலைகீழாகத் தொங்கினான். “அய்யோ” என்று அலறித் தலையை அசைத்தான். தூரியாடிய உடல் ஏத்தக்கால் செருகியிருந்த மதகுக் கல்லை நோக்கிப் போயிற்று. தலை அவ்வளவுதான். கண்களை இறுக மூடிக்கொண்டான். அவர் மெதுவாகக் கயிற்றை விடுவதையும் உடல் கீழே இறங்குவதையும் அவனால் உணர முடிந்தது. கைகால் எதையும் அசைக்க முடியவில்லை. தலை பலமற்றுத் தொங்கிற்று. குடல் முழுவதும் நெஞ்சில் வந்து மோதி அழுத்திற்று. மார் அடைத்தது. அவன் கண்களைத் திறக்கவேயில்லை. கயிறு மெல்ல இறங்கி ஓரிடத்தில் நின்றது. அச்சத்தோடு லேசாகக் கண்களைத் திறந்தான். கிணற்றுச் சுவர்ப் பொந்தில் இருந்து தவளையொன்று விழி பிதுங்க அவனையே பார்த்துக் கொண்டிருந்தது. அவனையுமறியாமல் “அய்யோ அய்யோ” என்று கத்தினான். குரல் கிணற்றுக்குள் சுற்றிச் சுழன்று அவன் மீதே வந்து மோதிற்று. கண்கள் மேலே திரும்பின. தொங்கும் நீளக் கயிறு மட்டும் தெரிந்தது. அதுவும் ஏத்த வண்டியில்

போய்ச் சட்டென்று முடிந்து மறைந்தது. கீழே பார்த்தான். கைகளை நீட்டி எட்டித் தொட்டுவிடும் தூரத்தில் தண்ணீர் தெரிந்தது. அதில் அவன் தலை நிழலாய் அசைந்தது. மற்ற சுவர்களையெல்லாம் திரும்பிப் பார்க்க முடியவில்லை. கண்களை மூடிக்கொண்டான். மனதை நிலைப்படுத்திக் கொள்ள முனைந்தான். கட்டுண்ட உடலின் வலி ஒரு புள்ளியில் கழுத்தில் குவிந்துவிட்டது போலிருந்தது. கயிறு அறுந்து நேராகத் தண்ணீருக்குள் போய் உடல் செருகுவது போன்ற உணர்வு தோன்றிற்று. உடலெங்கும் நீரின் குளிர்ச்சி பரவிற்று. அவனுடைய புண்களையும் கயிற்றின் எரிச்சலையும் தொட்டுத் தொட்டுத் தண்ணீர் சுகமாக்கிற்று. அவன் எதுவும் செய்யவில்லை. தண்ணீர் அவனுக்கு எல்லாம் செய்தது. திடீரென்று சலக்கென்ற சத்தம். கண்கள் அனிச்சையாக விரிந்தன. நீரில் மீனொன்று மேற்பரப்பில் மிதந்தது. கொஞ்ச தூரம் போய் வாயை நீரின் பரப்புக்கு மேலே கொண்டு வந்து சலப்பென்று சத்தத்தை உண்டாக்கிற்று. கூளையன் கிணற்றுக்குள் கண்களை ஓட்டினான். நீளமான சுவர்கள் அவனை நோக்கி நெருக்கி வருவதாய்த் தோன்றிற்று. ஏதோ மூலையில் இருந்து விநோதமான சப்தம் வந்தது. கூளையனின் காதுகள் சிலிர்த்தன. கண்களை மூடிக்கொண்டான். இனி எது நடந்தாலும் கண்களைத் திறக்கக்கூடாது.

கொஞ்சம் கொஞ்சமாக அவன் மனம் உடலை இழந்தது. அந்தரத்தில் மிதப்பது கனமற்ற தக்கைதான் என்று பட்டது. தக்கையின் விளிம்பில் எங்கிருந்து தொடங்குகிறது என்று தெரியாத நீள நூல் கட்டி இருந்தது. தக்கை அந்த நூலின் பிடியிலிருந்து விடுபட முயன்றது. அதன் தவிப்பும் துள்ளலும் நூலின் முடிச்சை மேலும் இறுக்கமாக்கின. நூல் விட்டால் தக்கை விருப்பப்படி காற்றில் மிதந்து திரியமுடியும். காற்றில் வான்வெளியில் எங்கும் மிதப்பதுதான் தன் வேலை என்பதை உணர்ந்த தக்கைக்கு விடுபடும் வழி தெரியவில்லை. கீழ் நோக்கித் தன்னை அழுத்திப் பார்த்தது. நூல் கொஞ்சம் இளகி மீண்டும் மேலே இழுத்துக்கொண்டது. தக்கையைச் சுற்றிலும் விதவிதமான ஒலிகள். தக்கையைக் கேலி செய்வது போல அவை இருந்தன. கூளையன் கண்கள் விழித்தன. எந்தச் சத்தமும் இல்லை. கீழே கருநிறத்தில் தண்ணீர் இஞ்சிப் போனது போல நின்றது. கழுத்தைச் சுற்றிலும் முகம் தெரியாத கைகள் நெரிப்பதைப் போல வலி. அது ஒன்று மட்டும் இல்லாமலிருந்தால் இப்படியே எவ்வளவு நேரம் வேண்டுமானாலும் இருக்கலாம் போலிருந்தது. எல்லாம் கிறுகிறுத்துச் சுற்றிற்று.

திடீரென்று கயிறு மேலே நகர்வது போலிருந்தது. மேலேற ஏறச் சுவர்கள் பொந்துக் கண்களை விழித்துக்கொண்டு அவனை நோக்கி வந்தன. அதற்கு மேல் அவனால் முடியவில்லை. கொஞ்சம் கொஞ்சமாக நினைவுகள் அறுந்துபோயின. அவனுடன் யார் யாரோ வந்ததும் அவனுடைய கட்டுக் களை அவிழ்த்துக் கட்டிலில் போட்டுத் தூக்கிப்போனதும் அவனுக்குத் தெரியாது. அவன் திரும்பவும் விழித்தபோது பல முகங்கள் அவனைச் சுற்றிலும் மங்கலாகத் தெரிந்தன.

●

19

மார்கழிப் பனியில் குளிர்ந்து உடல் விறைத்துப் போயிருந்தது. இழுத்து இழுத்துப் போர்த்தினாலும் சாக்கு உடல் முழுவதற்கும் போதவில்லை. சாக்குத் துளைகளில் மெல்லிய ஊசிபோல் பனி இறங்கிற்று. கால்களைக் குறுக்கி வயிற்றில் சுருட்டிக்கொண்டு கிடந்தான். ஆடுகளுக்கெல்லாம் சளி பிடித்துக்கொண்டது. ஒவ்வொன்றும் ஊளையை ஒழுக்கிக்கொண்டிருந்தன. இரவு முழுக்கப் பட்டிக்குள்ளிருந்து ஊளையை உறிஞ்சும் சத்தம்தான். எல்லா ஆடுகளும் ஒரே நேரத்தில் உறிஞ்சுவது போலச் சத்தம் வந்து மண்டைக்குள் புகுந்தது. சில ஆடுகள் மூக்கைச் செருமித் தும்மல் போட்டன. கூளையனுக்குத் தானே தும்முவது போலிருந்தது. மாடுகளின் கனைப்பும் தீனிக்கு அழைக்கும் ஓசையும் அவ்வப்போது கனவு போல இருந்தன. நான்கு நாட்களாக இருந்த நிம்மதியான தூக்கம் இன்றைக்கு இல்லை. இந்தத் தொண்டுப்பட்டியும் சாக்கும்தான் நெடுநாள் பழக்கம் என்றாலும் புதிய இடம் போலவும் இப்போதுதான் இங்கே படுத்துறங்க வேண்டியிருப்பது போலவும் தோன்றிற்று.

பாட்டியின் முந்தானைச் சேலைக்குள் முகத்தைப் புதைத்துக்கொண்டு தூங்கிய சுகம், எல்லாவற்றையும் மறக்கச் செய்துவிட்டது. சுருக்கங்கள் மூடிய பாட்டியின் கை அவன் இடுப்பில் ஆதரவாய்ப் பதிந்திருப்பது போலக் கற்பனை செய்து கொண்டாலும் அது நிலைக்க வில்லை. பனியின் குத்தல் வெகுவேகமாக எல்லாவற்றை யும் கலைத்துப்போட்டது. தூக்கத்தின் கணமொன்றில் பெரும் கூட்டமாகத் தவளைகளைக் கண்டான். அவற்றில் வழுவழுப்பான தோல்கொண்ட தவளை யொன்று அவனை நோக்கி நாக்கை நீட்டிற்று. அந்நாக்கு

பிளவுபட்டுப் பாம்பினுடையதைப் போல நீண்டது. தூரத்தில் நின்றிருந்த தவளை கண்ணுக்கு நேராக எகிறிற்று. ஏதோ மேடான ஒன்றின்மேல் வந்து உட்கார்ந்தது. அதைத் தொடர்ந்து மற்ற தவளைகளும் ஓடிவந்தன. அந்த இடம் கொஞ்சம் கொஞ்சமாக மறைந்துகொண்டிருந்தது. தவளைகள் ஒன்றின்மேல் ஒன்றாக விழுந்து சொப்பின. அவன் உன்னிப்பாகப் பார்த்தான். தவளை களால் மூடப்பட்ட பகுதி அவன் தலை. கண்களைத் தவிர எல்லா இடத்திலும் தவளைகள். அவற்றின் வழுவழுப்புக் கால்கள் பிசின்போல் ஒட்டிக்கொண்டன. 'அய்யோ' என்று அலறினான். விழிப்பு வந்தது. அவரின் முணுமுணுப்பு ஆழக் கிணற்றின் உள்ளிருந்து வந்தது. அதன் சொற்களைப் பிரித்துப் பார்க்கப் பொறுமையற்று மீண்டும் தூக்கத்தில் ஆழ்ந்தான். கண்கள் மட்டும் மூடிக்கொண்டன. மனம் விழிப்பதும் மூடுவதுமாய் இருந்தது. ஆட்டின் மண்டைக்குள் உருவாகிக் குடையும் வெள்ளைப்புழு அவன் மூளைக்குள் வந்து புகுந்து கொண்டு இடைவிடாமல் நெளிந்தது. ஆட்டைப் போலவே மூக்கைச் செருமிப் பெருத்த தும்மல் போட்டுப் புழுவை வெளியேற்றி விட முயன்றான். புழு இருந்த இடத்தை விட்டு நகரவேயில்லை.

திடீரென்று மூச்சை அடைத்தது. வெட்டாரவெளியில் இருந்து உடலைத் தூக்கிக்கொண்டு வந்து சாக்குக்குள் மூட்டையாகக் கட்டி வைத்துவிட்டதாய் உணர்ந்தான். இந்தச் சாக்கினுள் உடலை ஒரு உருண்டை போல மாற்றிக்கொள்ள முடிந்தது. ஆனால் குளிர் அடங்குவதாகவோ மனம் அலை தலற்று நிலைகொள்வதாகவோ இல்லை. அழும் நினைவேயற்று அழுதான். அழுகைதான் மூச்சு விடுகிற மாதிரி இயல்பானது. இயல்பு கூடிப் பெருத்த ஓசையை உண்டாக்கிவிட்டது போலும். பட்டிநாய் பூச்சியும் திடீரென்று எழுந்து உட்கார்ந்துகொண்டு ஊளையிட்டது. பனிக்குளிர் பொறுக்காத துயரம் கசிந்த ஊளை அது. அவர் கட்டிலை விட்டுச் சட்டென்று எழுந்து வந்து நாயைப் பார்த்து அதட்டினார். "என்ன முழுகிப் போச்சுன்னு இப்ப ஊளையிடற" என்றார். நாய் வாய்க்குள் முனகியது. ரீங்காரமாய் எழுந்து ஊளை பெருகிற்று. நாயை ஓங்கி உதைத்தார். வலி பொறுக்காமல் கத்திக்கொண்டு அது படலோடு ஒட்டிக்கொண்டது. நாய்மேல் விழுந்த உதை, தன்மேல் விழுவதாக உணர்ந்து உடல் கூசிச் சுருங்கினான். பின்பக்கத்தில் தோன்றிய வலி உடல் முழுவதுக்குமாய்ப் பரவியோடிற்று. அவன் விழித்திருப்பதாகக் காட்டிக்கொள்ள வேயில்லை. திரும்பக் கட்டிலுக்குப் போகிற போக்கில் "நாய் ஊளையிடறதுகூடத் தெரியாத பொச்சடச்சுக்கிட்டுத்

தூங்கறாம் பாரு” என்று முனகியபடி அவன் மேலும் லேசாக ஓர் உதை விட்டார். ஆழ்ந்து தூங்குவதாய்ப் பாவனை செய்தான்.

நேரம் எவ்வளவு இருக்கும் என்பதை அனுமானிக்க முடியவில்லை. இருள் பூச்சிகளின் சத்தம் எதுவுமில்லை. கோழிகளும் பனியில் உறைந்துவிட்டன போலும். அவர் புரள்கையில் எழும் கட்டிலின் கிரீச்சொலி மட்டும்தான் கேட்டது. நாய் ஊளையிட்ட பின்னால் அவருக்குத் தூக்கம் வரவில்லை. எழுந்து உட்கார்வதை உணரமுடிந்தது. ‘ஏவ்’ என்று பெரிதாக ஏப்பம் விட்டார். சிறிதுநேரம் கழிந்திருக்கும். கட்டிலிலிருந்து எழும் ஓசை. செருப்பைத் தொடுகிறார். தொண்டுப்பட்டியின் வேலிக்கடவை நோக்கிச் செல்லும் காலொலி. கடவுப்படலை அவிழ்த்து உள்ளே இழுப்பதும் பின் வெளியேறிக் கட்டுவதும் சன்னமாய்க் கேட்டது. போர்த்தியிருந்த சாக்கை உதறிவிட்டு எழுந்தான். தொண்டுப் பட்டி முழுவதும் இருள் அடர்ந்திருந்தது. வெற்றுடம்பு சிலிர்த்தது. கைகளை மார்பில் பிணைத்துக்கொண்டு கட்டி லுக்குப் போனான். அவர் வரும்வரை கட்டிலில் படுத்துக் கொள்ளலாம். தூங்காமல் இருக்கவேண்டும். அவர் வரும் சத்தம் கேட்டதும் எழுந்தோடிவிடலாம். அவர் இனிமேல் விடிகாலையில்தான் வருவார் என்று தோன்றியது. கட்டிலில் படுத்து அவருடைய போர்வையை எடுத்துப் போர்த்திக் கொண்டான். குளிருக்கு இதமாகவும் வெதுவெதுப்பாகவும் இருந்தது. பாட்டி வீட்டில் இருந்த மூன்று நாட்களும் இதுமாதிரி ஒரு போர்வையைத்தான் போர்த்தியிருந்தான். பாட்டி உடம்பு நல்ல முறுக்கமாக இருந்தபோது மேற்கே வயக்காடுகளுக்கு நெல்லறுக்கப் போன வருசத்தில் வாங்கி வந்ததாம். பனிக்காலம் வரும்போது மட்டும் எடுத்துப் போர்த்திக்கொண்டு பின் சுருட்டிப் பைக்குள் எதிலாவது போட்டு வைத்துவிடுவாள். அதைப் பேரனுக்குப் போர்த்தி விட்டாள். அந்தக் கிழட்டுக் கையின் வருடலை மனதுக்குள் அசைபோட்டான்.

கிணற்றுக்குள் தலைகீழாகக் கட்டித் தொங்கவிட்டதற்கு மறுநாள் அப்பனும் அம்மாளும் வந்தார்கள். அழுது கொண்டே ஓடி அம்மாவைக் கட்டிக்கொண்டான். அம்மாவும் அழுதாள். ‘பொடுசரா ... மீகு ஏமிரா ஒச்சேசு ...’ என்று தலையை நீவி நீவி விட்டாள். அப்போதே அம்மாவுடன் வீட்டுக்குப் போய்விட விரும்பினான். அவர் விடவில்லை. எவ்வளவோ கேட்டுப் பார்த்தும் அவர் மனம் இளகவில்லை.

“என்னடா ஆயிப் போச்சுன்னு ரண்டு பேரும் வந்து நிக்கறீங்க. உம் பையன் ஒழுக்கமா இருந்தானா நானெதுக்கு அவனக் கை தொடறன் . . . சொல்லு . . .”

“அதுக்குனு ஒரு அளவில்லீங்களா சாமீ . . . அறியாப் பையன் . . . அவனப் போயி கெணுத்துல கட்டித் தொங்க உட்டிருக்கறீங்களே . . . இதே உங்க பையனா இருந்தா இப்பிடிச் செய்வீங்களா . . . நாங்க எரந்து குடிக்கறவங்கதான் சாமீ . . . அதுக்குனு இப்பிடியா . . .”

கூளையனின் அப்பன் பேச்சில் சாராய வாடை அடித்தது. ஆனாலும் அவரைப் பார்த்து நிதானமாகவே கேட்டார். மையிருட்டு நேரம். தொண்டுப் பட்டிக் கட்டிலில்தான் அவர் உட்கார்ந்திருந்தார். ஆடுகள் பட்டிக்குள்ளிருந்து அவர்களையே பார்த்துக்கொண்டிருந்தன. அவரும் பொறுமையாகவே பேசினார். பேசப் பேச வேகம் கூடிச் சொற்களில் கோபம் ஏறிற்று.

“எம் பையன்னா என்ன கொம்பாடா . . . அவனும் திருட்டு வேலைக்குப் போனான்னா கையக் கால முறிக்க வேண்டீது தான். சும்மா உட்டுப் பாத்துக்கிட்டு இருப்பனா. அந்த நாயி வந்து என்ன கேள்வி கேட்டான் தெரிமாடா . . . இன்னொருத்தனா இருந்தா வெட்டிப் பலி போட்டிருப்பான். அவ்வளவு ஏன் . . . எங்கப்பன் இருக்கறாரே . . . அவரு அந்தக் காலத்துல என்னயவே என்ன பண்ணீருக்காரு தெரீமா . . . நா சின்னப்பையனா இருந்தப்ப சந்தக்கிக் கூட்டிக்கிட்டுப் போவாரு . . . ஒரு தடவ கொலுமிச்சங்காய் வாங்குனாரு . . . எங் கையிருக்க மாட்டாத ஒரு காய எடுத்துப் பைக்குள்ள போட்டுட்டன் . . . எங்கப்பன் பாக்கல. ஊட்டுக்கு வந்தொடன ரொம்பப் பெருமையா ‘அப்பா . . . கடக்காரனுக்குத் தெரியாத ஒரு கொலுமிச்சங்காய் எடுத்தனே’ அப்டீன்னு சொன்னன். எங்கப்பனுக்கு வந்ததுச்சு பாரு கோவம். அடேங்கப்பா. ‘நீ எனக்குப் பொறந்தவனாடா . . . எனக்குப் பொறந்திருந்தா மத்தவன் பொருள்ல கைய வெப்பியாடா . . . நாயிக்குப் பொறந்த தாயோலி . . .’ அப்டீன்னு கத்துனாரு. அப்பறம் கால்ல கவத்தக் கட்டி விட்டத்துல தொங்க உட்டுட்டாரு. தலைக்குங் கீழ நெருப்புப் பத்த வெச்சு அதுல மொளகாயப் போட்டுப் பொவச்சாரு. எங்கம்மால்லாம் கத்தறாங்க. ஊட்டத் தாழ்ப் போட்டுட்டாரு. மொளகா நெடி மூக்குலயும் கண்ணுலயும் வந்து ஏறுது. தொங்கிக்கிட்டே தும்மல் போடறன். ஊளையும் கண்ணீரும் ஒழுவுது. ‘இன்னமே திருடுவியா . . . இன்னமே திருடுவியா’ன்னு கேட்டுக்கிட்டே மொளவாயப் போடறாரு. எப்பிடி இருக்கும் பாரு . . . அதுலருந்து இன்ன வரைக்கும்

ஒருத்தங் காட்டுல போய் ஒரு கடலச்செடிகூடப் புடுங்கித் தின்னிருக்க மாட்டன் ... தெரிஞ்சுக்க. பசங்கள இந்த வயசுலயே ஒரு படிமானத்துக்குக் கொண்டாந்ரோணும்டா ... அது எம் பையனா இருந்தாலும் செரி ... உம் பையனா இருந்தாலும் செரி ... இன்னமே கூளையன் எதுனா கையில தொடுவானா ... இப்பத்தான் அவன என்னமோ பண்ணீட் டாப்புல ரண்டு பேரும் வந்துட்டீங்க ...''

அவர் இப்படிச் சொன்ன பிறகு என்ன பேசுவது? கூளையனின் அப்பனுக்கும் அம்மாளுக்கும் வாயடைத்துப் போய்விட்டது. அப்பன் தாழ்வாகச் சொன்னார்.

“என்னமோ உங்கள நம்பித்தான் பையன பண்ணயத்துக்கு உட்டிருக்கறன் ... எதுனாலும் நீங்கதான் பாக்கோணும் ...”

“பின்ன பாக்காத உட்ருவனா ... அதெல்லாம் நிய் யொன்னும் பயப்படாத ... நா பாத்துக்கறன் ...”

அவர் உறுதி கொடுத்தது அவர்களுக்குத் திருப்தியா யிருந்தது. மேற்கொண்டு இரண்டு நாள் பையனை வீட்டுக்குக் கூட்டிப் போகிறோம் என்று சொன்னதை அவர் ஏற்றுக்கொள்ள வில்லை. ‘இந்த மாதிரி செஞ்சாப் பழக்கமாயிரும்டா’ என்று சொல்லிவிட்டார். அம்மாவை விடவே அவனுக்கு மனசில்லை. ரொம்ப நேரம் சேலைக் கொத்தைப் பிடித்தபடி நின்றான். அவன் கையை மெதுவாகப் பிரித்துவிட்டு அம்மா நடந்தாள். இருளில் அம்மா கரைந்து போவதையே பார்த்துக்கொண் டிருந்தான். இருளுக்குள் இருக்கிறாள், போய்விடவில்லை என்பதாக நினைத்துக்கொண்டான். அம்மா எப்படியும் அவரிடம் சொல்லிக் கூட்டிக்கொண்டு போவாள் என்னும் எதிர்பார்ப்பு அப்போது பலிக்கவில்லை. அதற்குப் பின்னால் பதினைந்து இருபது பொழுதுகள் கழிந்திருக்கும்.

இந்தத் தடவை அப்பன் மட்டும்தான் வந்தார். மாலை மயங்கி ஆடுகளைப் பட்டிக்குள் ஓட்டும் நேரம். போரில் தட்டு உருவிக்கொண்டிருந்தார் அவர். இந்த நேரத்திற்கு அப்பன் வந்திருக்கும் காரணம் புரியவில்லை. ஆடுகளை உள்ளே விரட்டிக்கொண்டே அவர் இருக்குமிடம் நோக்கிக் கைகாட்டினான். ஏதாவது பத்து, இருபது பணம் வேண்டும் என்பதற்காக வந்திருப்பார் என்று நினைத்தான். அது என்ன கணக்கோ, அவருக்கும் அப்பனுக்கும் மட்டுமே புரியக் கூடியது. சிலசமயம் யோசிக்கும்போது இன்னும் ஐந்தாறு வருசங்களுக்குக் கூளையன் பண்ணயத்திலேயே இருக்கும்படி முன்பணமாக அப்பன் வாங்கியிருப்பாரோ என்று தோன்றும். பணம் வேண்டும் என்று அவர் கெஞ்சுவதையும் அவர்

அதெல்லாம் முடியாது என்று மறுப்பதையும் கண்டால் அப்படித்தான் என்று நிச்சயப்படுத்திக்கொள்கிற மாதிரி இருக்கும். அதனால்தான் அப்பன் மட்டும் வருவதில் கூளை யனுக்குச் சந்தோசம் இல்லை.

போருக்குப் பக்கத்தில் போனதும் அப்பன் "கும்படறனுங்க சாமி ..." என்றார். அவர் திடுக்கிட்டுத் திரும்பினார். அப்புறம் சுதாரித்துக்கொண்டு "என்னடா இந்த நேரத்துல" என்று கேட்டார். ஆடுகளை உள்ளோட்டிப் படலை இழுத்துச் சாத்திக் கட்டும் வேலையில் ஈடுபட்டிருந்த கூளையனின் காதுகள் அவர்கள் பேசுவதை நோக்கியே விரிந்திருந்தன. அவனுடைய அப்பன் சொன்னார்.

"ஒன்னுமில்லீங்க ... கூளையன ஊட்டுக்குக் கூட்டியோலாமின்னு ..."

அவரை முடிக்க விடவில்லை. அவர் குறுக்கே நுழைந்து "எதுக்குடா" என்றார். எதற்காக இருந்தாலும் சரி, விடமாட் டேன் என்று சொல்லிவிடுவாரோ என்று பயந்தான் கூளையன். மிகுந்த எதிர்பார்ப்பு இல்லை என்றாலும் கொஞ்சமாய் நம்பிக்கை இருந்தது.

"இப்பக் கூட்டியோயிட்டுக் காத்தாலக்கிக் கொண்டாந்து உட்றனுங்க ..."

"அப்பிடி என்னடா ஒருராத்திரியில உம்பையன் வந்து சாதிக்கப் போறான் ..."

அவர் குரலில் ஏளனம் இருந்தது.

"அதெல்லாம் ஒன்னுமில்லீங்க. கறி போட்டாங்கன்னு எடுத்துக் காச்சறம். பையன் வந்தான்னா ஒருவா சோறு தின்னுட்டு வருவான். அதுக்குத்தான் ..."

"அடேங்கப்பா ... கறியுஞ்சோறா ... என்ன கறி? ஆடா கோழியா ... பெரிய ஆடா ..."

"ஆடு கோழிக்கெல்லாம் முடியுங்களா சாமி ... பெரிய ஆடுதான். கட்டூர்ல இருந்து கொண்டாந்தாங்க. நல்லா இருந்த மாடுதான் திடீர்னு செத்துப் போச்சுங்களாம் ..."

"ஆரோடதாமா?"

"அவுங்க வடக்க இருக்கறாங்க."

"என்ன நோவு எதாச்சுமா"

"இல்லீங்க. நல்லா நின்னுக்கிட்டு இருந்த மாடுதானாமா ... இருந்திருந்தாப்பல காலெல்லாம் நடுங்குச்சாம். 'ம்மா'ன்னு

ஒரே சத்தந்தான் ... அப்பிடியே கீழே உழுந்து செத்துப் போச்சாமா ...”

“அடப்பாவத்த ... ம் ... மாட்டுக்காரனுக்குத் திண்டாட் டம் ... உங்களுக்குக் கொண்டாட்டம்டா.”

“அதெல்லாம் ஒன்னுமில்லீங்க.”

“செரி செரி கூட்டிக்கிட்டுப் போ. காத்தாலக்கி இருட்டா இருக்கவே கூட்டியாந்து உட்ரோணும். அப்பறம் அங்க போனான் இங்க போனான்னு ஆள நிறுத்திக்கிட்டயின்னாப் பாரு ...”

அவர் கண்டிப்பாகச் சொன்னார். எப்படியோ அவர் ஒத்துக்கொண்டது பெரிய விஷயமாகப் பட்டது. ஆனால் கூளையன் சந்தோசத்தைக் காட்டிக்கொள்ளவில்லை. அவன்பாட்டுக்குக் கட்டுத்தரை வேலைகளைச் செய்துகொண் டிருந்தான். அவரும் அப்பனும் சம்பள விஷயமாக ஏதோ பேசிக்கொள்வதும் கேட்டது. அடுத்த வருசச் சம்பளம் பேசுவதைப் பற்றி.

“மார்கழி முடியட்டும்னு வா. பேசிக்கலாம் வா ...”

கூளையனைக் கூப்பிட்டுச் சொன்னார். “கூளையா ... போயிட்டு வாடா ... காத்தாலக்கி இருட்டா இருக்கவே வந்தரோணும் பாத்துக்க. அங்க இங்கயின்னு வேடிக்க பாத்துக்கிட்டு நிக்கக்கூடாதுடா.”

கூளையன் உடனே ‘செரீங்க. போயிட்டு வர்றனுங்க’ என்றான். அவர் ‘ம்’ என்று ஆமோதித்ததும் அப்பனுக்குப் பின்னால் நடந்தான். தொண்டுப்பட்டியைத் தாண்டும் வரை அப்பனுக்குப் பின்னால் மெதுவாக நடந்தவன், தாண்டி யதும் சட்டென்று வேகம் கொண்டு ஓடினான். அவன் எழுப்புவது பொருளற்ற ஒலியா, ஏதாவது பாடலா என்பது தொன்றும் புரியவில்லை. அவனுடைய அப்பன் ‘ரே ... எக்கட போத்தர்றா’ என்று கத்தினார். அது அவனுடைய காதிலேயே விழவில்லை. இருளுக்குள் மறைந்து போயி ருந்தான். அப்பனுக்கு முன்னால் வீட்டுக்குப் போய்ச் சேர்ந்து விட வேண்டும் என்று நினைத்தான். காட்டுத்தடத்தில் ஓடிச் சாலைக்கு வந்தான். இன்னும் இருள் முழுதாகக் கூடி வரவில்லை. லேசான துணியைக் கண்ணுக்குக் கட்டியது போலிருந்தது வெளிச்சம். அதையே துணையாகக் கொண்டு ஓடினான். சாலைப் புளியமரங்களில் கூடடையும் காக்கை களும் மற்ற பறவைகளும் இடைவிடாமல் கத்திக்கொண்டி ருந்தன. காக்கைகளின் குரல்தான் அதிகமாக இருந்தது. சாலையைக் கடந்து மறுபடியும் காட்டுத்தடத்தில் புகுந்தான்.

ஒற்றையடித் தடத்தில் தன்னந்தனியாக ஓடுவது பிடித்திருந்தது. வீட்டைப் போய்ச் சேரும்வரை நிற்கக்கூடாது என்று மனதில் சொல்லிக்கொண்டு ஓடினான். அவன் பின்னாலேயே துரத்திக்கொண்டு இருளும் வந்தது. அதை முந்திவிடுவதில் குறியாக இருந்தான்.

வளவின் தொடக்கத்தில் இருந்த கோயிலைப் போய்த் தொட்டபோது எதிரில் வருபவர் முகம் தெரியாத அளவு இருட்டு சூழ்ந்துகொண்டது. மூச்சிரைத்தது. மேலெல்லாம் வேர்வை கசகசத்தது. நான்கைந்து மைல் தொலைவை இடைவிடாத ஓட்டத்தில் கடந்த பெருமிதம் மகிழ்ச்சியாய்ப் பொங்கியது. அப்பன் இந்நேரம் சாலையைக் கூட அடைந் திருக்க முடியாதென்று தோன்றியது. கோயில் கூடத்தினுள் சிறுவிளக்கின் சுடர் தெரிந்தது. பிய்ந்து போயிருந்த முன்பந்தல் அடியே சற்றே நின்றான். அங்கும் யாரோ படுத்துக் கிடந்தார்கள். கொஞ்சம் தள்ளி வாசலில் கலாமுலாவென்று பையன்களும் பிள்ளைகளும் கத்தி விளையாடிக்கொண்டிருந் தார்கள். எல்லோரும் சின்னஞ் சிறுவர்கள். அவன் சேர்ந்து விளையாடுகிற மாதிரியான பையன்கள் யாருமில்லை. கூட்டத்துக்குள் உற்றுப் பார்த்தான். அவனுடைய தம்பியோ தங்கச்சியோ யாரும் இருப்பதாகத் தெரியவில்லை. மெல்லமாக வளவுக்குள் நுழைந்தான். உள்ளே இனுக்புனுக்கென்று எரிந்த விளக்குகள் குடிசைகளின் இருப்பைத் தெரிவித்தன. குழந்தை களின் குரல்களும் பெண்களின் சத்தங்களும் நிறைந்திருந்தன. நாசியை உறிஞ்சி உறிஞ்சிப் பார்த்தான். கறிக்குழம்பின் மணத்தை உணர முடியவில்லை. அப்பன் சொன்னது பொய்யோவென்று நினைத்தான். பொய்யாக ஆசை காட்டிக் கூட்டி வருமளவுக்கு வேறென்ன இருக்கிறது? செத்துப்போனது யாருடைய மாடு என்றெல்லாம்கூடச் சொன்னாரே. அவரிடம் பொய் சொல்லியிருக்க மாட்டார்.

குழப்பத்தோடு வளைவைக் கடந்து போனபோது பொம்பளைகளின் சத்தம் சிரிப்பும் பேச்சுமாகக் கேட்டது. யாரோ ஒருத்தி லாந்தர் விளக்கைத் தூக்கிப் பிடித்துக்கொண் டிருந்தாள். இரண்டு பெண்கள் உரலில் ஆட்டிக்கொண் டிருந்தார்கள். சுற்றிலும் இன்னும் மூன்று நான்கு பேர் கையில் குண்டாவோடு நின்றார்கள். எல்லோர் முகமும் இருள் பூசியிருந்தது. கறி உறுதிதான் என்று தெரிந்தது. வளவுக்குப் பொதுவான உரல் அது. நான்கு ஆட்கள் சேர்ந்தால்கூடக் கட்டித் தழுவ முடியாத அளவு பெரிது. நின்றுகொண்டே ஆட்டலாம். அவ்வளவு உயரம். இது மாதிரி கறிக்குழம்பு வைக்கும் நாட்களிலோ எப்போதாவது அதிசயமாகப் புட்டுச் சுட மாவாட்டும் போதோதான் உரலுக்குக் கூட்டம் வரும்.

மற்ற சமயங்களில் பையன்களும் பிள்ளைகளும் அதன்மேல் ஏறிக் குதித்து விளையாடுவார்கள். வயசுப்பையன்களும் நோம்பி நொடியின் போது அதன்மேல் உட்கார்ந்து பேசிச் சிரிப்பார்கள். கறிக் குழம்புக்குச் சாந்து அரைக்க நிற்கும் பெண்கள் கூட்டத்தில் அம்மா இருப்பாளோ என்று சந்தேகம் கொண்டான். உற்றுப் பார்த்தும் ஒன்றும் தெரியவில்லை. பெண்களின் குரலை அடக்கும் விதத்தில் சத்தமாகக் கேட்டான்.

"மா அம்மா உண்டினா?"

அவனுடைய குரல் கேட்கவும் பெண்கள் சட்டென அமைதியானார்கள். அவனை உற்றுப் பார்த்துக்கொண்டு ஒருத்தி கேட்டாள்.

"ஒகுர்ரா அதி . . . ஓ . . . கூள மாதாரி . . ."

அவள் அப்படிச் சொல்லவும் மற்ற பெண்கள் எல்லோரும் சிரித்தார்கள். ஆட்டிக்கொண்டிருந்த பெண்கள் குழவியை நிறுத்திவிட்டுச் சிரித்தார்கள். 'கூள மாதாரி' என்று அவள் வரிசை வைத்துக் கேலியாகச் சொன்னதும் அவனுள் வெட்கம் கவிந்தது. அந்த இடத்தை விட்டு உடனே போய்விட விரும்பினான். அம்மா அங்கே இல்லை என்பது உறுதியாகத் தெரிந்தது. ஒரே ஓட்டமாக ஓடினான். இன்னும் என்னவோ சொல்லிப் பெண்கள் சிரித்தார்கள். குடிசைக்கு வந்து சேரும்வரை காதில் சிரிப்பொலி கேட்டுக்கொண்டேயிருந்தது. அவர்களிடம் நின்று ஏதாவது பேசிவிட்டு வந்திருக்கலாம் என்று பட்டது. ஏனோ ஒருமாதிரி தயக்கமும் கூச்சமும் வந்திருந்தன. குடிசைக்குள் அம்மா அடுப்பெரித்துக்கொண்டிருந்தாள். தீ கலகலவென்று எரிந்தது. தீ வெளிச்சத்தில் அம்மாவின் உருவம் குறுகித் தெரிந்தது. 'அம்மா' என்று கூப்பிட்டுக் கொண்டே போய்த் தோளோடு உரசியபடி உட்கார்ந்தான். நன்றாக உட்கார்ந்து அவன் கைகளை எடுத்து மடியில் வைத்துக்கொண்டாள். அப்பன் எங்கே என்று கேட்டாள். தம்பியும் தங்கச்சியும் எங்கே என்று அவன் கேட்டான். கடைசியாகக் கண்ணீர் ததும்ப 'மறுபடியும் அடிச்சாரா' என்று கேட்டாள். 'அதெல்லாம் இல்ல' என்று அவன் சிரித்தான். கிணற்றில் கட்டித் தொங்கவிட்ட பின்னால் அவனுடைய முகத்தில் நிரந்தரமாக வேதனை படிந்துவிட்டது போலிருந்தது. அதற்குமுன் இருந்த கொப்பளித்துத் ததும்பும் குறும்பும் உற்சாகமும் வடிந்து பெரிய மனிதத் தோரணை கூடியிருப்பதாகவும் தோன்றியது. பேச்சு குறைந்துபோயிற்று. சிந்தனை வயப்பட்டவனாய்த் தோன்றினான். அவன் முகத்தைக் கொஞ்சநேரம் கவனித்துக் கொண்டிருந்த அம்மா, பின் குழம்பைப் பார்த்தாள். குழம்பு நுரை கட்டிக் கொதிவரத்

துடித்துக்கொண்டிருந்தது. அவனுக்குப் பசிக்கும் என்று நினைத்துக் "கொஞ்சநேரம் இரு... வெந்துரும்" என்றாள்.

"நெல்லுக் கூடாம்மா" என்று கேட்டான்.

"லேதுரா... ராகிக்கூடு" வருத்தம் தோய்ந்த குரலில் சொன்னாள். நெல்லஞ்சோறாக இருக்கும் என்றுதான் நினைத்திருந்தான். ஏமாற்றத்தைக் காட்டிக்கொள்ளவில்லை. குடிசையின் மூலையில் போய்ச் சாய்ந்து உட்கார்ந்தான். கூரையை வெறித்துக்கொண்டு அப்படியே உட்கார்ந்திருந்தான். அவன் அம்மா அடிக்கடி அவனையே திரும்பித் திரும்பிப் பார்த்தாள். அவன் பார்க்கவேயில்லை. கண்கள் விழித்துத் தான் இருந்தன. எல்லாவற்றையும் இழந்துவிட்டவனைப் போல உட்கார்ந்திருப்பதைப் பார்த்துக் கவலை கொண்டாள். பெருமூச்சு விடுவதைத் தவிரச் செய்ய ஒன்றுமில்லை என்று தோன்றியிருக்கக்கூடும்.

தம்பியும் தங்கச்சியும் வெளியேயிருந்து ஓடிவந்தார்கள். கூளையன் உள்ளேயிருப்பதைப் பார்த்ததும் தங்கச்சி தயங்கினாள். அவளுக்கு நான்கு வயதுதான் இருக்கும். தம்பி சந்தோசத்தோடு ஓடிவந்து அவன் மடியேறிப் புரண்டான். புது ஆளைப் பார்ப்பது போல ஒதுங்கி நின்ற தங்கச்சியைச் சமாதானம் செய்து அருகில் அழைத்துக் கொஞ்சினான். பிள்ளைகளோடு சிரித்து விளையாடும் கூளையனைப் பார்க்க மகிழ்ச்சியாக இருந்தது. கொஞ்சநேரத்தில் அப்பன் வந்தார். தள்ளாட்டத் தோடு வந்த அவருடைய கையில் சின்னச் சீசா இருந்தது. அதை அம்மாவிடம் கொடுத்துவிட்டு ஒருபக்கத்தில் படுத்து விட்டார். கூளையன் அவரைப் பார்த்துக்கொண்டே இருந்தான். எதுவும் பேசவில்லை. குழம்பு தயாரானதும் அவரையும் எழுப்பிப் போட்டார்கள். களிக்கும் குழம்புக்கும் ரொம்பப் பொருத்தமாக இருந்தது. மாடு குறைந்த வயதுடையதுதான் போலும். கறி பஞ்சு மாதிரி மென்மையாக இருந்தது. அவன் விருப்பமாகச் சாப்பிட்டான். அவனுடைய வட்டிலில் கறி ஒருகரண்டி கூடுதலாக விழுந்தது. அதை வெறித்துப் பார்த்த அப்பன் சொன்னார்.

"போடு போடு... நெறையாப் போடு. தின்னுபுட்டுப் போயி எனக்குத் தெண்டம் வெக்கட்டும்."

"என்ன தெண்டம் வெச்சுட்டாங்க. பேசாத திங்க முடியலியா."

அம்மா கத்திச் சொன்னாள். அவனைப் பார்த்துக் கொண்டே வெறுப்பாகச் சொன்னார்.

"கெடாயத் தொலச்சதுக்கு நூறு ருவா கட்டறது தெண்டமில்லாத என்ன ... தாயோலி ... பண்ணயத்துக்கு உட்டா ஒழுங்கா இருக்க முடியில ... கால வெட்டி இந்தக் குடுசிலயே போட்டு உனக்குக் கஞ்சி ஊத்தோணும்டா ..."

அப்பன் பற்களைக் கடிப்பதைப் பார்த்துக் கூளையனுக்குச் சோறு இறங்கவில்லை. அவரைப் போலவே கடுமையாகச் சொன்னான்.

"எஞ் சம்பளத்துலதான கட்டப்போற ... நிய்யா குடுக்கப் போற."

"பேச்சுப்பாரு ... அறஞ்சனா."

கையை ஓங்கிக்கொண்டு வந்தார். பிள்ளைகள் பயந்து ஒதுங்கின. கூளையன் அப்படியே விறைப்பாக உட்கார்ந்திருந்தான். உன்னுடைய அறையும் அடியும் என்னை என்ன செய்துவிடும் என்பது போலிருந்தது அவன் பார்வை. என்னுடைய உடம்பு அதற்கெல்லாம் தயாராகத்தான் இருக்கிறது என்று சொல்ல விரும்பினான். கைச்சோறு காய்ந்திருந்தது.

"இதுக்கா போயிப் பையனக் கூட்டியாந்த ... சும்மா கெட ..."

அப்பனைப் பிடித்துத் தள்ளினாள். பின்னால் சாய்ந்தவர் கால்களைப் பரப்பிக்கொண்டு கிடந்தார். திரும்பவும் எழ முடியவில்லை. பாதிச் சோறு வட்டலில் அப்படியே இருந்தது. எழுந்து தூக்கிவிட மனம் இல்லாமல் பார்த்தான். அவர் என்னவோ முனகிக்கொண்டிருந்தார்.

"அப்படியே கெடக்கட்டும் ... நீ தின்னு" என்றாள் அம்மா.

அதற்குமேல் அவனுக்குக் கறி ருசிக்கவில்லை. இருந்தாலும் வயிறு நிறையத் தின்றான். வெகுதூரம் ஓடிவந்த களைப்பும் வயிறு நிறைந்ததும் சேர்ந்து உடனே உறக்கத்தைக் கொடுத்தன. பிள்ளைகளோடு படுத்து உறங்கிப்போனான்.

விடிகாலையில் இருள் பிரியும் முன்னர் அம்மா எழுப்பிவிட்டாள். விளக்கு வெளிச்சத்தில் பார்த்தான். ஒருபக்கச் சுவரோடு ஒட்டி அப்பன் கிடந்தார். பார்க்கப் பாவமாயிருந்தது. ராத்திரி சோறு முழுக்கச் சாப்பிட்டாரோ என்னவோ. அம்மா அப்படியே விட்டிருப்பாள். தூக்கம் கண்களில் இருந்து விலகாமலே புறப்பட்டான். கோவணமும் தலைத்துண்டும் தவிர எதுவுமில்லை. கிழிந்த சேலைத் துண்டமொன்றை அவனுக்குக் கொடுத்துப் போர்த்திக்கொண்டு போகச் சொன்னாள். தம்பியும் தங்கச்சியும் தாறுமாறாகப் படுத்துக்

கிடந்தனர். அவர்களைப் பார்க்கப் பார்க்கப் பார்த்துக் கொண்டேயிருக்க வேண்டும் போலிருந்தது. ஒருபகல் முழுக்க இருந்தால் அவர்களோடு விளையாட நன்றாயிருக்கும் என்று தோன்றியது. தம்பி விவரம் தெரிந்தவன். அவனையும் வரும் வருசமோ அடுத்த வருசமோ பண்ணயத்தில் போட்டு விடுவார்கள். அப்புறம் தங்கச்சி ஒருத்தியாக இருக்கக் கஷ்டப் படுவாள். அடுத்தமுறை வரும்போது நான்கைந்து நாட்களுக்கு இருப்பது போல வரவேண்டும். காட்டிலிருந்து என்னவாவது கொண்டுவர வேண்டும். என்ன கொண்டு வரமுடியும் என்பதை யோசித்துக்கொண்டே கதவுப்படலைத் திறந்து வெளியே வரும்போது அம்மா சொன்னாள்.

"வேலையுண்டு நீயுண்டுன்னு இருடா கண்ணு."

அவள் குரலில் பயம் இருப்பதாகப் பட்டது. வெறுமனே தலையாட்டிவிட்டு வீதிக்கு வந்தான். இருள் இன்னும் கொஞ்சம்கூடப் பிரியவில்லை. அதனோடு பனியும் சேர்ந்து கனமாக அழுத்தியது. தலைத்துண்டைக் காதுகளை மறைத்துக் கட்டிக்கொண்டான். அம்மாவின் புடவை கிட்டத்தட்டப் போர்வைதான். காற்று முகத்தில் வந்து மோதுகையில் குளிர் மிகுந்தது. வளவில் யாரும் இன்னும் எழவில்லை போலப் பட்டது. மனிதத் தலைகளோ குரல்களோ வரவில்லை. கோயிலுக்கு அருகில் வந்தபோது கைகளைக் குவிக்காமலே மனதுக்குள் வேண்டிக்கொண்டான். 'உன்னோட பொங்கலுக் காச்சும் நாலு நாள் வந்து இருக்கோணுஞ் சாமி' என்றான். காட்டுத்தடத்தில் நடந்து சாலைக்குப் பிரிகையில் இன்னொரு ஒற்றையடித் தடத்தைக் கவனித்தான். அந்த இடத்தில் கால்கள் தாமதித்தன. அதன் வழியே போய் நான்கைந்து காடுகளைக் கடந்தால் பெரிய கரடு ஒன்று வரும். கரட்டில் மிகப்பெரிய பாழி இருக்கிறது. அதை முதலைப் பாழி என்பார்கள். எப்பவோ ஒரு காலத்தில் அதில் முதலைகள் இருந்ததாகச் சொல்வார்கள். கரட்டில் ஏறி இறங்கினால் எள்ளூர் வரும். அங்கே பாட்டி இருக்கிறாள். அம்மாவின் அம்மா. தனியாகக் குடிசையொன்றில் குடியிருக்கிறாள். அவளைப் போய்ப் பார்க்கலாமா என்று நினைத்தான்.

இன்றைக்கு ஒருநாள் பண்ணயத்திற்குப் போகாமல் இருந்தால் என்ன ஆகிவிடும்? அவரோ செல்வனோ ஆடு மேய்க்க வேண்டிவரும். இல்லாவிட்டால் கடலைக் கொடிப்போரில் தின்ன வைத்துப் பட்டியிலேயே அடைத்து விடுவார்கள். நாளைக்குப் போனால் திட்டுவார். மிஞ்சிப் போனால் இரண்டு அடி வைப்பார். தோலெல்லாம் மரத்துப்

போய்த்தான் கிடக்கிறது. வாங்கிக்கொள்ளலாம். அவன் மனதில் திடம் உருவானது. பாட்டி வீட்டை நோக்கி நடந்தான். இருளை மிதித்துச் சிதைத்துக்கொண்டு போனான். இருள் நீர்த்து வழிவிட்டது. கரட்டில் ஏறும்போது கால் வழுக்கிற்று. இந்தக் கரட்டில் எத்தனையோ பாறைச் சந்துகள் இருக்கின்றன. சின்னப்பையனாக இருந்தபோது இங்கே விளையாடி இருக்கிறான். கண்ணாமூச்சு விளையாட ஏற்ற இடம். ஒளிந்துகொண்டால் அவ்வளவு எளிதில் யாராலும் கண்டுபிடிக்க முடியாது. பாட்டி வீட்டில் இருந்த நினைவு களோடு எதிர்ப்பக்கமாய் இறங்கினான். நன்றாக விடிந்த நேரத்தில் வீட்டுக்குப் போய்விட்டான். வளவில் தண்ணீருக்குக் குடத்தை எடுத்துக்கொண்டு போகிற பெண்களைப் பார்த்தான். அவர்கள் கூளையனை முறைத்துப் பார்த்தார்கள். கதவைக் கூடத் திறக்காமல் பாட்டி குளிருக்கு இதமாக முடங்கிக் கிடந்தாள். படல் சும்மாதான் சாத்தியிருந்தது. திறந்ததும் உள்ளே வெளிச்சம் முந்திக்கொண்டோடிற்று. கூசும் கண்களைக் கையால் மறைத்துக்கொண்டு 'ஓ' என்றாள். ஒன்றுமே பேசாமல் அவளருகில் போய் உட்கார்ந்தான். அவனைத் தொட்டுத் தடவிப் பார்த்தாள். கொஞ்சம் பயந்தபடி "ஒரு" என்று சத்தம் போட்டாள். அதற்குள் வெளிச்சத்திற்குக் கண் பழகிவிட்டது. அவனை அடையாளம் கண்டுகொண்டதும் 'நிவ்வா சாமி' என்றாள்.

"கண்ணு மங்கலாத்தான் போயிருச்சு ... நீ பேசியிருந்தீன்னா கண்டுபுடிச்சிருப்பங் கண்ணு."

பாட்டியைப் பார்த்து ஆறேழு மாதமிருக்கும். அதற்குள் ரொம்பவும் வயதாகி இயலாச் சீவனாகிப் போய்விட்டாள். அவளைப் பார்த்தால் படுத்த படுக்கையாகக் கிடப்பவள் போலிருந்தாள். ஆனால் பேரனைக் கண்டதும் சுறுசுறுப்பாக எழுந்து அடுப்புப் பற்ற வைக்க முனைந்தாள். பனியும் குளிரும் ஒன்றுமே இல்லை என்பதாய் அவள் வேகம் இருந்தது. கறுத்துப்போன மூக்குத்தி முழு மூக்கையும் மறைத்துக் கொண்டு பெரிதாகத் தெரிந்தது. கைகளில் ஈயக் காப்புகள். குடத்தைப் பார்த்தாள். பின் அவனிடம் 'நீ இரு ... தண்ணி கொண்டுக்கிட்டு வந்தர்றன்' என்று சொல்லிக் குடத்தை எடுத்தாள். அவன் விடவில்லை. குடத்தைப் பிடுங்கிக் கொண்டு "நாம் போறன்" என்றான். மறுத்துப் பயனில்லை எனக் குடத்தை விட்டுவிட்டாள். அவனை மேலும் கீழும் பார்த்தாள். ஆள் அவளைவிட வெகு உயரமாக இருந்தான். அண்ணாந்துதான் முகம் பார்க்க முடிந்தது. உதட்டின்மேல் கருமை கட்டியிருந்தது. பக்கத்தில் வந்து நெட்டி முறித்தாள்.

பெருமாள்முருகன் 289

"எங்கண்ணுக்கே பொறுக்கல போ . . . அதான் அந்த நாயி உன்னயக் கெணத்துல கட்டித் தொங்க உட்டிருக்கறான். அவன் நாசமாப் போவ . . . அவன் கையில புழுவுப் புழுக்க . . . அவனூடு எருக்கல மொளச்சுப் பாழாப் போவட்டும் . . ."

பாட்டி சொல்லச் சொல்ல அவனுக்குச் சிரிப்பா யிருந்தது. சிரிப்போடு குடத்தைக் கொண்டு வெளியே போனான். 'என்ன பேச்சுப் பேசுவான். இப்பப் பாரு . . . பெரிய மனசனாட்டம் சிரிப்பு' என்று நினைத்துக்கொண்டு அவனுக்குக் கேட்கும்படி சொன்னாள்.

"பாத்துப் போயிட்டு வா சாமி . . . கெணத்துக்கிட்ட கண்ட தேவிடியாளும் இருப்பாளுங்க. எவகிட்டயும் வாய் குடுத்தராத. உன்னய முழுங்கிப்புடுவாளுக . . ."

கூளையன் வெட்கத்தோடு சிரித்துக்கொண்டான். பாட்டிக்கு நான்கைந்து குடம் தண்ணீர் கொண்டு வந்தான். அவளோடு வெகுநேரம் பேசிக்கொண்டிருந்தான். அவள் போட்ட சோற்றைச் சாப்பிட்டான். அங்கிருந்த பையன் களோடு விளையாடினான். கோயில் மர நிழலடியில் படுத்துத் தூக்கம் போட்டான். அவ்வப்போது ஆடுகளைப் பற்றி நினைவு வந்தது. பட்டி பெருகி இருபது ஆடுகள் சேர்ந்திருந்தன. மூன்று தலையீத்துப் பிரவைகள் குட்டி போடும் நிலையிலிருந்தன. தான் இல்லாதபோது குட்டி போட்டிருந்தால் என்ன செய்வது? போய்ப் பார்த்துக்கொள்ள வேண்டியதுதான் என்று சொல்லிச் சிரித்தான். அவர் முகமும் அவள் முகமும் மனதில் தோன்றின. அவர்களுடைய திட்டுச் சொற்கள் எல்லாம் அப்படியே நெஞ்சில் இருந்தன. செல்வனை நினைத்துக்கொண்டான். திருட்டுப்போன ஆட்டுக்கிடாய்க் கான பணத்தை எப்படியாவது கொடுத்துவிடுகிறேன் என்று சொன்னவன் அதற்கப்புறம் மூச்சே விடுவதில்லை. பாவம். அவனுக்கு மட்டும் எங்கிருந்து கிடைக்கும்? அந்தக் கிடா திருட்டுப் போகாமல் இருந்தால் இந்த வருசமும் பெரிய காட்டில் பட்டி போட்டிருக்கலாம். இனிமேல் என்னதான் சொன்னாலும் அவர் ஒத்துக்கொள்ளமாட்டார். 'போதும்டா . . . நீங்க காவல் காத்த லட்சணம்' என்று சொல்லிவிடுவார். மரத்தடி நிழலில் உறங்கியபோது வவுறி, நெடும்பன், பொட்டி, மொண்டி எல்லோருடைய முகங்களும் வந்து வந்து போயின. வவுறிகூடச் சமாளித்துக்கொள்வாள். பொட்டி தான் 'அண்ணா அண்ணா' என்று கூவிக்கொண்டே பின்னால் வருவாள். அவளுக்குச் சங்கடமாக இருக்கும். மொண்டி இனிமேல் அவ்வளவாக ஆடு ஓட்டிவரமாட்டான். ஆடு மேய்க்க வேறொரு ஆள் பார்த்துக்கொண்டிருக்கிறார்கள்.

மொண்டியைக் காட்டுவேலை, மாட்டு வண்டியில் போட்டு விடுவதாக எண்ணம். அவன் ஆடோட்டி வராமல் இருந்தால் நல்லதுதான்.

வெயில் தாழ எழுந்தான். பாட்டியிடம் சொல்லிவிட்டுக் காட்டுப்பக்கமாக நடந்தான். கரட்டின் உச்சியேறி அங்கேயே வெகுநேரம் உட்கார்ந்திருந்தான். அங்கிருந்து பார்க்கச் சுற்றியும் காடுகள் தெரிந்தன. அறுவடைக்குத் தயாராக இருந்தன. சில காடுகளில் அறுவடை முடிந்து பயறுக்கொடிகள் மாத்திரம் நின்றன. பெரியகாடும் இப்படித்தான் இருக்கிறது என்று நினைத்தான். அவரோ அப்பனோ தேடிக்கொண்டு வருவார்கள் என்று எதிர்பார்த்தான். பொழுதிறங்கும்வரையிலும் ஒருவரையும் காணோம். பாட்டியின் குரல் சன்னமாக "ரே பொடுசரா" என அழைத்தது. கரட்டிலிருந்து இறங்கி வந்தான். களிக் கிளறி மொச்சைப் பருப்புக் குழம்பு வைத்திருந்தாள். கெட்டியாக இருந்த குழம்பை நிறைய ஊற்றிச் சாப்பிட்டான். பாட்டிக்கு அருகில் படுத்துச் சீக்கிரத்தில் உறங்கிப்போனான். கனவுகள் எதுவும் அற்ற ஆழ்ந்த உறக்கம்.

மறுநாள் விடிகாலையில் பாட்டி எழுப்பினாள்.

"காட்டுக்குத் தட்டறுக்கப் போறன் ... நேத்தே கூப்பட்டாங்க. நீ வந்தயின்னுதான் போவுல ... இன்னக்கிப் போவோணும் ..."

அவன் கொஞ்சம்கூட யோசிக்கவில்லை. "தட்டறுக்க நானும் வர்றன்" என்றான்.

பண்ணயக்காரர் தேடிக்கொண்டு வந்துவிடுவார் என்னும் பயம் பாட்டிக்கும் இருந்தது. கொஞ்சம் தயங்கினாள். அப்பறம் 'சரி வா' என்று கூட்டிக்கொண்டு போனாள். தட்டறுக்க வந்த பெண்கள் எல்லோரும் கூளையனைப் பார்த்துப் பார்த்துத் தங்களுக்குள் சிரித்தார்கள். ஒருத்தி சொன்னாள். "பாட்டி புது மாப்பளயோடு வர்றா." பாட்டியும் சளைக்கவில்லை. "புது மாப்பள உங்களுக்குத்தாண்டி ... எவளுக்கு வேணுமோ அவள்லாம் வாங்க."

கூளையனுக்கு வெட்கமாக இருந்தது. அதில் இருந்த நிறையப் பெண்களை அவனுக்குத் தெரியும். சின்ன வயதில் இங்கிருந்தபோது பார்த்த ஞாபகம். என்றாலும் பேசக் கூச்சமாக இருந்தது. கேட்டவர்களுக்கு மட்டும் எங்கேயோ பார்த்தபடி ஒன்றிரண்டு வார்த்தைகள் பதில் சொன்னான். செவிடி மாதிரி பாவாடை தாவணி போட்ட பெண்கள் சிலரும் இருந்தார்கள். அவர்களை அடையாளம் கண்டுணர முடியவில்லை. திரும்பத் திரும்ப அவர்களின் முகங்களைப் பார்த்தான். பரிச்சயப்பட்ட முகங்களாய்த் தெரிந்தன.

பெயரெதுவும் நினைவுக்கு வரவில்லை. அவன் பார்ப்பதைக் கண்டு ஒருத்தி சிரித்தாள். ஆவாரம்பூக் கொத்துப் போல அவள் முகம் இருந்தது. அவள் சிரிப்பில் சினேகபாவம். அவனும் சிரித்தான். தட்டு அறுப்பதொன்றும் கஷ்டமாகவே இருக்கவில்லை. சோளத்தட்டு அடர்த்தியாக வளர்ந்திருந்தது. மாட்டுத்தீவனத்திற்காக விதைத்திருந்தார்கள். அந்தக் காட்டுக் காரியும் கூட அறுத்தாள். அவள் எல்லோரையும் மனை தழுங்குகிறது என்று அவ்வப்போது கடிந்துகொண்டாள். கூளையனை ஒன்றும் சொல்லவில்லை.

பொழுது உச்சியிலிருந்து மேற்கே கொஞ்சமாய் இறங்கும் நேரம்வரை அறுத்தார்கள். இன்னும் அரைமனைதான் இருக்கிறது, குறையாக விடக்கூடாது என்று அவள் சொன்னதற்காக முணுமுணுத்துக்கொண்டே மறுபடியும் அறுத்தார்கள். கூளையனுக்குக் களைப்பொன்றும் தெரிய வில்லை. சந்தோசமாக இருந்தது. வேலை முடிந்ததும் பாட்டி அவளிடம் போய்க் கூலி கேட்டாள்.

"எம் பேரனுக்கு மட்டும் குடுங்க தாயி... நாளைக்கி அவன் பண்ணயத்துக்குப் போயிருவான்... இன்னக்கிக் குடுத்தீங்கன்னா... வாங்கித் திங்கறதுக்காவும்..."

மடிப் பையிலிருந்து காசெடுத்துச் சில்லரையாக இரண்டு ரூபாய் கொடுத்தாள். பாட்டிக்கு மனம் ஒப்பவில்லை. "ஆம்பளை ஆளு தாயி... பாத்துக் குடுங்க" என்றாள்.

"உம் பேரன் மீசைய முறுக்கிக்கிட்டு நிக்கறானா... ஆம்பளை ஆளா... இதுக்குத்தான் மொதல்லயே வேண்டாம்னு சொல்றது." அவள் புலம்பிக்கொண்டே இன்னுமொரு நாலாணாவை எடுத்துக் கொடுத்தாள். பாட்டிக்கு முகம் பொலிந்தது.

அன்றைக்கு ராத்திரி அவன் படுத்துறங்கப் போனபோது அப்பன் வந்தார். ஒரே கத்தல். கூளையன் பண்ணயத்துக்குப் போகவில்லை என்பதே அப்பனுக்கோ அம்மாளுக்கோ தெரியாது. முதல் நாள் வரவில்லை என்றதும் 'இந்தப் பசவளுக்கு இது வழக்கந்தானே' என்று பண்ணயக்காரர் இருந்து விட்டார். இரண்டாவது நாள் எப்படியும் வந்துவிடுவான் என்று எதிர்பார்த்தார். வரவில்லை என்றதும் அவரே வளவுக்கு வந்துவிட்டார். அவர் சொல்லித்தான் தெரிந்திருக்கிறது.

"இந்த வயசுல வேலைக்குப் பயப்பட்டா ஆவுமாடா" என்று அப்பன் திட்டினார். இன்னும் என்னென்னவோ பேசினார். எதற்கும் கூளையன் பதில் பேசவில்லை.

“நீதான பணம் வாங்குன ... நீயே போயி ஆடு மேச்சுப் பணத்தக் கட்டு” என்று சொல்ல வாய் துடித்தது. ஆனால் அடக்கிக்கொண்டான். அப்பனுக்குப் பாட்டி சமாதானம் சொல்லி நாளைக்கு விடிகாலையிலேயே அனுப்பி வைத்து விடுவதாக உறுதி சொன்னாள். முனகிக்கொண்டே அப்பன் போய்விட்டார்.

மறுநாள் பாட்டி எழுப்பினாள். பழைய சோற்றைக் கரைத்து ஊற்றிக் குடிக்கச் சொன்னாள். ஆதரவாய் நெற்றியைத் தடவி “இன்னைக்குப் போயிருப்பா” என்றாள். தலையாட்டிக்கொண்டு கிளம்பினான். கரட்டின் மேல் பொழுது கிளம்பிற்று. அங்கே போய் உட்காரவேண்டும் போலிருந்தது. வெயில் காய்ந்தான். பாறை சூடானது. நேரடியாக வெயில் அவன்மேல் பாய்ந்து காய்ச்சியது. அதன் தொல்லை தாங்க முடியாமல் எழுந்தான். கரட்டில் இருந்த பாறைப் பொந்தொன்றுக்குள் போய்ப் படுத்துக்கொண்டான். குகை போல அமைந்திருந்த அதில் வெயிலின் தொந்தர வில்லை. கண்களை மூடிக்கொண்டிருந்தவன் தூங்கிப் போனான். விழித்தபோது ரொம்பவும் சோம்பலாயிருந்தது. எழவே மனதில்லை. வயிறு பசிப்பது போலிருந்தது. என்ன செய்வதென்றும் தெரியவில்லை. அவர் இங்கும்கூட வந்திருப்பார். கீழே இறங்கிப் போவதற்கே பயமாக இருந்தது. இருள் அடர்ந்தது. பொந்தை விட்டு வெளியே வந்து மொட்டைப் பாறையில் படுத்தான். பனி பொழிந்தது. விண்மீன்கள் எல்லாம் பனிப்படலத்தில் புகை கட்டித் தெரிந்தன. கரட்டில் தனியாகப் படுத்திருக்கப் பயம் தோன்றியது. இரவை இப்படியே கழித்துவிட்டால் விடிகாலையில் எழுந்து பண்ணயத்திற்குப் போய்விடலாம். இனிமேலும் தாமதித்தால் அவ்வளவுதான். யார் முகத்திலும் விழிக்க முடியாது. இப்பவே அப்பனையும் அம்மாளையும் அவர் எகத்தாளமாகக் கேள்விகள் கேட்டிருப்பார். மிரட்டல் விட்டிருப்பார். செவிடியின் தங்கச்சியைப் பண்ணயத்திற்கு அனுப்பச் சொல்லிக் கேட்டது போல, கூளையனின் தம்பிமேல் கண் வைத்திருப்பார். ‘நாளைக்கு ஒரு நாள்தான் ... கூளையன் வர்லீன்னா ... சின்னவன அனுப்பு’ என்றிருப்பார். ‘இல்லீனா இப்பவே பணத்த எண்ணி வெய்யி’ என்பார். தம்பியை அவர் பண்ணயத்துக்குக் கூப்பிட்டிருப்பார் என்று நினைத்ததும் கூளையனுக்கு மனம் தாங்கவில்லை. எப்படியும் காலையில் போய்விட வேண்டும். திட்டுக்கும் அடிக்கும் பயந்தால் முடியுமா. யோசித்துக்கொண்டே பாறைமேல் கிடந்தவன் காதுகளில் எங்கிருந்தோ ஆந்தைகளின் அலறல் வந்து

விழுந்தது. பனிப் படலத்தின் கொடூரத்தை அது மிகுவித்தது. மனம் திக்கென்று அடித்துக்கொண்டது. குகைப் பொந்துக்குள் போய்ப் படுத்துக்கொள்ளலாம் என்று நினைத்தான். அந்த இடத்தில் இருப்பதற்கு இனிமேல் முடியாது என்று பட்டது. அச்சம் அவனை விரட்டியது. கரட்டிலிருந்து விரைந்து இறங்கினான். எதுவோ துரத்துவதுபோல் பாவித்துக்கொண்டு தடத்தில் ஓடினான். பாட்டியின் குடிசைக்குப் போகக் கால் வரவில்லை. கோவில் பந்தலடியில் படுத்திருந்தவர்களோடு சேர்ந்துகொண்டான். பசி பொறுக்கமுடியாமல் வெகுநேரம் புரண்டுகொண்டிருந்தவன் எப்போது தூங்கினானோ தெரியாது. காலையில் அவரின் குரலும் அப்பனின் குரலும் அதட்டுவது கேட்டுத்தான் எழுந்தான்.

ஓடிப்போய்விடுவான் என்ற பயந்தவர்களாய் அவர்கள் ஆளுக்கொரு பக்கம் நின்றார்கள். அவன் தலை குனிந்தபடியே இருந்தான். அவர்களோடு நடந்தான். வயிறு பிடித்திழுத்துக் கொண்டது. மாற்றி மாற்றி இரண்டு பேரும் பேசியது ஒன்றும் வந்து விழாத மாதிரி காதுகள் அடைத்துக்கொண்டன. அடி விழுமோ என்று உடல் எதிர்பார்த்து இறுகிக்கொண்டி ருந்தது. எதுவும் நடக்கவில்லை. பண்ணயக்காரிகூட சாந்தமாகச் 'சோறு குடிச்சுட்டுப் போடா' என்றாள். யாருடைய முகத்தையும் அவன் ஏறிட்டுப் பார்க்கவேயில்லை.

●

20

ஆட்டை வெளிவிடும்போதே பண்ணயக்காரர் சொல்லியிருந்தார்.

"மேவு இருக்கற பக்கமா உட்டு மேய்க்கோணும். ஆடுகளுக்கு வவுறு கிர்ருனு ரொம் போணும்டா."

வருசா வருசம் பட்டிப்பொங்கல் நாளில் சொல் வதுதான். வயிறு புடைக்க மேய்ந்த ஆடுகளைப் பார்க்கச் சினையாடுகளைப் போலவே தெரிய வேண்டும் என்பார். ஆளுக்கொரு பக்கம் நின்று குறுக்காட்டி வெள்ளாமைக் காட்டிலாவது கொஞ்சநேரம் மேய்த்து வயிற்றை நிரப்பிவிட வேண்டும். மாடுகளை அவரே கவனித்துக் கொள்வார். அடிக்கொருதரம் தீனி போடுவார். புண்ணாக் கும் தவிடும் போட்டுத் தாழி வைப்பார். மாடுகளை எப்பேர்ப்பட்ட அவசரமாக இருந்தாலும் ஏரிலோ ஏற்றத்திலோ பூட்டமாட்டார். 'இன்னக்கி ஒருநாள் அதுவ கஷ்டமில்லாத இருக்கட்டும்' என்று சொல்வார். ஆடுகளைக் கருக்கலிலேயே வெளிவிட்டுக் காட்டுக்கு ஓட்டி வந்துவிட்டான் கூளையன். மூடுபனி பெய்து கொண்டிருந்தது. சுற்றிலும் வெள்ளைத் திரை கொண்டு அடைத்து விட்ட மாதிரி. ஒருஅணப்புத் தொலைவுக் குள் இருப்பதைக்கூடத் தெளிவாகப் பார்க்க முடிய வில்லை. ஆடுகளை விட்டுவிட்டு எங்காவது நிற்கவும் முடியவில்லை. அவற்றின் கால்களுக்குள்ளேயே சுழன்று கொண்டிருந்தான். பனித்துளிகள் பட்டு நசநசத்த புற்களில் வாய்வைக்க விருப்பமற்று ஆடுகள் நகர்ந்து கொண்டேயிருந்தன. ஏரிப்பள்ளத்துக்குள் கொண்டு போய்விட்டான். கருவேலங்காய்கள் சிதறிக் கிடக்கும். அவற்றைப் பொறுக்கித் தின்று முடிப்பதற்குள் வெயில் வந்துவிடும். பிறகு காட்டுக்குள் ஓட்டிக்கொள்ளலாம் என்று நினைத்தான்.

தலைத்துண்டையும் துளைத்துக்கொண்டு பனி இறங்கியது. பனையொன்றோடு சாய்ந்துகொண்டான். பனி பட்டு அதன் மேனியும் ஈரம் படிந்திருந்தது. குளிரில் உடம்பு சிலிர்த்து நடுங்கிற்று. தலைத்துண்டை அவிழ்த்துப் போர்த்திக்கொண்டான். ஒருநாளும் குளிருக்கு இப்படிப் போர்த்திக் கொண்டதில்லை. என்னவாயிற்று உடம்பு? எப்போதும் சோர்வாக இருந்தது. சந்தோசம் மனதில் பெருகும்போதும் உடல் சோம்பல் பட்டது. எல்லா வேலைகளும் தானாகவே நடப்பதாகவும் உடம்பு எதிலும் சம்பந்தப்படவில்லை என்றும் தோன்றியது. எதற்குள்ளும் நழுவிவிடாமல் அந்தரத்தில் மிதந்துகொண்டிருக்க முடிந்தது. அப்பன் சொன்னது போல, இனிமேல் ஏர் ஓட்டவும் ஏற்றம் பிடித்து இறைக்கவும் மண்வெட்டி கொண்டு பாத்தி போடவும் தயாராக வேண்டிய உடம்பு. அப்போதுதான் அவரிடம் சம்பளத்தை உயர்த்திக் கேட்க முடியும். இந்த வருசம் நூறு ரூபாயாவது உயர்ந்தால், கிடாக் கடனை அடைத்துவிடலாம். அந்த அளவுக்கு அவர் சம்மதிப்பாரா, தெரியவில்லை.

"மூணு வேள சோறும் போட்டுத் துணிமணி எடுத்துக் குடுத்து ... இவ்வளவு பணம் குடுத்தா எனக்குக் கட்டுமாடா ... நாலஞ்சு குட்டி வித்தாத்தான் முடியும். அப்பறம் எனக்கு என்ன இருக்குது ..." என்று என்னவாவது சொல்லிச் சமாளிப் பார். போன வருசம் நானூறு பேசியதாக அம்மா சொல்லியி ருந்தாள். அடுத்த வருசத்திற்குக் கழித்துக்கொள்ளலாம் என்று சொல்லிக் கூடுதலாக அப்பன் பணம் வாங்கியிருப்பார். அது எவ்வளவோ தெரியவில்லை. அது நூறாக இருந்தாலும் அவருக்குக் கொடுக்க வேண்டிய கடனே இருநூறு ஆகிவிடும். மிச்சம் இருநூறுதான் இருக்கும். அவர் நானூற்று ஐம்பதாவது கொடுக்கச் சம்மதிப்பார். அப்படியானால் இருநூற்றைம்பது வரும். அடுத்த வருசம் முழுக்க அதிகமாக எதுவும் வாங்காமல் அப்பனைக் கட்டுப்படுத்த வேண்டும். சொன்னால் கேட்பாரா. குடிசைக்கு ஓலை மாற்ற, தேர் நோம்பிக்குத் துணி எடுக்க, ஊர்த் திருவிழாவுக்கு வரி கொடுக்க என்று எத்தனையோ காரணம் வைத்திருப்பார். எதுவாக இருந்தாலும் உள்ள பணத்தை வாங்கிக்கொள், அதிகமாக வாங்கினால் நீதான் பண்ணயத்தில் இருந்து கழிக்க வேண்டும் என்று கறாராகச் சொல்லிவிடலாம். அம்மா சொன்னால் கேட்பார்.

அவன் மனம் கணக்குகளில் மூழ்கிக் கிடந்தது. போர்த்திய துண்டின் ஒருமுனையில் முடிச்சு கீழே கீழே இழுத்தது. ஞாபகம் வந்தவனாய் முடிச்சைப் பிரித்தான். பாட்டி வீட்டுக்குப் போனபோது ஒருநாள் கூலியாகக் கிடைத்த காசு. தலையில் கூடையை வைத்துக்கொண்டு காடுகளுக்குள்

முட்டை வாங்க வரும் முட்டைக்கார அண்ணனிடம் சில்லரையாக மாற்றி வைத்திருந்தான். அவர் கூடையில் மிட்டாய்களும் வைத்திருப்பார். ஒருபைசாவுக்கு மிட்டாய் வாங்கிக்கொண்டது போக மீதம் அப்படியே இருந்தது. காசுகளை எண்ணினான். கைநிறையக் காசுகள். எண்ண எண்ண ஆசையாக இருந்தது. பாட்டியோடு போய் இருந்து கொண்டால் இது மாதிரி இன்னும் எத்தனையோ காசுகளைப் பெறலாம். அவள் வேலைக்குப் போகிற காடுகளுக்கெல்லாம் கூட்டிப் போவாள். சோளத்தட்டு அறுத்தபோது பார்த்துச் சிரித்த அந்தப் பிள்ளையும் கண்டிப்பாக வருவாள். அவளுடைய சிரிப்பு மனதில் ஒட்டிக் கிடந்தது. அடிக்கடி அதை நினைத்துக் கொள்வான். அவளுடைய பேரையாவது பாட்டியிடம் கேட்டிருக்கலாம். அடுத்த முறை பொங்கலுக்குப் போகும்போது கண்டிப்பாகக் கேட்க வேண்டும்.

காசுகளைப் பழையபடி முடிந்து வைத்தான். முடிச்சு முதுகில் படும்போதும் தலையில் உறுத்தியபோதும் சந்தோசமாக இருந்தது. அதை உணரும்போதெல்லாம் அந்தப் பிள்ளையையும் ஞாபகப்படுத்திக்கொள்ள முடிந்தது. அவள் சிரித்ததை வேறு யாரும் பார்த்திருக்க முடியாது. அது தனக்கு மட்டும்தான் தெரியும், தனக்காகவே சிரித்தாள் என்று பட்டது. அதைப் பரம ரகசியமாய் மனதுக்குள் பாதுகாத்தான். காசுகளை வவுறியிடம் காட்டும்போது தப்பித் தவறியும் அந்தப் பிள்ளையைப் பற்றிச் சொல்லிவிட வில்லை. ராத்திரி தூங்கும்போது தலைத்துண்டு முடிச்சைப் பத்திரமாய் வைத்துக்கொண்டான். கண்களை மூடியதும் இமைகளுக்குள் அவள் முகம் வந்து நின்றுகொள்ளும். அதைப் பார்க்கப் பார்க்க ஆனந்தமாயிருக்கும். எந்த நேரத்தில் தூக்கம் வந்து சேர்கிறது என்பதே தெரியாது. காலையில் விழிப்பு வந்துவிட்டாலும் கண்களைத் திறக்கப் பிடிக்காது. திறந்தால் அசை போட்டுக்கொண்டிருக்கும் மாடுகளும் ஆடுகளும் கண்ணில் பட்டு எரிச்சல் தரும். அதைத் தவிர்க்கச் சாக்கில் புரண்டு படுப்பான். வேறு வழியில்லாமல் திறக்க நேரும்.

இளவெயில் சில்லென்று மலர்ந்து அவன்மேல் வந்து பட்டது. வெயிலுக்கு நன்றாக உடம்பைக் காட்டுவதற்காகக் காட்டுக்குள் வந்து நின்றான். மூடுபனி இப்போது வெகு தூரத்தில் லேசாகத் தெரிந்தது. வெயில் படப்பட உடம்புக்குச் சுகமாக இருந்தது. காடே புதிதாகத் தோன்றியது. ஆடுகள் பள்ளத்தை விட்டு ஏற இப்போதைக்கு விரும்பாது. பனியின் ஈரம் முழுவதையும் பொழுது உறிஞ்சிக் குடித்த பிறகுதான் மேலே வர அவற்றுக்குப் பிடிக்கும். பாறைக்குப் போனான். பாறையும் ஈரமாக இருந்தது. வெயில் நன்றாக விழும் ஓரிடத்தில்

துண்டை விரித்துப் படுத்துக்கொண்டான். அடியில் ஜில்லென்றிருந்தாலும் மேலே விழும் வெயில் இதமாகக் காய்ந்தது. கண்களுக்கு நேரே வானம் வெளிர்நீலமாய்த் தெரிந்தது. வானத்தை வெறித்துக்கொண்டேயிருந்த கண்கள் எந்நேரம் மூடிற்று என்பதோ தூக்கத்திற்குள் மூழ்கிப்போனதோ அவனுக்குத் தெரியவில்லை.

சுற்றிலும் எழுந்த சிரிப்புச் சத்தம் மெல்ல மெல்ல ஆழத்திலிருந்து அவனைத் தூக்கி வந்தது. தலைமாட்டில் கொஞ்சம் தள்ளி வவுறி தெரிந்தாள். பின்னால் நெடும்பனும் பொட்டியும். அவன் விழித்துப் பார்ப்பதைக் கண்டு இன்னும் சத்தமாகச் சிரித்தார்கள். அவன் கை சட்டென்று கோவணத் திற்குப் போனது. கோவணம் சரியாக இருந்ததும் நிம்மதி யானது. எழுந்து உட்கார்ந்தான். அவர்களைப் பார்க்க வெட்க மாக இருந்தது. தலை குனிந்து திரும்பாமலே இருந்தான். ஆடுகள் கூட்டமாக மேய்ந்துகொண்டிருந்தன. அவனுடைய ஆடுகளும் கூட்டத்தில் இருந்தன. வெயில் ஏறி உடம்பில் நன்றாக உறைத்தது. இவ்வளவு உறைக்கும்வரை ஆழ்ந்து தூங்கியிருப்பதை நினைக்கவும் முகத்தை நிமிர்த்தவே தெம்பு வரவில்லை.

"என்னடா ... ராத்திரியெல்லாம் தண்ணி மாறுனயா." நெடும்பன் கேட்டதற்குப் பதிலெதுவும் சொல்லவில்லை. அருகில் வந்து தோளைத் தழுவினான். அவன் கைகள் பட்டதும் உடல் கூசிச் சிலிர்ப்போடிற்று. குறுகினான். "என்னடா வெக்கம்" என்றபடி முதுகில் சாய்ந்து இன்னும் இறுக்கமாகத் தழுவிக் கன்னத்தருகே வாயைக் கொண்டு வந்தான். 'உட்றா' என்று உதறிவிட்டுக் கூளையன் எழுந்தான். நெடும்பனின் அர வணைப்பும் ஆதரவான பேச்சும் தேவையாயிருந்தபோதும் தொடரவிட மனமில்லை. பொழுதைப் பார்த்து மூளி முறித்தான்.

'என்னண்ணா இப்பிடித் தூக்கம்.' பொட்டி கேட்டதற்கு ஒன்றும் சொல்லாமல் மெலிதாகப் புன்னகைத்தான். 'அவுங்க பாட்டி நெனப்புல அசந்து தூங்கியிருப்பான்.' வவுறி கிண்டல் போலச் சொன்னாலும் அவள் குரலில் ஏக்கமும் ஏமாற்றமும் தொனித்தன. நெடும்பன் அதை மாற்றும் விதமாகக் கேட்டான். "நீ எப்படா பெரிய மனுசனான ... எனக்குச் சொல்லவே யில்லையே ... தெரட்டி சுத்துனாங்களா."

கூளையனும் வாய்விட்டுச் சிரித்தான். பேசிக்கொண்டு ஆடுகள் இருந்த அணப்புக்குப் போனார்கள். யாருக்கும் விளையாட்டைப் பற்றிய எண்ணம் வரவில்லை. ஆடுகளின் வயிறு நிரம்ப வேண்டும் என்பதே கவலையாக இருந்தது.

காட்டில் அங்கங்கே இருக்கும் வரப்புற்களைக் கரண்டு கொண்டிருந்தால் வயிறு எப்போது நிறைவது? அவரவர் ஆடுகளைத் தனியே பிரித்துக் கொண்டுப்போய் பள்ளத்துக்குள் காய்கள் அடித்துப் போடுவதும் கொடிகளை உருவிக் கத்தை யாகப் போட்டுத் தின்னவைப்பதுமாக இருந்தார்கள். வாத நாராயண மரம், பூவரச மரங்களில் இருந்து தழைகளை இனுங்கிப் போட்டார்கள். ஆடுகளும் ஆசைஆசையாகத் தின்றன. நல்ல அடம்பாகப் புற்கள் இருந்த பகுதியில் ஓட்டிச் சென்று மேய்த்தார்கள். ஏரிப்பள்ளம் ஆடுகளாலும் அவர்களாலும் பெரிதாகக் கலைபட்டது. 'ஹோ ஹோ,' 'மேமே', 'ட்ட்ர . . . மே' என்னும் சத்தங்கள் கேட்டுப் பாம்பு பூச்சிகளும் முயல்களும் எங்கே ஓடி ஒளிந்துகொண்டனவோ தெரியவில்லை. யாருடைய குரலும் காலடியும் எட்டமுடியாத புதர் மறைவுகள், சந்து பொந்துகள், வங்குகள் எல்லாம் அவற்றிற்குத் தெரியும். சரசரவென்னும் ஓசை ஆடுகளுடை யதா மற்றவற்றினுடையதா என்று தெரியவில்லை. பள்ளத்தின் வெகுதூரம்வரை ஆடுகளை உடனழைத்துச் சென்று மேய்த் தார்கள். ஆளுக்கொரு பக்கம் நின்றுகொண்டு சேர்த்தும், தனித்தனியாகப் பிரித்தும் இடத்திற்கேற்றபடி மாற்றிக் கொண்டார்கள்.

பொழுது உச்சியை நெருங்கிய சமயத்தில் ஆடுகளின் வயிறுகள் ஓரளவு பெருத்துத் தெரிந்தன. இடுப்புப்பக்கம் மட்டும் ஒடுக்கம் இருந்தது. வெயில்தாழ, இன்னொரு மேய்ச்சல் கொடுத்தால் போதும், ஒடுங்கிய பொந்தையும் நிரப்பி விடலாம். ஆடுகளின் வயிறு நிறைய நிறையக் கூளையனுக்கும் மிதமாகப் பசித்தது. காலைச் சோறே குடிக்கவில்லை. அதைப் பற்றிய நினைவே எழவில்லை. இரண்டு வேளைக்கும் சேர்த்துக் குடித்துக்கொள்ள வேண்டியதுதான். ஆடுகளை மேலோட்டிக் கொண்டே மற்றவர்களையும் கூப்பிட்டுச் சொன்னான். எல்லோருடைய ஆடுகளும் ஒவ்வொன்றாய்ப் பள்ளத் திலிருந்து மேலேறின. கூளையனுடைய ஆடுகள் கிணற்றடியில் இருந்த பண்ணையை நோக்கி ஓடின. பண்ணையின் அடியில் மட்டும் கொஞ்சம் நீர் கிடந்தது. அருகில் கவிழ்த்திருந்த முட்டியை எடுத்துத் தண்ணீர் கொண்டுவரக் கிணற்றுக்குள் இறங்கினான். கிணற்றின் பாதை காலடி பட்டு வெகு நாட்களானதால் கொழிமண் சேர்ந்து மொத்தையாகத் தெரிந்தது. அழுந்தக் கால் வைத்து இறங்கினான். நீர் அசை யாமல் வெள்ளையும் பச்சையுமான நிறத்தில் படிந்திருந்தது. முட்டியை விட்டதும் நீரில் சலனங்கள் தோன்றின. தூசிகளை அகற்ற முட்டியை நீரில் அப்படியும் இப்படியுமாய் ஆட்டினான். செத்தைகளும் தூசிகளும் விலகியோடின.

சுற்றிலும் மின்ன மரங்களும் வேம்புகளும் அதிகம் அடர்ந்து நீருக்குள் நிழல் விழுந்திருந்தது. கிணறு முழுவதிலும் கண்களை ஓட்டினான். கிணறு எண்ண முடியாத பொந்துக் கண்களைக் கொண்டு அவனையே பார்ப்பது போலிருந்தது. பார்வையைத் தாழ்த்தி நீரை மொண்டுகொண்டு விரைந்து மேலேறினான். பண்ணையில் நீரை ஊற்றிவிட்டு அடுத்த நடைக்கு வவுறியை அனுப்பினான்.

வவுறியும் பொட்டியும் மாற்றி மாற்றி ஐந்தாறு முட்டிகள் கொண்டுவந்து ஊற்றினார்கள். ஆடுகள் குடித்துத் தாகம் தீர்த்துக்கொண்டன. உண்ட களைப்போடு தாகம் தீர்ந்ததும் கண்கள் கிறங்க அவை மரத்தடிகளை நோக்கிப் போயின. அவர்களும் சோறு குடித்தார்கள். கூளையனுக்கு இருவேளை உணவையும் சேர்த்து உண்டதால் மயக்கம் வருவது போலிருந்தது. பனை நிழலில் கால் நீட்டிவிட்டான். கண்கள் வெகுசீக்கிரம் மூடிக்கொண்டன. சிறுபுரளல்கூட இல்லாத ஆழ்ந்த தூக்கம்.

"டேய் . . . கூளையா."

இடுப்பின் நடுவிட்டத்தில் உதை விழுந்தது. இமைகள் பூளை கட்டி ஒட்டிப்போயிருந்தன. பிரிக்கவே முடியவில்லை. சிரமப்பட்டுப் பிரித்தான். வெயில் குமிழிகளினூடே செல்வன் முகம் தெரிந்தது. திடுக்கிட்டு எழுந்து உட்கார்ந்தான்.

"என்னடா பகல்ல தூக்கம் . . . ஓடிப் போயி அஞ்சாறு நாளு பாட்டி ஊட்டுல இருந்ததுல உனக்குக் குளிர் உட்டுப் போச்சுடா . . . ஒடம்பு நல்லா சொகமாக் கேக்குது."

"நிய்யெதுக்கய்யா வந்த."

"நீ என்ன புடுங்கிக்கிட்டு இருக்கறைன்னு பாக்கத்தான்டா வந்தன். பட்டிப் பொங்க நாளும் அதுவுமா ஆட்டக் கவனிக் கலான்னு இல்லாத என்னடா தூக்கம்."

தூக்கச்சடவு இன்னும் தீராமலே சோர்வாகப் பதில் சொன்னான். தூக்கம் இப்போதெல்லாம் அதிகமாக வருகிறது. அதுவும் பகலில் கொஞ்சம் கண் மூடினாலும் போதும். எப்படித் தூங்கிப்போகிறோம் என்பதே தெரிவதில்லை. பாட்டி வீட்டுக்கருகில் இருந்த கரட்டில் ஒருநாள் முழுக்கத் தூங்கிக் கிடந்த தாக்கம்தானோ என்னவோ. சொல்லிக்காட்ட செல்வனுக்கொரு சாக்குக் கிடைத்துவிட்டது. செல்வனின் முகத்தைப் பார்த்தான். வெயிலில் நடந்து வந்ததால் உடல் முழுக்க வேர்வை. மூச்சு வாங்கிக்கொண்டிருந்தான். முகத்தில் இறுக்கம் கடுமையாகத் தெரிந்தது. வீட்டில் அடியோ திட்டோ கிடைத்திருக்கும்.

"என்னடா புதுசாப் பாக்கற."

இறுக்கம் தளராமல் செல்வன் கேட்டான். அவனை இயல்பாக்கும் பொருட்டு சிரித்தபடி சொன்னான்.

"நீ என்னய்யா பொம்பளையா ... புதுசாப் பாக்கறதுக்கு."

"ஓகோ ... பொம்பளைன்னாத்தான் பாப்பீங்களோ."

செல்வன் நின்ற கோலம் நன்றாக இல்லை. வேண்டு மென்றே வம்பு வளர்க்க வந்தவனாய்த் தோன்றினான். அவனைச் சாதாரணமாய் வழிக்குக் கொண்டுவர முடியும் என்று படவில்லை. எதுவும் பேசாமல் இருப்பதே உசிதம் என்று நினைத்தான். வெறுமனே கோணச் சிரிப்பொன்றை உதிர்த்துவிட்டுத் தலைகுனிந்துகொண்டான்.

"பட்டிப் பொங்க நாளுன்னு நெனப்பிருக்குதா."

"ஏய்யா அப்பிடிக் கேக்கற."

"ஆடுவளயெல்லாம் கழுவோணும் ... வவுறு ரொம்ப மேய்க்கோணும் ... நெனப்பிருக்குதான்னு கேக்கறன்."

"நீ ஊட்ல எதுனா செய்யறதாய்யா. அதெல்லாம் நா பாத்துக்கறன்."

கூளையன் சலிப்போடு சொன்னான். கிணற்றடி வேம்பு நிழலில் உட்கார்ந்துகொண்டு வவுறியும் பொட்டியும் இவர்களையே பார்த்துக்கொண்டிருந்தார்கள். நெடும்பன் வேறொரு பனையடியில் படுத்திருந்தான்.

"அய்யாவுக்கு ஒன்னும் முடியலியா ... எந்திரிச்சு வாடா ... ஆடுவளக் கழுவி உடலாம்."

கூளையனுக்குச் செல்வனின் பேச்சும் நடவடிக்கைகளும் வித்தியாசமாக இருந்தன. எதற்காக இப்படி நடந்துகொள் கிறான் என்று தெரியவில்லை. நிழலை விட்டு எழுந்தான். ஆடுகளெல்லாம் அங்கங்கே படுத்துக் கிடந்தன. இன்னும் கொஞ்சநேரம் கழித்து வெயில்தாழக் கிணற்றில் ஒவ்வொன் றாய்த் தூக்கிப் போட்டால் போதும். நீச்சல் அடித்துக் கொண்டு மேலேறி வந்துவிடும். மேலெல்லாம் கழுவித் தூவெண்மை போலத் தோன்றும். எதற்கு இப்படி வந்து அவசரப்படுத்துகிறானோ தெரியவில்லை.

"கரும்பெல்லாம் வாங்கியாரப் போறமுன்னு சொன்னயே ... போயிட்டு வந்திட்டயாய்யா'' கூளையன் கேட்டான்.

நேற்று செல்வன் அப்படிச் சொல்லியிருந்தான். மாட்டுவண்டியைக் கட்டிக்கொண்டு போய்க் கரும்பு,

கொம்புச்சாயம், சாமிசெலவு வாங்கிக்கொண்டு வரப் பிரியமாயிருந்தான். சில மாதங்களுக்கு முன்னால்தான் வண்டியோட்டுவதற்குச் செல்வன் கற்றுக்கொண்டிருந்தான்.

"ம் ... எங்கப்பன் போயிட்டாரு ... பட்டிப் பொங்க நாள்ல வண்டி கட்டக் கூடாதுன்னுட்டாரு ... அந்த மாடுவ அப்பிடியே தேஞ்சு போயிருமாமா."

செல்வனின் கோபத்திற்குக் காரணம் தெரிந்தது. வண்டி ஓட்டிப் போக முடியாத கோபம் இங்கே வந்து விடிகிறது. போயிருந்தால் ஒன்றிரண்டு ரூபாய்கள் கைச் செலவுக்குக் கிடைத்திருக்கும். எங்காவது கடையில் நாக்குக்கு ருசியாகத் தின்றுவிட்டு வந்திருப்பான். சாலை நிழலில் சந்தோசமாக வண்டி ஓட்ட முடிந்திருக்கும். எல்லாம் போய்விட்டது. கூளையனுக்கு மனதுக்குள் சந்தோசமாக இருந்தது. வாய்க்குள்ளே சிரித்துக்கொண்டான்.

"ம் ... நீ போயிருந்தீன்னா எனக்குத்தான் நல்லது ... அதும் போச்சா." குறுஞ்சிரிப்போடு உள்ளர்த்தம் வைத்துக் கூளையன் பேசினான்.

"என்னடா உனக்கு நல்லது?" செல்வன் தொனி மாறாமல் கேட்டான்.

"இல்ல ... நீ போயிருந்தா ஒன்னு ரண்டு ரூபா உனக்குக் கெடச்சிருக்கும். திருட்டுப்போன கெடாக் காசுல கொஞ்ச மாச்சும் எனக்குக் குடுத்திருப்பயில்ல ..."

கூளையன் குத்திக்காட்டிப் பேசுவதைக் கேட்டுச் செல்வனுக்கு எரிச்சல் வந்தது. பற்களைக் கடித்துக் கொண்டான். தன்னுடைய இயலாமையை நினைத்துக் கண்கள் கலங்கிவிட்டன. அழுகையை அடக்குவதற்கு ரொம்பவும் சிரமப்பட்டான். அவனைப் பார்க்கப் பாவமா யிருந்தது. அவன் கையைக் கூளையன் பிடித்துச் "சும்மா சொன்னன்யா வா" என்று இழுத்துக்கொண்டு போனான். கிணற்றுக்கருகில் போய் நின்றுகொண்டு "ட்ர்ர ... மே" என்று குரல் கொடுத்தான். படுத்துக்கொண்டே சில ஆடுகள் கத்தின. அவன் மேலும் இடைவிடாமல் கூப்பிட்டான். நிழலில் இருந்து எழுந்து வருவதற்குப் பிரியமற்றவையாய் அவை இருந்தன. கைப்பழக்கமான குட்டி ஒன்று அவனை நோக்கி ஓடி வந்தது. இரு கைகளையும் குவித்து அதில் தீனி இருப்பது போல நீட்டிக் கூப்பிட்டான். தலையை நிமிர்த்திக் கொண்டு குட்டி ஓடி வந்தது. கிடாக்குட்டி. நல்ல முறுக்கமாக இருந்தது. கையை முகர வந்த சமயத்தில் பாய்ந்து கழுத்தைப் பிடித்துக்கொண்டான். செல்வன் பின்னங்கால்களைப் பிடித்துத்

தூக்கினான். அவர்கள் செய்வதைப் பார்த்த பொட்டி ஆவலாக ஓடிவந்தாள். கிணற்றோரமாய்க் கொண்டு போனவர்கள் குட்டியைத் தூக்கிக் கிணற்றுக்குள் வீசினார்கள். கத்திக்கொண்டே அந்தரத்தில் மிதந்துபோய் நீருக்குள் வீழ்ந்தது. சலனமற்று இருந்த நீர் ஓசையிட்டுக் கதறியது. சுவரோரங்களில் அலை மோதிற்று. கூளையன் உள்ளே எட்டிப் பார்த்தான். கிடாக் குட்டி தலையை மட்டும் நீருக்குமேல் உயர்த்திக்கொண்டு நீந்தியது. படி இருக்கும் என்பதோ எந்தப்பக்கம் என்பதோ அதற்குத் தெரியவில்லை. கதறல் ஒலி மெலிதாய் மேலேறி வந்தது.

கூளையன் உள்ளே குதித்தான். அவனுக்குப் பின்னா லேயே செல்வனும் குதித்தான். பொட்டி தயங்கித் தயங்கி உள்ளே எட்டிப் பார்த்தாள். பின்னால் வந்த வவுறி பொட்டி யைத் தள்ளிவிட்டாள். கால்களைப் பரப்பிக்கொண்டு பொட்டி உள்ளே போய் விழுந்தாள். ஆட்கள் குதிக்க குதிக்கக் கிணறு வாய்விட்டுக் கதறியது. அடுத்தடுத்து எழுந்த சத்தங்களும் நீரின் தவிப்போசையும் கிடாக்குட்டியைப் பயமுறுத்தின. அது சுவரோரங்களில் ஏறிவிட முயன்றது. வாகான இடம் கிடைக்கவில்லை. கூளையன் ஆட்டை நோக்கிப்போய்ப் படிப்பக்கமாக இழுத்து வந்தான். அதனோடு சேர்ந்து நீந்துவது கஷ்டமாயிருந்தது. கால்களை அசைப்பது தெரியாமலே அது வேகமாக நீந்தியது. அதன் கழுத்தை ஒருகையால் பிடித்துக்கொண்டு இன்னொரு கையால் நீந்தினான். படிப்பக்கம் கூட்டிப் போனவன் கால் வைக்கும் இடமாகப் பார்த்து நின்றுகொண்டான். ஆட்டை அணைப்பது போல அருகே வைத்துக்கொண்டு அந்த உடம்பைத் தேய்த்தான். வெண்ணிற நீரில் அழுக்கு கரைந்து செம்மண் கரைசலாய்த் தோன்றிற்று. நீருக்குள் கொஞ்சதூரம் கூட்டிச் சென்றான். அதன் தலையையும் மூழ்க வைத்துத் தேய்த்தான். படியோரம் வந்து ஆட்டை பிடித்து ஏற்றிவிட்டான். ஆட்டின் கால்களும் உடம்பும் நடுங்கின. உடலைச் சிலிர்த்துத் தலையைத் தூக்கிக் கொண்டது. கத்திக்கொண்டே தூர்ந்துபோன படிகளில் பாய்ந்து ஏறியது. அதன் சறுக்கலில் மண் சரிந்து நீருக்குள் கொட்டியது. ஆனால் ஆடு கால்களை அழுந்த ஊன்றி மேலேறிச் சென்றது.

ஆடு மேலேறிய பின்தான் கவனித்தான். அகண்ட கிணற்றின் நாலாப்புறமும் கால்களைப் படார் படாரென் றடித்துப் பொட்டி நீந்திக்கொண்டிருந்தாள். அவளைச் சுற்றிலும் நீர் எழும்பிச் சிதறியது. புதுப்பழக்கம். வவுறியும் செல்வனும் ஆளுக்கொரு பக்கம் இருந்தார்கள். கூளையன் மேலேறிப்போய் இன்னொரு ஆட்டைப் பிடித்து வந்து தள்ளினான். அதற்குள் நெடும்பனும் விழித்திருந்தான். கூளை

யனைப் பார்த்ததும் அவனும் தன்னுடைய ஆடுகளைக் கழுவ எண்ணிப் பிடித்து வந்தான். ஆளுக்கொரு ஆட்டை உள்ளே தூக்கிப் போட்டுவிட்டு அவர்களும் குதித்தார்கள். கிணற்றுக்குள் ஆடுகள் அலைமோதின. அவர்களும் ஆடுகளுமாய்க் கிணறு முழுக்கத் தலைகளாய்த் தெரிந்தது. வவுறியும் அவள் ஆடு களைக் கழுவப் பிடித்து வந்தாள். வெள்ளாட்டுக் கிடா ரொம்பவும் துள்ளியது. அவளைத் தூக்கித் தள்ளிவிடப் பார்த்தது. ஆனால் விடாமல் உள்ளே பிடித்துப் போட்டாள். பொட்டி இதையெல்லாம் பார்த்துக்கொண்டு ஓரமாக நீச்சல் அடித்தாள். எல்லோருடைய ஆடுகளையும் கழுவி முடித்தபின் கேட்டால் அவளுடைய ஆடுகளையும் கழுவி விடுவார்கள். அந்தத் தைரியத்தில்தான் பேசாமல் நீந்திக் கொண்டிருந்தாள். கழுவியதும் ஆடுகளின் உடம்பு ரோமங்கள் ஒட்டிப்போய்ப் பளபளப்பாய்த் தோன்றின. அவற்றின் அசல் நிறமே இப்போதுதான் தெரிந்தது. இருபது ஆடுகளையும் கழுவிக் கரை சேர்க்க வெகுநேரம் ஆகிவிடும். செல்வனும் ஒன்றிரண்டைக் கழுவினால் சீக்கிரம் ஆகும். ஆனால் அவன் கும்மாளமிட்டுக்கொண்டு உள்ளேயே கிடந்தான். தூக்கிப் போடும் ஆடுகள் தலைதூக்கி மேலே வந்ததும் திரும்பவும் ஒருமுறை அழுத்திவிட்டான். அடியில் மூழ்கிப் போய்க் கால்களைப் பற்றி ஆழத்திற்கு இழுத்தான். ஆடுகள் ரொம்பவும் மிரண்டுபோய்க் கதறின. தங்களைக் குளிப் பாட்டத்தான் இப்படிச் செய்கிறார்கள் என்பதை அவற்றால் புரிந்துகொள்ள இயலவில்லை. அவற்றின் கண்களில் உயிர்ப் பயம் மிகுந்திருந்தது. எந்தப்பக்க வழியிலாவது ஓடித் தப்பித்துக் கொள்ளமுடியாதா என்று தவித்தன. காட்டுக்குள் போன பின்னால்கூட ஈரத்தைப் போக்கிக்கொள்ள உடலை அசைத்துத் துலுக்கின. பனைமரங்களில் போய் உரசின. சில ஆடுகள் மண்ணில் படுத்துப் புரண்டன.

அத்தனை களேபரத்திலும் ஆடுகள் ஒன்றின்மேல் ஒன்று விழுந்துவிடாமல் பார்த்துக்கொண்டார்கள். ஒரு ஆடு உள்ளே விழுந்ததும் ‘பே’ என்று கத்திக்கொண்டு செல்வன் அதன் மேல் பாய்ந்து பயமுறுத்தினான். வாலை ஆட்டிக்கொண்டு கிணற்றோரமாய் வந்த நாய் பூச்சியைச் சட்டெனத் தூக்கி நெடும்பன் உள்ளே வீசினான். அதன் கத்தல் ‘வாள்’ என்று முடியவும் நீருக்குள் போய்விழவும் சரியாக இருந்தது. செல்வன் நாயைக் கண்டதும் பக்கத்திலேயே வரவில்லை. ஆனால் ‘தூய்’ என்று கத்தி ரகளை செய்தான். பொட்டியும் பயத்தோடு கத்தினாள். நாக்கைத் தொங்கப்போட்டுக் கொண்டு படியில்லாத பக்கத்தில் போய் நாய் தாவி ஏறியது. அது நிற்பதற்கு வசதியாக அங்கே ஒரு கல்லிருந்தது. அதற்கு

மேல் ஏறுவதற்கு முயன்று பார்த்தது. செல்வன் ‘பூச்சி பூச்சி’ என்று கூப்பிட்டுப் பார்த்தான். அவன் குரலைச் சட்டை செய்யவில்லை. ஏறமுடியாமல் தவித்து ஊளையிட்டது. சுவரில் தாவி ஏறி முயன்று மீண்டும் நீருக்குள்ளேயே விழுந்தது. படிப்பக்கம் நின்றபடி கூளையன் “வா . . . பூச்சி பூச்சி” என்று கூப்பிட்டான். அந்தப்பக்கம் வந்ததும் கூளையன் ஒதுங்கிக் கொண்டான். அது படியில் ஏறிப் பாய்ந்தோடியது. வாலைக் காலுக்குள் இடுக்கிக்கொண்டு ஈரத்தோடு ஓடுவதைப் பார்த்துச் சிரித்தார்கள். காட்டுக்குள் இறங்கி அது ஓடிக் கொண்டேயிருந்தது. இனிமேல் சில நாட்களுக்குக் கிணற்றுப் பக்கமே வராதென்று தோன்றியது.

சினையாடுகளை மட்டும் விட்டுவிட்டு மற்றவற்றை எல்லாம் போட்டார்கள். ஓர் ஆட்டை உள்ளே போட்டதும் செல்வன் தாவி அருகில் போய் அதை மறுபடியும் உள்ளே அமுத்திவிட்டான். மேலே வந்து மூச்சு வாங்கிக்கொள்வதற்குக் கூட அதை விடவில்லை. தடுமாறி மேலே வந்து ‘மே’ என்று ஓலமிட்டது.

“எதுக்கய்யா இப்பிடிப் பண்ற . . . பாவம் . . . செத்துக் கித்துப் போயிரப் போவுது. பட்டிப்பொங்கல் நாளும் அதுவுமா கறி எடுக்கக்கூட ஆளிருக்காது.”

கூளையன் குரல் அவனுடைய காதிலேயே ஏறவில்லை. இளித்துக் கெக்கலி காட்டினான். நெடும்பனுடைய ஆட்டையும் அப்படியே அமுத்தித் தவிக்கச் செய்தான். நெடும்பனுக்குக் கோபம் தாங்கவில்லை. ஏற்கனவே ஆடுகளை இழந்து பெரிய கஷ்டப்பட்டவன்.

“என்ன மயிருக்கய்யா என்னோட ஆட்ட அமுத்தற . . . செத்துப்போச்சுனா நீயா வந்து நிக்கப்போற . . .”

“போடா . . . நெடும்பா . . .” என்று இழுத்துப் பேசிச் சிரித்தான். நெடும்பனையும் உள்ளுக்கு இழுத்தான். வவுறியின் மேல் பாய்ந்து கட்டி அமுத்தினான். செல்வனுக்கு எங்கிருந்து இத்தனை உற்சாகம் பிறந்ததோ தெரியவில்லை. கிணற்று நீரின் துள்ளல் அவனுக்குள்ளும் பாயந்துவிட்டது போல. நீரின் மையத்தில் பொழுது நேராக வெயிலைப் பரப்பியது. ஓரங்களில் எல்லாம் நிழல் அடர்ந்திருந்தது. கூளையனுக்குள் ஏனோ பயம் எழுந்தது. இன்னும் நான்கைந்து ஆடுகள்தான் இருந்தன. செல்வனின் தலைமீது விழுகிற மாதிரி ஒரு ஆட்டைத் தூக்கிப்போட வேண்டும் என்று நினைத்தான். ஆட்டுக்குக் கால் எதுவும் உடைந்துவிட்டால் அதுவும் கஷ்டம்தான். இந்தப் பகல் நேரத்தில் இவன் எதற்கு வந்து சேர்ந்தான்

என்றிருந்தது. அவனுக்கு வெறி ஏற்படாமல் பொறுமையாக நடந்துகொள்ள வேண்டும் என்று நினைத்துக்கொண்டான்.

அடுத்த ஆட்டைத் தூக்கிப் போட்டான். நெடும்பன் உள்ளுக்குள் ஓர் ஆட்டைக் கழுவிக்கொண்டிருந்தான். விழுந்த ஆட்டின் பக்கம் செல்வன் வரவில்லை. கொஞ்சம் இடைவிட்டுக் கூளையன் குதித்தான். கூளையன் மேல் பாய்ந்து நீருக்குள் அழுத்தினான் செல்வன். உள்ளேயே முழுகி நீந்தித் தூரம் வந்து எழுந்து திரும்பிப் பார்த்தான். ஆடு படிப்பக்க மாய்ப் போய்க்கொண்டிருந்தது. செல்வன் சிரித்தான். 'போய்யா' என்று முகத்தைச் சுழித்துக் காட்டிவிட்டு ஆட்டைப் பிடித்தான் கூளையன். நன்றாகத் தேய்த்துக் கழுவி ஆட்டை மேலேற்றிவிட்டு நீருக்குள் பாய்ந்தான். நெடும்பனின் ஆடொன்று வந்து விழுந்தது. ஒதுங்கிக்கொண்டான். கூச்சல் போட்டுப் பாய்ந்த செல்வன் கூளையனை நீருக்குள் அழுத்தினான். எதிர்பாராத அழுத்தத்தில் உள்ளே ஆழம் வரை போனவன் மெதுவாக மேலே வந்தான். வாயைத் திறந்து மூச்சுவிட்டான். ஒருமூச்சு விடுவதற்குள் செல்வன் மறுபடியும் அழுத்தினான். கூளையனுக்கு மூச்சுப் பிடிக்கவில்லை. தடுமாறிக்கொண்டே மேலே வந்தவனை நோக்கிச் செல்வன் மறுபடியும் போனான். வவுறி செல்வனுக்குக் குறுக்கே போய் விழுந்தாள். வவுறியை வைத்து ஓர் அழுத்து அழுத்தினான்.

"என்னய்யா பைத்தியமா புடுச்சிருச்சு." கூளையன் கத்தினான்.

"மயிரு புடுச்சிருச்சி." செல்வனும் பதிலுக்குக் கத்தினான்.

"இந்த வேலையெல்லாம் வெச்சுக்காத ஆமா ... எதுக்கய்யா அழுத்தற." கூளையன் கோபமாக நேருக்கு நேர் பார்த்துக் கேட்டான்.

"எங்க கெணறு ... என்ன வேண்ணாலும் செய்வன்டா."

"உங்க கெணறுன்னா உக்கோந்துக்கிட்டுப் புளுத்து போ."

கூளையன் வாயில் எதிர்பாராமல் வந்து விழுந்தது. அவன் வலி முழுக்கவும் அந்த வார்த்தைகளில் ஏறியிருந்தது.

"என்னடா சொன்ன நாயே ..."

செல்வன் தாவி வந்து கூளையனைப் பிடித்து இழுத்து உள்ளுக்குள் தள்ளினான். தலையை வைத்து அழுத்தினான். தப்புச் செய்துவிட்டதை ஒத்துக்கொள்வதைப் போலக்

கூளையன் எதிர்ப்புக் காட்டாமல் நீருக்குள் போய் வந்தான். கொஞ்சம் தூரத்தில் போய் எழுந்து மூச்சு வாங்கினான். அங்கேயும் கூளையனைப் பார்த்துப் பாய்ந்தோடினான் செல்வன். அவனுக்குச் சிக்காமல் சுவர்ப் பக்கமாய் நீந்தியும் படிக்கு ஓடியும் தப்பிக்கப் பார்த்தான். செல்வன் அப்படியும் விடவில்லை. மயிரைப் பற்றிக் குத்து விட்டான். கால்களால் எம்பி உள்ளே தள்ளினான். திமிறி விடுவித்துக்கொண்டான். படியை நோக்கிப் போய் ஏற முயன்றான். வவுறியைப் பார்த்து 'வா ... போயரலாம்' என்றான்.

செல்வன் உள்ளிருந்து 'போ ... போய் வவுறியப் போட்டுத் தெங்கு போ' என்றான். அதுவரைக்கும் அடக்கி வைத்திருந்த ஆங்காரம் எல்லாம் பீறிட்டுக் கிளம்பிற்று. "டேய்" என்று பற்களைக் கடித்துக்கொண்டு செல்வன் மேல் குதித்தவன் கையில் அவன் தலை வசமாகச் சிக்கிக் கொண்டது. உள்ளே அழுத்திப் பிடித்துக்கொண்டான். பின் இரண்டு கால்களையும் அவன் முதுகில் ஊன்றிப் பலமெல்லாம் திரட்டி வேகமாக அழுத்தினான். செல்வன் உடல் வெகு ஆழத்தை நோக்கிப் போவதைக் கால்கள் உணர்ந்தன. இனிமேல்தான் அவனுக்குப் புத்திவரும் என்று நினைத்தான். வவுறியிடம் போய் "ஏறு வா" என்றான். முதல் படியிலும் கால் வைத்தான். மேலிருந்த நெடும்பன் "எங்கடா செல்வன்" என்று கத்தினான். திடுக்கிட்டு அவன் திரும்பவும் வீல்லென்று கத்திக்கொண்டு எதிர்ச் சுவர் பக்கமிருந்து பொட்டி நீந்தி வந்தாள். அவள் பயந்துபோய் ஓரமாக வந்தாள். செல்வனை அழுத்திய இடத்தில் நீர் ஆடி அசைவதைத் தவிர ஒன்றும் தெரியவில்லை. வேண்டு மென்றே மேலே வராமல் போக்குக் காட்டுகிறானோ என்று பட்டது. எல்லா மூலைகளிலும் கண்களை ஓட்டினான். எங்கும் செல்வன் தலை தெரியவில்லை. பொட்டி கத்தி அழுதுகொண்டே மேலேறி ஓடினாள். நெடும்பன் உள்ளே குதித்தான். அவனும் உள்ளே மூழ்கித் தேடினான்.

செல்வன் நீருக்குள் எங்கோ போய் ஒளிந்துகொண்டு அவர்கள் தத்தளிப்பதை வேடிக்கை பார்த்துக்கொண்டிருப் பதாகத் தோன்றியது. கைகளும் கால்களும் சோர்ந்து போன கூளையன் கத்தி அழுதான். அவன் உடல் நடுங்கியது. வாய் தவளை போலத் திறந்து கதறியது.

திடீரென்று நெடும்பன் "ஓடிப் போயிருடா" என்றான். கூளையனின் அழுகை நின்றது. நடுக்கம் நிற்கவில்லை. நெடும்பன் மறுபடியும் "ஓடிப் போடா" என்று பற்களைக் கடித்துக் கொண்டு கத்தினான். அவன் தோள்களைப் பிடித்து உலுக்கி

"போஅரா ... போஅரா" என்று வவுறியும் கத்தினாள். அழுகை வெடிக்க "யோவ் ... செல்வா" என்று கூவினான். தாவிக் கிணற்றுக்குள் குதித்தான். கைகளை மேலே தூக்கி விடவிட ஆழத்திற்குப் போய்க்கொண்டிருந்தான். கண்கள் சுற்றிலும் நோட்டமிட்டுக்கொண்டிருந்தன. வெள்ளைக் கரைசல் போன்ற நீர் மாறிக் குளிர்ச்சிகொண்ட கருநிற நீர் வந்தது. கண்கள் தெளிவாக எல்லாவற்றையும் பார்த்தன. கொடங்குகள் வாயைத் திறந்துகொண்டு அவனை அழைத்தன. பாறைச் சுவர்களைப் பார்த்தான். இது போதாது. அவன் இன்னும் ஆழத்தை நோக்கிப் போக விரும்பினான். யாராலும் பார்க்க இயலாத ஆழம். அடர் கருமை. என்ன இருக்கிறதென்று அறிய இயலாத ஆழம். கால்களில் சேறோ மண்ணோ படவில்லை. அவை கூடுதல் விசைகொண்டு நீரைத் துளைத்தன. எல்லாம் கடந்த முடிவற்ற ஆழம்.

●

பின்னிணைப்பு

மாயத்தைப் பிடித்தல்

'கூளமாதாரி'யைப் போல என் மனதுக்கு நெருக்கமான நாவல் வேறில்லை. இந்நாவலின் களமும் பாத்திரங் களும் மங்காமல் புகை படியாமல் அழியாச் சித்திரமாய் என் நெஞ்சில் வாழ்கின்றன. இதற்கான வடிவம் கிடைக்காமல் பல ஆண்டுகள் தவித்திருக்கிறேன். இதை எழுதவே முடியாமல் போய்விடுமோ என்று கழிவிரக்கமும் கொண்டிருக்கிறேன். இதை எழுதாமல் என்னால் வாழ முடியாது என்னும் நெருக்கடியான சூழலில் எழுதினேன். நாவல் வடிவத்தை மனதில் பார்க்க முடிந்துவிட்டால் போதும், அதன்பின் ஓய்வும் பொழுதும் வாய்த்தால் கைபாட்டுக்கு ஓடிக்கொண்டே யிருக்கும்.

ஆனால் இந்த நாவலைப் பொருத்தவரை வைத்த கை நீரோட்டமாய்ப் போகவில்லை. கொஞ்சம் ஓடும். பின்னோர் சிறுகுழியில் நெடுநேரம் தங்கி நிற்கும். பெரும்பரப்பொன்றில் போய்த் தேங்கிவிடும். மேவிச் செல்லும்வரை பொறுத்திருக்க வேண்டும். அல்லது உடைத்தோடலாம். எது சாத்தியம் என்னும் குழப்பமே விஞ்சும். சமதளத்தில் ஒய்யார நடை போடும்போது சந்தோசமாக இருக்கும். அடுத்த கணம் பெரும்மேடு குறுக்கிட்டு எல்லாவற்றையும் ஸ்தம்பிக்கச் செய்துவிடும். பொறுத்திருப்பதுதான் ஆகும். ஏதோ ஒரு நொடியில் மேடு கரைந்து காணாமல் போயிருக்கும். ஆழ்பள்ளங் களையும் தரிசித்திருக்கிறேன். மேலிருந்து அதில் தாவும் சுகத்தையும் பெற்றிருக்கிறேன். என்ன, கவனம் சிதைந்து லயித்துவிட்டால் போய்ச் சேரும் இடத்தில்

வலுவாகக் காலூன்ற முடியாது. தெறித்தோட நேரும். இப்படித்தான் சில ஆண்டுகளாக இந்த நாவல் நிகழ்ந்தது. இதை எழுதி முடித்தபின் எனக்குக் கிடைத்த ஆசுவாசம் பெரிது. ஏதோ மாயத்தை பிடித்தல் நடந்த ஆசுவாசம்.

இந்த நாவலுக்கு இருவகை வாசகக் கருத்துக்களை எதிர்கொண்டிருக்கிறேன். நெகிழ்ச்சியும் புளகாங்கிதமும் மீதூரக் கையைப் பற்றிக்கொண்ட தரப்பு ஒன்று. உள்ளே நுழையவே முடியவில்லையே, என்னவோ ஆடு மேய்க் கிறார்கள் மேய்க்கிறார்கள், மேய்த்துக்கொண்டே இருக்கிறார் களே எனச் சலித்த தரப்பு இன்னொன்று. இரண்டையும் என் நிலையில் இருந்து புரிந்துகொள்கிறேன். இந்நாவலில் களம் முக்கியப் பாத்திரம். இதை நான் லயித்து எழுதக் காரணமே அதன் களம்தான். என் பால்யம் இன்றைக்கும் வாழும் களம் அது.

கூரைகளின் கீழ் வாழும் காலம் இது. ஆனால் எப்பேர்ப்பட்ட கூரையும் எனக்குச் சங்கடமே தரும். உடைத்து வெளியேறிவிடும் தவிப்பை அடைவதுண்டு. ஏதுமற்ற வெளியே என் ஆதர்சம். வெயில், மழை, குளிர், பனி, காற்று, பொழுது, நிலவு, மலை, புழுதி, பசுமை, வறள் எல்லாம் கூடிக் கலந்த என் மனவெளி அது. அதை உணரும் பேற்றை எனக்கு வழங்கியது இந்நாவலின் களமாகிய மேட்டுக்காட்டு மண். அங்கு உலவும் மனிதர்கள் உயிர் பெறுவதே அந்நிலத்தால்தான். ஆகவே அந்நிலத்தை யும் பாத்திரமாக்கி உயிர் கொடுக்கும் சவாலை மேற் கொண்டேன். அதில் ஓரளவு வெற்றி பெற்றிருக்கிறேன் என்றுதான் நினைக்கிறேன்.

அதை உணர்ந்து மனதுக்குள் களத்தைக் கொண்டுவர முடிந்தவர்கள் எளிதாக உள்ளே நுழையலாம். முடியாதவர்கள் நுழைவது சிரமம். ஏனென்றால் இதில் கதை ஏதும் பெரிதாக இல்லை. கதை சொல்வதைவிடச் சொல்லாமல் இருப்பதே அதிகம். களமும் வாழ்க்கை முறையும் இயையும் விதம், அவை எழுப்பும் வினாக்கள், அவற்றின் மூலமாக அடையும் அறிதல்கள் என்பதான வரிசையில் இந்த நாவலை வாசித்தால் பயன் தரும் என நினைத்திருக்கிறேன். அப்படி வாசிக்கச் சொல்லி யாரை நிர்ப்பந்திக்க இயலும்? அவரவர் வாசிப்பில் என்ன கிடைக்கிறதோ அதுதான்.

சில ஆண்டுகளுக்குப் பிறகு இதை இப்போது மீண்டும் வாசிக்கும் பேறு பெற்றேன். திரும்ப ஒருமுறை பால்யத்திற்குள் போய்வந்தேன். எழுதிய காலத்தில் நிகழ்ந்த அத்தனையும்

வாசித்த இப்போதும் நிகழ்ந்தன. நடந்தும் நின்றும் தங்கியும் தேங்கியும் குதித்தும் புரண்டும் கடந்தும் உடைத்தும் எனப் பலவித நகர்தல்கள். எழுதிய காலத்தில் ஆசுவாசம் கிடைத்ததே தவிரத் திருப்தி ஏற்படவில்லை. இப்போது 'பரவாயில்லை, மோசம் இல்லை' என்றெல்லாம் தோன்றுகின்றன. எதையோ பிடித்து உறையச் செய்துவிட்டிருக்கிறேன். ஒரு கைச்சூடு பட்டால் இளகி ஒழுகும். அது காலத்தின் கைச்சூடாக இருக்கும்பட்சத்தில் பெரிதும் மகிழ்வேன்.

இப்போதைய திருத்தப் பதிப்பு பற்றிச் சொல்ல வேண்டும். இந்த நாவலை உண்மை போல எழுத முயன்றேன். ஆனால் உண்மை அல்ல. உண்மை என்று ஒன்றேது? உண்மை இருக்குமானால் அதை எவ்விதம் தரிசிப்பது? உண்மைக்கும் புனைவுக்கும் என்ன தொடர்பு? உண்மை புனைவாவதும் புனைவு உண்மையாவதுமான ரசவாதம் நிகழுமோ? இப்படி எவ்வளவோ தோன்றின. ஆனாலும் இது உண்மை இல்லை எனவும் இதன் களம் முழுக்கக் கற்பனை எனவும் இதன் பாத்திரங்கள் எல்லோரும் கற்பனையில் உதித்தவர்கள் எனவும் என் மனவெளியில் கட்டமைத்துக்கொண்ட ஓர் வாழ்க்கை இது எனவும் பணிவுடன் தெரிவித்துக்கொள்ள விழைகிறேன். அனைவருக்கும் நன்றி.

நாமக்கல்
24-12-2016

பெருமாள்முருகன்

(காலச்சுவடு நான்காம் பதிப்பின் முன்னுரை)